महाविनाशाची पदचिन्हे

शून्य जग हे!
वृक्षाविना, प्राणवायूविना निष्प्राण
वृक्षतोड अतिदारुण,
होतील सर्व गतप्राण!

भाऊराव मुळे
(वियोगी)

#AnyoneCanPublish with
सकाळ प्रकाशन

#AnyoneCanPublish with

सकाळ प्रकाशन

Mahavinashachi Padachinhe

महाविनाशाची पदचिन्हे

प्रथम आवृत्ती	: एप्रिल, २०२४
प्रकाशक	: सकाळ मीडिया प्रा. लि. ५१५, बुधवार पेठ, पुणे-४११ ००२
मुखपृष्ठ, मांडणी आणि मुद्रितशोधन	: सारद मजकूर, पुणे
मुद्रणस्थळ	: विकास प्रिंटिंग ॲण्ड कॅरिअर्स प्रा. लि. प्लॉट नं. ३२, एमआयडीसी, सातपूर, नाशिक
ISBN	: 978-81-19311-59-0
संपर्क	: ०२०-२४४० ५६७८ / ८८८८८४९०५० sakalprakashan@esakal.com

परमपूज्य गुरुजी
स्व. विनोद कुमार उईके
आणि
मार्गदर्शक
वै. बाळकृष्ण सदाशिव कनोजे
यांना अर्पण!

संदेश

अंतवृक्ष अन् जीवन वृक्ष
वृक्षांशी जडले हे नाते
त्याच्या समिधेतच मिळे मोक्ष
वृक्ष पृथ्वी! पुत्रांचे नाते!

फळे औषधी देउनी छाया
करिती वृक्ष उपकार
धूपही थांबविती मातीची
हा प्रकृतीचा चमत्कार!

जगेल वृक्ष तर जगू आम्ही
ना तर संव्हाराची दुश्चिन्हे
धरा ही तापाने फणफणली
महाविनाशाची पदचिन्हे!

प्रास्ताविक

वृक्षलतांना बोलता येत नाही, असं आपण सगळे मानतो. मात्र, ते अर्धसत्य असून भारतीय वनस्पती शास्त्रज्ञ सन्माननीय जगदीशचंद्र बोस यांनी ही लोकधारणा मोडीत काढून प्रयोगांती हे ठासून सांगितलं की, सर्व लता, वेली, वनस्पती तथा वृक्ष, महावृक्षांसह सर्वांना मानवांप्रमाणे बोली जरी बोलता येत नसली, तरी त्यांच्यात सुखदु:खांची जाणीव आणि संवेदना आहे.शिवाय हे त्यांनी प्रयोगाद्वारे सिद्धही केले.

हे नाटक लिहिण्याची प्रेरणा मला का मिळाली? या मागील कारण म्हणजे माझ्या अंगणातली गुलाबांची फुलझाडं तथा आम्रवृक्ष हे होय. कित्येक लोकं तर न विचारताच गुलाबाच्या फुलांसह त्यांच्या फांद्या कलमासाठी मोडून नेतात. तीच गत आम्रवृक्षाची. त्यासाठी लोकांना टोकल्यास भांडण मात्र ठरलेलं. मी ज्या मैदानात म्हणजे पार्कमध्ये फिरायला जातो, तिथं काही वृक्षप्रेमींनी भविष्यात बेल फळांसह बिल्वदल मिळावं, या हेतूनं कदाचित बेलवृक्षांची लागवड केली असावी. त्यांनी जमेल तसं त्याचं जतन करण्याचा प्रयत्नही केला असावा; परंतु त्यांना त्या वृक्षांच्या रक्षणासाठी पहारा देणं शक्य नाही. अशा वेळी काही तथाकथित मंडळी ज्यांना आपण काय करतो, हे कळतं किंवा कळत नाही हे सांगणं कठीणच. 'बेलाची कोवळी पानं तोडू नका, झाडांना वाढू द्या', असं आपण कितीही समजावलं, तरी ते ऐकत तर नाहीतच; शिवाय भांडणाच्या तयारीत असतात. काही लोकं बिचारे झाडांसाठी जरी वाईट असले, तरी टोकल्यावर न बोलता निघून जातात. सध्या त्या मैदानात आठ ते दहा इंचाची कदाचित दोनच बिल्व रोपं शिल्लक असतील . अशा तऱ्हेनं लोकांनी एक प्रकारे त्या बाल बिल्ववृक्षांची पानं खुडून खुडून त्या वृक्षांना मृत्युमुखी पाडले, हे सांगणे न लगे.

आपल्या परंपरांचा विचार करता पोळ्याच्या दिवशी पळसाच्या डहाळ्या मेढ्या म्हणून महाराष्ट्रातल्या काही भागात आदल्या रात्री दारांना लावण्याची प्रथा आहे. त्याचा परिणाम असा होतो की, पोळ्याच्या दुसऱ्या दिवशी त्या फांद्या बाहेर टाकून दिल्या जातात, तर काही लोकं त्या फांद्यांना सडकेवरच अर्धवट जाळण्याचा प्रयत्न करतात. झाडांच्या अवशेषांची ही अवस्था बघता मनात चलबिचल होते. दर वर्षाकाठी वाढलेली विशिष्ट ठिकाणची झाडं दरवर्षी तोडली जात असल्यानं गेली कित्येक वर्षं ती न वाढता झुडूप रूपातच जगतात. हा झाडावरील मानवी अत्याचार आहे, असं मला तरी वाटतं.

आश्विन कृष्ण अष्टमी म्हणजे 'कालाष्टमी'. यालाच आपल्याकडे 'आठवीचा सण' म्हणतात. हा सण संपला की ज्वारीची हजारो धांडं (वृक्ष) घराबाहेर फेकली जाऊन सडकेवर गाड्यांखाली चिरडली जातात. जनावरं ती चिपाडं खाण्याच्या प्रयत्नात कधी

रस्त्यावर येऊन वाहतूक तथा लोकांना बाधाही पोहोचवितात. यानंतर येतो तो कार्तिक महिना. त्याच्या शुक्ल एकादशीपासून तुळशी-दामोदर विवाहाला सुरुवात होते. तो विवाहसोहळा कार्तिक पौर्णिमेपर्यंत चालतो. या कालावधीत ज्वारीच्या वृक्षांना कणीस येणं, ते कणीस अर्धवट उमलणं किंवा काही कणसं केवळ गर्भातच असणं, अशा वेळी ती झाडं मुळासकट उपटून पूजा करण्याच्या हेतूने आणली जातात. विवाहकार्यं जशी जशी संपत जातात, तशी तशी ती ज्वारीची धांडं शहरांमध्ये रस्त्यांवर येऊन पडतात. त्यांना सन्मानानं वागवणं सोडून ते पूजा साहित्य जमिनीवर, तर कधी उकिरड्यावर विखुरलेलं आढळतं. हे सगळं बघितल्यावर मनात खंत वाटल्या वाचून राहत नाही. सबब हे नाटक लिहिण्याचा प्रयत्न करताना बहुसंख्येनी झाडांचं संभाषण व्हावं आणि ते दाखवावं या उद्देशपूर्तीचा प्रयत्न करण्यात आला. तो यासाठी की, विविध वृक्षांमधल्या औषधी तथा अन्य गुणांची लोकांना माहिती व्हावी आणि वनस्पती तथा वृक्षांची महत्ता वाढावी.

आमच्या वऱ्हाडचा भोसा मी कसा विसरेन. ज्याला शहरी तथा पुणेरी लोकं 'आपटा' या नावानं संबोधतात. याचंच दुसरं नाव 'बहुने' हे आहे. त्या वृक्षाची पानं विजयादशमीला जेव्हा एकमेकांना आदानप्रदान करण्यासाठी वाटली जातात, तेव्हा त्या पानांना सोनं (गोल्ड) या रूपात मानलं आणि गणलं जातं. यात गमतीची गोष्ट अशी की, त्याच्यासारखा दिसणारा एक वृक्ष, ज्याचं नाव 'कांचन'. तर होतं काय की, आपट्याची पानं आणि कांचन यांच्या पानांमध्ये असणाऱ्या साधर्म्यामुळे विजयादशमीला आपट्यासोबत याचंही शिरकाण केलं जातं. आपट्याचा वृक्ष मात्र सतत फांद्या तोडल्यामुळे पलाश वृक्षाप्रमाणे कितीतरी वर्षं झुडपी रूपातच जगतो आणि मरतो. त्यांचे महावृक्षात रूपांतर होत नाही, ही खरी खंत आहे. भोस्याचं म्हणजेच आपट्याचं महावृक्षात रूपांतर न होणं याची मोजदाद कुणीही करत नाही.

स्वगृहातल्या झाडांबरोबर केला जाणारा व्यवहार दुसऱ्यांच्या घरातल्या झाडांबरोबर केला जात नाही. 'आपला तो बाब्या, लोकाचं ते कार्टं' तिथं 'परदुःख शितळ' या म्हणींचासुद्धा प्रत्यय येतो. या असल्या बऱ्याच गोष्टींमुळे हे नाटक लिहिण्याची प्रेरणा मिळाली. या नाटकात मी जमेल तेवढ्या झाडांची त्यांच्या विविध उपयोगितेसह (स्पेशालिटी) माहिती देऊन ती त्यांची उपयोग्यता झाडांच्या तोंडी घालून त्यांना बोलतं करण्याचा प्रयत्न केला आहे. इतकंच नव्हे तर त्या सभेत बाहेर राष्ट्रातल्या झाडांनासुद्धा आपली व्यथा शब्दात मांडताना दाखवलं आहे. कारण देशासह विदेशी झाडांचीही माहिती तथा त्यांचीही व्यथा आणि उपयोग्यता सर्वसामान्यांना कळावी.

तुम्ही खरंच संवेदनशील असाल, तर वृक्ष तुमच्याशी बोलतात. त्यांची निरंतर देखभाल करणाऱ्यांना एक प्रकारे ती आपली व्यथा सांगतात. इतकंच नव्हे तर त्यांची देखरेख

सतत करणाऱ्यांचा ते हातसुद्धा ओळखतात. वनराई ही प्रकृतीची दैवी तथा प्राकृतिक देणगी आहे. वृक्ष नसतील तर आम्हीही नसणार. वृक्षांपासून आम्हाला वनौषधी, सरपण, समिधा, फळे, सावली, निरनिराळ्या प्रकारचा डिंक, रानमेवा मिळतो. घरासंबंधी तसंच कृषी अवजारासंबंधीची लाकडं, मृत्यूसमयी मुक्तीचं साधन म्हणून सरण; तर गैरहिंदूंना त्यांच्या रितीरिवाजांप्रमाणे शवपेट्या ह्या वृक्षांपासूनच मिळतात. याशिवाय सर्वसामान्य वृक्षांपासून कागद, तेल, रबर, कापूर, साबुदाणा, लाख, कॉफी, चॉकलेट अशा अगणित वस्तू मिळतात.

वृक्षांचं काम केवळ इथंच थांबत नाही, तर ते धरणीची धूपही थांबवतात. (धूपचा सोपा अर्थ मातीची झीज.) झाडं आपणाला सतत प्राणवायूचा पुरवठा करतात. इतकंच नव्हे, तर मोठमोठ्या औद्योगिक प्रतिष्ठानातून निघणाऱ्या तसंच वाहनातील पेट्रोल, डिझेलच्या ज्वलनातून निघणाऱ्या कार्बन डाय ऑक्साइडचं शोषण करून मानवासाठी निरंतर प्राणवायूचं उत्सर्जन करतात. काही झाडं उदा. पिंपळ आणि तुळस हे अहोरात्र (२४ तास) प्राणवायूचं उत्सर्जन करतात. कदाचित, याशिवायही काही वृक्ष जगात असेही असतील, जे अहोरात्र प्राणवायूचं उत्सर्जन अविरत करत असावेत. यात विष्णुरूप वटवृक्ष आघाडीवर आहे.

तरुवर आमचे जीवन. म्हणूनच तुकाराम महाराज म्हणतात, 'वृक्षवल्ली आम्हा सोयरी वनचरे.' यावरून वृक्षांचं महत्त्व समजा. ऐतिहासिक काळात सम्राट अशोकांनी अगणित वृक्षारोपण केल्याचे दाखले इतिहासात मिळतात. त्यावेळीसुद्धा पर्यावरणाची जाण सर्वसामान्यांबरोबरच त्यावेळेच्या सुज्ञ राजांनासुद्धा होती. आजचा एवढा प्रगत मानव जो चंद्र-मंगळापर्यंत पोहोचला तोच मानव, वृक्षांविषयी एवढा बेफिकीर कसा? तसं पाहता हा खरंच यक्ष प्रश्न आहे, यात वाद नसावा.

आज मानवावर वृक्ष संवर्धनाची वेळ आलेली असून 'जगा, जगवा आणि जगू द्या', हा नारा बुलंद करून भविष्यात वृक्ष आणि वनराई जगली तरच आमची पुढची पिढीही जगेल. अन्यथा आम्ही वृक्षांना मारून आमच्या पुढच्या पिढीला फक्त यातनांच्या महासागरात लोटत आहोत, याची प्रत्येक मानवानं जाण ठेवावी. वनराई जगली नाही, तर खचितच ही पुढची पिढी जेव्हा मुक्त हवेविना, प्राणवायूविना, अतिउष्णता तथा जलवायूच्या विपरित परिवर्तनामुळे, पाऊस न पडल्याने, पाण्याच्या दुर्भिक्षामुळे ते जेव्हा या जगाचा तडफडून, विव्हळत निरोप घेतील,तेव्हा त्या पापाचे भागीदार आपण सगळेच असणार आहोत. म्हणून वृक्ष जगविणं, वसुंधरेच्या लाडक्या बाळांना सांभाळणं आणि भविष्यातल्या पिढ्यांसाठी या धरेला 'सुजलाम् सुफलाम्' करून तिला स्वर्गसुख देणं आणि स्वत: घेणं ही सर्वस्वी आपलीच जबाबदारी असेल. आम्ही हे करण्यास असमर्थ झाल्यास चित्रगुप्त

कदाचित आमचा स्वर्गही नाकारेल, तेव्हा वृक्षांविषयी सावधानता बाळगणं, ही आम्हा सर्वांची वर्तमान ते भविष्याची नितांत आवश्यकता आहे. वृक्षांच्या अनंत प्रजाती, त्यांची शास्त्रीय नावं तथा ओळखी एवढ्याशा नाट्यात गुंफणं शक्य नाही, तरी सर्वसामान्यांना वृक्षांविषयीची किमान प्राथमिक माहिती तथा त्यांच्याबाबत प्रत्येकाला जिव्हाळा वाटावा आणि प्रकृतीनं वृक्षरूपात आम्हाला दिलेली ही देणगी, भेट किती अप्रतिम आणि अलौकिक आहे, हे दाखवण्याचा माझा हा छोटासा प्रयत्न!

- भाऊराव मुळे
(वियोगी)

वाचकांसाठी हृद्यसंदेश

समस्त वाचकांना कृपया विनंती की, या नाट्यकृतीचा उपयोग वैद्यकीय पुस्तक म्हणून कोणत्याही प्रकारच्या आजारांवरील औषधी योजनेच्या हेतूने करू नये. या नाट्यकृतीला पर्यावरण जागृतीच्या दृष्टीनंच बघावं. वैद्यांच्या सल्ल्याविना औषधी ही विषपाना समान असते.

- भाऊराव मुळे
(वियोगी)

नांदी

कोटी नमन तुज ईश्वरा
उमेच्या वरा
हे नटवरा
सगुण सुंदरा-कोटी नमन तुज ईश्वरा॥

नमन चंद्रमौळी शंकरा
शिवसुंदरा
जगदोद्धरा
देवा गंगाधरा-कोटी नमन तुज ईश्वरा॥

शैलजापती हे उमेच्या वरा
हे दिगंबरा
शिवसुंदरा
हे परमेश्वरा-कोटी नमन तुज ईश्वरा॥

संहितेच्या अनुषंगाने उल्लेख केलेल्या
वनस्पतींची छायाचित्रे पाहण्यासाठी
खालील क्यूआर कोड
स्कॅन करावा.

ईशस्तवन

हे प्रणाम नटवरा उमेच्या वरा
त्रिशुलधारी शिवशंभो गंगाधरा ॥ धृ ॥
दक्षाला रे तूच ताडिला,
त्रिपुरासूर तूच मर्दिला,
हे शंकरा भवानीवरा ॥
देवाचा देव अलौकिक
नीलकंठ तूच दिगंबर
हे अर्धनारी नटेश्वरा ॥
कैलासनाथ सदाशिव
त्रिनेत्रधारी मदनान्तक
शिवशंभो गिरजावरा ॥
चंद्रमौळी तुजला म्हणती
हलाहला प्राशन करिसी
रक्षिण्यास रे चराचरा ॥
गजचर्म शोभे सर्वांगी
चिता भस्म चर्चित अंगी
हे नमन तुज नटवरा ॥

आत्मनिवेदन

पृथ्वीवर चार वेद निर्माण झाले. ही स्वयंभू निर्मिती होती. त्यानंतर ज्ञानाला एक आधार मिळाला. कालांतराने वेद व्यासांनी भागवत लिहिलं. हा प्रासंगिक रचना आविष्कार, तर सोबतीला प्रत्यक्ष भगवान कृष्ण मुखातून गीतेचा जन्म झाला. निमित्त अर्जुनाची लढण्याची अनिच्छा. याचाच अर्थ गीता ही नैमित्तिक होती. अर्थ असा की, लेखक लिहिताना आवतीभोवतीचं वातावरण, लोकमानस, व्यवहार तथा पारंपरिक साहित्याचा पाठपुरावा करत त्याचा अभ्यास करताना प्रथम त्या साहित्याचं अवलोकन करत वाचन, पठण, चिंतन आणि मनन यांच्या जोरावर तो, ती ती साहित्यकृती जतन करत, या पिढीतून पुढील पिढीसाठी त्याचा प्रचार आणि प्रसार करतो. आदरणीय वि. स. खांडेकरांनी अभ्यासान्ती ययातीची निर्मिती केली. कित्येक लेखक आपल्या कल्पनाविश्वात इतके खोलवर रुजले आणि कल्पनाशक्तीवर लिहिलेल्या त्यांच्या कलाकृती कदाचित सत्यालाही वाकुल्या दाखवण्याचं सामर्थ्य बाळगतात. त्यांच्या कल्पनाशक्तीनं तर आश्चर्यसुद्धा आश्चर्यानं भांबावून गेलं असावं. सत्याला भुरळ पाडणारं त्यांचं साहित्य सगळी मापदंड पार करत लोकमनात घर करून कायम बसलं.

नवयुगातलं प्रगत तंत्रज्ञान, सत्य आणि सत्यता; तसंच प्रायोगिक तत्त्वांवर पारखून घेतलेलं असल्याने त्याला 'स्वयंभू साहित्य' म्हटल्यास वावगं ठरू नये. काही लेखक चरित्र लेखनाचं कार्य करताना उपलब्ध साहित्याचा सांगोपांग अभ्यास करून त्यावर स्वतःच्या कलेचा संस्कार करवून त्याला लोकमाणसात आणण्याचं कार्य करतात. असाच काहीसा हा माझा प्रयोग आहे. या प्रयोगाला 'आयत्या पिठावर रेघोट्या मारणारा' म्हटलं तरी वावगं ठरू नये. कारण एका जागी स्थितप्रज्ञाप्रमाणे उभ्या असलेल्या तरुवर तथा लतावेली आणि वनस्पती इतकेच नव्हे, तर ज्या वनस्पती चक्क बाहेर राष्ट्रात आहेत, त्यांनाही राजदरबारात बोलावून त्यांच्याच मुखातून त्यांनी आपली महती, वाईट अनुभव, तर काहींनी आपली औषधीय रूपातील मानवांसाठीची उपयोग्यता कथन करत मानवाला उपदेश द्यावा, हे सगळं नवीन जरी असलं, तरी या नाट्यप्रयोगात मी त्याचा वापर केलेला आहे. यापूर्वी असा प्रकार कुणी लिहिला असल्याचं मला तरी ज्ञात नाही आणि जर तसा प्रयोग झाला असेल, तर मला फार आनंद होईल. कदाचित मान्यवरांच्या वतीनं माझ्या या शंकेचं निरसन व्हावं ही माफक अपेक्षा. कालौघात मला एक व्यसन लागलं. ते व्यसन म्हणजे मागच्या एकवीस वर्षांपासून जिथं कुठं दैनिक वृत्तपत्रात वनस्पतीचं चित्र तथा त्याविषयीची माहिती दिसली की, मी ती लिहून घ्यायचो आणि दुसऱ्या दिवशी

त्या व्यक्तीकडचे ते वृत्तपत्र पैसे देऊन हस्तगत करून त्यांची कात्रणं गोंदाने कोऱ्या कागदावर चिकटवून ठेवायचो. हा माझा छंद होता. त्यात सामान्य व्यवहारातल्या काही घटनाक्रमातून तरुवरांकडे बघण्याचा दृष्टीकोन बदलत बदलत अंती त्यांची व्यथा ही माझी व्यथा झाली. इतकंच नव्हे, तर छोट्या टेकड्या, डोंगर ह्यांना अर्धवट कापलेल्या अवस्थेत बघणंही मला टोचू लागलं. का कुणास ठाऊक ह्या जखमी टेकड्या एक दिवस मानवाचा बदला घेतील, असं मला सतत वाटत असतानाच पुण्याजवळील माळीणचा प्रकार घडला आणि याची प्रचिती आली.

मी माझ्या या नाट्याला मूर्तरूप देण्यास यशस्वी झालो, ही यशस्विता म्हणजे केवळ नाट्यनिर्मिती पुरतीच. पुढं समाजात याचं प्रसारण कसं होतं, त्या कलेला प्रतिसाद कसा मिळतो, अथवा नाही याची उत्तरं लेखकाकडे नसतात. तो फक्त एका साहित्यकृतीचा जन्मदाता असतो. आपलं अपत्य तो प्रकाशकाला सर्व हक्कांसह देऊन मोकळा होतो. कित्येकांनी लिहिलेलं साहित्य तर त्यांच्या 'याची देही याची डोळा' प्रसिद्धीलाही येत नाही, तर त्यांच्या पश्चातच त्याचा उदोउदो झाला, असेही प्रसंग अनेक साहित्यिकांच्या जीवनात येतात. कदाचित काहींना याचा अनुभव आला असेल.

नाटकाचं कच्चं लिखाण समाप्त होताच मी डॉ. प्रणिताताई रमेश (आसटकर) चेन्नई यांना माझी ही संकल्पना सांगितल्यावर त्यांनी मला श्रीमान अंबरीशजींचे नाव आणि त्यांचा भ्रमणध्वनी दिला.मग मी त्यांच्याशी बोललो. प्रत्यक्ष भेटलो. इतके व्यग्र असतानाही त्यांनी मला भरपूर वेळ दिला; शिवाय काही वनस्पतींच्या माहितीपर हस्तपुस्तिकाही दिल्या. त्याचा मला फार उपयोग झाला. आमच्या कुटुंब-वैद्य डॉ. वर्षाताई मावळे यांनासुद्धा मी या प्रकल्पाबाबत बोललो, तेव्हा त्यांनी मी लिहिलेली सर्वच हस्तलिखितं वाचून मार्गदर्शन केलं आणि हे एक आगळंवेगळं नाट्य लिहून पूर्ण झालं.

– **भाऊराव मुळे**
(वियोगी)

प्रवेश पहिला

स्थळ : राजाधिराज वटवृक्ष महाराज यांचा विस्तीर्ण परीसर.

(दृश्य : वटवृक्ष महाराज खासगीत विराजमान असून दोन्ही बाजूला मोगरा तसंच चमेली हे आपल्या सुगंधानं महाराजांचं मनोरंजन करत आहेत. त्याचवेळी शिपाई नागफणी अत्यंत घाईघाईत प्रवेश करतो.)

नागफणी : महाराजांचा विजय असो! *(लवून प्रणिपात करतो.)*
वटवृक्ष : एवढ्या घाईत यायचं कारण?
नागफणी : क्षमा असावी महाराज. प्रधानजी भेटू इच्छितात.
वटवृक्ष : पहारेकरी, पाठवा त्यांना आत.
पिंपळ : महाराजाधिराज वटवृक्ष महाराजांना प्रधान सेवकाचा नमस्कार.
वटवृक्ष : प्रधानजींनी आसन ग्रहण करावं. असं अवेळी काम तरी काय काढलंत?
पिंपळ : महाराजांना कामाशिवाय भेटणं गैर की काय?
वटवृक्ष : नाही हो, तुमचा अधिकार आहे तो. प्रधानजी मोकळेपणानं बोला काय खास कार्याचं नियोजन केलेलं आहे. बसा, मी येतोच क्षणभरात.
पिंपळ : महाराज, मागं मी तुम्हाला बोललो होतो, की आपणाला सर्व महावृक्ष तथा सर्वसामान्य वृक्ष प्रजातींची एक सभा घ्यायची आहे. त्याच संदर्भात आम्र, बिल्व, पलाश आपटा, कांचन आदी वृक्षांसह एक अल्पजीवी तृणवृक्ष, ज्याला 'ज्वारी' म्हणतात, तोसुद्धा तुम्हास भेटू इच्छितो.
(काही काळ शांततेत जातो. कुणी काहीच बोलत नाही, तेव्हा जाई, मोगरा आणि चमेली यांच्या वास्तव्यानं तिथं कुणी असल्याची जाण निर्माण होते.)

वटवृक्ष : *(स्वगत)* वनात काही विपरीत तर घडलं नसावं? वणवा वगैरे लागला की काय? काही कळेनासं झालं. *(उघडपणे)* प्रधानजी असं झालं तरी काय?
पिंपळ : महाराज, जो अभ्यागत वृक्ष समूह आपणास भेटायला आला आहे, तेच सांगू शकतील.
वटवृक्ष : तुमच्या माहितीप्रमाणे पलाश, बिल्व, आम्र, कांचन, आपटा आणि कोण ते तृण धान्य ज्वारी एवढेच भेटायला आलेत ना?
पिंपळ : महाराज, बाकी वृक्षांनाही काही समस्या असतीलच, तेव्हा मला वाटतं सगळ्याच

वृक्षांना सभेला बोलावून, मगच सभेला सुरुवात करावी.

वटवृक्ष : एक करा. महावृक्ष आणि मध्यम वृक्षच सभेला बोलवा, म्हणजे गर्दीवर नियंत्रण राहील.

पिंपळ : जशी आपली आज्ञा महाराज.

(प्रधानजी जाऊ लागतात.)

(दृश्य : प्रधान दरबारातून बाहेर पडताच वटवृक्ष महाराज विचारमग्न होतात. बिल्ववृक्ष, पलाश, आम्र, आपटा, कांचन तथा अल्पजीवी तृणवृक्ष ज्वारी यांनाच मला भेटण्याची अशी गरज का भासावी, याचा विचार ते करू लागतात.

स्थळ : वटवृक्ष महाराजांचा छायादार नयनरम्य परिसर. दरबारात सूर्यकिरणांनी आपली उपस्थिती दाखवत वातावरण अजूनच रम्य बनवलं. त्यात आजूबाजूला असलेल्या मोगरा-चमेलीचा अप्रतिम सुवास. यामुळे वातावरण प्रफुल्लीत झालेलं. प्रधानजींच्या आमंत्रणाप्रमाणे बऱ्याच वृक्षप्रजातीही सभेला आलेल्या असून त्यांच्या सळसळत्या पर्णरवामुळं जणू संगीताचा भास व्हावा. त्याचवेळी पहारेकऱ्यांची ललकारी ऐकू येते.)

निवडुंग : 'महाराजाधिराज वनस्पती प्रजातीचे, महाराज विष्णुरूपाचे अधिष्ठान असणारे, हजारो वर्षं आयुष्य असणारे, दीर्घजीवी वटवृक्ष महाराज सभास्थानाकडे येत आहेत होऽ '

पिंपळ : मी आपला प्रधान. आपण सर्व तरू तथा लतावेलींचं मनापासून स्वागत. सर्वांना माझा सादर नमस्कार. सभेपूर्वी मी महाराजांचा संपूर्ण परिचय देणार आहे, तेव्हा सभाजनांनी लक्षपूर्वक ऐकावं.

वटवृक्ष : प्रधानजी सभेला सुरुवात करावी.

पिंपळ : आज्ञा महाराज. आम्हा वृक्षांची प्रवृत्ती ही बदला अथवा सूडभावनेची नसून आपण सर्व केवळ पर्यावरण, मानव, प्राणी एवं पशु यांची सतत मदत करणारे. त्यांनी आम्हाला त्रास दिला तरी आमची वृत्ती ही बदला घेण्याची मुळीच नसते. आमचं मन वाचण्याचं कार्य महानतम् संत शिरोमणी श्री ज्ञानदेव महाराज यांनी केलं. आम्हा वृक्षांविषयी ते काय म्हणतात ते बघा,

जो खांडावया घाव घाली, का लावणी जयाने केली
दोघा एकची सावली, वृक्ष दे जैसा

या चार ओळींवरून आपल्या तरू-प्रवृत्तीचा प्रत्यय प्रत्येक मानवाला यावा. आपला सामूहिक विनाश म्हणजे पूर्ण सृष्टीचा विनाश. पर्यावरणाचा समतोल न राखता केला जाणारा मानवनिर्मित प्रत्येक अंध विकास म्हणजे पूर्ण जगताच्या महाविनाशाची पदचिन्हे

होय. आता सर्वांनी महाराजाधिराज वटवृक्ष महाराजांचा परिचय माहीत करून घ्यावा.

महाराजांच्या फळाद्वारे मधुमेह तथा नैराश्य या रोगांवर नियंत्रण ठेवता येतं आणि ते मानवाला सुख देऊ शकतात. त्यांच्या फळांचा वापर औषधी म्हणून केला जातो. त्यांच्या फळांमध्ये अनेक खनिजांपैकी ग्लायकोकॅलेट, अँटीऑक्सिडंट्स, वेदनाशामक गुण असतात. याशिवाय त्यांच्या फळांमध्ये तंतू म्हणजे फायबर, कॅल्शियम, फॉस्फरस यांसारखे द्रव्य विद्यमान असते. त्यांच्या फळांच्या सेवनाने मानसिक क्षमतेत वृद्धी होते. त्याचबरोबर चिंता, तणावापासून मुक्ती मिळते. मेंदूच्या रक्तवाहिन्यांना आराम मिळवून देण्याशिवाय हगवण, अतिसार या समस्येचंही निराकरण होतं. यांचं फळ रात्रभर पाण्यात भिजत घालावं आणि सकाळी न्याहारीच्या एक तासापूर्वी ते सेवन करावं. यामुळे प्रतिकारक्षमतेत वृद्धी होते. त्यांच्या फळामधील हेक्सेन ह्या घटकामुळे मनुष्य आजारी पडण्याचा धोका कमी होतो. फळातल्या पोटॅशियमद्वारे मानवी शरीरातलं सोडियम कमी करण्यासाठी मदत झाल्यामुळे रक्तदाबासह हृदयाचं आरोग्य सुधारण्यास मदत होते. त्यांची फळं उत्तम वाळवावी आणि त्यापासून चूर्ण तयार करून त्याचं सेवन करावं. ज्यांना चूर्ण सेवन शक्य नाही, त्यांनी फळं पाण्यात उकळावीत. मग ते पाणी गाळून प्राषन करावं. याने आराम मिळतो.

महाराजांच्या ताज्या पर्णांचा पांढरा चीक बत्ताशावर धारण करून खाल्ल्यास वीर्यवाढ होते. त्यामुळं संतान प्राप्तीतली बाधा दूर होण्यास मदत होते. वटसावित्री पौर्णिमेच्या दिवशी पतीच्या दीर्घायुष्यासाठी स्त्रिया त्यांची पूजा करतात. अश्वपतीची कन्या सावित्रीने यांच्याच महावृक्षाखाली पतीचे प्राण वाचवून महासतीत्व मिळवून अमरत्व मिळवलं होतं. पण याशिवाय महाराजांची अपरिमित महती असून सभेअंती त्यांची माहिती प्रत्यक्ष त्यांच्याकडूनच सभाजनांनी ऐकावी.

वटवृक्ष : प्रधानजींसह आपणा सर्व सभाजनांचा मी आभारी आहे. सभेपूर्वी मी आपणा सर्वांना प्रधानजी पिंपळाचा परिचय करून देतो. लक्ष देऊन ऐका. पुराणात असं म्हणतात की, प्रधानजींच्या अंगावर पूर्वजांचा वास असतो. म्हणूनच कदाचित लोकांमध्ये यांच्या विषयीचा गैरसमज पसरवला गेला. तो असा की, ह्या वृक्षावर मुंजा, ब्रह्मराक्षस, हडळी तथा भुतांचा वास असतो. ही गोष्ट खरी मानली, तरी ती मानवांना त्रास देत नाहीत, हे लक्षात ठेवावं. गैरसमज बाळगू नये. यांचा समावेश देव वृक्षांमध्ये होतो. त्यांचं पूजन, अर्चन, त्यांना दूध, पाणी घालणं हे करणाऱ्यांना आरोग्य, धनधान्य प्राप्त होतं तथा ती लोकं लक्ष्मीनं समृद्ध होतात. कामनापूर्तीहेतू त्यांचं ८७ दिवसांचं उतरत्या घाटणीच्या दिव्याचं व्रत ८७ ते एक आणि पुन्हा एकपासून ८७ हे अखंड दीपव्रत आहे. या व्रताद्वारे जी मनोकामना केली असेल, ती पूर्ण होते. शनिवारी त्यांच्या पूजनाद्वारे सूर्य, शनि, राहू, केतू

या ग्रहांच्या दोषातून मुक्ती मिळते, तर मंगळवारी केलेल्या पूजेद्वारा मंगळाच्या दोषातूनही मुक्ती मिळते. त्यांच्या बुंध्याला 'ॐ नमो भगवते अंजनेयाय स्वाहा' यामंत्रासह ११ उडीद, किंचित तेल, चिमूटभर काळे तीळ आणि १६ मसूर हे हनुमंताच्या मस्तकी वाहावं आणि हनुमंत तथा यांना सोळा प्रदक्षिणा घातल्याणं विवाह विलंबादी दोष नष्ट होतात. सर्व संकट मुक्तीहेतू श्रावणात दर शनिवारी यांची पूजा केल्यानं मनात सात्त्विक भाव निर्माण होतात.

अहोरात्र प्राणवायू उत्सर्जन प्रक्रियेमुळे यांच्या सान्निध्यात मानसिकरोगी ठीक होतात, तर यांच्या पत्रावळीवर वरणभात, तूप तथा चिमूटभर वेखंड चूर्ण टाकून तोतरं बोलणाऱ्याला तथा वाणी दोष, मस्तिष्क दोष असणाऱ्यांना खाऊ घालावा, म्हणजे वाणी सुधारण्यास मदत होते. यांच्या पानांमुळे अनेक रोग बरे होतात. यांच्या सावलीत मेधा, वैखरी, प्रज्ञा निखरते. म्हणूनच कित्येक ऋषीवरांनी यांच्या सान्निध्यात प्रखर अशी साधना केली आहे. त्यांपैकीच सर्वात परिचित 'भगवान बुद्ध'. त्यांचं नाव गौतम. त्यांनाही यांच्याच छायेत बुद्धत्व प्राप्त झालं. हा प्राचीन इतिहास आहे.

असे आमचे हे प्रधानजी. हे दुर्गा, गणपती या पण देवतांना प्रिय असून त्यांच्या १६ पानांची जुडी गणपतीला तथा २१ पानांची जुडी देवी भगवतीला वाहिली जाते. पुढंही समारोपसमयी त्यांची महती सर्वांना कळेलच. आता सभेला सुरुवात करू या.

सर्वत्र पानांचा सळसळाट होतो आणि सभास्थळ स्तब्ध होतं.

पिंपळ : महाराजांचा विजय असो! महाराजाधिराज यांचे धन्यवाद. माझा परिचय करून दिलात, यासाठी आपले आभार.

वटवृक्ष : सभेला सुरुवात करावी.

पिंपळ : होय महाराज, जशी आज्ञा.

दृश्य : जाई, जुई, चमेली, मोगरा, चाफा, मधुमालती ह्या आपापसात कुजबुज करतात. मोगरा चमेलीला म्हणतो, 'अगं बिल्व, पलाश, आपटा, आम्र, कांचन हे तर ठीक; परंतु या महासभेत या अल्पायु ज्वारीच्या धांड्याचं काय काम? ती बिचारी अल्पजीवी. लोकांनी त्याला खाऊ नये म्हणून महाराजांना विनंती करायला आलू की काय?' असं म्हणून सगळे मोठमोठ्यानं हसतात.

नागफणी : अहो जाई, महाराज प्रत्यक्ष दरबारात बसलेले असताना असलं असभ्य वर्तन बरं नव्हे.

चमेली : अग जाई, मोगरा दादा, या आडदांड काटेरी पहारेकऱ्याला महाराजांनी काय वाळवंटातून आणलं होय?

मोगरा : आम्हाला नाही माहीत. *(असं म्हणून फिदी फिदी हसतो.)*

वटवृक्ष : कोण आहे तिकडं? नि हा एवढा हसण्याचा आवाज कुणाचा?

पिंपळ : काही नाही. काही नाही. महाराज, तुमच्या लाडक्या जाई, जुई, चमेलीसह मोगरा पहारेकऱ्यावर थोडा हास्यविनोद करत आहे. मी समजावतो त्यांना. प्रथम कुणाला बोलावू महाराज.

वटवृक्ष : ते तुम्ही ठरवायचं. प्रधानजी ना तुम्ही!

पिंपळ : क्षमा असावी महाराज. आम्रवृक्षानं आपली कैफियत तथा उपयोग्यता आणि महत्ता महाराजांपुढं सादर करावी.

आम्रवृक्ष : महाराजांचा विजय असो! *(असं म्हणून रडू लागतो.)*

वटवृक्ष : आम्रतरू, तुम्ही सर्व फळांचे राजे;शिवाय देवताप्रिय. तुमच्याशिवाय, तुमच्या पर्णांच्या तोरणाशिवाय कोणतीही शुभ कार्यं होत नाहीत. असं असताना तुम्ही रडत आहात? हे काही बरं नव्हे.

(दृश्य : आम्रवृक्ष बोलायला आरंभ करताच द्वारपालाचा प्रवेश होतो. तो म्हणतो, 'महाराज अनेक वृक्षप्रजातींची मागणी आहे की सभेत पालेभाज्याच काय, तर कंद, वेली, तृण असा कसलाच भेदभाव होऊ नये.)

पिंपळ : सगळ्यांचीच जर तशी इच्छा असेल, तर ठीक आहे.

वटवृक्ष : गर्दी होणार नाही, याची काळजी घेऊन सर्वांनाच बोलता यावं, असं व्यवस्थापन प्रधानजींनी करावं.

पिंपळ : होय महाराज, मघाशी आपण आम्रवृक्षाला बोलावलं होतं, तेव्हा थोडं व्यवधान आलं. आता बोलावतो त्यांना. पहारेकरी आम्रवृक्षाला बोलवा.

पहारेकरी : आम्रवृक्षाने महाराजांपुढे हजर व्हावे होऽऽऽ

आम्रवृक्ष : महाराजांचा विजय असो! (असं म्हणून पुन्हा रडायला लागतो.)

वटवृक्ष : रडू नका. जरा धीरानं घ्या. तुम्हाला मानवांमुळं जे कष्ट होत आहेत, ते थोडक्यात सांगण्यासह तुमची महती आणि तुमच्यातले औषधी गुणही सांगा.

आम्रवृक्ष : मी बाराही महिने ओरबाडला जाणारा वृक्ष. तोही शहरातला. ज्यांच्या परसात मी डौलाने उभा असतो, जी लोकं मला घरात लावतात, ते तर एक डहाळी तोडायलाही तयार नसतात. मात्र बाहेरचीच लोकं लहान लहान झाडांना अगदी निष्पर्ण करण्यासही मागंपुढं पाहात नाहीत. महाराज, हेच माझं दु:ख आहे.

वटवृक्ष : देवपूजेसाठी, मंगल तोरणासाठी, तुमच्या पर्णांचा लोकं वापर करतात. तुम्ही फळांचेही राजे मानले जाता. तुमच्या जगभरात असंख्य प्रजाती असून तुमच्या एका जपानी प्रकाराबाबत तर असं म्हणतात की, तो किमान ५६ हजार रुपये किलो आहे.

आम्रवृक्ष : माझ्या कुळातल्या गावरान आंब्यातसुद्धा कित्येक प्रकार आहेत. त्यातून आधुनिक युगातल्या नव्या संशोधनाद्वारे माझ्या केवळ तीन ते चार वर्षांत फळं देणाऱ्या प्रजातींमध्ये पायरी, लंगडा, तोतापुरी, नीलम, बैगम फल्ली, लाड्रू, सेंदुरी, हीम सागर, दशहरी याशिवायही अगणित प्रजाती असून भारतातील काही बहाद्दरांनी तर माझ्या एका वृक्षावर किमान तीनशे प्रजाती निर्माण केल्या आहेत. मी हृदयाला ताकद देणारा पुष्टीकारक, अमृतमयी गुणाने भरलेला माझा केशरी रस. स्वर्गातल्या अमृतापेक्षाही मौल्यवान आहे. असं असतानाही मानव मात्र मला सतत कसायाच्या हातात देत आहे. बगिच्यातल्या, फळ बागेतल्या कलमी झाडांसारखा मी शेत शिवारातला गावरान आम्रतरू भाग्यवान नाही, महाराज. छाया फळ आणि सणावाराला तोरणासाठी, कलशपूजेसाठी माझ्या पर्णांचं बलिदान देणाऱ्या मला लालसेपोटी पॅकिंग करणाऱ्यांना विकतात, ते मला मुळापासून उखडवून आरा मशीनवर माझी चिरफाड करतात. इकडं सणावाराला मला ओरबाडणं बाराही महिने सुरूच असतं. मी जर का सार्वजनिक ठिकाणी मुक्तपणे उभा असलो, तर ते मला बेलाच्या झाडाप्रमाणे मारूनच टाकतात. मी तरी काय करावं महाराज? माझ्यासारखीच बिच्याऱ्या पलाश वृक्ष अन् आपटा, कांचन यांचीही हीच व्यथा आहे.

वटवृक्ष : आम्रवृक्षांनी बिल्व, आपटा आणि पलाशाचं नाव घेतलं; परंतु ज्वारीच्या वृक्षाचा उल्लेख तृण वृक्ष म्हणून हेतुपुरस्सर टाळलेला दिसतो. तेव्हा प्रथमतः ज्वारीच्या वृक्षालाच बोलावून घ्यावं.

पिंपळ : जशी आपली आज्ञा महाराज. पहारेकरीऽ

नागफणी : आज्ञा असावी.

पिंपळ : ज्वारीच्या वृक्षाला सन्मानाने दरबारात बोलावून घ्यावं.

दृश्य : ज्वारीचं धांड, पान अन् पान हलत, थरथरत महाराजांपुढं उभा राहतं.

ज्वारी : महाराजांचा विजय असो!

वटवृक्ष : तुम्ही अल्पजीवी तृण धान्य. तुमचं आयुष्य नैसर्गिक असल्यास किमान सहा ते आठ मास आणि वैज्ञानिक निर्मित हायब्रीड असल्यास किमान ९० दिवस. मग तुम्ही एवढं घाबरण्याचं कारण काय? त्यातूनही तुम्ही मानवाच्या उदरभरणाचं साधन.

ज्वारी : मी अल्पजीवी. त्यातही मला बालपणी किंवा माझ्या गर्भात कणीस पूर्ण प्रसवण्यापूर्वीच मुळांसकट उपटून आणलं जातं.

वटवृक्ष : तू जेव्हा हिरवी असतेस, तेव्हा हुरडा आणि परिपक्व झाल्यावर ज्वारी रूपात आणि दळल्यानंतर भाकरीच्या रूपात मानवाचं भरणपोषण करतेस. मग तुला बाल अवस्थेत, अवघडलेल्या अवस्थेत उपटण्याचं कारण?

ज्वारी : मी तृणवृक्ष असून आपण माझी तक्रार ऐकत आहात, हेच माझं भाग्य महाराज.

आश्विन कृष्ण अष्टमी म्हणजेच आठवी. या पर्वावर माझ्या वृक्षांची म्हणचेज माझी पाच धांडं उपडून आणून त्याच्या झोपडीखाली आठवी मातेची पूजा केली जाते. ही पूजा लक्षावधी घरांमध्ये आणि महाराष्ट्रात तर सातत्यानं केली जातेच. त्यानंतर कार्तिक शुक्ल एकादशीपासून पौर्णिमेपर्यंत तुळशी-दामोदर या विवाहपर्वाची सुरुवात होते. त्या पर्वाच्या पाच दिवसांत वरीलप्रमाणेच तुळशी-दामोदर विवाहहेतू माझा उपयोग होतो. त्या वेळीसुद्धा माझं असंच शिरकाण केलं जातं.

वटवृक्ष : यात दुःखाची गोष्ट कोणती? तू तर देवपूजेच्या कामी येते, हे तर तुझं भाग्य होय.

ज्वारी : देवकार्याला उपयोग होणं, हे भाग्य असलं, तरीपण अकाली निधनाचं दुःख काय असतं, हे तुम्हा दीर्घजीवी वृक्षराजींना कसं कळेल? 'पर दुःख शितळ' म्हणतात, ते हेच महाराज.

वटवृक्ष : पण तुम्ही एवढं दुःख बाळगण्याचं कारण नाही कळालं?

ज्वारी : महाराज, देवकार्यासाठी बालमृत्यू ठीक मानले, तरी पण ज्यावेळी माझ्या गर्भात अविकसित कणीस उमलत असताना माझा आणि त्या कणसाचा मृत्यू होतो, हे तर दुहेरी पाप झालं ना?

वटवृक्ष : तुमचं म्हणणं पटतंय मला, पण पुढं काय?

ज्वारी : हे तर आपणच ठरवावं महाराज. माझ्या पक्व कणसाचे हिरवे दाणे कुणाच्या हुरड्याचा घास व्हावे, तर परिपक्व कणसाच्या दाण्याद्वारे भाकरी रूपात मानवाची क्षुधा शांत करावी, असं मला वाटणं हा माझा गुन्हा तर नाही ना महाराज?

वटवृक्ष : तुमच्या म्हणण्याप्रमाणे भविष्यात अन्नाची नासाडी थांबवणं आवश्यक आहेच. प्रधानजी, या दोन्ही पूजा प्रकारात जर ज्वारीची पाच धांडं नाही वापरली, तर आठवीची पूजा तथा तुळसी विवाह संपन्न होऊ शकत नाही काय?

पिंपळ : हे सगळे प्रकार बंद करणं सर्वस्वी पुरोहितांवर अवलंबून आहे महाराज. त्यांनी समाजप्रबोधन केल्यास कितीतरी ज्वारीच्या तृणवृक्षांचे अपमृत्यू हे टळू शकतात ;पण हे शक्य होईल असं मला तरी वाटत नाही.

(दृश्य : या क्षणापावेतो अगणित वृक्षांनी सभेत हजेरी लावली. त्यामुळं तिथं थोडा गोंधळ निर्माण झाला. तिकडं टेंभूर वृक्ष पुढं धावत आहे आणि अनेक वृक्ष त्याचा पाठलाग करत जोरजोरानं ओरडत 'मारा मारा, याला सोडू नका. हा वनराईचा महाशत्रू आहे,' असं म्हणत असतात. त्याचवेळी प्रधानजी मधे येतात आणि वृक्षांना विचारतात, 'हा काय प्रकार आहे?')

वटवृक्ष : प्रधानजी या गोंधळाला आवरा.

नागफणी : माफ करा. वनातली अन्य प्रकारची वृक्ष टेंभुराचा पाठलाग करत होते.

टेंभूर : *(स्वगत)* थोडक्यात वाचलो बुवा. *(जोरजोरात श्वास घेतो.)* ही काय राक्षसी झाडं मला तर मारायलाच निघाली होती.

वटवृक्ष : असं घडलं तरी काय? पळापळी करायला. लपाछपीचा खेळ खेळत होतात की काय सगळे वृक्ष मिळून?

टेंभूर : नाही महाराज. माफ करा मला.

वटवृक्ष : मग या पळापळीचं कारण?

टेंभूर : वनातले माझ्या सान्निध्यातले वृक्ष मला सगळ्या वनाचा शत्रू मानतात महाराज.

वटवृक्ष : असा तू काय गुन्हा केला आहेस?

टेंभूर : वनात माझी पर्णं ही विडी तयार करण्याच्या हेतूनं तोडली जातात.

वटवृक्ष : प्रधानजी, हा काय वेडा प्रकार आहे?

टेंभूर : मी सांगतो महाराज.

वटवृक्ष : तुला राजदरबाराची काही रीतभात कळते? तुला असं मधेच बोलायला कुणी सांगितलं?

पिंपळ : क्षमा करावी महाराजांनी. तो जिवाच्या भीतीनं थोडा विचलित झाला. टेंभूर वृक्ष, तुमचं म्हणणं महाराजांपुढं व्यवस्थितपणे कथन करा.

टेंभूर : महाराज, विडी हा मानवासाठी मोठा उद्योग. माझ्या पर्णपोकळीत तंबाखू भरून त्याची विडी वळली जाते. ही विडी पिण्यामुळं म्हणजे त्या तंबाखूजन्य धुरामुळं फुप्फुसं निकामी होतात; तर हृदयघातासह उच्च रक्तदाबापासून ते मेंदूसाठीपण हे वाईट ठरू शकतं. म्हणजे सुलभ हफ्त्यानं मृत्यू होऊ शकतो. यात मजेची गोष्ट म्हणजे याचे ठेके घेणारी मंडळी उत्तम पानं मिळावित म्हणून जंगलांना आगी लावतात.

वटवृक्ष : मूर्खासारखा बोलतोय हा. अरे मूर्खा, वनाला आगी लावल्या तर वनातल्या सगळ्या वृक्षांसह तूपण जळशील, मग त्यांना काय मिळेल?

टेंभूर : तसं नाही महाराज.

वटवृक्ष : तू काय स्वतःला हिरण्यकश्यपूची बहीण होलिका समजतोस काय? की तुला आगीचं काही वरदान आहे.

टेंभूर : माफ करा महाराज. पण मी पुढं सांगतोय ते ऐका. जिथं कुठं माझ्या झाडांची जास्त संख्या असते, तिथलं वनच पेटवलं जातं. आणि वनातला वणवा शांत झाला की, पुढच्या दोन महिन्यात माझ्या जळालेल्या अवशेषांना कोवळी कोपल फुटायला सुरुवात होते. त्या कोवळ्या पर्णांची तोड करूनच हे विडी बहाद्दर खूप पैसा कमावतात.

वटवृक्ष : असं होय? यावेळी मानवांमधले पर्यावरणप्रेमी काय भांगेची गोळी घेऊन झोपलेले असतात का? त्यांनी वनराजींची ही हानी थांबवायलाच हवी. या असल्या अभद्र वागणुकीमुळं पर्यावरणाला इजा पोहोचते एवढं न कळण्याइतपत पर्यावरणप्रेमी मूर्ख नाहीत.

टेंभूर : खरं आहे महाराज. माझी फळं फक्त खेडोपाडीच खाल्ली आणि विकली जातात. ज्यांचा खेड्याशी संबंध नाही, असली आजची किमान ३५ ते ४० वर्षांची पिढी माझ्या फळाला ओळखतसुद्धा नाही. पावसाळ्यात शेतकरी, कष्टकरी यांच्या पायांच्या बोटांना पाण्यामुळं फोड येतात. बोटांच्या मधे येणारे हे फोड खूप खाजतात, त्यांना 'चिखल्या' म्हणतात. माझ्या कच्च्या फळांचा गर या फोडांना लावला जातो. त्याने आराम पडतो.

पिंपळ : काय, हे वनाधिकारी काय झोपलेले असतात? की यांच्या पिस्तुलातल्या गोळ्या संपल्यात?

वटवृक्ष : प्रत्येक कर्मचारी वर्गाच्या कार्याला काही मर्यादा असतात. याला कारण अधिकारी, राजकारणी, संरक्षकदले तथा लष्कर यांच्यामधली अदृश्य साठगाठ. कधी तर लष्कर तथा नक्षली यांचा झालेला एकोपा या अधिकारी-कर्मचारी वर्गाच्या कार्यात अडथळे निर्माण करतो, तर आमच्या रक्षणार्थ कित्येक कर्मचारी आणि जागरूक अधिकारी आपले अमूल्य प्राणसुद्धा गमावतात.

पिंपळ : माझ्या मनातलं बोललात महाराज. सर्व वृक्ष प्रजातींनो, आपल्याच जाती समूहाचा असा छळ; तोसुद्धा सामूहिक, हे योग्य नाही. टेंभूर हा आपल्यातलाच एक वृक्ष आहे. सबब आपण सर्वांनी मिळून प्रत्येकाचीच काळजी घ्यायला हवी.

टेंभूर : सगळी मानवजात वाईट प्रवृत्तीची नाही महाराज. समाजकंटकांची संख्या मात्र बोटावर मोजण्याएवढी असली, तरी ते शस्त्राद्वारे लोकांवर अधिराज्य गाजवतात. तसंच, मला वाचवण्यासह माझी पौष्टिक फळं शहरापर्यंत पोहोचवण्याचा प्रयत्न हा व्हायलाच हवा.

वटवृक्ष : वटपौर्णिमेला माझी आणि दर शनिवारी-मंगळवारी तुमची पूजा करणारे हे लोक सामान्य वृक्षांबरोबर एवढं निर्दयतेनं वागतात, यावर माझा तर विश्वासच बसत नाही. पहाड, टेकड्या, पर्वत, किल्ले तथा वनांसह शेती यांपैकी वनराई नि छोटी पहाडं, किल्ले, टेकड्या तर सदैव थरथरत उभ्या असतात. जखमी होण्याची किंवा भुईसपाट होण्याची वाट बघत. या मानवाच्या धसमुसळेपणामुळंच तर जखमी डोंगर कोसळत आहेत. पुण्याजवळच्या 'माळीण' या गावाचं मोठं उदाहरण समोर आहे. असं कुठंही घडू नये; परंतु मानव आता ऐकण्याच्या पलीकडे गेला असून आता तर त्याला अपमृत्यूचे वेध लागले आहेत. आपण काय करणार? कारण तो आपल्या प्रजातीलाही स्वत:बरोबर नष्ट करेल.

पिंपळ : जी लोकं कुणा पंडितांच्या सांगण्यावरून देवभक्ती करतात, ती मलासुद्धा अतोनात डागण्या देतात.

वटवृक्ष : ते कसं काय प्रधानजी.

पिंपळ : महाराज, राहू-केतू-मंगळ आणि शनिदेव आदी ग्रहांचे कष्ट निवारणार्थ माझ्या वृक्षाखाली त्यांना दीप लावायला सांगतात. मात्र दीप लावताना मला इजा पोहोचणार नाही, हे सांगायला हेतुपुरस्सर ते विसरतात. लोकं बुंध्याजवळ असंख्य दीप लावतात. त्यामुळं माझ्या खोडाला, मुळांना ज्वलनाच्या यातना सहन कराव्या लागतात. मानवाला अहोरात्र प्राणवायू देणारा, त्यांच्या मानसिक यातना दूर करणारा मी असा असाहाय्य, तर बाकी वृक्षांचं काय? दीपावली आली की सजावट करायची, फड निर्माण करायचे, तेव्हा शिंदीच्या वृक्षांचे तर माझ्यापेक्षाही वाईट हाल होतात.

(दृश्य : असं म्हणून पिंपळ वृक्षपण रडू लागतो.)

वटवृक्ष : प्रधानजी, प्रधानजी, तुम्ही असं अधीर होऊन कसं चालेल?

पिंपळ : महाराज, पूर्वी वैदू, तांत्रिक, मांत्रिक हे लोकांना सांगायचे की, रात्री माझ्या झाडाखाली आणि झाडावर भूतं, प्रेतं, हडळी, मुंजा यांचा वास असतो.

वटवृक्ष : ज्योतिषी तथा वैद्यांनी असं सांगायचं कारण?

पिंपळ : माझ्या पवित्रतेमुळं आणि माझ्या सान्निध्यात प्रज्ञा तथा वैखरी प्राप्त होते म्हणूनच नव्हे, तर मी मुक्तीदाता अन् देवताप्रिय वृक्ष आहे. म्हणूनच कदाचित माझ्या अंगावर पूर्वजांचा वास असतो. हे आपण प्रारंभी माझ्या परिचयात सांगितलं आहे. हेच कारण आहे महाराज, माझ्या द्वेषाचं. माझ्या सान्निध्यात लोकं निरोगी झाली तर वैद्य, मांत्रिकांचं कसं होणार?

वटवृक्ष : अनाकलनीय तथा भयंकर. शिक्षित मानवसुद्धा या प्रवृत्तीचा. ऐकवत नाही. हां, तुम्ही शिंदी वृक्षासंबंधी काही बोललात, त्याचं काय?

पिंपळ : पहारेकरीऽऽ

नागफणी : *(लवून नमस्कार करतो.)* आज्ञा महाराज.

वटवृक्ष : प्रधानजी, माफ करा. प्रथम चार ते पाच वृक्ष आले होते, त्यांचा निपटारा प्रथम. मग शिंदीला बोलवू. तुम्ही लक्षात ठेवा.

पिंपळ : महाराज, माफी मागून मला लज्जित करू नका. आज्ञा महाराज. मधेच टेंभूर वृक्षाची समस्या आल्यामुळं त्याआधी आलेले बेल, पलाश, आपटा आणि कांचनही खोळंबलेली आहेत महाराज.

वटवृक्ष : प्रधानजी, बिल्ववृक्षाला बोलवा.

पिंपळ : पहारेकरी, बिल्ववृक्षाला बोलवा.

नागफणी : आज्ञा असावी, प्रधानजी. कुणाला बोलावू?

वटवृक्ष : बधिरता आलीय होय तुला?

पिंपळ : क्षमा महाराज.

बिल्व : मी बिल्ववृक्ष. मलाच 'बेलवृक्ष'पण म्हणतात. मी शिवप्रिय म्हणून सर्वश्रुत आहेच; परंतु तुमचा हा निवडुंग जातीतला पहारेकरी, याचा कधी परिचय करवून दिला? खचितच नसेल, महाराज. कारण तो क्षुद्र पहारेकरी ना. तर ऐका, निवडुंग कुळातला हा 'प्रिक्ली पिअर.' ही सगळी कॅक्ट्स प्रजातीतली. जमीन तथा वाळवंटात यांची समान भागीदारी. याला काटेरी नागफणी अथवा कॅक्टस फ्रुट म्हणून संबोधतात. भरपूर तंतू (फायबर), अनेक जीवनसत्त्वांपैकी हिमोग्लोबिन प्रचुर मात्रेत असते. एक देवमाणूस संजय हातवानी यांनी तर एक प्रकारे यांचा उद्धारच केला, असं म्हणायला हरकत नाही. सबब जगात जे आहे, ते सगळंच महान असतं महाराज.

(दृश्य : बिल्ववृक्षाचा कंठ दाटून येतो. त्याला रडताना बघून प्रत्यक्ष महाराज वटवृक्ष त्याच्या सांत्वनासाठी सिंहासनावरून खाली येतात.)

वटवृक्ष : अहो, तुम्ही तुमच्याविषयी तर काहीच बोलला नाहीत. असं भावुक होऊ नका. खरं काय ते सांगा.

बिल्व : माझी ही व्यथा काही अंशी ज्वारीच्या तृणवृक्षासारखीच आहे महाराज. वनात मी सुरक्षित; परंतु आम्रवृक्षाप्रमाणे घरात, गावात, शहरातले बागबगीचे, सार्वजनिक स्थळं इथं मी नित्य असुरक्षित असतो. कारण तथाकथित देवभक्त माझे निघालेले कोवळे पान अन् पान तोडून मला उघडंबोडकं करतात. जेणेकरून बाल्यावस्थेत माझा अपमृत्यू होतो. माझी विशेषतः ही आहे की,माझा वृक्ष घरात असताना विषारी प्राण्यांपैकी सर्प दूर राहतात. शास्त्र सांगतं की, एखाद्या भाग्यवंताची प्रेतयात्रा माझ्या छायेतून गेल्यास मोक्ष निश्चित समजावा. वायू मंडळातल्या अशुद्ध वायूचं निराकरण करतो. त्यासाठी माझी भरपूर प्रमाणात लागवड करावी. ज्या लोकांना आयुष्यात कधी माझी चार, पाच, सहा, सात अशी बिल्व दलं (पत्र) प्राप्त झाली असतील, त्या पत्रांना त्यांनी शिवार्पण केल्यास महाभाग्य लाभतं. माझ्या वृक्षास कळत नकळत इजा पोहोचवल्यास त्यांचा वंश खंडित होतो. माझी लागवड तथा जोपासना करणारा भाग्यवान. सकाळ-सायंकाळ माझ्या दर्शनाने सगळी पापं नष्ट होतात. मला पाणी दिल्यानं पितर तथा सूर्यकृपा होते. पौराणिक मान्यतेनुरूप तर असंही म्हणतात

की, माझी पत्रं तथा धातू ताम्र यांच्या संयोगातून मोठमोठ्या ऋषी-योग्यांनी प्रयोगांती स्वर्णधातूची निर्मिती केली आहे. नकळतच का होईना शिवाला केलेल्या बिल्वपत्राचं अर्पण महापापातून मुक्ती देतं. माझं रोपण, पोषण, संवर्धन केल्यास महादेवाची विशेष कृपा प्राप्त होते. माझ्या सतत दर्शनानं गृहकलह नष्ट होतो आणि कालसर्प दोष टळतो. शेत-शिवारात जिथं मी असतो, तिथं उदकाची कमी नसते.

माझ्या पत्राची महत्ता अशी. बेलपत्र, जांभळाची पानं, तुळशी पानं, कडुनिंब पानं, रिकाम्या पोटी चावून चावून खावीत. त्यानंतर एक तास काहीही खाऊपिऊ नये. याने मधुमेहींना भरपूर आराम मिळतो. सर्दीतापात बेलाची पानं, तुळशी पानं, मिरे, हळकुंडाचे छोटे छोटे खंड आणि गूळ यांचा काढा कफापासून आराम देतो. माझ्या फळाचा मुरंबा अतिसार झाल्यास खावा. हा पाक हगवण तर कमी करतोच; शिवाय पोटपण साफ करतो. आम्लपित्ताचा जास्त त्रास झाल्यास बिल्वपत्रांचा रस खडीसाखरेबरोबर ४२ दिवस निरंतर घेतल्याने आम्लपित्ताचा त्रास कमी होतो. (हा रस दिवसातून एक वेळ घ्यावा.) आव पडत असल्यास माझ्या कच्च्या फळांचा गर खावा. तोंडातले फोड तथा माऊथ अल्सरसाठी माझ्या पक्व फळांचा गर पाण्यात शिजवून त्या पाण्याने गुळण्या (चूळ) केल्यास फोड बरे होतात. सर्दी झाल्यावर मानवाला नैसर्गिक अँटिबायोटिक्स हवं असल्यास माझी पानं, तुळशी पानं आणि अडुळसा यांचा काढा करून तो घेतल्यास लवकर आराम तर पडतोच; शिवाय वारंवार होणाऱ्या सर्दी-खोकल्याच्या त्रासाला कायमचा पूर्णविराम मिळतो.

वटवृक्ष : खरोखरीच तुमची महती उत्तम आहे.

(दृश्य : महाराज सिंहासनावर विराजमान. काही मानकरी वृक्षांसह वेली समूहातल्या काही लतांपैकी वावडिंग, विलायची, जाई, जुई, चमेली तथा वृक्ष समूहात चाफा, सोनचाफा, लवंग, बदाम, मोगरा, अमरवेल, गुलाब, पलाश, आपटा, कांचन, हिवर, चिलाटी, बोर, वाभळी, धावडा आणि अर्जुन आदी वृक्ष जमलेले आहेत. शेवंती थोडी लाजत प्रवेश करत असताना मधेच अमरवेलीला थोडा झटका देत गुळवेल मोठ्या तोऱ्यात प्रवेश करतो. तेव्हा तो 'कडुनिंब महाराज की जय,' असा जय घोष करतो. कडुनिंबाचे पाठीराखे वृक्षही त्यावेळी कडुनिंबाचा जयघोष करतात. वातावरणातल्या खेळकरपणाचा ऱ्हास होत काही वेळ तणाव निर्माण होतो.)

नागफणी : महाराजाधिराज आराम करण्यासाठी जात असल्याने सभा उद्या पावेतो स्थगित करण्यात येत आहे होऽऽऽ.

(दृश्य : दुसरा दिवस उजाडला आहे. प्रसन्न सूर्यकिरणं सगळीकडे पसरलेली आहेत. प्रधानजी प्रवेश करतात.)

पिंपळ : चला, पळा लवकर महाराजांचं आगमन होत आहे.
नागफणी : महाराजाधिराज वटवृक्ष महाराज दरबारात प्रवेश करत आहेत होऽऽऽ
पिंपळ : महाराजांचे मंगल होवो. दरबार प्रारंभ करण्याची आज्ञा असावी महाराज.
वटवृक्ष : प्रधानजी सभेला सुरुवात करावी.

(दृश्य : राजाज्ञा झाली. दरबाराला सुरुवात झाली. त्याचवेळी कडुनिंब मोठ्या तोऱ्यात राजदरबारात प्रवेश करतो. नेमका त्याचवेळी गुळवेलपण दरबारात प्रवेश करतो. कडुनिंब महाराजांचा विजय असो, अशा घोषणा देत सभेत उदंडता निर्माण करतो.)

पिंपळ : गुळवेलऽऽ राजाज्ञा झाली असता हा काय प्रकार चालवला आहे. याला राजद्रोह म्हणतात, ठाऊक आहे? महाराज, याच्यावर कडक कारवाई करून योग्य दंड द्यावा.
गुळवेल : वृक्ष प्रजाजनो या खुसट वटवृक्षाच्या आणि या पिंपळाच्या नादी लागून तुम्ही आपलं अमूल्य आयुष्य वाया घालवत आहात. यांचा नाद सोडा. आणि राजा म्हणून बहुगुणी कडुनिंब ज्याचा कण कण औषधीगुणाने युक्त आहे, त्याला राजमान्यता द्या आणि आपला राजा घोषित करा. बोला, कडुनिंब महाराज की जयऽऽ
वटवृक्ष : हे काय? तुमची मान्यता असल्याशिवाय का एक वेल दरबारात असा वागू शकतो?
कडुनिंब : क्षमा असावी, महाराज. मला राजा होण्यात कोणताही रस नाही. काही कार्यकर्ते तथा माझ्याबरोबर जवळीक असलेल्या काही लतावेलींनी माझा जयजयकार करत मला राजा मानलं, तर हा काय माझा गुन्हा आहे?प्रत्येकाला स्वप्न बघण्यासह विचार व्यक्त करण्याचा अधिकार आहे महाराज.
पिंपळ : बरं बरं... खूप झाला फाजिलपणा.
वटवृक्ष : कडुनिंब, तुम्हाला बोलायचे ते बोला; परंतु राजधर्माचे उल्लंघन योग्य नव्हे.
गुळवेल : काय करशील रे थेरड्या? मेला चीन देशासारखा कुठं रुजला रे रुजला की पूर्ण जमिनीवर आपलं साम्राज्य स्थापन करतो, हा म्हणे राजा. हा कसला राजा?
पिंपळ : जरा सांभाळून बोला. परिचय ऐकलेला दिसत नाही, महाराजांचा. कडुनिंब, समजावा तुमच्या या गुळवेलाला.
वटवृक्ष : काही लोकांना असते असली सवय. आपण आपल्या कार्याकडे लक्ष द्या.

कडुनिंब : गुळवेल, क्षमा माग महाराजांची.

गुळवेल : चुकलो महाराज क्षमा असावी. (स्वगत : ज्याचं करावं भलं तो म्हणतो माझंच खरं) जरा मलापण बोलू द्या महाराज.

पिंपळ : आधी काय चूप होतास तू? तेव्हाही बोलतच होतास; शिवाय उद्दंडता वेगळीच.

गुळवेल : माझ्यातसुद्धा असंख्य औषधी गुणांचा समुच्चय आहे.

(दृश्य : गुळवेलाचं बोलणं थांबवत बहुतांश वृक्ष गुळवेलाचा निषेध करतात.)

वटवृक्ष : वृक्षलतांनो, त्यानं क्षमा याचना केली, आम्ही दिली. तेव्हा तो जी स्वमहती सांगतोय, ती शांतपणे ऐकावी.

गुळवेल : पुनश्च क्षमा महाराज. माझा पिंड जर कडुनिंबावर पोसला गेला तर माझ्यातील औषधी गुण वाढतात, असे म्हणतात. रोगप्रतिकारशक्ती वाढते. कर्करोग, ताप, त्रिदोषविकार, त्वचारोग, नेत्रविकार, पंडुरोग, प्रमेह, मधुमेह, मूत्रविकार, रक्तशर्करा, वमन, संग्रहणी, सर्दी, खोकला, हृदयविकार आदी रोगांवर माझा उपयोग करतात. मात्र माझ्या जास्त सेवनानं यकृतासंबंधीचे विकार बळावू शकतात. रोगप्रतिकारक असलो तरी ज्या लोकांना यकृतासंबंधीचे आजार आहेत, त्यांनी माझा वापर करताना सावधानता बाळगावी. वैद्यांनीही पूर्ण शहानिशा करावी. हाडांमधील वेदनांचा मी नाश करतो. वेदनादायी हाडाचे चरचरणे बंद होते. 'इंडियन नॅशनल असोसिएशन फॉर द स्टडी ऑफ लिव्हर'मधील यकृतविकार तज्ज्ञ डॉ. आभा अग्रवाल यांनी एका वयस्क स्त्रीच्या तक्रारीनुरूप हे संशोधन केलं. माझ्या अतिरिक्त सेवनानं यकृताला धोका संभवतो, असं डॉ. नागरल यांनीसुद्धा सांगितलं, 'अति सर्वत्र वर्जते.' कृपया दक्षता घ्यावी.

कडुनिंब : अनुमती न घेता बोललो महाराज क्षमा करा.

वटवृक्ष : तुम्हीपण तुमची वैशिष्ट्यं सांगा.

कडुनिंब : जी गत सार्वजनिक ठिकाणी बिल्ववृक्षाची तीच माझी. आम्ही याबाबत तरी समदु:खी महाराज. मी मध्यम धाटणीचा वृक्ष. गुळवेलाच्या अभद्र वर्तनामुळं मी पुन्हा माफी मागून स्वत:ची माहिती कथन करतो. माझी फळं निंबोणी. त्याची बारीक पूड करून पिकांसाठी त्याचा वापर करता येतो. त्याद्वारे मातीतली कीड, खोड कीड, कटवर्म, वाळवी, बुरशी यांचा माझ्या उपयोगानं नायनाट करता येतो. माझ्या निंबोणीतील एक घटक 'अॅझाडिरेक्टीन' याची ही सगळी कमाल. निंबोणीची पूड रासायनिक खतात मिसळल्यास त्यातील लवण दीर्घकाळ टिकून राहते. माझ्या फळांची पूड म्हणजे पिकांसाठी संजीवनी होय. सूक्ष्मकृमी तथा 'मर' या रोगाचाही बंदोबस्त करतो. मातीचे

कण एकमेकांना चिकटले असता जमिनीतील हवेचा वापर बंद होतो. माझ्या निंबोणी चूर्णामुळे ही क्रिया सुलभ होते. तथा जमिनीत पाणी धरून ठेवतो. सबब पिकांची पांढरी मुळं वाढण्यास मदत करतो. मातीची उत्पादकता सदैव टिकून राहते. माझी माहिती सादर झाली. महाराज, आज्ञा द्यावी. *(जाऊ लागतो.)*

(दृश्य : त्याचवेळी देवदार, राळेचे वृक्ष, लाखेचे उत्पादन देणारे वृक्ष, सिसम सभेत आकस्मित प्रवेश करतात. एकच गलका होतो. त्या गोंधळातच 'वटवृक्ष महाराज की जय'च्या घोषणा होतात. ते म्हणतात, 'आम्हाला कडुनिंबासारखा गर्विष्ट राजा नको.' त्याचवेळी सभास्थळी जाई, जुई, चमेली, शेवंतीपैकी कुणीतरी प्रवेश करत व्यंग करून म्हणतं, 'आले मेले हे आगीचे लोळ.')

जुई : कुणाला म्हणालीस. कोण ते?
चाफा : त्यांना तू असं का म्हणाली?
जाई : तुला माहीत आहे. देवदार हा अत्यंत ज्वलनशील वृक्ष आहे. वनात वणवा लागल्यास हे तरुवर मेले स्वत:सह इतरांनाही भस्म करवतात, दळभद्री मेले.
चाफा : असं होय.. जाई अग असलं अभद्र कुणासाठी बोलू नये. त्यांचा काय दोष. त्याचाही सृष्टीला उपयोग आहे म्हणूनच आपल्याबरोबर त्यालाही प्रकृतीने जन्म दिला.
जाई : काय म्हणतोस?
चाफा : देवदार तथा लाखउत्पादक वृक्ष ज्वलनशील जरी असला, तरी लाखेचा मानवाला उपयोग होतो. देवदार तर औषधीशास्त्रात अतिमहत्त्वाचा.

(दृश्य : जाई, जुई, शेवंती, चमेली मनात खजील होतात. आणि म्हणतात, 'अरे चाफा, हे आधी नाही का सांगायचंस आम्हाला.')

पिंपळ : सगळे भांडू नका आपापसात. आणि हो, हा गोंधळ कसला.
नागफणी : माफ करा प्रधानजी, बघतो मी. *(असं म्हणून बाहेर जाऊ लागतो.)*

(दृश्य : नागफणीने जाऊन बघताच अल्पजीवी तृण वनस्पतींसह भाजीपाल्याबरोबर मुळा, वांगी, टोमॅटो, बटाटे, झेंडू, रातराणी, केतकी, प्राजक्त, गुलमोहर, मधुमालती, मोह आणि काही छोटी वृक्षप्रजाती उदाहरणार्थ, कणक (धोतरा), चंद्रज्योती (जट्रोफा), बचुनाग, गोंगला, कण्हेर, भल्लातक (बिबा), बहावा (अमलताश), हिरडा, बेहडा, आवळी;

याशिवाय औषधी उपयोगी अनेक वृक्षांसह अशी काही वृक्ष होती की, सामान्यांनी त्यांना कधीही पाहिलेलं नाही.)

वटवृक्ष : प्रधानजी, यांना सभेचे नियम समजावून सांगा. सभा केवळ सामान्य वृक्ष तथा दीर्घजीवी वृक्षासाठीच आयोजित केली आहे. अन्य वृक्षांनी सभास्थान सोडावं; परंतु थांबल्यास शांतता राखावी.

पिंपळ : महाराजाधिराज वटवृक्ष महाराजांचा निर्णय सर्वमान्य!

चमेली : या पूर्वीच्या सभेत गुळवेलानं जोरजबरी केली. सोबत तृणधान्य ज्वारीलाही बोलतं केलं. ती अमरवेल तर मला मुळीच आवडत नाही. मेली ज्या वृक्षांवर जगते, त्यांनाच मारून टाकते. दळभद्री कुठली घातकी. तर माझं म्हणणं हेच की, कंदमुळं, फळं तथा खुरटा वृक्ष असो अथवा तृण, सर्वांना समान संधी मिळावी, नाहीतर महाराजांचे फर्मान हा वृक्षप्रजातींचा आणि प्रकृतीचा अपमान होय.

पिंपळ : चमेली, गुळवेलानं दंडेली केली आणि तो सभेत शिरला अन्यथा त्याला प्रवेश मिळाला नसता.

जाई, जुई : वा! वा! प्रधानजी, सगळ्या अल्पजीवी तरू आणि तृणांनीपण दादागिरी दाखवत सभेत प्रवेश करावा की काय? आम्ही दोघी तर म्हणतो की, कालपासून बिचारा प्राजक्त असाच बसला आहे केविलवाणा. औषधीगुणांसह त्यांची भव्यता तुम्हाला दिसत नाही. प्राजक्तपण महावृक्ष भगवान कृष्ण तथा सत्यभामेच्या प्रेमाचं प्रतीक स्वर्गीय वृक्ष आहे, तर प्राजक्ताला 'प्रधानपद' तरी द्यावं महाराज.

वटवृक्ष : असं होय.

चमेली, चाफा : स्वर्गीय वृक्ष, महावृक्ष, दीर्घजीवी तुमच्या बरोबरीचा, औषधीगुणाने युक्त, नम्र, शालीन, सुगंधी असा हा आमचा गुणी पारिजात आम्हा सर्वांना प्रधान म्हणून हवा महाराज..

पिंपळ : हे आणखी काय नवीन खूळ.

(दृश्य : बाहेर गलका होतो आणि उपस्थित वृक्ष समूहातील काही वृक्ष कदंबाचा जयजयकार करायला लागतात.)

वटवृक्ष : प्रधानजी, सभेला अगणित वृक्ष आले; परंतु त्यात चंदन, नारळ, पोफळी, जांभूळ आणि चिकू दिसत नाहीत.

पिंपळ : निमंत्रणं तर सर्वांनाच पाठवली महाराज. काही वृक्षांना तर मी प्रत्यक्ष भेटलो.

त्यात ताड, शिंदी, खजूर, फणस, कोष्ट, शिरीष, बकूळ, बकाणी, धावडा, चित्रक, सैतू, तुती, एरंड, कोकम, कॉफी, चॉकलेट यांशिवाय अनेक न बघितलेले तृण, वृक्षपण आले आहेत.

वटवृक्ष : आपल्या सभेत बोलायची सर्वांनाच संधी देऊ, मग तर झालं; परंतु न येणारे वृक्ष काय म्हणतात.

पिंपळ : ते म्हणतात, आम्ही काय चंदन आहोत की आफ्रिकन ब्लॅकवूड ज्याची किंमत भारतीय रुपयात सात लक्ष रुपये प्रतिकिलो आहे, म्हणून आम्हाला भय वाटत नाही. याशिवाय घनदाट जंगलात आतंकवादी, नक्षली, सैनिक, पोलीस यांच्या गोळ्या झेलतोच की आम्ही. तेव्हा, असं वाटतं की, देवानं आम्हाला मुद्दाम हे स्थान दिलं असावं.

(असं म्हणून प्रधानजी सभास्थळावरून निघून जातात.)

वटवृक्ष : हे आफ्रिकन ब्लॅकवूड काय प्रकरण आहे? तो आला आहे का इथं?

पिंपळ : होय महाराज! बोलवू त्याला?

वटवृक्ष : बघू दे तरी त्याची काय वैशिष्ट्यं आहेत.

पहारेकरी : आफ्रिकन ब्लॅकवूड सभेत हाजीर होऽऽ

आफ्रिकन ब्लॅकवूड : महाराजांचा विजय असो! मला हा तुमचा देश, तुमची माती खूप आवडली महाराज. मलापण घेऊन या की भारतात. माझ्या लाकडाद्वारे शहनाई, बासरी, गिटार ही संगीत वाद्यं तयार केली जातात. माझं एक किलो लाकूड भारतीय रुपयात किमान सात लक्ष रुपयांचं आहे. मी दक्षिण आफ्रिकेच्या २६ देशांत वास्तव्याला असतो. मला लावल्यापासून पूर्ण तयार होण्यास किमान साठ वर्षांचा कालखंड लागतो. माझी उंची जास्तीतजास्त पंचवीस ते चाळीस फूट असते. माझी प्रजाती अत्यल्प आहे; परंतु मागणी जास्त आहे.

चमेली : बरं झालं बेटा, तू भारतात जन्माला आला नाहीस. जर तू भारतात असता, तर तुझी अवस्था चंदनापेक्षाही बिकट झाली असती. भाग्यवान आहेस भारतीय जंगलात नाहीस ते.

वटवृक्ष : चमेली, एका परीनं खरं बोलली; परंतु तुम्ही आफ्रिकन तरुवरांनो लक्षात ठेवा, भारतात सर्वत्र असली लोकं नाहीत; तसंच अन्य राष्ट्रातही असल्या चोराचिलटांची कमतरता नाही. तेव्हा चमेली, राष्ट्र बदनाम होईल असं वक्तव्य कृपया करू नये. प्रधानजी, चंदनवृक्षाला बोलवा.

नागफणी : चंदन वृक्षाने हजर व्हावे होऽऽ

चंदनवृक्ष : महाराजांचा विजय असो!

(त्यासोबत सगळे वृक्ष थांबतात. चंदनवृक्ष महाराजांना वंदन करून उभा राहतो.)

वटवृक्ष : चंदन तरुवराचं हृद्य स्वागत. तुमच्या बाबतीत खूप ऐकलंय. दर्शनाचा लाभ यानिमित्तानं आला, हे भाग्य आमचं. तुमचा सुवास, तुमची ती थंड सावली, विवेक, नम्रता. देवता तसंच सामान्य लोकांच्या कल्याणासाठी सतत झिजण्याची तुमची प्रवृत्ती वाखाणण्यासारखी आहे. तुमचा एक एक अवयव जो मनुष्यमात्रांच्या कामात येतो.

चंदनवृक्ष : मी रात्रंदिवस भीतीतच जगत असतो महाराज. गजबजलेल्या चौकातून मला चोरणारे अगदी मुळासकट उपटून नेतात. उदाहरण म्हणजे नागपूर शहराचे. महाराज, नागपुरातील रवीनगर चौकातून मला चोरांनी मुळासकट उपटून नेले. एकाच दिवसात तेलखेडी बागेतून माझी ८ ते १० संख्येतील वृक्ष बेपत्ता होतात. सबब माझ्या चोरीत कदाचित गल्ली ते दिल्लीपर्यंत सर्वच सहभागी असावीत. त्याशिवाय का चोर एवढी हिंमत करतात?

वटवृक्ष : एवढ्या मौल्यवान वृक्षांची दखल घेतली जात नाही, आश्चर्य आहे. भारतीय वनखात्यात देशातील चंदनवृक्षच नव्हे, तर सर्वच वृक्षांना एक ओळख द्यावी. मानवाच्या आधार क्रमांकासारखी. तेव्हाच ह्या चोऱ्या कमी होतील. मला वाटतं प्रधानजी, यांच्या जास्त प्रजाती आणि वनं दक्षिण भारतात आहेत, हो ना?

पिंपळ : होय महाराज. शुभ्र चंदन, रक्त चंदन, गोपी चंदन असल्या काही प्रजाती मी ऐकल्या आहेत. काष्ठशिल्पे, भुकटी करून त्याचे उटणं, धूप, अगरबत्ती, आयुर्वेदिक औषधी, चंदनासव, सरबतं, तेल तथा यज्ञ समिधा याशिवाय, कुण्या महनीय लोकांच्या चितेतपण यांचा समावेश असतो. हा गुणाने तर थंड आहेच; परंतु स्वभावानेपण शांत आहे महाराज.

वटवृक्ष : वास्तविक बघता वृक्षाने मानवाला तथा सर्व प्राणिमात्रांना निवारा, सावली, फळं-औषधी यांचं दान मुक्तपणे दिलं; परंतु मानवाच्या असुरी आकांक्षेपायी 'इंग्रजीचा शॉर्टकट' प्रत्येक ठिकाणी वापरत असल्यानं तो वनसंपदेला अभय देण्याच्या कामी अपुरा पडतो. याला कारण नोकरशाही. त्यांना कोण अडवणार. अभ्यास नको, शॉर्टकट हवा. वा रे नोकरशहा! मी तर म्हणतो प्रशासनाने झाडांची देखभाल भारत-चीन सीमेप्रमाणे करायला हवी. यासाठी आपण सर्व ठराव करून शपथ घेऊ की वने तथा वन्यजीव हे सुरक्षित प्रकृतीसाठी आवश्यक आहेतच; शिवाय पर्यावरणासाठीसुद्धा!

चंदनवृक्ष : वृक्षांची महत्ता तथा उपयोग हा पहिल्या वर्गापासून अगदी आयआयटी, आयएएसपर्यंत शिकवायला हवा. सगळ्या राजकीय मंडळी यांनासुद्धा याची जाण व्हावी.

हे शिक्षण सर्वांनाच अनिवार्य असावं; तरच वृक्षप्रजाती तथा पर्यावरणाचा समतोल राखला जाईल. धन्यवाद महाराज!

(स्थळ : वटवृक्षाच्या विस्तीर्ण सावलीत तथा आजूबाजूला अगणित वृक्ष उभी आहेत. त्या गर्दीतून वाट काढत अगदी घाईघाईत कदंबवृक्ष सभेत प्रवेश करतो.)

पिंपळ : महाराजांचा विजय असोऽऽ कदंबवृक्षाला काही बोलायचं आहे.
वटवृक्ष : पाठवा त्यांना.
पहारेकरी : कदंबवृक्षाने सभेत यावे होऽऽ
वटवृक्ष : गडबडीत दिसता आहात, काही खास काम?
कदंब : तसंच म्हणा हवं तर महाराज. मी इतर ठिकाणी आहेच; परंतु यमुनातीरी माझ्या अंगावर भगवान श्रीकृष्ण यांनी सवंगड्यांसह जलक्रीडा केली. त्या महाविष्णू अवताराचा मी सर्वसाक्षी म्हणून मला कमीतकमी 'प्रधानपद' तरी द्यावं.
पिंपळ : पद हे मागून मिळत नाही आणि तुम्हाला काय वाटतं, मला प्रधानपद भूषवण्याची हौस आहे. महाराज, मी निघालो. सांभाळा...

(असं म्हणत पिंपळवृक्ष सभेतून निघून जातात.)

वटवृक्ष : पहारेकरीऽऽ पहारेकरीऽऽ

(दृश्य : महाराजांना रागावलेलं बघताच नागफणी धावतच पुढें हजर होतो आणि माफी मागतो.)

वटवृक्ष : कुठं होता? जा आणि थांबवं प्रधानजींना. सांग त्यांना, परत या म्हणावं. महाराजांची आज्ञा आहे. जा लवकर, वेळ प्रसंग बघून वागावं बघ जरा.
नागफणी : येतो महाराज...

(दृश्य : प्रधानजी रागात मार्गक्रमण करत आहेत. त्याचवेळी बिल्ववृक्ष रडत ओरडत सभेत प्रवेशाचा प्रयत्न करतो. त्या गोंधळात पिंपळ मागं वळून बघतात. बिल्ववृक्ष आणि नागफणी एकमेकांत गुंतून अवघडताच काट्यानं भरलेल्या दोघांना असं बघताच बाकी वृक्ष खळखळून हसतात; परंतु प्रधानजी त्या दोघांचीही सुटका करतात. त्याचवेळी त्या

स्थळाकडं आलेले महाराज वटवृक्ष टाळ्या वाजवून प्रधानजींचं अभिनंदन करतात. मात्र, बिल्ववृक्ष आणि नागफणीकडं दुर्लक्ष करत सिंहासनाकडं येतात.)

वटवृक्ष : प्रधानजी, असं झालंय काय एवढा त्रागा करायला? गोंगाट गोंधळात आम्र, बिल्व आणि ज्वारीच्या वृक्षांची व्यथा आणि महत्ता ऐकली; परंतु आपटा, कांचन, पलाश हे तर मागंच राहिले, प्रधानजी त्यांचं काय?
पिंपळ : क्षमा असावी महाराज. तेसुद्धा पुढं आले नाहीत. त्यांना बोलावणं पाठवतो.

(दृश्य : सभेत कांचन, आपट्यासह पलाशवृक्ष प्रवेश करतात.)

नागफणी : कांचन तथा आपटा यांनी सभेत हजर व्हावे होऽऽ
कांचन : महाराजांचा विजय असो!
वटवृक्ष : अरे, तुम्ही दोघं जुळे की काय? तुमच्यापैकी ज्येष्ठ कोण?
कांचन : जुळे नाही महाराज. आपटा ज्येष्ठ मी कनिष्ठ; परंतु माझी पर्णंही आपट्यासारखी दिसणं, हेच माझ्या अधोगतीला कारण ठरतात.
वटवृक्ष : ते कसं काय?
कांचन : विजयादशमी म्हणजेच दसरा या दिवशी माझ्यासारख्या दिसणाऱ्या आपटा या माझ्या ज्येष्ठ बंधुंच्या पर्णांची देवाणघेवाण करतात. यासाठी एक पौराणिक कथा आहे, महाराज.
वटवृक्ष : कांचन, आपटा तुमचा ज्येष्ठ ना. तर ती कथा त्यांच्याकडून ऐकणंच उत्तम ठरेल.
आपटा : सण साजरे करावेत मानवांनी; परंतु वृक्ष प्रजातींचा असा विध्वंस कदापि करू नये. कामापुरतीच पर्णं घ्यावीत. जेणेकरून मला महावृक्षात रूपांतरित होता येईल. किती दिवस मी असं झुडुपाच्या स्वरूपात जगायचं महाराज. *(रडू लागतो.)*
पिंपळ : आपटा, सांभाळा स्वतःला. शांतपणे बोला. तुमच्यापेक्षा तुमचा कनिष्ठ कांचन हिमती आहे.
आपटा : विदर्भात मला 'भोसा' या नावानं ओळखतात. माझ्या फांद्यांचा वाक काढून त्याचे दोरखंड विणायचे. आता नायलॉनमुळं माझं ते महत्त्व कमी झालंय. माझी पौराणिक कथा ऐकावी महाराजांनी. मलाच 'बहुने' या नावानंसुद्धा ओळखलं जातं.
वटवृक्ष : सांगा, आम्ही ऐकायला तयार आहोत.
आपटा : 'वरदतंतू' नावाचे एक गुरू होते. ते आपल्या आश्रमात मुलांना ज्ञानदानाचं कार्य करत असत. त्यांच्याकडं अनेक शिष्य होते. त्यात 'कौश्य' नावाचा एक शिष्यही होता.

एके दिवशी तो म्हणाला, 'गुरुवर्य, तुम्ही मला एवढं अपार ज्ञान दिले. त्यासाठी आपणास गुरुदक्षिणा देणं हे शिष्य म्हणून माझं कर्तव्य आहे. सांगा गुरुजी, मी तुम्हाला काय देऊ?' गुरू वरदतंतू निरपेक्ष. ते म्हणाले, 'मुलांनो, तुम्ही शिक्षित झालात. ज्ञानदीपानं उजळलात, हीच माझी दक्षिणा.' मात्र, कौश्याचं समाधान झालं नाही; त्यानं गुरूजवळ एक प्रकारे हट्ट धरला. तेव्हा गुरू थोडे रागातच म्हणाले, 'मला दक्षिणा देतोस, जरूर दे. मी तुला १४ विद्या शिकवल्या, तर त्यासाठी तू मला १४ कोटी सुवर्णमुद्रा दे.'

कौश्याला हे शक्य नव्हतं; परंतु शब्द दिला होता म्हणून त्यानं रघुराजाकडं यासाठी याचना केली; परंतु रघुराजाच्या राजकोषातही एवढ्या सुवर्णमुद्रा नव्हत्या. तेव्हा महादानी रघुराजानं कौश्यास तीन दिवसांनी पुन्हा बोलावलं आणि म्हणाले, 'कौश्या, तू कुबेराकडं जा.' परंतु कुबेरालाही एवढ्या मुद्रा त्याला देणं शक्य नव्हतं. या सगळ्या घटनेमुळं बिचारा इंद्र घाबरला. तो कुबेराला म्हणाला, 'कुबेरा, आपल्या राज्यातल्या नागनदीजवळच्या आपट्याच्या झाडांवर तू सुवर्ण मोहरांचा पाऊस पाड.'

आपट्याच्या झाडांवर पडलेल्या मोहरांच्या पावसात अगणित मुद्रा पडल्या आणि ही गोष्ट रघुराजाला कळताच त्यांनी कौश्याला म्हटलं, 'विप्रवरा, सगळ्या मुद्रा तुम्ही घेऊन जाव्यात.' मात्र, त्या अगणित मुद्रांचा मोह न करता कौश्य केवळ १४ कोटी संकल्पित मुद्रा घेऊन गेला आणि गुरुदक्षिणा दिली. राहिलेल्या मुद्रा रघुराजानं स्वत: न ठेवता दान केल्या. त्या दिवसाची आठवण म्हणून मला सुवर्णाचं महत्त्व आलं आणि उदात्त भावनेतून लोक माझ्या पर्णांची विजयादशमीला आपसात देवाणघेवाण करून आनंदोत्सव साजरा करू लागले. मी एक महावृक्ष आहे, महाराज.

वटवृक्ष : वा! वा! काय सुंदर कथा होती. कांचन, तुम्हाला काही बोलायचं आहे?

कांचन : लोकांना, त्यातल्यात्यात शहरातल्या लोकांना, आपटा आणि माझ्या पर्णातला फरक कळत नसल्यानं शोभेसाठी रस्त्याच्या कडेला लावलेल्या माझ्या वृक्षाचीच कत्तल करतात. लोकांनी असं वड्याचं तेल वांग्यावर ओतू नये, असं मला तरी वाटतं. सबब लोकांना समजावून सांगावं एवढीच इच्छा.

वटवृक्ष : पळसवृक्षाला बोलवा, प्रधानजी.

पिंपळ : होय, महाराज.

निवडुंग : पळसवृक्षाने दरबारात हजर राहावे होऽऽ

(दृश्य : सभेत एकाएकी गोंगाट-गोंधळाला सुरुवात होते. त्याचवेळी संत्र अगदी संथपणे सभेत प्रवेश करतो. राजदरबारात संत्र्याला बघून जाई, जुई, चमेली, शेवंती, मोगरा, चाफा यांच्यासह काही वृक्ष त्याची टिंगलटवाळकी करतात. त्यांचे आवाज ऐकू येतात. 'लाडाचा

बोपा मेला विदेशी. अर्धा भाग एका झाडाचा, त्यावर याची म्हणे कलमं. म्हणूनच मेला महामारीत मरतो आहे.' 'अग, मोठाच माज होता याला. स्वाद आणि रसाचा. आता महामारीमुळे घाटावर मृतकांची दाहकर्म करत बसला आहे, दळभद्री कुठला.' 'चमेली, तुला हे माहीत आहे का, की जगात असाही एक वृक्ष आहे, ज्याचं लाकूड हिरेजवाहराहूनही खूप किमती आहे.')

चाफा : सुवर्णापेक्षाही महाग?
जाई : सुवर्णाचं काय, हिराही त्याच्या पुढं तुच्छ आहे.
चाफा : नाव काय म्हणालीस त्याचं? तो आहे इथं?
जाई : मूर्ख कुठला तो कसला येतो. इथं साधं चंदन सुरक्षित नाही, ज्वारीसारख्या तृणवृक्षासह आपटा, आंबा, फळस, बिल्व रडतो. याला तर रडायलाही मिळणार नाही. लोक शिंदीचे काय हाल करतात माहीत आहे.
चमेली : रडायलाही मिळणार नाही म्हणजे..
जाई : त्याचा पूर्ण बिमोड करतील इथले लोक. त्याचं नाव 'एलोववूड' अथवा 'ईगलवूड' असं त्याला म्हणतात. हा वृक्ष अरब, जपान, चीन, भारत तथा दक्षिणपूर्व आशियाच्या काही देशात मिळतो म्हणतात.
चमेली : भारतात आहे तर तो का नाही आला. त्याला का नाही बोलावलं?
जाई : खूप महाग आणि श्रीमंत म्हणून गेली असती तू त्याच्याशी प्रेम करायला.
चमेली : असं काही बोलू नको. माहिती सांग ना...
जाई : त्याची किंमत एका किलोला एक लक्ष डॉलर्स किंवा किमान पंचाहत्तर लक्ष रुपये. कुणी त्याला 'एगरवूड'ही म्हणतात. जपानी लोक त्याला 'क्यारा' अथवा 'क्यानम' असंही म्हणतात. त्याचा वापर अत्तर, सुगंधी द्रव्य निर्मितीसाठी होतो. जसं वस्तू सडवल्यावर दारू निर्मिती होते, तसाच यालाही सडवला की, त्यापासून अत्तर निर्माण होतं. या एगरवूडद्वारा क्वाउड ऑईल निर्माण केलं जातं. याच तेलाद्वारे निरनिराळ्या महाग पर्फ्युम्सचीही निर्मिती केली जाते. प्रति लीटर २५ लक्ष डॉलर एवढी त्याची किंमत म्हणूनच त्याला 'देवतांचं लाकूड' म्हणतात. चीन, जपान, हाँगकाँग या देशात याचे अनेक वृक्ष आहे. यालाही चंदनासारखा अवैध कत्तलीचा शाप भोगावा लागतो. कसले मेले हे लोभी लोक. प्रकृती ही आम्हा मानवाला एवढं भरभरून देते; परंतु त्याची तृष्णा आणि क्षुधा मात्र अनंत. कधीही कल्पांती शांत न होणारा कृतघ्न मानव.
पिंपळ : जाई, अरे वा! पळसाला बोलावण्यापूर्वी तू मोठीच रंजक माहिती दिली. ऐकली महाराजांनी. पहारेकरीऽऽऽ

नागफणी : होय महाराज.

वटवृक्ष : पळसवृक्ष यांना बोलवा.

पळस : मी इथंच होतो. जाईनं सांगितलेल्या श्रीमंत वृक्षाची गोष्ट ऐकत होतो. महाराज, राजाधिराज वटवृक्ष महाराजांचा सदा विजय असो! वृक्षवाढीवर होणारा परिणाम मृत्यूपेक्षाही भयावह असतो, दु:खद असतो.

पिंपळ : ते कसे काय?

पळस : श्रावणी अमावस्येला पोळा हा सण महाराष्ट्रात विशेष तऱ्हेने साजरा होतो. बैलाची पूजा त्याच्या ऋणतून तात्पुरती मुक्ती. पुन्हा जू खांद्यावर आहेच. बैलाच्या मानेवर जी लाकडी जू असते, ती जागा म्हणजे मान. त्या प्रक्रियेला 'खांदा शेकणं' असंही म्हणतात. माझ्या पर्णांच्या जाड देठांना गरम तेल तथा हळदीत घालून बैलाच्या मानेवर पळस देठाद्वारे हलकं हलकं शेकलं जातं. अपभ्रंशाने या कृतीला 'खान शेकनी' असं म्हणतात.

(बैलाचा खांदा म्हणजे मान शेकणं.)

वटवृक्ष : अरे वा! प्राणिमात्रांविषयी मानवातही संवेदना आहे तर.

पळस : फक्त एक दिवसाची. कदाचित, आज एखादाच शेतकरी ही प्रक्रिया करत असावा महाराज. *(असं म्हणून बोलायचं थांबतो.)*

पिंपळ : पळसवृक्ष, थांबलात का? बोला.

पळस : एकीकडे माझ्या मोठ्या फांदीचा दांडा संन्याशी, महंत हातात बाळगतात. तसंच, ज्या जातींमध्ये मौजी बंधन म्हणजे यज्ञोपावित विधी होतो, त्यालाच 'उपनयन'सुद्धा म्हणतात. त्यावेळी माझ्या फांदीचा दंड बटूच्या हातात दिला जातो. त्या सगळ्या गोष्टींचा मलाही अभिमान वाटतो. माझ्या समिधा यज्ञासाठी वापरल्या जातात. माझ्या पर्णांच्या पत्रावळीवर पितरांना भोजन दिलं जातं. माझ्या पर्णांवर कुणी काही पापडांसारखे पदार्थ निर्माण करतात, या सर्वांचा मला अभिमान आहे. (असं म्हणून रडायला लागतो.)

वटवृक्ष : इतकी उत्तम कामगिरी तुमची; परंतु तुम्ही रडता का?

पळस : महाराज रडण्याशिवाय माझ्याजवळ आहे तरी काय? श्रावण कृष्ण त्रयोदशीला जवळपासच्या वनविभागात माझी कत्तल सुरू होते. पोळ्याच्या आदल्या दिवशी माझ्या फांद्या बाजारात विकायला येतात. त्या डहाळ्यांना 'मेढ्या' असं म्हणतात. महाराष्ट्रात पिठोरी पोळ्याच्या आदल्या रात्री दारांवर मेढ्या लावण्याची प्रथा प्रचलित आहे. त्या दिवसापासून पुढे एक वर्षपावेतो माझी वाढ होत जाते. पुन्हा पुढील वर्षी तोच क्रम. परिणामत: मी महावृक्ष असूनही वर्षानुवर्षं खुरटं जीवन जगतो. हा माझ्यावर अन्याय नव्हे तर काय? अत्याधुनिक सीसी टीव्ही कॅमेऱ्याच्या युगातही माझ्या मेढ्या दारांवर लावण्याची गरज मानवाला का भासावी महाराज?

समजा तशी गरज असली, तरी हरकत नाही. मी माझ्या कत्तलीसाठी तयार आहे; परंतु दुसऱ्या दिवशी त्याचं विसर्जन योग्य तऱ्हेनं व्हावं. तसंही नाही. मेढ्यांचा सन्मान होताना दिसत नाही. दुसऱ्या दिवशी त्या मेढ्या सडकेवर अर्धवट जाळल्या जातात, तर कुणी रस्त्यावर फेकून देतात. या फाजील श्रद्धेला काय म्हणावं? माझा दंड हा सन्मानानं शंकराचार्यांच्या हातात शोभून दिसतो. तोच दंड मौजीबंधनात बटूच्या हातातही शोभतो. माझ्या समिधा ज्यावेळी यज्ञकुंडात मंत्रोपचाराच्या गजरात होमाच्या अग्नीत जळतात, त्याच वृक्षांच्या मेढ्याचा असा घोर अपमान. याला काय म्हणावं. *(असं म्हणून पळस धाय मोकळून रडायला लागतो.)* महाराज, मला या चक्रातून सोडवा, विनंती आहे माझी.

वटवृक्ष : प्रधानजी, मानवातील प्रज्ञावंतानी असल्या जुन्या बुरसटलेल्या वाईट प्रथेचा अंत करावा, असं आज आम्ही सगळे या सभेत जाहीर करत आहोत.

पिंपळ : महाराज, संत्र्याचा प्रश्न ऐरणीवर येऊनसुद्धा बाजूलाच राहिला.

वटवृक्ष : संत्र तरुवराला बोलवा.

पिंपळ : पहारेकरीऽऽ

निवडुंग : होय महाराज.

पिंपळ : संत्रवृक्षाला सभेत बोलवा.

निवडुंग : संत्रवृक्षाने सभेत उपस्थित व्हावे होऽऽ

संत्र : महाराजाधिराज वटवृक्ष महाराजांचा सदा विजय असो! महाराज, मला तर तुमच्या दरबारातच अपमानित केलं गेलं. जे घडलं त्यावर आपला अंमल नसतो. सगळं दैवाधीन असतं. *(असं म्हणून रडायला लागतो.)*

वटवृक्ष : प्रधानजी, यांचा अपमान कुणी केला.

पिंपळ : क्षमा असावी महाराज जाई, जुई, चमेली, शेवंती, मोगरा, चाफा हे आपापसात बोलताना काहीतरी घाटावरच्या लाकडाविषयी बोलत होते. कुणाविषयी असे अपशब्द बोलू नये. ज्यावेळी संत्रवृक्ष बोलेल आणि त्यांच्या असलेल्या चवीची, रसाची, मूलद्रव्याची माहिती सांगेल, तेव्हा तुम्हाला महत्त्व कळेल. विदेशातून भारतभूमीत येऊन त्याला हजारो वर्षं झाली. आज तर तो कॅलिफोर्नियापेक्षा विदर्भातलं 'नागपुरी संत्र' म्हणून जगात प्रसिद्ध झाला. याशिवाय अजून काय हवं. वनस्पतीवरील रोग, महामारीमध्ये वृक्षांचे झालेले अकाली मृत्यू याविषयी असं बोलणं बरोबर नाही. मानव, प्राणी, वनस्पती, कुणीही या आपत्ती, विपत्ती आणि महामारीपासून सुटलेले नाहीत. त्यामुळं जाई, जुई, चमेली, शेवंती, मोगरा, चाफा सर्वांनी संत्र्याची माफी मागावी. चला लवकर.

(दृश्य : सभा स्तब्ध होते. जाई, जुई, चमेली, शेवंती, मोगरा, चाफा पुढं येतात.

महाराजांना नमस्कार करून संत्र्याची सर्वांसमक्ष माफी मागून निघून जातात. प्रधानजी बोलण्यास पुढं येताच सागवान ओठातल्या ओठात हसत आहे, असं सर्वांना दिसतं. हे बघून महाराज वटवृक्षांचा क्रोध अनावर होतो. त्याचवेळी पिंपळ महाराजांना बोलण्याची विनंती करतात.)

वटवृक्ष : काय बघतो मी हे. कुऱ्हाड तर पोलादाची; परंतु वृक्ष संहारासाठी तिला दांडा मात्र आपलाच. वा वा! काय मानव आणि काय विचार आपल्याही प्रजातींचे. मुळात सागवान तर अवैध कत्तली तथा चोरीसाठी महत्त्वपूर्ण प्रजाती. असं असतानाही सभेत असं हसणं शोभतं का? बाभूळ, वेण, धावडा, बोर, भराटी, पांगारा, बकूळ, बिजा, अर्जुन, कदंब, काटेसावर, श्वेतसावर, चिंच, चिचबिलाई, चंदन, केवडा, मोह, श्रीफळ, सागवान, खैर, टेंभूर, सालई, आंबा, औदुंबर, अंजीर, सुबाभूळ, कडुनिंब, बिब्बा, बहावा, बचूनाग, कण्हेर, गोंगला, रुई, मंदार ज्या कुणाला बोलायचं आहे, त्या सर्वांनाच संधी मिळणार आहे, हे माहीत असूनही दूरदर्शनवरील कार्यक्रमात डिबेट करणाऱ्या राजकीय नेत्यांसारखं मूळ प्रश्नाला बगल देत प्रश्नांची दखल न घेता वर्तन करणं निंदनीय होय. कारण राजकारण्यांना राजकारण करायचं असतं. उद्या भारतावर अफगाणिस्तानसारखी तालिबानी राजवट आली अथवा खुरासान, गजवा एक हिंद ह्या संकल्पना साकार झाल्यास, ते ताबडतोब विमानांनी जाऊन सुरक्षितरीत्या विदेशात सुखानं राहतील. मरतील, बळी ठरतील, धर्मांतर करतील ते, ज्यांनी त्यांच्यावर विश्वास ठेवला. तेव्हा कुणावर, किती, कसा, केव्हा आणि का विश्वास ठेवावा? म्हणून एकीच्या बळाची किमया जरा अंगीकारा. म्हणजे आपल्या भविष्यातल्या कत्तली थांबण्यासह मानवालासुद्धा मागच्या शेकडो वर्षांच्या गुलामीचा विचार करता येईल आणि त्याला थोडं शहाणपण सुचेल, एवढंच.

आपल्या अस्तित्वावर मानव तथा प्राण्यांचं भवितव्य, वास्तव्य पूर्णतः अवलंबून आहे, तरीही हा मानव आंधळा, बहिरा, मुका असल्याचा अभिनय करत जगतो. परिणामतः हा मानव स्वार्थासाठी म्हणजे घरं, रेल्वे, विमानतळं, दवाखाने, मोठमोठी स्टेडियम्स, मॉल्स, औद्योगिक प्रतिष्ठानं, निरनिराळी रत्नं, धातू, कोळसा खाणी, धरणं, अजस्त्र अनेक पदरी रस्ते इत्यादी संसाधनांसाठी तो जमिनीच्या तुकड्यांच्या लांडगेतोडीसह अमानुषपणे जंगलतोडसुद्धा करत असून तो आपल्या वृक्ष प्रजातीच्या नाशाबरोबर आपले आश्रयदाते पर्वतं, टेकड्या, छोटे पहाड यांचाही बळी घेणार. त्यामुळं काही पर्वत, टेकड्या भुईसपाट होणार, तर काही जखमी आपल्या जखमांना कुरवाळत जगत राहणार. अस्तित्वाच्या लढाईसाठी! आपण आपला नाश तर आवाजाशिवाय,विव्हळल्याविना सहन करू; परंतु आपल्या नाशामुळं मानव मात्र तडफडून मरतील. जेव्हा हे त्याला कळेल, तेव्हा

सगळं संपलेलं असेल. चंद्र आपला वनस्पतींचा पोशिंदा. ज्याच्या गुरुत्वाकर्षणामुळं समुद्राला भरती येते, तोच चंदामामा उपग्रह आज पृथ्वीपासून दूर जात आहे. ही गोष्टसुद्धा पृथ्वीवरील कुणाच्याही हिताची नाही, हे सर्वांनी ध्यानी घ्यावं. घटना खगोलीय असली तरी प्रकृतीच्या, मानवाच्या, मानवी भविष्याच्या हिताची नाही.

सगळे वृक्ष : *(एका आवाजात)* महाराज, आपण मानवाला हे कसं सांगायचं? तो तर आंधळ्या विकासकार्यात एवढा रममाण झालाय की, त्याला भविष्यत पिढीसह स्वत:च्या अस्तित्वाचीसुद्धा मुळीच चिंता नाही. म्हणून तर त्याने अणू तथा हायड्रोजन बॉम्बच्या अमर्याद चुलीवर आपल्या धरेच्या विनाशाचा कट रचला आहे. किती कृतघ्न हा मानव. जो स्वत:च्या घराला आग लावून आनंद उपभोगतो. या मानवाच्या शिक्षितपणाचा तथा बुद्धीचा पर्यावरणाला काय उपयोग.

मानवाने आपल्या मुलांना अगदी बालपणापासून पर्यावरणाचं महत्त्व सांगावं. बालवाडीपासून ते प्रायमरी, माध्यमिक, उच्च माध्यमिक, हायर सेकेंडरी कॉलेज, स्नातक, पारंगत, इंजिनीअरिंगपासून ते आयआयटी, आयपीएस, आयएएस या सर्वांना त्यांच्या प्रशिक्षणिक कुवतीनुसार जल, जमीन तथा वृक्ष संवर्धनाची महत्ता शिकवावी. जेणेकरून विविध वृक्ष प्रजातींमध्ये असलेल्या औषधी, अध्यात्म तथा अन्य सर्वसामान्य गोष्टीचं ज्ञान सर्वांना मिळाल्यानं पर्यावरणाकडे बघण्याची दृष्टी बदलेल, यात संशय नसावा.

(दृश्य : भविष्याच्या चिंतेमुळं वातावरणात शांतता पसरली. अशा शांत वातावरणातच पुन्हा एकदा संत्र्याचा प्रवेश होतो. संत्रवृक्ष महाराजांपुढं शांतपणे उभा राहतो. काही वृक्ष आपापसात कुजबुजतात.)

पिंपळ : पहारेकरीऽऽ

निवडुंग : आज्ञा असावी.

पिंपळ : नागफणी कुठं आहे?

निवडुंग : उपस्थित वृक्षसमूहाची व्यवस्था बघत आहे, महाराज.

वटवृक्ष : प्रधानजी, पुढील कामकाज प्रारंभ करा.

पिंपळ : संत्रवृक्ष तुम्हाला फार प्रतीक्षा करावी लागली, त्यासाठी क्षमस्व.

संत्रवृक्ष : हा आपला मोठेपणा महाराज, क्षमा असावी! महाराजाधिराज वटवृक्ष महाराज चिरंजीवी होवो! *(नेमका याच वेळी कण्हेर मध्यात येऊन मोठमोठ्यानं बोलू लागतो.)*

पिंपळ : कण्हेरा, तुला राजदरबारातील रितीरिवाजाची काही माहिती आहे की नाही?

कण्हेर : सगळेच वृक्ष, महावृक्षांचं ऐकतात. आम्हा पामरांना संधी मिळेल की नाही?

पिंपळ : महाराज, माफी असावी! पुढं देवताप्रिय वनस्पतींमध्ये कण्हेरवृक्षाची वर्णी लागणारच आहे, तेव्हा त्यांची महती ऐकू या की.

(दृश्य : तेवढ्यातच संधी साधून बिहाडा पुढं येतो.)

बिहाडा : एक बरं. सागवान हा दावानलात जळून राख होतो. कारण तो मृदू म्हणून; परंतु तो आपल्यासारखा कोळसा होत नाही. त्याच्या बिया भाजल्या गेल्यानं त्याच्या माघारी त्या मात्र उगवतात. त्याची तर वनातून चोरी होते. शाही थाट लेकाचा.

चिंच : सगळी फर्निचर्स तथा दारांच्या खिडक्यांच्या चौकटी, अगदी सगळ्यांची पसंती हा सागवान. त्यात ऊनवारा पावसातही टिकाऊ म्हणून कदाचित इंग्रजांनी याला 'टीकवुड' नाव दिलं असावं. म्हणूनच याची ही मिजास. दुसऱ्याला हसतो धूर्त कुठला.

बाभूळ : माझा तर लोकं राग राग करतात आणि माझ्या पाल्यानं, काडीनं दंतधावन करतात. माझा डिंक खातात आणि मलाच आडजात म्हणून हिणवतात. माझ्या शेंगांमध्येसुद्धा कितीतरी व्हिटॅमिन्स आहेत. आम्ही आडजात म्हणजे आम्हाला केव्हाही, कधीही, कुठंही तोडा नि वापरा. एक बरं झालं की, संत्र्याच्या झाडावरची महामारी (कोळशी) तथा त्यात संत्र्याच्या मोठमोठ्या बागाच रोगाच्या भक्ष्यस्थानी पडल्यानं हजारो लाखो टन संत्रवृक्ष अगदी मुळासकट उखडले. त्यानं २०२०च्या पूर्वी सामान्य आणि आताच्या माहामारीत सरणाची मोठी गरज भागवली. त्यामुळं आपल्या आडजातीला जीवनदान मिळालं. म्हणून सगळ्याच आडजात वृक्षांनो, शहीद संत्रा भाऊजींचा जयजयकार करा. म्हणा एका स्वरात, 'शहीद संत्राभाऊजी की जय!' (सगळे वृक्ष संत्र्याचा जयजयकार करू लागतात.)

वटवृक्ष : प्रधानजी, हे काय? थोडा अवकाश मिळाला रे मिळाला, की कुणीही मधे येऊन बोलायला लागतो. तुम्ही-आम्ही कशासाठी आहोत?

पिंपळ : शांत व्हावे महाराजांनी. शिपाई अन्य वृक्षांना असं मधेमधे बोलू देऊ नका. किती वेळापासून संत्रवृक्षाला आपण ताटकळत ठेवलं आहे. संत्रवृक्ष, तुम्ही पुन्हा माफ करा.

संत्रवृक्ष : माझी सगळी कथा ज्ञात आहेच, महाराज. माझी अत्यंत प्रेमानं शेतात केलेली जोपासना. त्यात मग मी असो अथवा माझी भगिनी मोसंबी. आमच्या अतिकाळजीपूर्वक केलेल्या संगोपनामुळं वनातल्या इतर वृक्षांचा जळफळाट होणं साहजिकच; परंतु मी असा तुमच्यासारखा वनातसुद्धा वाढू शकतो. माझी फळं बहुतांश प्राण्यांना आवडत नाहीत आणि सामान्य मानवांना परवडत नाहीत, म्हणूनच माझी जोपासना केली जाते. आता माझ्या अंतरंगात, माझ्या रसात काय काय दडलंय, हे मी सांगतो.

मी विदेशी. भारतात माझी लागवड झाली. मी नागपुरात म्हणजे महाराष्ट्रातल्या

विदर्भात कधी प्रसिद्धीस आलो, हे मलाही कळलं नाही. बाराही मास बहरलेला मी. मला दोन बहर येतात. मे ते जून दरम्यानच्या बहराची फळं ऑक्टोबर ते नोव्हेंबरपर्यंत असतात, तर नोव्हेंबर ते डिसेंबर दरम्यानच्या बहराची फळं ही मार्च, एप्रिल आणि मे या महिन्यांत मिळतात. माझ्या आंबिया बहरापेक्षा नोव्हेंबर-डिसेंबर बहराच्या फळाला मागणी आणि किंमतपण जास्त असते. माझी सर्वसाधारण उंची १६ फूट, तर माझ्यातल्या काही प्रजातींची उंची किमान ५० फुटांपर्यंत असते. जमिनीच्या मातीची उर्वरकता, खतं, वेळोवेळी केलेली मातीची मशागत, सुयोग्य वेळी दिलं जाणारं पाणी; तसंच माझी पर्णं, बहर यांचा खोडकिडीपासून बचाव केल्यास माझ्या फळांची प्रत, गुणवत्ता ही मोठी आणि उत्तम मिळते. पचनक्रिया उत्तेजित करणाऱ्या माझ्या रसात प्रामुख्यानं पुढील घटक आढळतात. भरपूर पाणी, शर्करा, नायसिन, रिबोकिवीन, व्हिटॅमिन बी-६, व्हिटॅमिन-सी, डी, इ, के, कॅल्शियम, लोह, मॅग्नेशियम, फॉस्फरस, पोटॅशियम, सोडियम, झिंक, प्रोटीन, तंतू हाडाचे रोग तथा भूक मंदावणं आणि केसगळती अशा जवळजवळ सर्वच आजारांवर मात देण्याबरोबरच मनाची तृप्ती देणारा मी संत्र! माझ्या फळाच्या सालीचा वापर करून उटणं, फेसपॅकसुद्धा करता येतो. बालगोपाल, वृद्ध सर्वांचं आवडतं संत्र. जंबेरीलाच 'जंबीर' असंसुद्धा म्हणतात; आमचा जन्म इडलिंबातून होतो. इडलिंबाच्या बियांना पेरून ते वृक्ष एक ते दीडफूट वाढल्यावर त्यावर संत्र्याचा डोळा अथवा कलम बांधले जातात; याच कलमांना शेती व्यवसायात 'पनेरी' म्हणून ओळखतात. असं मी संत्र. मूळ वनस्पती वृक्ष नसून एक संकरित वृक्ष आहे.

वटवृक्ष : तुमच्यात विलक्षण गुण आहेत. म्हणूनच तुमची एवढ्या प्रेमानं जोपासना केली जाते. तुमच्यावर आलेल्या कोळशी रोगाची महामारी संपून तुम्हाला तुमचं नियोजित आयुष्य लाभो, ही आम्हा सर्वांची प्रार्थना!

संत्रवृक्ष : एवढ्या प्रेमासाठी धन्यवाद, महाराज!

पिंपळ : पहारेकरी, सगळ्या तरुवरांना सांगा की, सभा उद्यापावेतो स्थगित करण्यात येत आहे.

(दृश्य : पहारेकरी सर्वांना उद्देशून म्हणतो, 'तरुवरांनो, महावृक्षांनो, महाराजाधिराजांच्या आज्ञेप्रमाणे सभा उद्यापावेतो स्थगित करण्यात येत आहे होऽऽ'

दुसरा दिवस उजाडताच दरबाराला सुरुवात होते. प्रधानजी सगळ्या तरुवरांना भेटतात. दरबारात महाराज सदरेकडे येत असल्याची बातमी कळते.)

निवडुंग : महाराजाधिराज वटवृक्ष महाराज राजदरबारात येत आहेत होऽऽ

पिंपळ : महाराजांचा विजय असो! महावृक्ष, तरुवरांनो सर्वांनी सावध व्हावं. सभेला सुरुवात होत आहे. नवीन नियमाप्रमाणे सर्वांनाच सभेत समान संधी मिळेल. सगळे वृक्ष, महावृक्ष आपल्या पर्णांचा विशिष्ट आवाज करत अनुमोदन देतात. त्याचवेळी बेशरम नावाचा छोटा वृक्ष सर्वांच्या नजरा चुकवून सभेत प्रवेश करतो आणि तिथं काय चाललंय हे बघत स्वगत भाषण करतो.

बेशरम : *(स्वगत)* दलदल, घाण, कोरडी जमीन, नाले, नदी, तळं, समुद्राजवळच्या खाड्या, किनारे असा मी बापडा कुठंही जगतो.

(बेशरमचं स्वगत संपण्यापूर्वीच तिथं मंदारवृक्ष प्रवेश करतो.)

मंदार : (स्वगत) अरे, हा नामी बेशरम सभेत आलाच कसा? ही सामान्य तरुवर तथा महावृक्षांची सभा. *(उघडपणे बोलतो-)* अरे, ए बेशरम्या. तुला इथं या सभेत कुणी आमंत्रित केलं?

बेशरम : तुला मिळालं वाटतं आमंत्रण? पण तुझी पोटदुखी कशासाठी?

मंदार : अरे, तुझा तो एक भाऊ गाजरघास अमेरिकन. तो नाही आला तुझ्यासोबत.

बेशरम : तो आपल्या पांढऱ्या टोपीद्वारा गावोगाव पसरून गुरांच्या चाऱ्यासह अनेक वनस्पतींना उगवूच देत नाही. त्याचं बी हे तेलयुक्त आणि खूप हलकं असतं, म्हणून तो वेगानं पसरतो. परंतु मंदारा, कुणाही वनस्पतीला हीन समजू नको. पुढं दिसेल तुला, त्याचाही खत म्हणून मानवानं उपयोग केल्याचं तुला लवकरच कळेल, बरं का.

मंदार : म्हणूनच तर तुला बेशरम म्हणतात. तुम्ही दोघंही वास्तविक महाबेशरम.

बेशरम : मला नाही माहीत मी कुठून भारतात आलो; परंतु हा गाजरघास मात्र अमेरिकन गव्हाबरोबर भारताच्या जमिनीची उर्वरकता नष्ट करण्यासाठी पाठवलेला खास अमेरिकन दूत असावा, असं मला तरी वाटतं.

मंदार : हे तू म्हणतोस? अरे, तुम्ही दोघंही सारखेच. मला तर वाटतं की, तूपण अमेरिकनच असावा आणि ह्या अमेरिकेनं ज्या ज्या राष्ट्रांत धान्य पाठवलं, त्या त्या राष्ट्रांत सहेतूक केलेली ही कुटील कृती होय. अमेरिका आपली नीती केव्हा, कशी, कुठं, कधी, कोणत्या स्वार्थापायी करवेल, यांचा नेम नाही. अमेरिका आज तरी सुधारला असेल किंवा भविष्यात सुधारेल हे सांगणं कठीणच. कारण ब्रिटन एवढ्याशा जागेत आज आक्रसला आहे, तरी आजही आपणच जगावर अधिराज्य गाजवतो, या आविर्भावात तो जगतोय.

पिंपळ : हे काय? बेशरम तू.. मंदार, रुई, घोडिला, पानबिबी, तालिमखाना, जलपर्णी, शेवाळ तुमच्यापैकी रुई-मंदारचं ठीक; परंतु तुमचं इथं काय काम?

बेशरम : प्रधानजी, जाई, जुई, चमेलीनं मागणी केल्याप्रमाणे सर्व प्रजातीला या सभेत बोलायचा अधिकार आहे. मला तुम्ही उल्लू बनवू नका.

(त्याचवेळी दूर्वा आणि दर्भ पुढं येऊन प्रधानजींना म्हणतात...)

दूर्वा, दर्भ (पड्याळ) : मोठा आला प्रधानपद मिरवायला. ना थेरडा, ना तरुण. काक विष्ठेतून जन्म घेणारा नि म्हणे मी पवित्र देववृक्ष, तोंड बघा याचं.

पिंपळ : असं बोलणं शोभतं का तुम्हाला? तुमची महती माहीत आहे तुम्हाला. दूर्वा, दर्भ तुम्हीपण पवित्रतम् तृण वनस्पती आहात. तुमच्यापेक्षा तर तो गटारातला बेशरम चांगला. त्याला तरी कुणाशी कसं बोलावं, याची जाण आहे. तुमच्याविषयी महाराजांशी बोललंच पाहिजे. *(असं म्हणून प्रधानजी निघून जाऊ लागतात.)*

दूर्वा : अहो प्रधानजी, थांबा जरा. नुसता भुईला भार तुमचा. ना कुणाच्या सरणाला कामी येता, ना स्वयंपाकाच्या. म्हणे यांच्या सावलीत ज्ञान मिळतं, दांभिक कुठला.

पिंपळ : हा अपमान सहन करण्याबाहेरचा आहे. मी निघतो.

दूर्वा : तुमच्यावर म्हणे हडळी, भूतं, मुंजा, ब्रह्मराक्षसांचा वास असतो.

(दृश्य : ही असली शाब्दिक चकमक सुरू असताना महाराज सिंहासनारूढ होऊन प्रधानजींना बोलवतात आणि म्हणतात, 'आज स्वागताला नाही आलात. तुम्ही कुणाशी भांडलात की काय?' प्रधानजी काहीच बोलत नाहीत...)

बेशरम : महाराज, क्षमा असावी! मी बेशरम. दूर्वा आणि दर्भानं प्रधानजींचा खूप अपमान केला. महाराजांचा विजय असो! महाराज, मला नाही ओळखलं? मी बेशरम. माझं मूळ नाव मला माहीत नाही; परंतु सर्वच भारतीय मला या नावानं ओळखतात. मलाही बरं वाटतं. माझी काही तक्रार नाही महाराज.

वटवृक्ष : दूर्वात एवढी शक्ती; पण तोही स्वत:विषयी अनभिज्ञ. तसाच पड्याळ म्हणजे दर्भ. या दोघांनाही कदाचित ते कोण आहेत, हेच माहीत नसावं. राहता राहिला सन्मान. तो काही मागून मिळत नसतो. मी राजा. मला गुळवेल काय काय बोलला; परंतु अंती त्यालाही सत्य कळलं, म्हणून प्रधानजी संयम ठेवा.

पिंपळ : तुम्ही या दोघांना सभेतून घालवून द्या महाराज. अन्यथा मी इथं थांबणार नाही.

वटवृक्ष : प्रधानजी, जेव्हा आपण उच्च पदं भूषवतो, त्यावेळी आपल्या आवतीभोवती काही विशिष्ट लोकांचा सहवास असतो. अगदी खरं-खरं बोलणारे, खोटं बोलणारे, गोड बोलून फसवणारे, जसे यात्रेत हवशे-गवशे-नवशे तसेच हे. चापलुशी करून, गोड बोलून, आपली स्तुती करून फसवणाऱ्यांपेक्षा हेच लोक बरे. आपण इथं आपली प्रजाती वाचवण्यासाठी आलो आहोत. आपल्यामुळं मानवच काय, प्राणीही जीवित आहेत. हे सगळं सामान्यांना समजावण्यासाठीच तर जमलो आहोत ना. त्या समस्यांकडे लक्ष देऊ या.

समाजात एक वर्ग असा आहे, जो गरिबांसाठी झगडतो. हे स्वतःच्या वागणुकीतून फक्त दिसतं; परंतु त्यांना हे माहीत आहे की, अंतिम माणूस जर सुधारला, तर आमचं भविष्य काय? एकंदरीत यांच्या वर्तनात, कृतीत आणि भविष्यत कर्मात जमीन-आसमानाचं अंतर असतं. याला आभासी कार्य म्हणतात.

पिंपळ : हे असं का करतात?

वटवृक्ष : सोपं आहे. समाज जागृत झाला, तोही तळागळातला, तर यांचा खोटेपणा पुढं येतो. परिणामतः हे कितीही नौटंकी, तमाशा करोत, तितके लोक यांना नाकारतात. म्हणून राज्यकर्ते हे सर्व सच्चे, संयमित वृत्तीचे असावेत. मात्र, त्यांनाही बदनाम करण्यासाठी मूठभर लोकं सर्वत्र गल्लोगल्ली द्वेषाची महावादळं निर्माण करतात. अंती फसवणूक मात्र सर्वसामान्यांची होते. त्यावेळी सर्वांना पश्चाताप होतो; परंतु लोकांच्या हातून बाजी गेलेली असते. गज मार्गस्थ होताना श्वान भुंकतात, तेव्हा त्यांच्या त्या भुंकण्यामुळं गज कधी भयभीत होताना पाहिला? नाही ना.. मग प्रधानजी कामाला लागा.

पिंपळ : तरीपण महाराज... हे मला किती वाईट बोलले.

वटवृक्ष : 'ज्याचे अंगी मोठेपण, तया यातना कठीण.' सुवर्णाचे दागिने बनवताना त्याला तापवलं जातं, त्यावर हातोडीचे घाव घातले जातात. तीच गत मूर्तीची. टाकीचे घाव सहन केल्याखेरीज दगडालाही देवपण मिळत नाही, आपण तर सामान्य वृक्ष.

(दृश्य : एकाएकी सभास्थानी एकच गलका होतो. काही वृक्ष समूह 'महाराज, वटवृक्षाचा धिक्कार असो' अशा घोषणा देतात. 'आम्हा सर्वांना महाराजांनी कुत्र्याची उपमा दिली. महाराजांचा धिक्कार असो!')

वटवृक्ष : तुम्ही माझे शब्द योग्य तऱ्हेनं ऐका. कुणी भडकवलं म्हणून अविचार करू नका. हे सगळे वाक्प्रचार आहेत, म्हणी आहेत. याचा प्रत्यक्ष तुमच्या कुणाशीही संबध नाही. सगळ्या वृक्षांना जर ही शिवी असेल, तर मग मी कोण? प्रथमतः मी राजा नसून केवळ तुमच्यासारखा एक वृक्ष. नंतर राजा. सगळे शांत व्हा.

दृश्य : सभेत शांतता पसरते. बेशरम पुढं होतो आणि बोलतो.

बेशरम : 'बेशरम, बेशरम' म्हणून मला चिडवता. पण माझ्या मोठमोठ्या फांद्या तोडून गरीब लोकं झोपड्या तयार करतात. वाळलेल्या काड्यांवर स्वयंपाकसुद्धा करतात.

पिंपळ : तुझ्या फांद्यांची झोपडी आणि तुझ्या काड्यांवर केलेला स्वयंपाक किती विषारी होतो, याचा विचार केलास?

बेशरम : मी का विचार करावा? मला वाढण्यासाठी प्रशासनानंच अनेक रिक्त जागा

सोडल्या आहेत. तिथं जर गरजेच्या वृक्षांची उत्तम लागवड केली असती, तर मला जागा मिळाली नसती. बेफिकीर प्रशासनाचे कोटी कोटी धन्यवाद. जे गवत जनावरं खाऊ शकतात, ते गवत माणूस आपल्या घरापुढून काढून टाकतो. मात्र, तिथून काही पावलांवर असलेल्या माझ्या वृक्षांना कुणी हातसुद्धा लावत नाही. हे बघून मानवावरचा माझा विश्वास वाढला, असं मी समजायचं काय?

वटवृक्ष : प्रधानजी, प्रथम या पर्यावरण घातक्यांना बाहेर घालवा.

पिंपळ : हे गाजरघास आणि बेशरम तर वनस्पती जगतातले आतंकवादी आहेत महाराज.

वटवृक्ष : दूर्वा नि दर्भ, प्रधानजींची माफी मागा.

दूर्वा आणि दर्भ : प्रधानजी, आम्ही चुकलो. आम्हाला माफ करा.

वटवृक्ष : जाई, जुई, चमेली, चाफा कोण आहे तिकडं.

चाफा : आज्ञा महाराज.

वटवृक्ष : तुला दूर्वा आणि दर्भ यांची माहिती आणि महत्त्व ठाऊक आहे?

चाफा : होय महाराज.

वटवृक्ष : केवळ दर्भाची माहिती तू सांग. दूर्वाची माहिती देवताप्रिय २१ वनस्पती संच यात पुढं येईल, तेव्हा दूर्वा स्वत: सांगेल.

चाफा : दर्भ हा एक अतिपवित्र तृणप्रकार. भारतात मानवी आर्य संस्कृतीच्या निर्मितीपासून तर्पन, श्राद्धादी कर्म तथा वास्तू मौजीबंधनात याचा वापर केला जातो. हा एक महत्त्वाचा घटक आहे. कारण याचा संबंध मोक्ष तथा वास्तुकार्याशी जोडला जातो. जप, तप, कर्मकांड, पूजा, यज्ञ, श्राद्ध या कार्यात याचा उपयोग सातत्यानं होतो. पिंडदान झाल्यावर पुष्कळ लोकांच्या पिंडाला काकस्पर्श होत नाही किंवा सध्याच्या विकृत पर्यावरणव्यवस्थेमुळं बहुतांश स्थळी काक नाहीतच, तेव्हा मृतकांच्या मुक्तीहेतू दर्भाचा काक तयार करून त्याचा स्पर्शसुद्धा मोक्षप्रद मानला जातो. भारतात हा तृणप्रकार सर्वत्र आढळतो. या तृणास पांढरे मोठ्या आकाराचे तुरे येतात. वऱ्हाड म्हणजे विदर्भात या गवताला 'पड्याळ' असंही संबोधतात. असा हा दर्भ! थोडा उद्धट स्वभावाचा असला, तरी आहे मात्र उदार मनाचा. म्हणून महाराजांनी त्याला माफ करावं.

वटवृक्ष : चाफा, तुम्ही दर्भाला उत्तम प्रस्तुत केलंत, धन्यवाद. ही सभा वृक्षांच्या हक्काचं रक्षण करणारी आहे, सबब एकमेकांची उणीदुणी काढून वातावरण तापवू नका. आवश्यक सूचनांसह पुढील सभेला प्रधानजींनी संचालित करावं.

पिंपळ : जशी आज्ञा महाराज. सभेत ज्या वृक्षाचं नाव घेतलं जाईल, त्या वृक्षानं पुढं येऊन बोलावं. मी मोह या वृक्षाला पाचारण करतो. त्यांनी आपली माहिती अथवा काही अडचण असल्यास ती मोकळेपणानं कथन करावी. मोह वृक्षऽऽ

मोह : महाराजाधिराजांना मोहवृक्षाचे कोटी कोटी धन्यवाद. आपला विजय असो! वृक्षांचा नाश केल्यानं मानव केवळ स्वत:च्या विनाशास कारणीभूत ठरत नसून ज्या डोंगर, कडेकपाऱ्या, शेती, टेकड्या यात आमचं संवर्धन होतं, त्या सर्वांचाच मानव जाणतेपणी सतत विध्वंस करत सुटला आहे.

पिंपळ : टेकड्यांचा, पहाडांचा विध्वंस हा काय प्रकार आहे.

वटवृक्ष : मोहवृक्ष, जे अनुभवलंय ते सगळं सांगा.

मोहवृक्ष : मानव स्वत:च्या सुखसोयींसाठी प्रत्यक्ष प्रकृतीलाच नामोहरण करण्याचा, हरवण्याचा प्रयत्न करत आहे. त्यात विमानतळं, अजस्त्र कारखाने, अतिविशाल मार्ग, महामार्ग, मेट्रो, बुलेट ट्रेन, नवनवे लोहमार्ग यासाठी तो मार्गात येणारे अडथळे दूर करताना टेकड्या, पहाडं, डोंगरदऱ्या यांचा विध्वंस करतानाच तिथली वनराई म्हणजे प्रत्यक्ष महावृक्षांसह सामान्य वृक्षांचंही शिरकाण करण्यासह आमची समस्त आश्रयस्थानं नष्ट करत चालला आहे. जसा सिकंदर जग जिंकण्याच्या लालसेनं निघाला; मात्र त्याला त्याचा उपभोग घेता आला नाही. भविष्यात हीच गत आधुनिक युगातल्या सामान्य मानवाची हा मानवच करणार, यात वाद नाही.

वटवृक्ष : अगदी मनातलं बोललात तुम्ही; परंतु राग मानू नका. मी असं ऐकलंय की, तुमच्या फुलाद्वारे निर्मित मदिरा मानवांच्या संसाराचा, जीविताचा नाश करते. यात किती तथ्य आहे?

मोहवृक्ष : 'दिसतं तसं नसतं' महाराज. वास्तविकता मात्र याहून अतिभिन्न असते.

वटवृक्ष : ती वास्तविकता काय हेच तर कळायला हवं लोकांना.

मोहवृक्ष : मला दारूचा, मदिरेचा वृक्ष म्हणून बदनाम करतात. मग काजू, द्राक्ष, संत्र, तांदूळ आदी फळं तथा गव्हाचाही दारूसाठी वापर केला जातो आहे. त्यांना दूषणं देण्याची हिंमत समाजात का नाही? मी जंगली म्हणून? तर ऐका महाराज, माझी आठ इंच लांब, तसंच चार इंच रुंद अशी पर्णं. पूर्वी लोक गरीब होते, तेव्हा सर्वत्र समारंभात माझ्या पर्णांच्याच पत्रावळींचा जेवणासाठी उपयोग व्हायचा. गरीब-श्रीमंत सगळेच माझ्या पत्रावळीवर जेवणाचा आस्वाद घ्यायचे. नवीन ज्वारी निघताच खळ्यात माझ्या पर्णांxवर पानगे भाजले जायचे. आम्रवृक्षासारखाच मी दाट डेरेदार वृक्ष. मला फुलं आल्यावर उघडा बोडखा होतो, तो केवळ पानगळीमुळं. मात्र, त्याचा संबंध लोक माझ्या फुलांशी जोडतात, हा अन्याय आहे महाराज.

माझी फुलं दुधावरच्या सायीच्या रंगाची. ती उमलल्यावर प्राजक्तासारखी टपटप खाली गळतात. अस्वलांना खूप आवडतात. याशिवाय इतरही काही प्राणी ती खाण्यासाठी गर्दी करतात. कदाचित त्याचवेळी तिथं मानव ही फुलं गोळा करण्यास पोहोचतात. माझ्या

फुलांना खाणारांच्या गोतावळ्यात मोर, कपोत, पोपट, सांबर, नीलगाय, अस्वल, रोही, रानगवे, कृष्णमृग, कोल्हे यांची सूर्योदयापासून तर पोट भरेपर्यंत त्यांची ये-जा सुरूच असते. माझ्या फुलाद्वारे एक पाक तयार केला जातो, त्यापासून निर्मित गुळाला 'राब' असं म्हणतात. माझ्या फुलांचा भर वैशाख (मे) ते ज्येष्ठ (जून) यांच्या मध्यापर्यंत असतो. माझ्या फळांना 'टोळं' म्हणतात. याचं तेल खाण्यापासून ते साबणादी वस्तूत वापरलं जातं. टोळंपासून लोण्यासारखा पदार्थ निर्माण होतो. म्हणूनच इंग्रज लोक मला 'द इंडियन बटर ट्री' या नावानं संबोधत असतात.

माझ्या फुलांना सडवून जशी मदिरा निर्माण केली जाते, तसाच प्रकार करून त्यात अनेक वनौषधी घालून जनावरांमध्ये प्रतिकारक्षमता निर्मितीसाठी ते विशिष्ट पेय निर्मितात. त्याला खेडूत भाषेत 'गोडा' म्हणायचे. ते जनावरांना पाजलं जात असे. मानवाला पावसाळ्यात सतत ऊर्जा, उष्मा ; तसंच प्रतिकारशक्ती वाढवण्यासाठी माझ्या पुरणपोळ्या करून खाल्ल्या जात असत. त्याला कुणी मोहाची पुरणपोळी, तर कुणी मोह पानोळ्या म्हणत असत. आजचं मात्र माहीत नाही. भाजलेली अंबाडीची बीजं तथा माझी भाजलेली फुलं एकत्रित खाल्ल्यानं वात रोगावर नियंत्रण मिळवता येतं. माझ्यावर उत्तमोत्तम संशोधनं केल्यास मी आज जगात सर्वोत्तम ऊर्जास्रोत म्हणून लौकिकास पात्र होऊ शकतो. मात्र, संवेदनेची गरज आहे. माझं म्हणणं एवढंच महाराज की, चारोळी, बिब्ब्यातली गोंडबी ;तसंच खिरणी जंगली म्हणून यांच्यावरही गहन संशोधनं व्हावीत.

(दृश्य : याचवेळी सभेत द्राक्षांच्या घडानं लगडलेल्या द्राक्षवेलींचा प्रवेश होतो. ते दृश्य बघून सभाजन वृक्ष हसायला लागतात.)

पिंपळ : सभाजन वृक्ष हो, असं कुणाला हसू नये. द्राक्षवेलीपण सुंदर आहेत, त्यांच्यात असं हसण्यासारखं ते काय?

वटवृक्ष : ह्या सगळ्या द्राक्षवेली, यांचेही अनेक प्रकार आहेत.

पिंपळ : होय महाराज.

वटवृक्ष : द्राक्षवेलीपैकी कुणा एकीला बोलवा.

पहारेकरी : द्राक्षवेल, हजर होऽऽ

द्राक्षवेली (काळी) : महाराजांचा विजय असो! मी काळी द्राक्षवेल. मला सुकवून माझा सुकामेवा म्हणून काळा मनुका प्रसिद्ध आहे. माझ्या नियमित सेवनानं मधुमेहासह रक्तदाब नियंत्रित होतो. माझ्यातला 'रेसवटॉल' नावाचा पदार्थ रक्तात इन्सुलिनची मात्रा वाढवण्यास मदत करतो. याशिवाय स्मरणशक्ती, एकाग्रता वाढतेच ; परंतु मायग्रेनसारखा

लागट रोगही बरा होण्यास मदत होते. माझ्यातलं सायटोकेमिकल्स हृदयाला स्वस्थ ठेवतं. शिवाय माझ्या नियमित सेवनानं वजनही घटतं. हृदयाघाताचा धोका कमी करण्यास मदत करतो. बॅड कोलेस्ट्रॉल नियंत्रणात राहतं.

माझ्या बाकी प्रजातीमध्येही हे सगळे गुण असले, तरी त्यात कफ वाढवण्याचा एक गुण असतो. कफाधिक्य असणाऱ्यांनी अन्य द्राक्ष तथा मनुका प्रमाणात किंवा कफ नसताना खाव्यात. माझ्या बाकी प्रजातींमधली शर्करा ही शक्ती वाढवते, ताजेपणा देते, श्रमपरिहार होतो; परंतु मधुमेहींनी मात्र माझ्या काळ्या द्राक्षासह काळ्या मनुक्यांचा वापर नियमित करावा. आमच्यात सरसकट अँटिऑक्सिडंट्स असतातच; शिवाय शरीरात कोणत्याही कारणानं विष म्हणजे टॉक्सिन गेलं असल्यास त्याचंही परिमार्जन होतं. अन्य जंतू अर्थात बॅक्टेरिया, जिवाणू म्हणजेच फंगस यांचा नाश होतो. कोणत्याही जिवाणू, कीटाणूची लागण तयार करण्याऱ्या तत्त्वप्रणालीचा नाश करून पोलियोविरुद्ध लढण्यासही मदत करते. आनंदाची बाब म्हणजे आज भारत पोलियोमुक्त आहे. माझं नियमित सेवन केल्यानं अस्थमासारख्या आजारापासून आराम मिळतो. नवी शक्ती मिळते. सबब काळी द्राक्षंच सेवन करावीत. अन्य स्वस्थ लोकांनी विविध द्राक्षांचं सेवन करावं.

मी काळी द्राक्ष. माझ्यात तथा अन्य द्राक्षांमध्येही ब्रेस्ट कॅन्सर, लंग्ज, प्रोस्टेड ग्रंथी आणि आतड्यांमध्ये होणाऱ्या कर्करोगाचा धोका संभवतः टळतो. माझ्यात अथवा अन्य द्राक्षांमध्ये साखर, ऑर्गेनिक ॲसिड, पोलिओस प्रचुर मात्रेत असते. त्यामुळं अपचन, गॅस, जळजळ नष्ट होते; शिवाय नेत्रज्योत सुधारते. डोळ्याखालची काळी वर्तुळं तथा त्वचेवरच्या सुरकुत्या कमी करण्यासाठी मी काळी द्राक्ष तथा माझ्या अन्य द्राक्ष प्रजाती सर्वतोपरी मदत करून मानवी जीवनात आनंद निर्माण करतात. काही मदिराप्रेमी माझी खराब झालेली द्राक्ष सडवून, त्याचा मद्यार्क तयार करतात. यासाठीच मागच्या पर्वात मोहवृक्षानं आमच्या प्रजातीचाही उल्लेख केला, ते न्यायाला धरूनच. अशा आम्ही द्राक्षवेली.

***

प्रवेश दुसरा

(दृश्य : द्राक्षवेलीचं निवेदन संपलं. सभा काही काळासाठी स्थगित करण्यात आली. सगळे वृक्ष आपापसात, आपापली सुखदुःखं सांगू लागली. त्याचवेळी त्या सगळ्या वृक्ष समूहात खिरणी नामक वृक्षाचा प्रवेश होतो. दुसऱ्या दिवशी सभेला सुरुवात होताच प्रथमतः खिरणी प्रवेश करतो.)

निवडुंग : महाराजाधिराज सिंहासनावर विराजमान होत आहेत होऽऽ

पिंपळ : महाराजांचा विजय असो! महाराजांना सादर वंदन!

वटवृक्ष : आज कोण आहेत नवीन. पाठवा त्यांना.

पिंपळ : खिरणी, या तुम्ही.

खिरणी : महाराजाधिराजांना कोटी कोटी धन्यवाद. महाराजांसह सर्व सभाजनांना माझे सादर नमन. महाराजांचा विजय असो! माझ्या स्त्रीलिंगी नावावर जाऊ नका. मी एक रसाळ फळांचा महावृक्ष; परंतु मी जंगली,रानटी वनातला म्हणूनच कदाचित बाकी सुक्यामेव्यासारखी माझी फळं आणि माझे गुण कुणीही तपासून बघत नाही, हे माझं दु:ख आहे महाराज.

वटवृक्ष : मी ओळखतो तुम्हाला; परंतु माझ्या माहितीप्रमाणे तुमची प्रजाती सातपुडा पर्वतरांगेतच मिळते. देशभराच्या वनात नाही. हेच कारण तुमच्या फळावर कित्येक जिज्ञासू लोकांची नजर गेली नाही, असं मला वाटतं. सर्वत्र जोपासना आणि लागवड केल्यास मला वाटतं तुमची फळं सर्व सामान्यांसाठी मौल्यवान ठरावी.

खिरणी : काही ठिकाणी माझी एकल वृक्ष आहेत. म्हणून ती फळहीन आहेत. मोहदादाने आपल्या मनातली खंत योग्य तऱ्हेनं व्यक्त केली. मोहाला बळी पडून मोह वेचायला गेला आणि अस्वलाचं भक्ष्य ठरला; परंतु असं कधी ऐकलं का महाराज की, खिरणीची फळं गोळा करायला गेला आणि कुणा हिंस्र श्वापदाचं भक्ष्य ठरला?

वटवृक्ष : अगदी बरोबर.

खिरणी : आपला कोकणी काजूबाबा. डसरा चावरा, परंतु त्याची मनोभावे सेवा. तिथंच भल्लातक अर्थात बिब्बा गोडंबी देणारा, त्याची मात्र जंगली म्हणून उपेक्षा. तीच गत माझीही. एक मायचा, एक मावशीचा - असं वागणं बरं नव्हे. गावठी आणि रानटी वनस्पतींकडे यादृष्टीनं बघणं आणि असला भेदभाव करणं, करवणं किंवा करवून घेणं बरं नव्हे. तसं बघता सुक्यामेव्यात चारोळीपण मागं नाही; परंतु तिचीही तीच गत आहे. माहीत नाही बिचारी श्रीलंका, बांगलादेशात तरी पोहोचली की नाही. महाराज मी चंद्रग्रहाचं प्रतिनिधित्व करतो.

वटवृक्ष : खिरणी, तुमचं म्हणणं अगदी बरोबर. आम्ही सगळे तुमच्या मताशी सहमत आहोत. मायमावशीचा खेळ तर हे सगळे मानवच खेळतात, यात आपण काय करू शकतो?

खिरणी : मानवांमधले वनसंशोधक, कृषी संशोधक आणि कृषीवनांच्या वैज्ञानिकांनी या रानमेव्यावर संशोधनं करावीत आणि नुसती संशोधनंच नाही, तर वृक्ष लागवडीमध्ये माझ्यासारख्या वृक्षप्रजाती, अर्थात बिब्बा, चारोळी आणि असल्या अन्य वृक्षांची

प्राधान्याने आवर्जून लागवड करावी. यामध्ये प्रामुख्याने टेंभूर वृक्षाचाही एक रानमेवा म्हणूनच समावेश करावा. कारण टेंभूर पिकवल्यावरच खाता येतो. तो सुकवता येत नाही, एवढंच. मूळ उद्देश हाच की मानवांमधल्या उपेक्षितांसाठी जर मानव न्यायाच्या गोष्टी करतो, तर मग आम्हालाही वनवासी, रानटी म्हणूनच न्याय द्यावा आणि नव्या पिढीला आमचीही ओळख करून द्यावी, हा माझा महाराजांच्या दरबारात आग्रह आहे; तसंच उपेक्षितांमध्ये तर एरंडवृक्षसुद्धा आहे. त्याच्याबाबतसुद्धा व्हावी तेवढी संशोधनं झालेली नाहीत.

पिंपळ : मी खिरणीच्या मताशी मुळीच सहमत नाही. कारण औषधी तथा औद्योगिक सगळीकडेच हा एरंड म्हणजे इंग्रजी 'कॅस्ट्रॉल' याला तेलबिया म्हणून भरपूर महत्त्व आणि वाव आहे.

वटवृक्ष : सभेत एरंडवृक्ष हजर आहे काय?

पिंपळ : नाही महाराज..

वटवृक्ष : बोलवा त्यांनाही.

(दृश्य : प्रधानजी एरंडवृक्षाला बोलवणं पाठवतात. त्याचवेळी उपस्थित तरुवरांसह बाहेरून आलेल्या काही वृक्षांचा समूह वटवृक्षाच्या निषेधार्थ घोषणा देतात, 'वृक्ष एकता झिंदाबाद'. हा घोष ऐकताच महाराज वटवृक्षांचा क्रोध अनावर होतो. ते क्रोधानं हलू लागताच, आजूबाजूचे वृक्षही हलू लागतात.)

वृक्ष समूह : महाराज, क्षमा असावी. सभा जर महावृक्ष तथा मध्यम वृक्ष प्रजातींची आहे, तर इथं या शूद्र एरंडाचं काय काम?

(दृश्य : त्याचवेळी बकूळ राजदरबारात प्रवेश करून महाराजांना बोलू लागतो.)

बकूळ : महाराजाधिराजांनी माझी आठवण मात्र नाही काढली. मी तर पौराणिक मान्यतेचा; महावृक्ष. शिवाय देवताप्रियसुद्धा. 'मानस कन्या कण्व मुनिची बसुनी वनी एकांती, गुंफिते माळ बकूळ फुलांची' ह्या ओळी ऐकल्या नसाव्यात महाराजांनी.

पिंपळ : तुम्हाला बोलायचं तर बोला, उगाच बिचाऱ्या शकुंतलेला का आणता आहात सभेत.

बकूळ : अगदी उगवल्यावर केवळ दहा दिवस जगणाऱ्या वनस्पतीलाही या सभेत बोलण्याचा अधिकार असावा, या मताचा मी तरी पुरस्कर्ता आहे. माझी फुलं मोहक

सुगंधाची, लांब दांडीची म्हणून ती एकमेकांत वेणीप्रमाणे गुंफली जातात. धाग्याविनाही ती माळून माझ्या फुलांची वेणी तयार करता येते. मंगळदोष निवारणार्थ माझ्या मुळाचा उपयोग केला जातो. माझ्यासोबत मंगळ दोषपरिहारार्थ बिल्वमूळ, जटामासी, मुसळी, माझं मूळ, चंदन, जास्वंदाची लालफुलं, बला अर्थात लाख, हिंगुल, मैलश्री, खिरणी, सिगरक, मलकागुणी, गोदंती अर्थात हिंग या सर्व सामग्रीचं चूर्ण तयार करून स्नानापूर्वी पंधरा मिनिटं पाण्यात घालून ठेवावं. या द्रव्यानं केलेल्या स्नानाला 'औषधी स्नान' म्हणतात. या स्नानानं तीव्र मंगळाचीही शांती होते. कार्यकाल ४० दिवसांचा. गरजेनुसार वाढवताही येतो.

आपले महाराज वटवृक्ष प्रत्यक्ष विष्णुरूप आणि प्रधानजी पिंपळ प्रत्यक्ष वैराग्य. याशिवाय रुद्राक्षापासून तो तरोटा, गोखरूच काय तर बिहाडा, आवळी, हिरडा, याशिवाय गौरीगणेश पूजनातील २१ महत्त्वाच्या वनस्पती आणि नवग्रहांचा प्रभाव नष्ट करणाऱ्या १८ वनस्पतींना महाराजांनी या सभेत प्राधान्य द्यावं. जेणेकरून मानवाला कळावं की, वनस्पती म्हणजे काय? अष्टोप्रहर प्राणवायूचं उत्सर्जन करून मानवाला उपकृत करणारे आमचे प्रधानजी पिंपळ, तर त्यांचीच एक छोटी बहीण तुळस. तीही हेच कार्य करते. शिवाय तिच्यात औषधी गुणांचा सागर आहे. आल्याला वाळवून बनलेली सुंठ आणि तुळशी पर्णांसह आलं, गवती चहा आणि बिल्वपत्रासह निर्मित काढा नवसंजीवनीचं कार्य करतो. म्हणून महाराज, छोटा-मोठा कुणीही नाही. आम्ही सगळे सृष्टीचे हितैषी. सबब काजूच्या श्रेणीच्या बरोबरीनं बिब्ब्याचाही सन्मान व्हावा, एवढंच. महाराजांना कोटी कोटी नमन.
(बकूळ सभास्थळावरून निघून जातो.)

(दृश्य : नेमकं त्याचवेळी बिल्ववृक्षासह पलाश, दोघंही घाईघाईतच दरबारात प्रवेश करतात.)

वटवृक्ष : प्रधानजी, प्रथमतः केलेली चूक पुन्हा होऊ नये. म्हणून बकूळानं सुचवलेल्या २१ वनस्पतींसह १८ वनस्पती समूहाला प्राधान्य देऊन मग पुढच्या वनस्पतींचा विचार करावा.
पिंपळ : जशी आपली आज्ञा महाराज!
वटवृक्ष : देवताप्रिय आणि ग्रहदोष निवारण करणाऱ्या वनस्पती एकूण किती?
पिंपळ : पहिली २१ आणि दुसऱ्या १९ आहेत महाराज.
वटवृक्ष : उशीर कशाला? बोलवा की सर्वांना एकेक करून.
पिंपळ : देवताप्रिय वनस्पतींमध्ये माझंही नाव आहे महाराज; परंतु माझा परिचय तर आपणच करून दिलात. मग पुन्हा परिचयाची गरज नाही, असं मला तरी वाटतं.

वटवृक्ष : त्या सर्वच वनस्पतींसह तुमचासुद्धा पुन्हा परिचय व्हावा. म्हणून आपणालाही परिचयासाठी दरबारामध्ये यावं लागेल.

पिंपळ : जशी आपली आज्ञा महाराज.

१. मधुमालती, २. माका, ३. बिल्व, ४. दूर्वा, ५. बोर, ६. कृष्णकनक, ७. तुळस, ८. शमी, ९. आघाडा, १०. डोरली, ११. कण्हेर, १२. रुई, १३. अर्जुन, १४. विष्णुकांता, १५. डाळिंब, १६. देवदार, १७. मरवा, १८. पिंपळ, १९. जाई, २०. केवडा, २१. अगस्ती.

वटवृक्ष : देवताप्रिय वनस्पतींमध्येसुद्धा आपण आहात ही सर्वांसाठीच गौरवास्पद बाब आहे. या सर्वांशी संवाद साधण्याचा योग तथा या वनस्पतींबरोबर हितगुज करणं आमचं परम भाग्य. सर्व दिव्य वनस्पती तथा वृक्ष, महावृक्ष एवं तृणवृक्षांनो, आपणा सर्वांचं महासभेत स्वागत आहे. आपणा सर्वांना माझा नमस्कार!

पिंपळ : महाराज, वनस्पती तथा वृक्ष, महावृक्ष, तृण यांचं म्हणणं असं की, पुनरावृत्ती आणि वेळ वाचवणे हेतू मागच्या परिचयासाठीचा नामोल्लेख करून वृक्ष अथवा वनस्पती किंवा तृणवनस्पतीचं नाव उच्चारून त्यांना मंचावर बोलावू, या कृतीद्वारे वेळेची बचत होईल.

वटवृक्ष : हे तर अतिउत्तम. प्रधानजी, यामुळं आपला अमूल्य वेळ वाचेल. धन्यवाद!

नागफणी : मधुमालती यांनी महाराजांपुढं आपला परिचय द्यावा.

मधुमालती : महाराजांचा विजय असो! पहारेकरी तथा प्रधानजींना माझे धन्यवाद. महाराजांना माझं नमन. सर्व वृक्षप्रजातींना माझं नमन. मी देवताप्रिय वनस्पती, मला उन्हाळ्यात भरपूर पाणी दिल्यास उत्तम बहर येतो. माझी पुष्पं थोडी वाकडी तथा रंग पांढरा; तसंच त्यांचा चित्तवेधक सुगंध सर्वांना मोहित करतो. माझ्या वृक्षाची लागवड केल्यावर किमान तीन वर्षांनी मला फुलोरा येतो. गणरायासाठी माझी २१ पर्णंतथा भगवती दुर्गा, हरितालिका, मंगळागौर आणि ज्येष्ठागौरींसाठी १६ पर्णांची जुडी असते. मी एक सामान्य वृक्ष श्रेणीत मोडते. माझ्यानंतर माका यांनी स्वतःचा परिचय द्यावा, ही विनंती.

माका : ताई मधुमालती, धन्यवाद. महाराजांचा विजय असो! साधारण अवस्थेपेक्षा ज्या जमिनीत जळाची अधिकता थोडी जास्त असते, तिथं माझं अधिष्ठान असतं. माझा समावेश खुरट्या वनस्पतींमध्ये केला जातो. किमान दहा ते सहा इंचाची रोपं जमिनीवर समांतर पसरतात. पर्णं थोडी बारीक, चिंचोळी, लांबट तथा छोटी असतात. बाराही महिने ज्या मातीत ओल असते, ती जमीन मला फार आवडते. कोकण प्रांतामध्ये पितृपक्षात माझं फार महत्त्व असतं. माझ्यात अनेक औषधी गुण आहेत. माझ्या दोन प्रजाती. एक हिरव्या दांडीची, तर दुसरी काळ्या दांडीची. पैकी काळ्या दांडीचा माका म्हणजे 'भृंगराज' सर्वत्र उगवत नाही. काळ्या माक्याची फुलं काळी असतात; परंतु आम्हा दोघांची चव तथा गुण

हे समान असतात. गुणाने तीक्ष्ण, किंचित कडू तासीर प्रकृती उष्ण. डोळे, केस, दात यांच्या आरोग्यासाठी मी संजीवनी. कफ, पोटातला वायू, दमा या आजारात अत्यंत गुणकारी. कावीळ या रोगात माझ्या पर्णांच्या किमान १० एमएल म्हणजेच दोन चमचे रसात, चार ग्रॅम मिरपूड घालावी आणि तो रस दह्यात कालवून संबंधित रुग्णास सात दिवस ही मात्रा द्यावी. तेही केवळ एक वेळ सकाळी. मात्र, वैद्यांच्या सल्ल्याशिवाय हे औषध घेऊ नये, स्व-वैद्य होऊ नये. महाराज तथा प्रधानजींसह उपस्थित वृक्ष, महावृक्षांसह सर्वांचे आभार. कृपया बिल्ववृक्षानं स्व-निवेदनास प्रारंभ करावा.

बिल्व : माका-भृंगराज, धन्यवाद. मी देवताप्रिय वृक्षश्रेणीत येतो. गणपती, दुर्गादेवी, हरितालिका, मंगळागौर तथा ज्येष्ठागौरी यांची मी प्रिय वनस्पती. हिमालयाचा बर्फाने वेष्टित प्रदेश वगळता मी भारतात सर्वत्र असतो. माझी विशिष्ट प्रजाती विकसित करून उत्तर भारत तथा अन्य ठिकाणी औषधं, सरबतं, मुरंबे आदींसाठी माझी लागवड केली जाते. त्यात माझी फळंही मोठी तथा मगजदार असतात. माझ्या मुळाला 'ॐ नमो घृणी आदित्याय नम:' या मंत्रजपानं दहा हजारवेळा सिद्ध केल्यास किमान पाच वर्षंपावेतो माणिक या रत्नाचं फळ मिळतं. सदर मुळंही ताईतामध्ये सुवर्ण, ताम्र, रौप्य, अष्टधातू यामध्ये धारण करावीत. मला नित्य पाणी घालणं, घरात लावणं तथा मला अर्घ्य दिल्यानं लक्ष्मी प्रसन्न होते. विषयुक्त प्राण्यांचा तथा घरात सर्प संचार वर्जित होतो. 'त्रिनेत्रम् त्रिगुणाकारम् एक बेलम् शिवार्पणम्' या मंत्रानं शंकराला मनातल्या हेतूने १०८, १००८, एक लक्ष आठ या संख्येनं पर्णं वाहावीत. मनोकामनांची पूर्ती तथा संकट निरसनासह मोक्ष प्राप्त होतो. माझ्यानंतर दूर्वा या तृणवनस्पतीला मी सभेत पाचारण करतो. कृपया त्यांनी आपलं महत्त्व सांगावं. अजून एक महत्वाची बाब म्हणजे, शास्त्रात असं सांगितलं जातं की, प्रेतयात्रा माझ्या वृक्षाखालून गेल्यास मृतकास मोक्ष मिळतो.

दूर्वा : महाराजाधिराज वटवृक्ष, प्रधानजी पिंपळ तथा उपस्थित सर्व वृक्ष, महावृक्षांसह सर्वांना माझे कोटी कोटी प्रणाम! महाराज, माझं दुसरं नाव 'हराळी'. मी अश्वाचं आवडतं खाद्य आहे. मी देवताप्रिय वनस्पती असून मलाच 'दूर्वा' म्हणतात. श्रीगणपती बाप्पाची आवडती वनस्पती. माझ्याबरोबर हळद एकत्र करून वाटून लावल्यास त्वचेवरचा मुरूम, काळेडाग दूर होतात. कडुनिंब तथा दूर्वाचा एक एक चमचा रस रिकाम्या पोटी घेतल्यास मधुमेह नियंत्रण सुलभ होते. नेत्रांची समस्या असणाऱ्यांनी अनवाणी पायानं दूर्वांवरून चालल्यास नेत्र विकार दूर होतात.

(सूचना : ज्यांना दमा असेल, त्यांनी दूर्वांवरून अनवाणी चालू नये, असं आयुर्वेदशास्त्र सांगतं, सबब सावधान.)

चव तुरट, प्रोटीन, कार्बोहायड्रेड, कॅल्शियम, पोटॅशियम याचं भांडार असून माझी पर्ण कांडासह चावून खाल्ल्यानं तोंडातला अल्सर बरा होतो. पित्त, बद्धकोष्ठ असताना माझा उपयोग करावा. यकृत तथा लैंगिक आजारांसह स्त्रियांच्या मासिक पाळीची अनियमितता दूर होते. शरीरातली अतिरिक्त उष्णतापण कमी करते. मी स्त्रियांच्या गर्भाशयासाठी उत्तम टॉनिक आहे.

अमृतकुंभाचं हरण करताना माझ्यावरसुद्धा काही थेंब पडले होते. ते अमृत सापांनी आपल्या जिभांनी जेव्हा चाटलं, तेव्हा त्यांच्या जिभा दुभंगल्या, अशी कथा पुराणात दिली आहे. नाकातून अचानक होणाऱ्या रक्तस्त्रावाला 'घोळणा फुटणं' असं म्हणतात. त्यावेळी माझ्या रसाचा एक एक थेंब हळूहळू नागपुडीत टाकावा किंवा रस थेट नाकपुडीत पिळावा. मी जिथं विद्यमान तिथं जमिनीखाली जलस्त्रोत असतो. भगवान शंकराला दूर्वासुरास पराजित करणं जेव्हा शक्य झालं नाही, तेव्हा आपल्या पित्यासाठी श्रीगणेशानं महाविशाल रूप धारण करून दूर्वासुराला गिळंकृत केलं, तेव्हा त्यांना भयंकर दाह झाला. त्यावेळी त्यांना माझाच रस देण्यात आला, तेव्हा त्यांना आराम मिळाला. कदाचित तेव्हापासूनच मी त्यांची आवडती वनस्पती होऊन २१ पर्णांची दूर्वाजुडी वाहण्याची प्रथा निर्माण झाली असावी.

स्त्रियांच्या अनियमित मासिक पाळीत सुलभतेसाठी माझा रस खडीसाखरेबरोबर द्यावा. माझा गुण थंड, तृष्णा कमी करतो. उलटी थांबते. अंतर्दाह कमी होतो. थकवा, कफ, ग्लानी दूर करून तोंडाला चव आणणारी मी. मला तांदळात वाटून लावल्यास मस्तकशूळ दूर होतो. पूर्वीच्या काळी ताप उतरवण्यासाठी माझी मुळं एकत्रित करून मनगटावर बांधत असत. वैद्यकशास्त्रात तथा धार्मिक विधीत मी महत्त्वाचा; परंतु आहे एक क्षुद्र तृण. माझ्या २१ पर्णांच्या जुडीनं प्रेतावर जलाचं प्रोक्षण करून प्रेताच्या मस्तकी दूर्वा जुडी वाहिल्यानं मृतकास मोक्ष प्राप्त होतो, असं शास्त्र सांगतं. माझ्यानंतर बोर या वृक्षानं आपल्या उपयोगितेसह अनुभव सांगण्याची कृपा करावी.

बोर : दूर्वा आपले मनापासून आभार. महाराजांचा विजय असो! महाराजांसह प्रधानजी तथा सर्व उपस्थितांना माझे शत् शत् प्रणाम! मी भारतातला बर्फाच्छादित प्रदेश वगळता सर्वत्र आढळते. मी काटेरी वनस्पती असून माझी उंची किमान चार ते पाच मीटर असते. माझे अनेक प्रकार आहेत. त्यातला 'कलमी बोर' हा एक प्रचलित प्रकार. पूर्वीच्या काळी माझ्या फांद्यांचं शेताला कुंपण करत असत. माझ्यावर लाखेचं उत्पादन घेतलं जातं. माझं लाकूड साधारण टिकाऊ आहे. आंबट, गोड, तुरट चवीची बोरं अनेक पौष्टिक तत्त्वांनी युक्त असून माझ्यात प्रचुर मात्रेत कॅल्शियम असतं.

शबरी आणि श्रीरामाच्या भक्तीचा मी एक प्रतिनिधी. पूर्वी माझ्या फांदीद्वारा पाणी

शोधण्याचं कार्य करायचे; मात्र आता मशीन्स उपलब्ध आहेत. माझी फळं प्रकृतीनं थंड, रूक्ष असतानाही कफाचा नाश करतात. बोरं जास्त सेवन केल्यास दातांनी काहीच चावता येत नाही. अशा वेळी उसाचं पेर चघळल्यास बरं वाटतं. तसंच जास्त ऊस खाण्यात आल्यास, त्याचा त्रास होत असल्यास चार ते पाच बोरं चघळावीत, म्हणजे बरं वाटतं.

केसतोड नामक फोड झाला असता, माझी पर्णं वाटून त्याच्या पोटीस त्या फोडावर बांधल्यास पू बाहेर पडण्यास मदत होते. माझा वृक्ष घराच्या अंगणात लावू नये. ज्यांच्या विवाहात नाना अडचणी येतात, त्यांचा विवाह माझ्या वृक्षाबरोबर लावला जातो. हिंदी सिनेगीत प्रसिद्ध आहे - 'ए मेवा गरिबोका तेरे मेरे नसिबो का बेर लेव.' माझी १६ पर्णं ही गौरी, दुर्गा, जेष्ठागौरी, हरितालिका तथा मंगळागौरीला वाहिली जातात. माझी २१ पर्णं श्रीगणेशाला वाहिली जातात. तर असा मी देवताप्रिय वनस्पती. यानंतर धोतरा (कनक) यांनी आपली माहिती महाराजांना सादर करावी.

धोतरा : मी कृष्णकनक. मला 'कनक' या नावानं ओळखलं जातं. महाराजांचा सदैव विजय असो! बोर या वृक्षाचे मनापासून आभार आणि धन्यवाद. दमा रोगावरील कणकासव माझ्याद्वारेच उत्पन्न होतं. त्याकरता माझ्या दोन प्रजातींपैकी शामवर्णाच्या प्रजातीचा उपयोग केला जातो. तसा मी कुठंही उगवणारा; परंतु वैद्यकशास्त्रातल्या औषधींसाठी माझी लागवडसुद्धा केली जाते.

माझ्या फुलांचा रंग निळा. माझी फळं विषारी असूनही भगवान शंकराला अतिप्रिय आहेत. किमान चार फुटांपर्यंत तरी माझा वृक्ष वाढतो. 'प्रमेह' या रोगाच्या नियंत्रणासाठी आयुर्वेदात माझ्या 'शाम' या प्रजातीच्या पर्णांचा रस शुद्ध तुपात घालून रोग्यास दिला जातो. विशिष्ट मात्रा ठरलेल्या दिवसापावेतो नियमित सेवनानं रोगमुक्ती मिळते.
(हा प्रयोग वैद्यांच्या नियंत्रणातच करावा, स्वत: करू नये.)

माझी १६ पर्णं ही दुर्गा, हरितालिका, ज्येष्ठागौरी, मंगळागौरी यांना वाहिली जातात, तर २१ पर्णं ही श्रीगणेशाला अर्पण केली जातात. माझ्यानंतर विष्णुप्रिया तुळशीनं स्वत:ची ओळख करून द्यावी. महाराजांना पुनश्च प्रणिपात तथा धन्यवाद!

तुळस : धोतरा उपाख्य कनक, तुमचे शतशः धन्यवाद. मी 'विष्णुप्रिया' म्हणून तू सांगितले आहेच. माझी १६ पर्णं हरितालिका, ज्येष्ठागौरी तथा मंगळागौरीला वाहिली जातात. मात्र, माझी केवळ एक किंवा २१ पर्णं भाद्रपद शुक्ल चतुर्थीच्या दिवशी श्रीगणेशाला वाहिली जातात. हिंदू संस्कृतीत माझं वृंदावन नाही, असं घर शोधूनही सापडणार नाही. कारण सुवासिनी असो किंवा कर्त्या स्त्रिया, सगळ्याजणी माझी पूजा प्रामुख्यानं करतात. माझा संबंध पौराणिकदृष्ट्या जालंधर पत्नी वृंदासह भगवान श्रीकृष्णाच्या जन्मानंतर श्रीकृष्णाशी जोडला गेलो आहे. 'तुळशी माहात्म्या'त याचं विस्तृत तथा उत्तम वर्णन केलेलं आढळतं.

२४ तास, म्हणजे अहोरात्र प्राणवायू देऊन वातावरण शुद्ध ठेवणारी मी वनस्पती.

अ आणि ब जीवनसत्त्वांसह अनेक अशा पोषक द्रव्यांनी मी परिपूर्ण आहे. माझ्या बियांचं तेल जैव प्रतिरोधी मानलं जातं. सर्दी, खोकला, ताप, दातदुखी, श्वासावरोध, श्वासदुर्गंधी, दमा, फुप्फुसांचे आजार, हृदयरोग आदी रोगांमध्ये पर्णांसह बियांचाही प्रामुख्यानं वापर केला जातो. माझा पर्णरस आणि त्याच प्रमाणात मध घेतल्यास उलटी, मळमळ थांबते. स्मरणशक्ती वाढीसाठी चार ते पाच पर्णं रोज खावीत. (काळी तुळस) अर्धा ग्रॅम तुळशीबीज हिवाळ्यात रोज घेतल्यास शारीरिक शक्तीत वाढ होते आणि रक्तशुद्धी होते. पोटात वायूच्या त्रासासह कफ झाल्यास माझ्या पर्णांचा काढा करून प्यावा. माझा पर्णरस, आल्याचा रस तथा मध हे सम प्रमाणात एकत्र घेतल्यास कफयुक्त खोकला कमी होतो.

माझ्या काही प्रजाती म्हणजे कृष्ण तुळस, राम तुळस, पंढरपुरी तुळस, जंगली तुळस तथा काही अंशी सब्जा हे माझ्या जातीतलेच असावेत. मी वातावरणातलं कार्बनचं प्रमाण कमी करून हवा शुद्ध करते. माझ्याजवळ रोज दीप प्रज्वलित केल्यानं लक्ष्मीची कृपा सदैव राहते. रविवारी कुणीही मला स्पर्श टाळावा. रोज माझी पर्णं चावून खावीत. लहान मुलांनाही द्यावीत. चहा करताना त्यात माझी पर्णं घातल्यास त्यातील वाईट दोष नष्ट करण्यासह तो आरोग्यास उत्तम असतो. नुसता चहा हा कफनिवारक असला, तरी महापित्तकारक आहे.

मी, हळदपूड किंवा हरिद्रखंड, गवतीचहा, आलं, मिरे, गूळ यांचा काढा हा आत्ता आलेल्या कोव्हिडची बाधा टाळतो तथा प्रतिकारशक्ती वाढवतो. केवळ वर्षाऋतूच नव्हे, तर हिवाळ्यातसुद्धा ह्या काढ्यामुळं ताजंतवानं वाटतं. घशाचे रोग होत नाहीत. अशी मी बहुगुणी तुळस सर्वांना आराध्य ठरावी. माझा पर्णरस मीठ घालून खरूज, नायटे, एक्झिमावर चोळल्यास खाज कमी करतो. सूज, जंत, खाजखुजली, उलटी यावर मी अत्यंत गुणकारी. गुण उष्ण, किंचित कडू. थोडी तिखट, रुचीकारक, पोटातला वायू तथा कफनाशक. आता माझ्यानंतर शमी या महावृक्षानं महाराजांपुढं आपलं निवेदन सादर करावं, ही विनंती.

शमी : तुळशीताई, तुझे कोटी कोटी धन्यवाद तथा महाराजांचा विजय असो! प्रधानजींनापण नमस्कार. माझी गणना ही महावृक्षात होते. नागपूर शहरात सध्या माझा वृक्ष कुठं आहे, हे माहीत नाही; परंतु नटराज टॉकीज महाल इथं बरीच वर्षं माझा वृक्ष होता. माझ्या पर्णांचा आकार हा चिंचेच्या पर्णांसारखा; परंतु नाजूक आणि पातळ असतो. भगवान गणेशाचा मी अत्यंत आवडता वृक्ष. विजयादशमीच्या पर्वावर माझं खूप महत्त्व असतं. पांडवांनी अज्ञातवासापूर्वी त्यांची सर्व शस्त्रं माझ्या वृक्षावरच ठेवली होती. पुढं त्यांनी युद्धात विजय

मिळवला, म्हणूनच मला विजयाचं प्रतीक मानलं जातं.

माझा उपयोग आयुर्वेद शास्त्राद्वारे औषधात केला जातो. मी गुणाने थंड, तुरट चवीचा, किंचित कडू, तिखट, रेचक, रूक्ष, रक्तपित्त, कुष्ठ (लेप्रसी), अर्श, दमा, कफ, भ्रम, जंत (कृमीविकार), कंपवात (पार्किन्सन) अतिकष्टाचा परिहार करणारा आहे. माझ्या फळाच्या सेवनानं अनेकांना केसगळतीसह दुसराही त्रास संभवू शकतो. सबब वैद्यकीय सल्ल्याशिवाय माझा वापर सर्वसामान्यांनी टाळावा. माझ्यानंतर आघाडा यांनी राजदरबारात येऊन निवेदन द्यावं, ही विनंती.

आघाडा : शमी महावृक्ष, तुमचे आभार तथा महाराज आणि प्रधानजींना लक्ष लक्ष नमन! माझं नाव आघाडा. माझ्या तीन प्रजाती. पान आघाडा, रक्तवर्ण आघाडा आणि श्वेत आघाडा. यांपैकी पान आघाडा ही प्रजाती सर्वत्र आढळते. दातांच्या स्वच्छतेसाठी काही लोकं माझा वापर करतात. मी श्वेत. गुणाने उष्ण, सारक, किंचित तिखट, कांतीवर्धक, पाचक, अग्नी दीपन करणारा. माझ्या तुऱ्याची फळं दिव्यावरील हिरव्या किड्यांसारखी असतात तथा त्याला काटे असतात.

माझी २१ पर्णं श्रीगणेशाला तथा १६ पर्णं ही हरितालिका, ज्येष्ठागौरी तथा दुर्गादेवीला वाहिली जातात. माझा औषधीशास्त्रात सर्वत्र वापर होतो. त्यासाठी माझ्या खास विकसित वाणांची लागवड केली जाते. माझ्यानंतर डोरली या वनस्पतीनं महाराजांना निवेदन द्यावं, ही विनंती.

डोरली : आघाडा, तुझे आभार. महाराज आणि प्रधानजींसह वृक्ष, महावृक्ष, लतावेलींना माझे कोटी कोटी नमस्कार. मी डोरली. वांगी आणि डोरली. आमच्यात फक्त फळामध्येच साम्य आहे, म्हणून काही ठिकाणी मला 'रानवांगी' म्हणूनही संबोधतात. साधारण दोन ते अडीच फूट वाढणारी मी; परंतु कधीकधी जमिनीवरच पसरते. माझी फळं सुपारीपेक्षा किंचित मोठी असतात. वऱ्हाड प्रांत, कोकण तथा सातपुडा पर्वतरांगेत मी प्रचुर प्रमाणात मिळते. माझं वैदर्भीय नाव 'रिंगणी डोरली'. दशमूलारिष्ट तथा अनेक औषधांमध्ये माझा वापर होतो. त्यातही सर्वत्र प्रामुख्यानं माझ्या मुळांचा वापर केला जातो. औषधांमध्ये वापरण्यासाठी माझी शास्त्रीयपद्धतीनं लागवड केली जाते. माझ्या पर्णांना किंचित काटे असतात. श्रीगणेशाला २१ पर्णं तथा महादेवी दुर्गा, हरितालिका, मंगळागौरी, ज्येष्ठागौरीला १६ पर्णांची जुडी वाहिली जाते. अशी मी बहुगुण संपन्न, देवताप्रिय, सर्वसाधारण खुरटी वनस्पती. माझ्यानंतर कण्हेर या वृक्षानं महाराजांसमोर आपलं निवेदन सादर करावं.

कण्हेर : इंग्रजीमध्ये तथा शास्त्रीयभाषेत माझं नाव नेरियुमोडोरम/इंडिकम, म्हणजे 'करवीर' असं आहे. विषारी वनस्पतीत माझी गणना केली जाते. काही तर मला 'सुसाईड ट्री' म्हणूनसुद्धा ओळखतात. चुकून माझं सेवन केल्यास अथवा समजून-उमजून खाल्ल्यास

मिळणारा गुण म्हणजे उलट्या, मळमळ, चक्कर, हगवण आदी तक्रारी निर्माण होतात. आणि प्रमाणाबाहेर सेवन केल्यास दीर्घ मूर्च्छा (कोमा) किंवा जिवाला धोका निर्माण होऊ शकतो. कुणाकुणाला माझ्या पर्ण स्पर्शानंसुद्धा अंगाला कंड सुटतो.

माझ्या फुलांमधल्या परागांमुळं मधसुद्धा विषारी होतो. माझा गुण उष्ण. दुखण्यावर माझ्या मुळांचा लेप लावतात. डोकेदुखी, मेंदूत कफ होऊन होणाऱ्या डोकेदुखीत माझ्या वाळलेल्या मुळीचा लेप उगाळून लावावा. तसंच पांढरी पुष्प धुऊन घेऊन त्यांचा हलका हलका सुवास घ्यावा. (ही सगळी कामं कौशल्यपूर्वक तथा डोळ्यांना इजा होणार नाही, याची काळजी घेऊन, सुरक्षा बाळगून करावीत.) आवश्यकतेनुसार तज्ज्ञांचा सल्ला घेणं उत्तम. माझ्या २१ पर्णांची जुडी गजाननाला तथा भगवती दुर्गा, मंगळगौर, ज्येष्ठागौरी, हरितालिका यांना १६ पर्णांची जुडी वाहावी.

खेडोपाडी, शहरात, गावात, गल्लीत सर्वत्र आढळणारा मी कण्हेर. मूळ गुलाबी, तांबूस, लालसर, तर अन्य जातीत श्वेत, पीत, रक्तवर्णी असा आढळतो. रक्तवर्णी गुलाबी सर्वत्र आढळतो. माझी श्वेत जाती ही औषधांमध्ये विशेषत्वानं वापरली जाते. माझी पर्णं लंबाकृती तथा जाडसर असतात. माझ्या मुळाचा लेप कुष्ठ जंतूंचा नाश करतो. गुणशोधक, किंचित तिखट, पाक कडू असतो. माझ्या मुळांचा उपयोग हा प्रामुख्यानं म्हणजे माझं मूळ उगाळून सर्प तथा विंचू दंश झालेल्या जागी लावलं जातं.

'फुरशा' नावाच्या सापाचा दंश झाल्यास माझ्या मुळांचा लेप विशेषत्वानं कार्य करतो. ('गोंगला' नावाच्या झाडाच्या मुळाचा लेपसुद्धा चालतो.) मी मूळव्याधीच्या कोंबाला कमी करून वेदना घालवतो. या सर्व प्रकारात माझा लेप अत्यंत गुणकारी. मी विषवल्ली, म्हणून माझा वापर हा अत्यंत काळजीपूर्वक, वैद्य तथा तज्ज्ञांच्या मार्गदर्शनातच करावा. माझ्यानंतर रुई या वृक्षानं महाराजांपुढं आपलं निवेदन सादर करावं, ही विनंती.

रुई : दादा कण्हेर, तुझे खूप धन्यवाद. महाराजाधिराज वटवृक्ष महाराजांचा विजय असो! प्रधानजींसह सर्वांना माझा नमस्कार. मी रुई. माझ्या दोन प्रजाती. एक मोठी, तर एक छोटी. रंग गुलाबी. माझी फुलं गोल, तर माझ्या दुसऱ्या प्रजातीची म्हणजे मंदाराची फुलं चौकोनी तथा मोठी असतात. यातसुद्धा दोन आकार आणि रंग पांढरा असतो. माझ्या वाळलेल्या समिधा यज्ञात वापरल्या जातात. माझ्या वृक्षाला 'करंजी' या पक्वान्नाच्या आकाराची फळं लागतात. त्यातून अत्यंत हलक्या बिया हवेत तरंगतात आणि शुभ्र कपाशीसारखा घेरा असल्यानं लहान मुलं तिला 'बुड्डी' म्हणून त्याच्यामागं धावतात.

उंट, बकरी, मेंढी या तीन पशुंशिवाय माझी पर्णं कोणताही प्राणी खात नाही. गुण सारक, शामक, वेदनाहारक, सूज कमी करणारी, उष्ण, वायू, कंडू म्हणजेच खाज विषपरिहारक, प्लिहा, गुल्म, अर्श अर्थात मूळव्याध, यकृत, श्लेश्मोदर तथा कृमीचा नाश

करते. अर्धशीशीच्या आजारात विरुद्ध बाजूच्या नागपुडीतून माझ्या वाळलेल्या कांडीचा धूर घ्यावा. सदर प्रयोग करण्यासाठी तज्ज्ञांचा सल्ला अवश्य घ्यावा. यानंतर अर्जुन या महावृक्षानं आपली महत्ता कथन करावी. देवी भगवती, दुर्गा, मंगळगौर, ज्येष्ठागौरी तथा हरितालिका पूजनात माझ्या १६ पर्णांची जुडी, तर भगवान श्रीगणेशाला २१ पर्णांची जुडी अर्पण करावी.

असा मी देवताप्रिय रुई. ज्यांची अनेक विवाह मोडतात किंवा पत्नींचं अकाली निधन होतं, वारंवार विवाह जुळून खंडित होतात, अशा वेळी माझ्या वृक्षासोबत त्या तरुणाचा विशेषत्वानं विवाह केला जातो. माझा वृक्ष सदासर्वदा दर्शनी भागात, म्हणजे दाराच्या पुढं नसावा.

अर्जुन : रुई जरा घाई केलीस. पण तुझे शतशः आभार! महाराजाधिराज वटवृक्ष, प्रधानजी पिंपळ तथा उपस्थित वनस्पती, तृण, वृक्ष, महावृक्षांना कोटी कोटी नमन! मी अर्जुन. माझं महाभारतातल्या अर्जुनाशी कोणतंही नातं नाही, तरीपण अर्जुन नर म्हणून जसा नारायण रूप, भगवान कृष्णाचा प्रिय सखा होता, तसाच मीही तुमच्या हृदयाची काळजी घेणारा सखा आहे. मला खेड्यात 'आंजण' असं म्हणतात. माझी पर्णं थोडी लांबट, सरासरी १४ मिमी तथा लांबी १०० मिमीपर्यंत असते.

माझं फळं हिरव्या रंगाचं. चार बाजूनं चार बोटं कसतील असा माझा आकार असतो. बहर आंब्यांच्या तुऱ्याप्रमाणे येतो. बहराला सुंदर सुवास असतो. माझं लाकूड कच्चं असतं. त्यामुळं भिरडाचा किडा लवकर लागतो. माझ्या सालीचं चूर्ण लालसर होतं. पूर्वी माझ्या सालीचा वापर चामडं कमावण्यासाठी होत असे. माझी १६ पर्णं गौरी, महादेवी दुर्गा, हरितालिका, मंगळागौरी तथा ज्येष्ठागौरीला वाहतात, तर २१ पर्णं गणपतीला अर्पिली जातात.

मी गुणाने तुरट, किंचित गोड, तासीर थंड, रंग उजळवणारा, हृदय रोग्यांसाठी संजीवनी. व्रणशोधक भल्लातक म्हणजे बिब्बाच्या तेलानं झालेल्या जखमेसाठी माझी साल उगाळून त्याचा लेप लवावा. हीच क्रिया काजूचं तेल उबजल्यावर करावी. एरवी कोणताही व्रण दुरुस्त करण्याचं सामर्थ्य माझ्यात आहेच. अर्जुनारिष्ट वैद्यांच्या सल्ल्यानुसार योग्य तऱ्हेनं घेतल्यास हृदय दुर्बलता दूर होते, मात्र वैद्यांचा सल्ला अवश्य घ्यावा. माझ्यानंतर विष्णुकांता या वनस्पतीनं महाराजांपुढं आपलं निवेदन सादर करावं, ही विनंती.

विष्णुकांता : अर्जुन वृक्ष तुमचे शतशः आभार. महाराजांचा विजय असो! मी विष्णुकांता. मी वृक्ष प्रजातीत वास्तविकरीत्या समाविष्ट नाही. कारण गोकर्णी आणि मी विष्णुकांता, आमच्या दोघीत विलक्षण साम्य आहे. गुणधर्मसुद्धा समान. मात्र आमच्या जाती वेगळ्या आहेत. मी तशी वेलीमध्ये समाविष्ट होते.

दोन्ही जातींची पर्ण किंचित लंबाकार, रुंदी छोटी, निमुळती असतात. फुलांचा रंग काळसर, त्यावर तांबूस झांक असते. फुलं आकारानं छोटी असतात. फळांचा आकार मात्र खूप छोटा असतो. मी औषधी गुणाने ओतप्रोत. श्रीगणेशाला माझी २१ पर्णं, तर देवी भगवती, दुर्गा, हरितालिका, ज्येष्ठागौरी तसंच मंगळागौरीला १६ पर्णांची जुडी वाहिली जाते. माझ्यानंतर डाळिंबवृक्षानं स्वतःचं निवेदन सादर करावं.

डाळिंब : विष्णुकांता, तुझे धन्यवाद. महाराजांना उदंड आयुष्य मिळो! प्रधानजींसह सर्व वृक्षांना माझा नमस्कार. मी डाळिंब. माझ्या बाबतीत आधुनिक युगातला एक हिंदी वाक्प्रचार आहे - 'एक अनार सौ बिमार'. ही म्हण सार्थ करणारा मी डाळिंब. माझी कळी सुंदर म्हणून मोगल काळात अकबरानं आपल्या नर्तकीला 'अनारकली' हा खिताब बहाल केला.

माझी पर्णं निमुळती; परंतु थोडीशीच लांब. मी वृक्ष म्हणून सर्वसाधारण १२ ते १५ फुटांपर्यंत वाढतो. कुठं माझी उंची यापेक्षाही थोडी अधिक असते. कलमी म्हणजे हायब्रीड जातीमध्ये सुरुवातीला 'गणेश डाळिंब' प्रसिद्ध होतं. आता नव आविष्काराद्वारे नवनव्या जातींचे वाण बाजारात मिळतात. जगात मस्कतची डाळिंबं सर्वश्रेष्ठ गणली जातात. माझ्या वृक्ष प्रजातींमध्ये नर तथा मादी हा प्रकार आहे. माझी जी एक नर प्रजाती आहे, तिला केवळ फुलंच येतात, फळं लागत नाहीत; या माझ्या वृक्षाविष्काराला 'गुलनार' असं म्हणतात. ज्याला फळं येतात, तो मी डाळिंब होय. माझ्या कुसुंबी रंगाच्या फुलाला थोडी पिवळी झांकपण असते.

औषधी गुणांमधलं माझं कार्य म्हणजे रक्त शुद्ध करणं, शरीरातली अतिरिक्त उष्णता कमी करणं, हिमोग्लोबिनची मात्रा तथा रक्तातल्या लालपेशींचं संवर्धन करणं. तृष्णेचं शमन करणारा मी, माझ्या बियांच्या रसातून सिद्ध केलेल्या पाकाद्वारे 'दाडिमावलेह' या औषधाची निर्मिती होते. सगळ्या प्रकारच्या आजारात माझा वापर चालतो. सालीच्या चूर्णाद्वारे दंतशूळ दूर होतो. फळांच्या सालीच्या चूर्णाद्वारे फेसपॅक, उटणं, केस धुणं, दात घासणं, तसंच मुखदुर्गंधी असता फळाच्या सालीच्या काढ्यानं चूळ भरल्यास मुखदुर्गंधीचा त्रास बंद होतो. देवीला १६, तर श्रीगणेशाला माझी २१ पर्णं वाहतात. मी देवदार या महावृक्षाला विनंती करतो की, त्यांनी आपली स्वमहती अथवा काही तक्रार असल्यास महाराजांना कथन करावी.

देवदार : डाळिंबवृक्षा तुझे आभार. महाराजांचा विजय असो! उपस्थित वृक्ष समूहासह, लतावेली आणि प्रधानजी पिंपळांना सादर नमस्कार. महाराज, माझं नाव देवदार. मी ज्वलनशील म्हणून काही वृक्ष माझा टेंभूरवृक्षाप्रमाणे थोडा द्वेष करतात. मीसुद्धा देवताप्रिय वृक्ष आहे. बंगाल परगणा तथा हिमालयातल्या उपजाऊ मातीत माझं वास्तव्य असतं.

मी महावृक्ष असून माझं आयुष्यमान ३०० वर्षांचं; परंतु थंड प्रदेशात मात्र माझं वास्तव्य हजारो वर्षं होऊ शकतं. माझ्या लाकडाचं महत्त्व असं की, ते जितकं जुनं, तितकं उत्तम आणि मजबूत असतं. याशिवाय वजनालाही हलकं असतं.

संस्कृत भाषेत माझी अनेक नावं आहेत. त्यांपैकी देवदारू, भद्रदारू, सुरभुरू. हिंदीत आणि मराठीत देवदार. गुण लघु स्निग्ध, रस तिल्क, विपाक कटू .माझ्या फांद्या तथा तेलाचा उपयोग औषधीद्रव्यात केला जातो. मासिक पाळीतली पोटदुखी, गॅसेस म्हणजे वायू, पोटात वायुगोळा दाटून येणं, पोट दुखणं यासाठी मी उपयोगी पडतो. माझ्या तेलाद्वारे सूज, अंगदुखी, वेदना, मोच याचं शमन होतं. माझ्याद्वारे 'टर्पेन्टाईन' हे तेल निर्माण होतं. ते ज्वलनशील असून रंग पातळ करण्यासाठी याचा उपयोग करतात. तसंच लाकडाच्या पॉलिशसाठीसुद्धा माझा उपयोग होतो.

माझ्यापासून धूप, अगरबत्त्याही तयार केल्या जातात. अनेक आजारांवर माझे काढे, आसवे निर्माण केले जातात. देवदारव्यादी काढा त्यातलाच एक. मी सभेत बोलण्यापूर्वी काही वेली मला आगीचा लोळ म्हणाल्या होत्या; पण मी ज्वलनशील असणं, हा माझा दोष नसून प्रकृतीनं कोणत्या तरी उद्देशानंच मला असं निर्माण केलं असावं. माझ्यानंतर देवता तथा ललनांचा आवडता मरवा या छोट्या वनस्पतीला मी सभेत पाचारण करतो. तिचा सुगंध सगळ्यांनाच हवाहवासा वाटतो.

मरवा : देवदार वृक्ष, तुमचे कोटी कोटी आभार! महाराजाधिराज वटवृक्ष तथा प्रधानजी पिंपळासह सर्व वृक्ष, महावृक्ष, लतावेली, तृणवर्गीय, कंदवर्गीय सर्वच वृक्ष समूहाला माझे कोटी कोटी नमन! माझंच नाव 'मरवा'. जसा अगर आणि खस यांनापण सुगंध असतो, त्याच श्रेणीत माझा समावेश होतो. काही लोक मला 'मारवा'पण म्हणतात. मेथीच्या पर्णांशी साधर्म्य बाळगणारी माझी पर्णं ही सुगंधित असतात. ताजी पर्णं तर अत्यंत सुगंधित असतात.

मी चवीनं तिखट, तासीर गरम अग्निदीपक, तीष्ण, किंचित कडसर, सुगंधी तथा पाचक. पित्त, कफ आणि रक्त दोषाचं निराकरण करणारा मी 'मरवा'. कवीनं एका कडव्यात माझं सुंदर वर्णन केलं आहे. महागायिका पद्मजाताई फेणाणी यांनी गायलेलं हे गाणं आहे - 'पुस्तकातली खूण/कराया दिले एकदा पिस पांढरे/दिले एकदा पिस'. पुढचा अंतरा असाच, 'तसंच काही द्यावे घ्यावे/दिला एकदा ताजा मरवा/देता घेता त्यात मिसळला गंध मनातील त्याहून हिरवा'. असा मी सुगंधी मरवा. माझ्यानंतर प्रत्यक्ष प्रधानजी पिंपळ यांना मी पाचारण करतो.

पिंपळ : मरवा तुमचे मनापासून धन्यवाद! कद लहान; परंतु तुमचा सुगंध खरोखरीच महान! असे तुम्ही; स्त्रियांची अत्यंत आवडती वनस्पती.

महाराजांना माझा विनम्र नमस्कार. सर्व वृक्षसमूहाला विनम्र अभिवादन. मी माझा अल्प परिचय देतो. कारण महाराजांनी प्रारंभीच माझा परिचय दिला आहे. मी आता एक वेगळा परिचय देतो.

माझ्या दोन प्रजाती आहेत. एक साधा पिंपळ, तर दुसरा जटाधारी पिंपळ. ह्या दोन्ही प्रजाती सर्वत्र आढळतात. जटा पिंपळात औषधी गुण जास्त असतात. श्रीगणेशाला माझ्या २१ पर्णांची जुडी, तर महादेवी दुर्गा, हरितालिका, मंगळागौरी तथा ज्येष्ठागौरीला माझ्या १६ पर्णांची जुडी आवडते. २४ तास प्राणवायूचं उत्सर्जन करणारा मी, आता भारतासह बांगलादेश तथा पाकिस्तान या देशांतच माझं वास्तव्य आहे. माझी गणना महाविशाल वृक्षांमध्ये केली जाते.

असंख्य औषधी गुणांनी युक्त मी. माझी पक्व फळंही सर्वच पक्षांचं आवडतं खाद्य. माझी फळं दमा रुग्णांसाठी संजीवनीचं कार्य करतात. मात्र, ती वैद्यांच्या सल्ल्यानंच सेवन करावीत. माझी काष्ठ यज्ञात समिधा म्हणून वापरली जातात. माझा उपयोग सर्वसामान्य सरपण म्हणून कधीच करत नाहीत. माझ्यानंतर जाई या वेलीनं आपलं निवेदन सादर करावं.

जाई : महाराजाधिराज वटवृक्ष तथा, लता, तृण, महावृक्ष सर्वांना आदरसहित नमस्कार! प्रधानजींना कोटी कोटी धन्यवाद. मी जाई. माझा वेल मजबूत असतो. जर बंगल्याच्या वर माझा वेल चढला, तर तो पकडून चौर्यकर्मी आरामात वर चढू शकतात. माझी फुलं पांढरी तथा नाजूक असतात. माझ्या पर्णांनी तोंडातले व्रण बरे होतात, म्हणून मला 'व्रणशोधक'सुद्धा म्हणतात. माझ्या पर्णांद्वारे कुष्ठ (लेप्रसी), नेत्ररोग, कफ, पित्त तसंच जखमेवर माझी पर्णं वाटून लेप दिल्यास आराम होतो. माझ्या फुलांचा सुगंध अत्यंत मनमोहक, म्हणूनच कदाचित मी देवांना आवडते. देवताप्रिय वनस्पतीत मिळालेल्या मानाचा मला अभिमान आहे. माझ्यानंतर केवडा यांनी आपलं निवेदन सादर करावं.

केवडा : महाराजांचा विजय असो! प्रधानजींसह समस्त वृक्ष, तृण, वेली समूहाला माझा नमस्कार! महाराज मी केवडा. जाई, तुझे आभार आणि धन्यवाद. माझ्या वृक्षाची उंची साधारण १० ते १२ फुटांपर्यंत असते. माझी पर्णं थोडी काटेरी, लांबटसर, जाड तथा अत्यंत घनदाट पसरलेली असतात. माझ्या दोन प्रजाती आहेत. एक श्वेत आणि दुसरी पीत. या दोन प्रजातींपैकी पीत वृक्षाला 'केतकी' म्हणतात, तर श्वेत वृक्षाला सगळे जण 'केवडा' म्हणतात.

केवडा, केतकी आम्ही दोघंही सुगंधी असून, आमची पर्णं कोवळी आणि कोमल असतात. मी श्रावणात खूप बहरतो. दक्षिण भारतात तर माझ्या वृक्षांचा आकार छत्रीसारखा केला जातो. कारण माझी पर्णं खूप घनदाट असतात. माझ्यापासून हलका सुगंध तथा उग्र

सुगंधाच्या तेलाची निर्मिती होते.

माझी फुलं चवीला किंचित तिखट, थोडी कडसर तथा मी गुणाने कांती उजळवणारी वनस्पती. मात्र, माझी प्रकृती उष्ण असते. मी वायू तथा कफनाशक असून केसाला येणारा दुर्गंध माझ्या मदतीनं नष्ट करता येतो. उगीचच नाही कवींना भुरळ पडली केवड्याची. 'रंग गोरा पान जसं केवड्याचं रान' अशी मी बहुगुणी देवताप्रिय वनस्पती आहे. माझी १६ पर्णांची जुडी आई दुर्गा, ज्येष्ठागौरी, हरितालिका, मंगळागौरी यांना वाहिली जाते, तर २१ पर्णांची जुडी विघ्नहर्ता गजाननाला वाहिली जाते. माझ्यानंतर अगस्ती या वनस्पतीनं महाराजांपुढं निवेदन सादर करावं.

अगस्ती : एका महान ऋषीवर्याचं नाव मला मिळालं. हे माझं परम भाग्य! ज्यांनी तीन आचमनात समुद्र प्राषन केला; परंतु वनस्पतींनो, मी एक क्षुद्र वनस्पती. या सभेचे आयोजक महाराज वटवृक्ष तथा प्रधानजी पिंपळासह उपस्थित अनंत वृक्ष, लतावेली, महावृक्षादी सर्व तृण वर्गांचेही खूप खूप धन्यवाद आणि मनापासून आभार. मला दुसरी दोन नावं आहेत. ती अशी - एक 'हादगा', तर दुसरं नाव 'पायरी'.

माझी फुलण्याची जागा म्हणजे डोंगरदऱ्या, कपारी, खडकाळ जमीन, लालमातीची शेतं. अशा ठिकामी मी प्रचुर मात्रेत उगवतो. मला जमिनीतून मुळासकट उपटून स्वच्छ धुऊन त्याची भाजी करतात. शरीरस्वास्थासाठी माझी भाजी खूप पोषक असते, शिवाय माझ्या भाजीची चवसुद्धा छान असते. माझा जास्त उपयोग कोकणातले लोक करतात.

महादेवी भगवती दुर्गादेवी, मंगळागौरी, ज्येष्ठागौरी तथा हरितालिका यांना माझ्या १६ पर्णांची जुडी वाहावी, तर विघ्नविनाशक श्रीगणेशाला २१ पर्णांची जुडी वाहावी. या देवतांच्या पूजेतलं आमचं स्थान आम्हा सर्वांना अभिनंदनीय आहे. बाकी सर्व वनस्पतीसुद्धा तेवढ्याच मौल्यवान आहेत. जगात उच्च-नीच कुणीच नसतं. प्रत्येक जण या सृष्टीचा आणि प्रकृतीचा एक महत्त्वपूर्ण घटक असतो. तसं नसतं तर ईश्वरानं मानव असो, वनस्पती असो अथवा प्राणी, यांना विविध रूपात निर्माणच केलं नसतं. शिवाय प्रकृतीसाठी विविधता ही अत्यंत महत्त्वपूर्ण आहे. महाराजाधिराज तथा सर्व वृक्षराजींसह प्रधानजींचेसुद्धा अभिवादन करून आम्हा एकवीस वनस्पतींचं सामूहिक निवेदन संपवण्याची महाराजाधिराजांनी आज्ञा द्यावी, ही नम्र विनंती.

(दृश्य : देवताप्रिय वनस्पतींचं निवेदन संपताच सारे वृक्ष स्तब्ध होतात. वृक्ष प्रजातीची गुणसंपन्नता ऐकून सर्व वृक्ष आनंदित होतात. तेवढ्यात पहारेकरी महाराजांना लवून नमस्कार करत नम्रपणे उभा राहतो. पिंपळ म्हणजे प्रधानजींनी 'महाराजांचा विजय असो'चा जयघोष करतात; परंतु त्याचवेळी नागफणीला काहीतरी बोलायचं आहे, हे महाराज

वटवृक्ष यांच्या लक्षात येताच महाराज म्हणतात, 'तुझी चलबिचल बघता वाटतंय की तुला काही बोलायचं आहे?')

नागफणी : महाराज, सभेत ताड, शिंदी, फणस, फोफळी, शिरीष, अक्रोड, सागरगोटी, रिठा, बकूळ, मेंदी, रक्तचंदन, मलयचंदन, बाभूळ, बकानी, नाशपाती, धावडा, चित्रक, गोकर्णी, गोखरू, गोदंती, नीळ, मिस्वाक, सफरचंद, शहतूत, कोकम, एरंड, तुती, कवठ, गुलाब, चॉकलेट, चहा, कॉफी, अनंत, कंटकी, ब्राह्मी शंखपुष्पी, तमालपत्र, तंबाखू, रबर, साबुदाणा कंद, स्ट्रॉबेरी, ड्रॅगनफ्रुट, किवी आदी अनेक वृक्षांसह कंदवर्गीय फळं तथा तृणवर्गीय असल्या कितीतरी वनस्पती प्रजातींनी परिसरात खूप गर्दी केलेली आहे.

पिंपळ : महाराज, मला वाटतं सर्वांचाच साक्षात्कार घेणं शक्य नाही. सर्वांचाच साक्षात्कार करायचा झालाच, तर तो एकेका ओळीतच करावा. अन्यथा वेळ वाया जाईल. आपलं मत सांगावं महाराज. याशिवाय नवग्रहांचं प्रतिनिधित्व करणाऱ्या किमान एकोणीस वनस्पतींनासुद्धा देवताप्रिय वनस्पतींप्रमाणेच वेळ द्यावा लागेल.

वटवृक्ष : आपलं म्हणणं अगदी बरोबर. सरसकट ज्यांचीही सभेत बोलायची इच्छा आहे, त्या सर्वांना एका एका ओळीत बोलू द्यायला काहीच हरकत नाही. तेव्हा प्रधानजी सर्वांनाच बोलावून घ्यावं.

नागफणी : महाराज माफी असावी. नवनवीन वनस्पती प्रजातींचं आगमन नित्य सुरूच आहे. त्यात रुद्राक्ष, अग्निशिखा, पपई, पानकोबी, शेंगदाणा वृक्ष, गुलदावडी, तीळ, मुळा, वेलदोडे, जिरे, मेरीगोल्ड, निलगिरी, सीताफळ, आवळा, अळू (धोपा), हिरडा, पेपरमिंट (पुदिना), सूर्यफूल, जवस, अश्वगंधा, आले, बाजरी, बदाम, सुपारी, धने (त्यांची फुले), शेवगा, मेथी, खारीक, बटाटा, काळमेघ, जास्वंद, शतावरी, गुलाब, तीन हजार वर्षांत फुलणारी वनस्पती, जर्दाळू, मोहवृक्ष, काजू, केळी, नाचणी, ओवा, जगातलं सर्वात किमती लाकूड, तृण रोजमेरी, झेंडू, लव्हेंडर, जायफळ, बीट, सफरचंद, जानकी, मनिप्लांट, एरंड, नारळ, मूग, चारोळी, पिस्ता, भेंडी हिरवी/लाल, बांबू, अश्वगंधा, सर्पगंधा, गवती चहा, सोयाबिन, जांभूळ, गोडनिंब, कपाशी, चमेली, ब्राईडगुम्स ओक, पालक, रताळी, हळद, दवना, वावडिंग, नागवेली, गहू, सिट्रस, स्विटबे...

पिंपळ : महाराज, गर्दी फार मोठी आहे. तेव्हा जी मुलाखत झालेली वृक्ष आहेत, त्यांना वगळून क्रमवार यादी करून त्याप्रमाणे सर्वांना बोलवावं, असं मला वाटतं.

पहारेकरी : माफी असावी महाराज. विखुरलेल्यांना एकत्र करण्यात वेळ घालवण्यापेक्षा जे वृक्ष जवळपास आहेत, त्यांना प्रथम बोलावून नंतर मग राहिलेल्यांची यादी करावी , म्हणजे कुणी सुटणार नाही.

वटवृक्ष : प्रधानजी, गोंधळापेक्षा पहारेकरी निवडुंग म्हणतो तसंच करावं.

पिंपळ : आपली आज्ञा शिरोधार्थ महाराज. *(तेवढ्यात नीळवृक्ष पुढं येतो.)*

वटवृक्ष : तुम्ही नीळ ना? मग बोला; परंतु कमीतकमी.

नीळ : रसायनशास्त्रात मानवानं केलेली प्रगती माझ्या मुळावर उठली आहे. आज मी नामशेष होण्याच्या स्थितीत आहे. मला वाचवा महाराज.

वटवृक्ष : स्वार्थानं बरबटलेल्या मानवाला आज पर्यावरण तथा त्याला जीवनदान देणाऱ्या वनस्पती, नैसर्गिक जलस्रोत, नद्या, नाले, पहाड, सागर, माती या कशाचाही तो यत्किंचितही विचार करत नसून आज भौतिक सुखासह स्पेस म्हणजे अंतराळाबाबतीत प्रगती करून या सुवर्णरत्नमय धरेला त्यानं अणुभट्टीवर बसवलं आहे. भविष्यात कुण्या आतंकी, माथेफिरूच्या हातात हे अणुबॉम्ब तथा हायड्रोजन बॉम्ब तथा मिसाईलचा जखिरा लागल्यास त्यांच्या अतिरेकी वागण्यामुळं आज आपणासह पर्यावरण आणि सगळी सृष्टी विनाशाच्या पदचिन्हावर आपल्या अंताची, मृत्यूची वाट बघत मानव या बुद्धिवादी प्राण्याच्या बुद्धीची कीव करत अश्रू गाळत, तर कुठं कुठं आग ओकत निमूटपणे असहाय अवस्थेत ही पृथ्वी आपल्या आसाभोवती फिरत आहे.

पिंपळ : महाराजाधिराजांनी उत्तम प्रतिपादन केलं, तेव्हा त्याच धरतीवर चर्चेसाठी लंडनवरून चॉकलेटवृक्ष आलेला आहे.

वटवृक्ष : बोलवा त्यांना.

निवडुंग : चॉकलेटवृक्षाने हजर व्हावेऽऽऽ

चॉकलेट : मनुष्य कसाही असो, अमेरिकन अथवा ब्रिटिश, भारतीय तथा युरोपीय त्या सर्वांचा स्वभाव गुण सारखाच असतो.

वटवृक्ष : तो कसा काय?

चॉकलेट : ब्रिटनमध्ये चॉकलेटचं उत्पादन देणाऱ्या वृक्षांना आता विषम हवामानाचा त्रास होतो. मला 'कोको' या नावानंसुद्धा ओळखलं जातं आणि चॉकलेटची निर्मितीही माझ्या बियांपासून केली जाते. अमानुषपणे केली गेलेली वृक्षतोड हे माझ्या नाशाचं कारण ठरेल. याबाबतीत काही पर्यावरणतज्ज्ञ तथा वनस्पतीतज्ज्ञांचं असं मत आहे की, किमान इ. स. २०५० पर्यंतच चॉकलेटचं उत्पादन होईल. याचाच अर्थ मी कदाचित लुप्त वनस्पतीच्या रूपात आठवण म्हणूनच भविष्यात माझी गणना होईल.

प्रत्यक्ष चॉकलेट या आवडत्या पदार्थापासून मानव हा कायम वंचित राहील. महाराज, हे ऐकल्यापासून मी अपमृत्यू आणि कायम नष्ट होण्याच्या भीतीनं माझ्या जिवाचा थरकाप होत आहे. *(असं म्हणून रडायला लागतो. रडत रडत पुढं म्हणतो-)* महाराज, खरंच माझा अंत होईल? *(थोडं सावरून तो म्हणतो)* व्हॅनिला या वनस्पतीलापण बोलावून घ्यावं, महाराज.

वटवृक्ष : व्हॅनिला वनस्पती, तुम्ही तुमचा उपयोग आणि अनुभव सांगा.
व्हॅनिला : महाराजांना हजारो वर्षं आयुष्य मिळो. महाराज, मी एक विदेशी दुर्मीळातली दुर्मीळ वनस्पती. मागच्या कितीतरी वर्षांपूर्वी पाश्चिमात्य जगात आईस्क्रीमची सुरुवात झाली. त्यावेळी 'व्हॅनिला' या वनस्पतीचा मानवानं शोध लावला. माझा उपयोग उत्तम चवीसाठी करतानाच तो उपयोग मोठ्या प्रमाणात आईस्क्रीममध्ये व्हायला लागला.

पाश्चिमात्य जगात तथा बाहेरच्या जगात आईस्क्रीमची विक्री ही विक्रमी होतीच. माझं उत्पादन त्या मानानं अत्यंत तोकडं होतं. त्यावेळी राजघराणी, मोठी कार्पोरेट घराणी, या शाही लोकांनाच माझ्या मूळ चवीचा लाभ मिळायचा. तेव्हा एका शास्त्रज्ञानं माझा एक वैकल्पिक असा रासायनिक इसेन्स निर्माण केला. आज जगात सर्वत्र आईस्क्रीममध्ये माझा तोच रासायनिक इसेन्स वापरला जातो. मी व्हॅनिला. आज जगातून नष्ट होण्याच्या यादीत समाविष्ट आहे.
वटवृक्ष : हे लहान मोठ्यांचं आवडतं चॉकलेट आहे. देशी-विदेशी हा तर वनस्पतीत मुळी भेदच नसावा, असं मला वाटतं. मुलांना तर तुम्ही त्यांचे दात सडेपर्यंत आवडता. पर्यावरणवाद्यांची जगातली एवढी मोठी फौज काय केवळ नष्ट होणाऱ्या वनस्पतींचं अंतिम दर्शन घेण्यासाठी आणि श्रद्धांजली वाहण्यासाठी वाट बघत बसली आहे का? आपण काळजी करू नका. काहीतरी मार्ग निश्चितच निघेल, संयम ठेवावा.

'चिंतासे चतुराई घटे; व्याधीसे घटे शरीर.' तुम्ही चिंता करू नका, चॉकलेट आणि व्हॅनिला. पर्यावरणतज्ज्ञ तुम्हाला नक्कीच वाचवतील, काळजी करू नका. समुद्र उल्लंघून आपण या सभेत आलात, याचं फलित तुम्हाला अवश्य मिळेल. प्रधानजी, काही ग्रहदोष निवारण करणाऱ्या वनस्पतीही बाहेर वाट बघत आहेत, तेव्हा त्यांना निमंत्रण देऊन सन्मानाने पाचारण करा. तत्पूर्वी त्या सर्वांची नावं मला सांगावी.
पिंपळ : महाराजांचा विजय असो! पहारेकरी निवडुंगानं सर्वांची यादी तयार केली आहे.
वटवृक्ष : प्रधानजी, पहारेकऱ्याला बोलावून घ्यावं.
पिंपळ : आज्ञा महाराज.

(दृश्य : कोण आहे तिकडं.. नागफणी. नागफणी. नागफणी. तेवढ्यात प्रधानजींचा आवाज ऐकताच घाईघाईत निवडुंग प्रवेश करतो. 'प्रधानजींचा जयजयकार असो! आज्ञा असावी,' असं म्हणून पहरेकरी निमूटपणे उभा राहतो.)

पिंपळ : कुठं होता एवढा वेळ? आणि हो, दुसरा पहारेकरी नागफणी कुठं आहे?
निवडुंग : महाराजांचा विजय असो! क्षमा असावी. नागफणी हा उपस्थित असलेल्या

वृक्ष, लतावेली, महावृक्ष यांच्या सेवेत आहे. महाराज, उपस्थित तरुवरांची यादी आणली आहे, आज्ञा असावी.

वटवृक्ष : आधीच वेळ झाला. यादीतली नावं वाचून त्यांना बोलवा.

निवडुंग : यादी वाचण्याची आज्ञा द्यावी महाराज.

वटवृक्ष : मी आज्ञा दिलेली आहे. पुन्हा पुन्हा तेच तेच काय विचारता, यादी प्रधानजींनी वाचावी.

पिंपळ : जशी आज्ञा! (१) बिल्ववृक्ष (२) लाजाळू (३) मंजिष्ठा (४) खिरणी (५) कोष्ट (६) नागजिव्हा (७) चिकणामूळ (८) वरधारा (८) गहुला (१०) भारंग (मुळं) (११) नागरमोथा (१२) वाघाटी (१३) पांढरे सिरस (श्वेत शिरीषाचा वृक्ष) (१४) वाच्छोल (मूळ) (१५) दारू हळद (१६) मलय चंदन (१७) शरपुंखा (१८) अश्वगंधा (१९) लोघ्र.

वटवृक्ष : प्रधानजी, नावं कळली. सर्वांची योग्य व्यवस्था करा. सभेचं निमंत्रण आणि वेळेचा समन्वय साधून सर्वांना बोलवा.

सूचना : राजदरबार उद्यापर्यंत स्थगित करण्यात येत आहे.

(दृश्य : दुसरा दिवस उजाडतो. सभेला सुरुवात होते. पहारेकरी आरोळी देतात, 'महाराजाधिराज वृक्षराज वटवृक्ष महाराज सभेत येत आहेत हो!' महाराज सिंहासनावर स्थानापन्न होताच प्रधानजी पिंपळ महाराजांना नमस्कार करून सभेला सुरुवात करण्याची आज्ञा मागतात.)

पिंपळ : सभेला सुरुवात करण्याची आज्ञा असावी महाराज. एक सूचना अशी की, प्रत्येकानं आपल्या पाठीमागच्या वृक्षाला पाचारण करावं, म्हणजे वेळेची बचत होईल.

वटवृक्ष : प्रधानजी, या सूचनेसाठी तुमचं अभिनंदन. बिल्ववृक्षास पाचारण करावं.

नागफणी : बिल्ववृक्षाने सभेत हजर व्हावे होऽऽऽ

बिल्ववृक्ष : महाराजाधिराजांचा विजय असो! सूर्य-ग्रहशांती हेतू माझा उपयोग होतो. माझं मूळ सिद्ध करून ताईतात बांधून कष्टसाध्य व्यक्तीच्या गळ्यात बांधावं. माझ्या वृक्षाची पूजा आणि जोपासना करावी. मी स्वतः सूर्यग्रहाचं प्रतिनिधित्व करतो. माझी माहिती मागच्या पर्वात पूर्णत्वानं आलेली आहेच. माझ्यानंतर लाजाळू यांनी आपलं निवेदन सादर करावं.

लाजाळू : महाराजाधिराज, प्रधानजी, सर्व सन्माननीय सभाजन वृक्ष-महावृक्ष तथा अन्य वनस्पती, सर्वांना माझा नमस्कार. महाराज, मीसुद्धा सूर्यग्रहाचंच प्रतिनिधित्व करते. माझ्या चिंचोळ्या पर्णांना स्पर्श होताच माझी पर्णं मिटतात, म्हणून मला 'लाजाळू'

म्हणतात. माझ्या वाळलेल्या काष्ठांचं चूर्ण सूर्यग्रह पीडिताच्या अंघोळीच्या पाण्यात घालून अंघोळ करावी. त्याने सूर्यपीडेचा परिहार होतो. याशिवाय अनेक औषधांमध्येही माझा वापर होतो. माझ्यानंतर मंजिष्ठा या वनस्पतीनं दरबारात स्वमहती कथन करावी, ही विनंती.

मंजिष्ठा : महाराजांना तथा सर्व प्रजाजनांसह प्रधानजींना अभिवादन करून मी मंजिष्ठा, लाजाळू तथा बिल्व आम्ही तिघंही सूर्याचं प्रतिनिधित्व करतो. माझ्या वाळलेल्या काष्ठांचं चूर्ण अंघोळीच्या पाण्यात घालून अंघोळ करावी. याने सूर्यपीडा सुसह्य होते. याशिवाय औषधशास्त्रात माझे काढे तथा अन्यत्र वापर केला जातो. माझ्यानंतर खिरणीवृक्षानं सभेत निवेदन सादर करावं.

खिरणी : मागच्या पर्वात माझं निवेदन झालं आहे. सर्व वृक्ष-महावृक्ष, महाराज तथा प्रधानजींसह सर्व वनस्पतींना माझं नमन. मी चंद्र या ग्रहाचं प्रतिनिधित्व करतो. गर्द वन तथा प्रामुख्यानं सातपुडा पर्वतरांगांच्या म्हणजे मध्यप्रदेशाच्या वनात माझी बहुलता आहे. माझ्या मुळाचा ताईत किंवा लॉकेटच्या माध्यमातून सुवर्ण, ताम्र, रौप्य, अष्टधातू यांपैकी कोणत्याही स्वरूपात उपयोग करावा. ते सिद्ध करून वापरल्यास उत्तम. चंद्राची वाईट दशा सुसह्य होते. माझ्यानंतर कोष्ट या वनस्पतीनं स्वनिवेदन सादर करावं.

कोष्ट : महावृक्ष खिरणी आपले कोटी कोटी धन्यवाद. महाराजाधिराज, प्रधानजींसह सर्व वृक्ष वनस्पती, प्रजातींना विनम्र अभिवादन. मीसुद्धा चंद्राचं प्रतिनिधित्व करते. माझ्या वाळलेल्या काष्ठांना बारीक करून वस्त्रगाळ करावं आणि ती पूड अंघोळीच्या पाण्यात घालून अंघोळ करावी. या उपायानं चंद्राच्या वाईट दशेचा परिहार होतो. माझ्या निवेदनानंतर मी नागजिव्हा या वनस्पतीला पाचारण करतो, त्यांनी आपलं निवेदन सादर करावं.

नागजिव्हा : मला हे नाव कुणी, कसं, केव्हा आणि का दिलं असा प्रश्न पडतो. मी मंगळ ग्रहाचं प्रतिनिधित्व करतो. माझी सुकलेली काष्ठ मंगळाच्या मंत्रानं सिद्ध करून ती ताईत, लॉकेट याद्वारे सुवर्ण, ताम्र, रौप्य तथा अष्टधातू यांपैकी कशातही वापरावी. मंगळाची बाधा बऱ्याच अंशी शांत होते. अडलेला विवाह, आजारपण, नोकरी तथा शारीरिक कष्टांचं निवारण होतं. सर्वांना पुनश्च धन्यवाद. माझ्यानंतर चिकणामूळ या वनस्पतीनं निवेदन सादर करावं.

चिकणामूळ : महाराजाधिराज, प्रधानजी, सर्व महावृक्ष प्रजाजन तथा तृण कंद वनस्पतींनो, आपना सर्वांचा सदा गौरव व्हावा, ही ईश चरणी प्रार्थना. मीपण मंगळाचंच प्रतिनिधित्व करतो. माझं खरं नाव 'चिकणा'; परंतु औषधी तथा ग्रहपीडेसाठी माझं मूळ उपयोगात आणतात. माझ्या मुळाच्या चूर्णाद्वारे जातकास अंघोळ घालावी. मूल असल्यास करवावी. यानं मंगळदोषाचं शमन होतं. मानसिक, शारीरिक आजार तथा पती-पत्नी संबंधातली बाधा दूर होण्यास मदत होते. माझ्या औषधी स्नानासह प्रधानजी पिंपळाची पूजा यासाठी

अत्यंत उपयुक्त आहे, तीही करावी. माझ्यानंतर वरधारा या वनस्पतीला माझी विनंती आहे की, त्यानं निवेदन सादर करून सर्वांना उपकृत करावं.

वरधारा : चिकणा, तुझे कोटी कोटी आभार. महाराज, प्रधानजी, वृक्ष प्रजाजन यांना नमन करून निवेदन देतो. महाराज, मी बुधाचं प्रतिनिधित्व करणारी वनस्पती. माझे वाळलेले काष्ठ सुवर्ण, रौप्य, ताम्र या अष्टधातूंपैकी कोणत्याही लॉकेट-ताईतात घालून सिद्ध करावं आणि गळ्यात बांधावं. तसं केल्यास बुधाची वाईट दशा सुसह्य होते. बुधामुळं उदराच्या आजारांसह चर्मरोगांमधील कुष्ठ ते सोरायसिस तथा गुप्तरोगापासून ते स्त्रियांनाही जे आजार होतात, त्यासाठी माझा वापर करावा. हा रत्नाचा पर्याय समजावा. माझ्यानंतर गहुला या वनस्पतीनं आपलं निवेदन सादर करावं.

गहुला : वरधारा तुझे धन्यवाद. सर्वांना माझा नमस्कार. माझा एक भाऊ आहे, त्याचं नाव 'कंचुला'. आमच्या दोघांचंही पितरांसाठी निर्मित चिंचवणी आणि आंब्याचं पन्हं यात खास योगदान. तेही अक्षय्यतृतीयेला. सबब मला सगळे जण ओळखताच. मी बुधग्रहाचं प्रतिनिधित्व करतो. स्वादासाठी माझा वापर करतात. बुधपीडितांनी माझं चूर्ण पाण्यात घालून अंघोळ करावी, म्हणजे बुधग्रह पीडा सुसह्य होते. माझ्या निवेदनोपरान्त भारंग या वनस्पतीनं स्वनिवेदन सादर करून आपली महती महाराज तथा सभेपुढं कथन करावी, ही विनंती.

भारंग (मुळं) : मी बृहस्पतीचं प्रतिनिधित्व करणारी वनस्पती. माझी मुळं वाळवून तयार केलेल्या चूर्णांचा औषधीद्रव्यात वापर केला जातो. माझं मुळं गुरू पीडा परिहारार्थ सुवर्ण, रौप्य, ताम्र या अष्टधातूंपैकी कोणत्याही धातूच्या ताईतात/लॉकेटमध्ये घालून वापरता येतं. गोचरेचा गुरू, त्यांची महादशा तथा आंतरदशेतल्या वाईट फळाचं शमन होतं. माझ्या मुळाद्वारेसुद्धा रत्नाप्रमाणेच फळं मिळतात. हे सर्व वनस्पती त्या त्या ग्रहाच्या मंत्रानं सिद्ध केल्यास ती पाच वर्षं फळ देते; परंतु तसला काही विधी न करता वापरल्यास केवळ एक वर्षंच वापरता येतं. माझ्यानंतर नागरमोथा यांनी आपला परिचय द्यावा, ही विनंती.

नागरमोथा : मी तृणवर्गीय,पण मला कंदसुद्धा असतो. महाराजाधिराज, प्रधानजी तथा उपस्थित सर्व वृक्ष, लता, महावृक्ष एवं तृणवर्गीय वनस्पतींसह सर्वांना माझा नमस्कार. माझ्या औषधातल्या महत्त्वामुळं माझी विधिवत लागवड करून माझं उत्पादन घेतलं जातं. मी गुरू ग्रहाचं प्रतिनिधित्व करतो. माझ्यापासून सुवासिक तेल तथा केश संवर्धनासाठी माझा उपयोग केला जातो. माझ्या कंदाचं चूर्ण करून त्या चूर्णाद्वारे गुरूच्या वाईट दशेचं शमन होतं. ते चूर्ण अंघोळीच्या पाण्यात घालून अंघोळ करावी. माझ्यानंतर वाघाटी या वेलीनं यावं आणि महाराजांपुढं आपलं निवेदन सादर करावं. माझ्या सुवासानं मानसिक आरोग्यात सुधारणा होते आणि निर्णयक्षमता वाढते.

वाघाटी : मी शेतात सर्वत्र उगवणारी वनस्पती. मला हिरव्या रंगाची फळं लागतात. आषाढी एकादशीच्या पारण्याला माझ्या फळांची भाजी खाण्याची परंपरा आहे. माझी चव अत्यंत कडू. मी शुक्र या ग्रहाचं प्रतिनिधित्व करते. माझी मुळं काढून ती सुवर्ण, रौप्य, ताम्र या अष्टधातूंपैकी कुठल्याही धातूच्या ताईत/लॉकेटमध्ये सिद्ध करून वापरल्यास शुक्रपीडेचा परिहार होतो. यानंतर शिरीष या वृक्षानं महाराजांना निवेदन द्यावं, ही विनंती. महाराज आणि सर्वच वृक्ष प्रजातींसह सर्वांना माझे धन्यवाद तथा नमस्कार.

शिरीष : मीसुद्धा शुक्राचं प्रतिनिधित्व करतो. माझं वास्तव्य सहसा दाट वनात असतं. माझी फुलं नाजूक असतात. श्वेत रंगाशिवाय गुलाबी रंगातही माझी फुलं असतात. माझ्या कोमलतेवरून भगवान श्री रामचंद्रावर एक मराठी गाणं आहे. ते असं, 'शिरीष वृक्षापरी कोमल कोमेजूनही काया जाईल'. माझ्या पांढऱ्या शिरीषाच्या बियांचं चूर्ण अंघोळीच्या पाण्यात घालून शुक्रपीडितास अंघोळ घालावी, म्हणजे शुक्रपीडेचा परिहार होतो. माझ्यानंतर वाच्छोल या वनस्पतीनं निवेदन सादर करावं. महाराजाधिराजांचं क्षेम कुशल असो! सर्वच वृक्ष, महावृक्ष, लतावेली, तृण तथा कंदवर्गीय सर्वांना माझा नमस्कार!

वाच्छोल : महाराजाधिराज, प्रधानजी तथा सर्व वृक्ष प्रजाजनांना माझे शत् शत् नमन! मी शनिदेवाचं प्रतिनिधित्व करतो. शनिदेवाची महादशा, अंतरदशा तथा गोचरेची साडेसाती असताना त्या सर्व पीडितांनी माझ्या वनस्पतींच्या मुळाचा सुवर्ण, रौप्य, ताम्र या अष्टधातूंपैकी लॉकेट/ताईत रूपात वापर करावा. शनिदेवाच्या मंत्रानं सिद्ध केल्यास उत्तम फळ मिळतं. माझ्यानंतर दारूहळद या कंदवर्गीय वनस्पतीनं आपलं निवेदन सादर करावं.

दारूहळद : महाराजाधिराज, प्रधानजी आणि सर्वच वृक्ष प्रजाजनांना माझे कोटी कोटी नमन! मी कंदवर्गात समाविष्ट होते. मला उग्रवास असतो. माझ्या कंदाचं चूर्ण हे शनिदेवाच्या दशेनं पीडित व्यक्तीनं पाण्यात घालून अंघोळ करावी. यामुळं शनिदेवाची साडेसाती तथा अन्य पीडेचं शमन होतं. माझ्यानंतर मलयचंदन यांनी आपलं निवेदन सादर करावं.

मलयचंदन : मी राहूचं प्रतिनिधित्व करातो. 'मलयगिरीचा चंदनचर्चित धूप तुला दाविला' हे छोट्या गंधर्वांनी गायलेलं गीत. ही माझी एक ओळख होय. माझ्या लाकडाचा कोणताही भाग हा सुवर्ण, रौप्य, ताम्र या अष्टधातूंच्या ताईत तथा लॉकेटमध्ये घालून धारण केल्यास राहूची दशा सुसह्य होते. माझ्यानंतर शरपुंखा या वनस्पतीनं विनेदन सादर करावं. महाराजाधिराज वटवृक्ष, प्रधानजी पिंपळासह सर्व तृण, कंद, लता, तथा वृक्ष-महावृक्षांना माझे कोटी कोटी प्रणाम!

शरपुंखा : महाराजाधिराजांना प्रणाम तथा सर्व वृक्षराजी तथा वनस्पतींना माझे कोटी कोटी नमन! मी शरपुंखा राहूचं प्रतिनिधित्व करतो. माझ्या शाखांचं चूर्ण करून त्यानं

राहूपीडिताला अंघोळ घालावी. त्यामुळं राहूची पीडा सुसह्य होते. मलयचंदन, तुझे शतशः धन्यवाद आणि महाराजांना पुनश्च अभिवादन. यानंतर अश्वगंधा या वनस्पतीनं निवेदन सादर करावं.

अश्वगंधा : महाराजाधिराज वटवृक्ष, प्रधानजी पिंपळ यांना कोटी कोटी नमन! तर माझे प्रिय वृक्ष, महावृक्ष, कंदवर्ग, तृणवर्ग, लतावेली या सर्वांना विनम्र अभिवादन. महाराजांचा सदा विजय असो! महाराज मी केतू ग्रहाचं प्रतिनिधित्व करणारी वनस्पती. मी पुरुषप्रधान रोगावर अतिउपयुक्त. स्त्रियांसाठीसुद्धा तेवढीच उपयुक्त. माझ्या मुळांची भुकटी करून प्यायल्यास लहान-मोठ्या सर्वांसाठी एक उत्तम टॉनिक आहे.

माझ्या मुळामध्ये असलेल्या अल्कोलाईड या मूलद्रव्यामुळं अशक्तपणा, नपुंसकत्व, तसंच स्त्रियांना गर्भधारणेसाठी फायदा होतो. सूज, क्षयरोग, कृमी, कुष्ठरोग, त्वचारोग, आमवात, श्वेतप्रदर असल्या अनेक आजारांसह पुरुषांमध्ये शुक्राणूची वाढ करण्याससुद्धा मी अत्यंत अनुकूल आहे. माझं काही दिवस नियमित सेवन केल्यानं वजन कमी करण्यास मदत होते. आणि स्त्रियांचा बांधा सडसडीत होतो.

ज्यांना थायरॉईड अड्रेनल संबंधीचा त्रास आहे, त्यांनी वैद्यांच्या सल्ल्यानुसार योग्य वापर केल्यास मी अँटिऑक्सिडंटचं कार्य करते. माझा योग्य हार्मोन्सची निर्मिती करून रोगप्रतिकारशक्तीत वाढ होते; तसंच माझं मूळ किंवा काष्ठ हे सुवर्ण, ताम्र, रौप्य तथा अष्टधातूंमध्ये घालून त्याचा वापर ताईत किंवा लॉकेटमध्ये केल्यास केतूची महादशा, अंतरदशा तथा कालसर्पादी योगात कष्ट कमी होतात. माझ्यानंतर लोध्र या वनस्पतीनं महाराजांपुढं निवेदन सादर करावं.

लोध्र : सगळ्या वृक्ष, महावृक्ष समूहांसह सर्वच कंद, मुळं, लता, तृण या सर्वांना कोटी कोटी नमस्कार! मी केतू ग्रहाचं प्रतिनिधित्व करतो. माझा उपयोग आयुर्वेदात औषधीद्रव्यांसह अन्यत्रही केला जातो. माझं चूर्ण तयार करून केतूपीडिताच्या अंघोळीच्या पाण्यात घालून त्याला अंघोळ घालावी किंवा करावी, या उपायाद्वारे केतूपीडेचा परिहार होतो. मला पामराला एवढ्या मोठ्या सभेत स्वमहती कथनाची संधी दिली, हे माझं भाग्य. पुन्हा सर्वच सभाजनांना नमस्कार, तसंच सर्वांचे मनापासून आभार.

(दृश्य : भरपूर वृक्ष समूहांची निवेदनं झाली. सभेत पुष्कळ प्रकारच्या तरुवरांनी गर्दी केलेली असून अक्रोड तथा सफरचंद, नाशपती यांचंही आगमन होतं. त्याच वेळी महाराजांनी सभेची कार्यवाही स्थगित करतात. तेवढ्यात द्वारपालाची ललकारी ऐकू येते.)

द्वारपाल : महाराजाधिराज विश्राम करण्यास जात असल्याने सभा उद्यापर्यंत स्थगित

करण्यात येत आहे होऽऽ

(दृश्य : प्रसन्न पहाटरश्मी उगवला. प्रकाश सर्वत्र पसरला. पक्ष्यांचे थवे चरावयास निघाले, तर मानवसुद्धा आपापले कार्य करण्यास सरसावले. असल्या रम्यवेळी आसमंतात पसरलेला बकूळ गंध, सोबत मोगरा, चमेली, प्राजक्तासह चाफासुद्धा आपला गंध पसरवत होता. त्याच वेळी चमेली ही शेवंतीसह सर्वांना उल्हासित करत होती, तर मधेच गुलाबाचं सुंदर हास्य बघून सुखावलेली सृष्टी. त्यावेळी या रम्य वातावरणात दरबारातल्या पहारेकऱ्याच्या ललकारीनं एकाग्रता भंग होते, तेव्हा सर्व तरुवर आपली मरगळ झटकून सभास्थानी प्रस्थान करतात.)

निवडुंग : महाराजाधिराज वटवृक्ष महाराज, प्रधानजी पिंपळासमवेत सभास्थळाकडे प्रस्थान करत आहेत होऽऽ

पिंपळ : महाराज, काही वृक्षांना मी आता तुम्हास भेटवत आहे, आज्ञा असावी.

वटवृक्ष : काल सभा समाप्ती वेळी तुम्ही वेगळं काही बोललात, आता वेगळंच हे काय?

पिंपळ : महाराज, क्षमा असावी. बिल्ववृक्ष आणि पलाशवृक्ष मला पुनश्च भेटले, तेव्हा त्यांनी काही वृक्ष प्रजातींना दरबारात आणलं. ते म्हणजे सफरचंद, बदाम, अक्रोड, नाशपाती, मेंदी, दालचिनीसह गुलाबांच्या अनेक प्रजातींबरोबर त्यांच्या मूळ प्रजाती आणि जलपर्णी, कॅक्टस म्हणजे निवडुंग, घोडिला, पानबीबी, तालिमखाना, गाजरघास, कमल, सिंगाडा हे सर्व मिश्र वृक्ष आणि वेलींसह खुरटे वृक्षसुद्धा आहेत.

वटवृक्ष : जसजशी सभा सर्वांना माहीत होऊन वृक्षसमूहांमध्ये चर्चिली जाईल, तशी तशी वृक्षांची गर्दी तथा नववृक्षांचं आगमन वाढेल, हा मोठाच लाभ होय. ही जागरूकता मानवाला एक अदृश्य संदेश देणारी कृती ठरेल. यातूनच मानवाला कळेल की, आमचा नाश हा मानवासह सर्व सृष्टीच्या विनाशाची नांदी असून भविष्यातल्या महाविनाशाची ही पदचिन्हे होय. या वृक्षांना थोडक्यात निवेदन देण्यास सांगावं.

पिंपळ : महाराज, ते म्हणतात काही वृक्षांबाबत कमळ आणि सिंगाडाच निवेदन देतील.

वटवृक्ष : उत्तम विचार. बोलावून घ्या त्यांना.

नागफणी : सिंगाडा या जलवनस्पती वेलीने दरबारात हजर व्हावे होऽऽ

सिंगाडा : माझी लागवड तलावातल्या पाण्यात होते. तत्पूर्वी महाराजांचे आभार! सर्व वृक्ष प्रजाती तथा वेलींना नमस्कार! मी एक जलवनस्पती असून माझी फळं शिजवण्यापूर्वी हिरवी असतात. शिजल्यावर फळाची टरफलं काळी होतात. भारतात उपवासाला माझ्या पिठाचा शिरा, जलेबी तथा अनेक पदार्थ बनवले जातात. आयुर्वेदशास्त्रातपण मला फार

महत्त्व आहे. दमा असलेल्या रुग्णांसाठी मी एक उत्तम फळ असून मूळव्याधीचा त्रास असणाऱ्यांनीदेखील माझं सेवन करणं उत्तम. पायाच्या भेगांचा त्रास असणाऱ्यांनी मात्र नियमित माझ्या फळांचं सेवन करावं. शरीराच्या कोणत्याही भागावर सूज असल्यास माझ्या सेवनानं कमी होते. सूज आल्यावर माझ्या फळाचा लेप लावतात. नैसर्गिक कॅल्शियमचा मी स्रोत असून माझ्या नित्य सेवनानं हाडं मजबूत होतात. गर्भवती स्त्रीनं योग्य प्रमाणात माझं सेवन करणं बाळ-बाळंतीण दोघांनाही हितकारक आहे. स्त्रियांच्या अनियमित मासिक पाळीसंबंधीचा त्रास माझ्या नित्य सेवनानं दूर होतो. रक्तासंबंधी आजारांसह वारंवार होणारे जुलाब माझ्या सेवनानं दूर होण्यास मदत होते आणि चयापचय सुधारतो. माझा एक मित्र आहे, त्याचं नाव राजगिरा. त्याच्याद्वारे लाह्या, त्याच्या पिठाचा शिरा, लाडू तथा अन्य साम्रगी तयार केली जाते. राजगिऱ्यापासून लाह्या करून त्याचे केलेले लाडू सर्वांना आवडतात.

महाराज, सर्व कॅक्टस, जलपर्णी, पानबिबी ही साचलेल्या पाण्यात, तर जलपर्णी चक्क तलावाच्या पृष्ठभागावरच्या पाण्यावरच अधिराज्य गाजवते. सर्व कॅक्टस, वाळवंटातल्या पंचावन्न डिग्रीची गरमी झेलत स्वत:ला जिवंत ठेवण्यात यशस्वी होतात. काही जाती तर रखरखीत वाळवंटात मानवाची तहानपण भागवतात. तालिमखाना, लव्हाळी तर चक्क वाहणाऱ्या नदीपात्रात विपरीत परिस्थितीत आपलं अस्तित्व टिकवून ठेवतात. माझं म्हणणं एवढंच की, महाराज, ह्या वनस्पती विपरीत परिस्थितीत, विपरीत अशा हवामानाचा सामना करत स्वत:ला जगवतात, तेव्हा या आणि अशा वनस्पतींच्या जीन्सचा मानवानं प्रगाढ अभ्यास केल्यास हे जीन्स त्यांच्या नित्य गरजेच्या पिकांसाठी वापरून, लोककल्याणासह अनेक समस्यांचं निराकरण करवू शकतात. असली अनुसंधानं भविष्यात नवक्रांतीला जन्म देतील. जंगलतोडीचा परिणाम लंडनमधल्या चॉकलेटच्या उत्पादनाचा दर घटवण्यासह ते वाण कायम समाप्त होऊ शकतं. भविष्यात असं होऊ नये. सबब उत्क्रांतीच्या प्रवाहात मानव प्रकृतीला पूर्णपणे विसरला आहे, असं म्हणणं गैर नाही. प्रकृतीच्या बिभत्सरीत्या केलेल्या दोहनातून संजीवनी वटीसारखे तथा दुर्लभ मानवोपयोगी हजारो लाखो वनस्पतींसह प्रकृतीचं योग्य संतुलन न राखल्यानं कित्येक प्राण्यांनाही या जगातून कायमचंच गमावलं आहे. एक दिवस हाच बुद्धिमान मानव स्वत:सह ही प्रकृतीसुद्धा संपवेल, यात संशय नाही. कारण हा कृतघ्न आहे. हा फक्त निसर्गाकडून, प्रकृतीकडून घेणंच जाणतो. देण्याची प्रवृत्ती मात्र फार कमी लोकांत आहे.

पिंपळ : कमलवेलीनं कृपया मंचावर यावं.

कमळवेल : माझ्यासारख्या क्षुद्र जलवनस्पतीला राजमंचावर बोलण्याची संधी मिळणं, हे माझं भाग्य. महाराज तथा प्रधानजींसह सर्व वृक्ष, महावृक्ष, लतावेली, तृण, कंद ह्या

सर्वच वृक्षराजींना माझा नम्र प्रणाम! माझी फुलं विशेषत: लक्ष्मी, विष्णू याशिवाय सर्वच देवीदेवतांना आवडतात. माझी कमळं गट्टे हत्तींना मोहवतात, तर माझ्या परागानं अळ्यो भान विसरतात. माझ्या फुलांमध्ये श्वेत, नील, रक्तवर्णी, पीतवर्णी असे अनेक रंग मिळतात. कमळ गट्ट्यांची भाजी करतात. पूर्णपणे पाण्यात जगणारी मी जलवनस्पती. ब्रह्मदेवाची उत्पत्ती माझ्या दलातून झाली, तसंच लक्ष्मीचं आसन म्हणून माझं दीपावलीत विशेष महत्त्व आहे. माझ्या बिया खूप पौष्टिक असतात. त्याला 'मखाणा' म्हणतात. मखाण्याची खीर करतात किंवा तसंच खातात. कित्येक ठिकाणी माझ्या पर्णांच्या पत्रावळी तयार करतात. कारण माझी पर्णं मोठी असतात. माझ्याच बाजूला मेंदीपण उभी आहे. महाराजाधिराजांनी तिलासुद्धा बोलण्याची संधी द्यावी, ही विनंती.

मेंदी : महाराजाधिराज, प्रधानजी तथा सर्व लतावेली आणि अन्य वनस्पतींना माझे कोटी कोटी नमन! मी गुणाने थंड. जीवाणूंचा नाश करणारी म्हणून माझं स्त्री शृंगारात विशेष महत्त्व आणि अग्रक्रम लागतो. पूर्वी पाटा-वरवंट्यावर वाटून स्त्रिया माझ्या पर्णांचा वापर करत असत. आज मेंदी हा एक मोठा उद्योग झालेला आहे. माझी उच्चप्रतीची निर्मिती तथा हातावर योग्य तऱ्हेनं लावणाऱ्या स्त्री-पुरुष कलाकारांचा हा मोठाच व्यवसाय असून सर्वच प्रसंगी औचित्य साधून माझा उपयोग होतो. आता तर माझे अगदी बॉलपेनसारखे अखंड मेंदी झरणारे कोन निर्माण केले गेल्यानं हातापायांवर नक्षीकाम करणं सोपं झालं आहे. माझ्या झाडावर पांढरी, निळी, काळी अशा प्रकारची फुलं येतात. त्यांना गोल बारीक फळं लागतात. पूर्वी मी घराच्या सुरक्षाभिंतीचंही कार्य करायचे. याला 'बागड' म्हणत असत. माझी बिजंसुद्धा रुजतात, तसंच फांद्यापण जमिनीत लावल्या जातात. माझा वापर केसांचं आरोग्य उत्तम ठेवण्यासाठीही केला जातो. माझ्या सालीचं तेल निघतं. अन्य औषधी तथा मलमात माझ्या तेलाचा वापर केला जातो. माझ्या झुडपाचं पूर्ण वृक्षात रूपांतर झाल्यास माझा वृक्ष साधारणत: दोन ते तीन मीटर उंचीपर्यंत वाढतो.

पिंपळ : मेंदी तुमचे धन्यवाद. उत्तम माहिती दिलीत. आता सफरचंद, बादाम, अक्रोड, नाशपाती तथा गुलाबाला बोलवा.

वटवृक्ष : प्रधानजी, अजून अनेक जण असतील, तेव्हा तुम्ही गुलाबाच्या अनेक जाती प्रकारांपैकी एका मूळ प्रतिनिधीला बोलवावं.

निवडुंग : गुलाबाच्या मूळ प्रतिनिधींना आम्ही राजदरबारात पाचारण करत आहोत. त्यांनी आपला आणि आपल्या उपप्रजातींचा परिचय द्यावा, ही विनंती.

गुलाब : माझ्या नैसर्गिक तथा मूळ सुवासिक प्रजाती दोन. एक हलका गुलाबी तथा दुसरा लाल. ह्या दोन्ही प्रजातींचं आयुर्वेदात अनन्यसाधारण महत्त्व आहे. माझ्या म्हणजे आमच्या फुलांच्या पाकळ्यांपासून 'गुलकंद' तयार केला जातो. तो सर्वांना आवडतो.

गुलकंद सेवनानं पोट साफ होतं तथा शरीरातली अतिरिक्त उष्णता कमी होण्यास मदत होते. पानाचा विडा खाणारे, विड्यातसुद्धा गुलकंद घालून खातात. गुलकंदाची बर्फी तयार केली जाते. मी नखशिखांत काट्यांनी भरलेला! तसा असलो तरी माझी देखभाल करणाऱ्यांना माझा काटा बोचला, तरी ते माझ्यावर रागावत नाहीत. मी गुलाबी, लाल, काळा, पिवळा, पांढरा, हिरवा, निळा, नारंगी, मरून, जांभळा, अंजिरी, मोतिया तथा एकाच वृक्षात अनेक रंग. आधुनिक वनस्पती शास्त्रज्ञांनी मला अनेकविध रूपं दिली. मला थंड हवामान भावतं. म्हणूनच काश्मिरी गुलाबाचं विशेष महत्त्व आहे. माझ्या फुलांद्वारे 'गुलाबजल' तयार केलं जातं. अन्नपदार्थांसाठी तथा माझ्या नकली रासायनिक इसेन्सद्वारऽ बाहेरच्या वापरासाठी सुवासिक जल तथा निरनिराळी अत्तरं निर्माण केली जातात. लग्नप्रसंगी थकल्यास ती थकावट दूर करणे हेतू माझ्या गुलाबी फुलांच्या पाकळ्या किंवा शुद्ध गुलाबजल अंघोळीच्या पाण्यात घालून त्याने अंघोळ करावी, थकवा दूर होतो. महाराजाधिराज वटवृक्ष तथा प्रधानजी पिंपळासह सर्व वृक्ष समूहांचे आभार तथा नम्र प्रणाम!

वटवृक्ष : खरंच गुलाब, किती छान बोललात तुम्ही. तुमचे खरंच धन्यवाद. बोलताना तरी वाटलं नाही, तुम्हाला काटे असावेत.

पिंपळ : महाराज, एक अत्यंत खुरटी सुवासिक वनस्पती स्वतःला 'दवना' म्हणवतो. म्हणतो मी शिवप्रिय आहे. मला सभेत बोलायचं आहे.

वटवृक्ष : त्यांना काही वेळ थांबायला सांगा.

पिंपळ : महाराज, बऱ्याच प्रजाती न बोलावता आलेल्या आहेत. दवनासुद्धा आग्रह करतोय महाराज.

वटवृक्ष : तो येण्यापूर्वीही काही तरुवर मला भेटले. त्यांना बोलवा. पैकी सफरचंद, नाशपाती यांना बोलावून घ्या. मग त्या तृणवृक्षाला बोलावू.

पिंपळ : जशी आपली आज्ञा महाराज. *(नागफणीऽऽ)*

नागफणी : आज्ञा, महाराज. सफरचंद, नाशपाती दोघांनीही दरबारात हजर व्हावे होऽऽ

सफरचंद : सर्व वृक्षसमूह, महराजाधिराज वटवृक्ष, प्रधानजी पिंपळ सर्वांना नमस्कार. माझा एक सखा नाशपाती, अल्पावधी मिळणारं फळ असून एका विशिष्ट वेळेपुरताच तो बाजारात येतो. मात्र सर्वांना आवडतो. याच्यातही अनेक खनिजांचा खजिना असून त्याचा अवश्य उपयोग करावा. प्रकृतीविशिष्ट हवामान तथा ऋतूत विशिष्ट फळांचे निर्माण केले ते मानवाच्या भल्यासाठीच. म्हणून ऋतूनुसार फळांचं सेवन अवश्य करावं. आता मी स्वतः सफरचंद बोलतो आहे. पूर्वाश्रमीचा मी विदेशातला. माझ्या विविध प्रजाती आहेत. चवींमध्येही माझी कुणी बरोबरी करत नाही. कुणाला काश्मिरी, तर कुणाला

शिमला आवडतो. मी उदर रोगावर अत्यंत गुणकारी. उत्तम रेशेदार (फायबर) असलेलं माझं फळ सर्वांसाठी उत्तम. जीर्ण डोकेदुखी असताना १-२ सफरचंदं सकाळी उठून त्याला मीठ लावून खावीत. किमान १५ दिवस हे करावं. मेंदू क्षीण झाल्यास जेवणापूर्वी १० मिनिटांपूर्वी एक सफरचंद रोज खावं. मेंदूची क्षीणता दूर करतो. ज्यांना नित्य तहान लागते, त्या पीडितांनी किमान चार ग्रॅम सफरचंदाच्या रसात तेवढंच पाणी घालून दिवसातून एक वेळ प्यावं. तोंड कोरडं होणं तथा नित्य तहान लागण्याचा त्रास बंद होतो. ज्यांना कृमीचा त्रास आहे, त्यांनी रात्री एक सफरचंद जरूर खावं. याशिवाय कित्येक लोक माझा मुरंबा करतात. त्यामुळं हृदयाला ताकद मिळते. माझ्यातसुद्धा अनेक व्हिटॅमिन्स आहेत, जे मानवी शरीराला आवश्यक आहेत. जसे नाशपातीमध्ये वाईट कोलेस्टेरॉल कमी करण्याची किमया आहे. तशीच माझ्यातपण आहे. याशिवाय आम्हा दोघांतही रेशेदारपणा भरपूर प्रमाणात आहे. जे लोक माझं नियमितपणे सेवन करतात, त्यांना कोणताही आजार सहसा होत नाही. ते दीर्घजीवी होतात तथा त्यांच्या चेहऱ्यावर तजेला येतो. त्यांचं वय होऊनही शरीरावर सुरकुत्या पडत नाहीत. असे आम्ही दोघं नाशपाती आणि मी सफरचंद.

वटवृक्ष : प्रधानजी, अक्रोड तथा बदाम यांना अलग अलग बोलवावं.

नागफणी : अक्रोड यांनी सभेत हजर व्हावे होऽऽ

अक्रोड : महाराजांचा विजय असो! मला लोक विदेशी समजतात. मी बुद्धिवर्धन करणारा, मेंदूला ताकद देणारा म्हणून माझ्या बियांचा आकार हुबेहूब मेंदूसारखाच. माझं फळ थोडं कठीण कवचाचं. मी प्राकृतिक वेदनाशामक असून शरीरात ऊर्जेचा संचय करण्यासह पाचक आहे. माझ्या ४-५ गिरी रात्री पाण्यात भिजवून सेवन केल्यानं गुडघ्याचं तीव्र दुखणं कमी होतं. माझं लाकूड हजारो वर्षं टिकतं. माझ्या बारीक फांद्यांना विशिष्ट वेळ भिजवून ठेवून त्यांच्यापासून खुर्च्या तथा मेज एंव बसण्यासाठी छोटे छोटे स्टूल्स तयार केले जातात. पौष्टिकतेत मी उत्तम आहेच, त्याशिवाय माझ्यात अनेक व्हिटॅमिन्स आहेत. अमेरिकेतल्या हावर्ड विद्यापीठात हावर्ड यांच्या नेतृत्वाखाली केलेल्या संशोधनात न्यूट्रिएंट्स जर्नलद्वारा प्रकाशित अहवालात सांगितलं गेलं की, सप्ताहात माझ्या किमान ५ ते १० बियांचं सेवन हृदयविकाराचा धोका १५ प्रतिशत कमी करण्यास मदत करतो. हृदयविकाराचा धोका; तसंच त्याद्वारे होणाऱ्या मृत्यूचं प्रमाण २५ प्रतिशत कमी होऊन आयुर्मानात १.३ वर्षाने वाढ होण्यास मदत होते. यानपिंग ली यांचंही माझ्याबाबतीत हेच मत आहे, तेव्हा माझं सेवन केव्हा आणि कसं करावं, हे तुम्हीच बघा.

वटवृक्ष : जी माहिती तरुवर सांगत आहेत, त्याद्वारे सर्वसामान्य लोकांना वृक्ष संवर्धनासंबंधीची जाणीव ही तीव्रतेनं करून देणं, हाच तर आपला मूळ उद्देश आहे. सबब जेवढी वृक्ष बोलू इच्छित असतील, त्या सर्वांना मुक्तपणे बोलू द्यावं.

पिंपळ : जशी आज्ञा महाराज...

वटवृक्ष : बदाम या तरुवराला बोलवा.

पहारेकरी : बदामवृक्षाने सभेत हजर व्हावे होऽऽ

बदाम : महाराजाधिराज वटवृक्ष महाराजांचा सदा विजय असो! मी बदाम. बुद्धीचा, शक्तीचा तथा त्वचाविकारांचा नाश करणारा. शाळेत जाणाऱ्या मुलांना माझ्या सोबतीनं अक्रोडचं सेवन करवल्यास मुलांमध्ये बुद्धी, शक्ती तथा त्यांनी केलेला अभ्यास त्यांच्या नीट लक्षात राहतो. तसा मी भारतभर जरी रुजत असलो, तरी विशिष्ट ठिकाण तथा विशिष्ट परिस्थितीतच माझी लागवड केल्यास उत्पादन मिळतं. दुधासह माझा संयोग उत्तम असून माझा सर्वत्र उपयोग होतो. सौंदर्य प्रसाधनात तर मी अग्रणी. याशिवाय माझं तेल अत्यंत पौष्टिक आहे. देवपूजेसाठीही माझं महत्त्व आहे. माझ्या कितीतरी प्रजातींपैकी एका प्रजातीच्या फळाचं टरफल खूप टणक तर दुसऱ्या प्रजातीच्या फळांचं टरफल पातळ असतं. पातळ टरफलाच्या वाणाला जास्त मागणी असते. ज्यांना कॅल्शियमची कमी असते, त्यांनी रात्री माझ्या बिया दुधात भिजवून सकाळी खाव्यात. तसंच रात्रभर पाण्यात भिजवून माझ्या बिया सकाळी अथवा केव्हाही सेवन केल्यास त्वचा उत्तम राहते. माफी असावी महाराज, माझा एक भाऊ आहे. त्याचं नाव पिस्ता. अनेक व्हिटॅमिन्सनं भरलेला. जेव्हा जेव्हा माझं नाव लोकं घेतात, तेव्हा तेव्हा जुळ्या भावासारखा त्याचाही उल्लेख होतो. आजकाल नकली पिस्ता म्हणजे शेंगदाण्याला रंगवून निर्माण केला जातो. तसाच काजूसुद्धा; इसेन्सनं सगळं काम सोपं केलं असून भेसळीसाठी इसेन्स वरदान ठरत आहे.

वटवृक्ष : प्रधानजी, आता तुमचा तो दवना की काय त्याला बोलवा.

पिंपळ : पहारेकरी, दवना यांना शोधा आणि बोलवा.

निवडुंग : आज्ञा महाराज. दवना या तृण वनस्पतीने दरबारात हजर व्हावे होऽऽ

दवना : महाराजाधिराज, प्रधानजींसह सर्व उपस्थित वृक्ष, महावृक्ष, लतावेली, कंद तृण सर्वांना माझे कोटी कोटी नमन. मला वाटतं महाराज कित्येकांना माझा परिचय नाही. फार कमी लोक मला जाणतात. सातपुडा पर्वतरांगेमध्ये माझं वास्तव्य. देवी भगवती, दुर्गा तथा भगवान शिव यांची मी अतिप्रिय वनस्पती. कारण माझी तासीर थंड आहे. कदाचित माझ्यापासूनसुद्धा सुगंधी अत्तर किंवा काही औषधनिर्मिती हेतू माझी लागवड होत असावी. माझा सुवास खूप सुंदर; परंतु चव मात्र कडू आहे. खेड्यातले लोक माझं गवत सुकवून ठेवत असत. उन्हाळ्यात ऊन लागल्यावर माझं गवत पाण्यात कालवून ते पाणी गाळून ऊनपीडितास पिण्यास देत. त्याने उन्हापासूनचा ताप कमी होतो. भगवान शंकराला एका विशिष्ट पर्वावर मला अर्पण करण्यासाठी एक विधी असतो, हा एक मोठा सोहळा असतो.

(दृश्य : दोन्ही पहारेकरी, निवडुंग आणि नागफणी एकाचवेळी प्रवेश करतात. ते गोंधळलेल्या अवस्थेत असल्यानं प्रधानजी पिंपळ त्यांना कारण विचारतात.)

पिंपळ : पहारेकरी, काय झालं? आपण दोघंही गोंधळलेले का?
निवडुंग/नागफणी : कुणी मिस्वाक नामक तरुवरांसह अगणित वृक्ष आपल्या भेटीसाठी इच्छुक आहेत, सोबत पिस्ता पुन्हा आलेला आहे.
पिंपळ : प्रथमत: त्या सर्वांच्या नावांची नीट यादी करा आणि त्यांना हे सांगा की, परिचय अत्यंत थोडक्यात द्यावा.
औदुंबर : महाराजांचा विजय असो! मी मदत करतो...

(दृश्य : तेवढ्यातच बदाम आकस्मिकरीत्या पुन्हा दरबारात प्रवेश करतो. औदुंबर त्याला म्हणतो, 'तुझं आटोपलं. मग कशाला घुटमळतो एवढा.' मग, दोघांत वाग्युद्धाला सुरुवात होते. एवढ्यात तिथं प्रधानजी प्रवेश करतात.)

प्रधानजी : औदुंबर, मघा सभेत थोडा गोंधळ झाला होता. त्यामुळं बदाम आपली पूर्ण माहिती सांगू शकले नसतील, तेव्हा पिस्ता-बदाम मी तुम्हा दोघांना पुन्हा संधी देतो. तोपर्यंत सर्वांनी शांत राहावं. औदुंबर महोदय दुसऱ्या यादीत सगळी नावं अनुक्रमानं लिहून घ्या. दुसऱ्या सफरचंदालासुद्धा पुन्हा बोलवा.
औदुंबर : जशी मर्जी प्रधानजींची.
पिंपळ : महाराजाधिराज वटवृक्ष महाराजांच्या आज्ञेप्रमाणे सर्वांनाच बोलण्याची संधी मिळावी, असा ठराव पारित केलेला आहे. सबब आता मात्र काही काळासाठी सभा स्थगित होत आहे.

(दृश्य : प्रधानजींच्या घोषणेप्रमाणे सभा स्थगित करण्यात आली. दुसरा दिवस उजाडण्याच्या प्रतीक्षेत उष:काली निवडुंग हा प्रधानजींना निरोप देतो आणि म्हणतो.)

निवडुंग : प्रधानजी, काही वेलींचा समूह आपल्याला भेटू इच्छितो. त्यांच्यासोबत जाई, जुई, चमेलीसुद्धा आहेत. शिवाय काही वृक्षसुद्धा आहेत. ती तुम्हाला भेटू इच्छितात.
औदुंबर : महाराज माफ करा मला. नेहमी आपलं जाई, जुई, चमेली, केतकीचं तुणतुणं. मी सभेत काही वृक्षांविषयी बोललो, ते राहिलं बाजूला.
पिंपळ : भांडू नका तुम्ही, तुमची यादी द्या. जाई, जुई, केतकी त्यांची माहिती देतील; परंतु

या आधीच जवळजवळ शंभरावर तरुवरांनी महाराजांकडे शब्द टाकला आहे, तेव्हा त्यांचं प्रथम होऊन जाऊ द्या. औदुंबर तुम्ही जा आणि सांगा त्यांना.

औदुंबर : अवश्य महाराज. मिस्वाक, आजनसिंगी, मुसळी, नागकेशर तेजपान, जपाकुसुम, कलमी अर्थात दालचिनी, कुंचला, चहा, खैर, नांदरुख, पाईन, फर, धावडा, निलगिरी, हाडशंख, अशोक, लवंग, ब्राह्मी, जिरे, वेखंड, ताड, ब्रह्मकमळ, कोरफड, टापरं घंट्याचा वृक्ष निर्गुडी, सीताफळ, खाकस, तूर, मूग, उडीद, तीळ, याशिवाय काही वृक्ष आहेत, महाराज. ती कदाचित पुन्हा येतीलच.

पिंपळ : जाई, जुई, चमेली, केतकी तुम्ही सांगा.

जाई, केतकी : ज्येष्ठमध, पोयन, इंद्रायन, अमरवेल, नागवेल, गुंज, वासन, उतरण, वावडिंग, पुंगळी, विलायची, काकडी, दोडके, कोहळं, दुधीभोपळा, ढेमस, वाळुक, डांगर, टरबूज, कमळ, शिंगाडा, कुयरी, कुयरी, पडवळ, बिंब, मिरे अजूनही असे कितीतरी वृक्ष आणि लता आहेत.

प्रधानजी : कृपया, उद्या दरबार प्रारंभ होताच महाराजाधिराज वटवृक्षांना भेटलेल्या वृक्षराजी, त्यात अनेक वृक्ष प्रकार खुरट्या वनस्पती, दुर्मीळ प्रजाती, कंद, तृण असल्या कितीतरी वनस्पती त्या सर्वांचं बोलून झालं, की मग तुम्ही सुचवलेल्या वृक्षांची वर्णी लागेल.

जाई, जुई, चमेली, केतकी, औंदुंबर : जशी आज्ञा!

(दृश्य : सभेला सुरुवात होते. सर्वत्र सुंदर गंध पसरलेला. मंद मंद पवन सर्व वृक्षांशी संवाद साधत त्या सर्वांच्या फुलांचा मनमोहक गंध सर्वत्र दरवळत आहे. वृक्ष प्रजाजन हे आपापल्या निवेदनासाठी अत्यंत आतुर आहेत. त्याचवेळी पहारेकरी ललकारी देत सर्वांना सावध करतो.)

पहारेकरी : महाराजाधिराज वटवृक्ष महाराज राजसभेत येत आहेत होऽऽऽ

पिंपळ : महाराजाधिराजांचा विजय असो!

वटवृक्ष : प्रधानजी, सभेला सुरुवात करा.

पिंपळ : मिस्वाकवृक्षानं आपलं मनोगत सादर करावं.

मिस्वाक : माझं महत्त्व अतिप्राचीन. मी एक प्रकारचा दंतवैद्यच म्हणा ना. याशिवाय, माझा उपयोग वैद्यकशास्त्रात अन्यत्रही केला जातो. आधुनिक युगात माझ्या नावानं टूथपेस्टपण निर्माण केलेली आहे. काही लोक माझ्या काडीलाच ब्रशप्रमाणे तयार करून नेहमी जवळ बाळगतात. अन्य औषधांमध्येही कदाचित माझा वापर होत असावा.

पिंपळ : महाराज, पहिल्या प्रथम आलेली बरीच वृक्ष, महावृक्ष, कंद, लतावेली, तृण ,तर काही दुर्मीळ असे वृक्ष आहेत, तेव्हा त्यांना बोलावू?

वटवृक्ष : प्रधानजी, तुमचं तुम्ही ठरवा.

पिंपळ : महाराज, मी पहिल्या वृक्षाला बोलावतो. त्याने त्याच्या नंतरच्या वृक्षाला सभेत बोलवावं, म्हणजे वेळेची बचत होईल आणि एका पाठोपाठ एकेक वृक्ष-वेली मंचावर येतील.

वटवृक्ष : प्रधानजी, शुभस्य शीघ्रम! सुरुवात करा.

पिंपळ : रुद्राक्षानं सभेत निवेदन सादर करावं.

रुद्राक्ष : माझं निवेदन जरा मोठं आहे, महाराज. जमेल तसं त्याला कमी करण्याचा प्रयत्न करतो. माझा विग्रह रुद्र + अक्ष म्हणजे रुद्राक्ष. रुद्र म्हणजे शिव आणि अक्ष म्हणजे त्यांचे नेत्र. प्रत्यक्ष रूपात माझं फळ चर्तुदशमुखापावेतो उपलब्ध असतं; याशिवाय २१ मुखी रुद्राक्ष अस्तित्वात असल्याची चर्चा आहे. मात्र, माझी ती फळं सहसा सर्वत्र आणि सहज मिळत नाहीत. बोर किंवा तत्सम स्वरूपाची फळं किंवा लाकडांपासूनसुद्धा नकली रुद्राक्ष तयार करून माझी हुबेहूब प्रतिकृती काही समाजकंटकांद्वारे निर्मित करून लोकांची फसवणूक केली जाते. माझी ओळख मुखानुरूप भिन्न प्रकारची असते. जशी आवळ्याला पाकळ्यांची धार दिसते, तशीच मलाही दिसते. त्यालाच माझं मुख म्हणतात. वरची बाजू खडबडीत, तीच माझी खरी ओळख होय. मी पाण्यात बुडतो, तरंगत नाही तेव्हा पाण्याची चव अत्यंत कडू होते. या माझ्या जलाद्वारे ताप उतरण्यास मदत होते. रुद्राक्ष धारण करणं हे वैराग्याचं प्रतीक आहेच; शिवाय सर्वसामान्यांनी गळ्यात नित्य वापरल्यास मन:शांती तथा बाहेरील जिवाणू-विषाणूचा त्रासही अत्यल्प प्रमाणात होतो. माझे मुख्य १४ प्रकार आहेत, ते पुढीलप्रमाणे -

एकमुखी : अतिदुर्लभ. उपलब्धता खूप कमी. मी सर्व सिद्धीचा संप्रेरक, ज्ञानवृद्धीकारक, धारण करणाऱ्यानं निंद्य तथा वाईट कर्म केल्यास, फसवणूक तथा कुणाची हत्या केल्यास तो स्वत:च निर्घृणपणे प्राणास मुकतो.

द्विमुखी : माझा आकार किंचित चपटा. तांत्रिकांच्या मते, मी वशीकरणाचं कार्य करणारा. कामनापूर्ती करण्यासह भूतप्रेतादी बाधेचं निवारण करणारा. याशिवाय अन्य आजारांसह मिरगी, मानसिक आजार, मूर्च्छा, तसंच स्त्रियांसाठी महाकल्याणकारी आहे. ज्या स्त्रियांना गर्भधारणेनंतर वारंवार गर्भपात होतो, त्यांनी मला गळ्यात किंवा दंडात लाल धाग्यात घालून धारण करावा. मात्र त्याबरोबरच आवश्यक असे वैद्यकीय उपचारही करावेत.

त्रिमुखी : मी कार्यसिद्धीदाता, भौतिक जीवनात साधना करणाऱ्यांना उत्तम अनुभव तथा

साधनेच्या उपलब्धीशिवाय औषधीय गुणदृष्ट्या बघितल्यास टायफाईडसारख्या आजारात मी रुग्णाला लवकर बरं करण्यास मदत करतो.

चतुर्थमुखी : माझ्या स्वरूपाला 'ब्रह्मा' या रूपाची संज्ञा बहाल केली गेली असून माझी पूजा आणि स्पर्श हा आनंद तथा कल्याणकारी होय. मला धारण केल्यानं अर्थलाभ, पापाचा नाश, सद्‌बुद्धीसह अनेकविध लाभ देणारा आहे.

पंचमुखी : मी सर्वांपेक्षा थोडा वेगळा, पण सर्वत्र उपलब्ध असणारा. माझ्या आकारापेक्षा माझी शुद्धता ही महत्त्वाची. मी मोक्षदाता, कामनापूर्तीचा कारक आहे. भगवान शंकराला सर्व रुद्राक्ष प्रिय असले, तरी माझ्यावर भगवान शंकराची विशेष कृपा आहे. मला एक अथवा दोन संख्येत न वापरता तीन या संख्येत वापरावं, म्हणजे मोक्ष तथा कार्यसिद्धी होते.

षड्‌मुखी : माझ्यात ज्येष्ठ शिवपुत्र कार्तिकेयचा अंश विद्यमान आहे. धारकांना बुद्धी, पाप नाश, ज्ञानप्रसारादिक कार्यं करण्यासह लोकांना मी उत्तम फळ देणारा आहे. विद्याभ्यासात अतिमग्न तथा शिक्षण घेणारी मुलं, शिक्षक वर्ग यांच्यासाठी अतिउत्तम. कारण मी भटकणाऱ्या मनाला स्थिरतेसह आवरण्याचंही कार्य करतो. धारणकर्ते मोहापासून दूर राहिल्यानं कुदृष्टीला सहसा बळी पडत नाहीत. म्हणून जमेल त्यांनी मला धारण करावं.

सप्तमुखी : मी महासिद्धिदायक, सांसारिक वैभव, ऐश्वर्य, स्थैर्यकारक तथा दारिद्र्याचा नाशकर्ता आहे. निरोगी जीवनासह जीवनाचा निर्भेळ आनंद देणारा मी सप्तमुखी रुद्राक्ष.

अष्टमुखी : मी या रूपात भैरवाची कृपा आणि त्याच्या स्वरूपाचं प्रतिनिधित्व करत सर्व पापांचा नाश करतो. दीर्घायू देणाऱ्या मला शिवलोकाच्या मार्गदर्शकात गणलं जातं.

नवममुखी : महादेवी शक्तीस्वरूपा दुर्गा यांच्या नऊ रूपांचा मी शक्तीसमूह. परम सौख्यदाता, कल्याण करणारा, दिव्य गुणाने युक्त असा मी नवमुखी रुद्राक्ष. मला धारण केल्यानं इच्छा पूर्ण होतात.

दशमुखी : या माझ्या रूपात विष्णूचं अधिष्ठान आहे. मी भय, रोग, शोक, भुतादिकबाधा, मानसिक रोग यांचं निराकरण करणारा. भगवान विष्णूच्या दशावतारातल्या सर्व शक्तींचा समुच्चय माझ्यात सामावलेला असून मी मोक्षदाता तथा कामना सिद्धी करणारा आहे.

एकादशमुखी : मी भगवान शंकराचा विशेष कृपा पात्र असून संमोहन, लक्ष्मी प्राप्ती तथा अर्थ वृद्धीचा दाता म्हणूनही गणला जातो.

द्वादशमुखी : मी अग्नी तथा प्रकाशाचं प्रतिनिधित्व तर करतोच; याशिवाय प्रत्यक्ष भगवान सूर्य नारायणाचंही प्रतिनिधित्व करतो. मला धारण करणाऱ्यांना सूर्यकृपा प्राप्त होते. तेजस्विता, लक्ष्मी, समृद्धी या सर्वांचा मी कारक. धारणकर्त्याला या सगळ्यांसह माझा सहवास प्राप्त होतो.

त्रयोदशमुखी : सुख, समृद्धी, वैभवाची वृद्धी करणारा. मनातली इच्छापूर्ती करणारा. मला अतिपवित्र मानलं जातं.

चतुर्दशमुखी : मी शिवकृपेस विशेष पात्र! पाप निवारक, सात्त्विक वृत्ती वाढवणारा, सदाचारानं ओतप्रोत. मला विधीपूर्वक शुद्ध करून गळ्यात अथवा दंडात धारण करावं. महाराज, क्षमा असावी. माझ्या पंधरा ते एकवीस ह्या प्रजाती दुर्मीळ आहेत, म्हणून त्यांची फलितं मी सांगू शकणार नाही. माझ्यानंतर अग्निशिखा या वनस्पतीनं दरबारात यावं.

पिंपळ : एक अप्रतिम अनुभूती झाली. धन्यवाद, रुद्राक्ष महोदय.

अग्नीशिखा : मी वर्षा ऋतूत फुलणारी वनस्पती. एक लता. माझं शास्त्रीय नाव 'गोलोरिओझा सुपेर्बा'. माझी दुसरी एक पोटजाती- 'गोलोरिओझा सुपेर्बा रॉथ्य चिल्डियाना'. माझ्या पाकळ्या पिवळ्या; परंतु मधेच लाल रंग असतो. दोन्ही जातींची वर्धन प्रक्रिया ही सूक्ष्म बियांपासून होते. मुळांच्या विभाजनाद्वारेही माझं वर्धन शक्य आहे. माझ्या कळ्या पिवळ्या, हिरवट तथा कालांतरानं त्यांना पूर्ण पिवळा रंग येतो आणि टोकं ही लालसर दिसतात. या माझ्या स्वरूपामुळं समईत ज्योती लावल्याचा भास होतो. भाद्रपद म्हणजे ऑगस्ट संपताच मी बहराच्या भरावर असते. गणेश, गौरीपूजनात माझा सहभाग सातत्यानं असतो. कोकण प्रांतात तर मला गौरीच्या हाताची उपमा देतात. मला काही ठिकाणी लोक 'बचनाग' तथा 'खड्यानाग' या नावानंही ओळखतात.

माझी औषधीय गुणात्मकता अशी. स्त्रीचा प्रसूतीकाळ लांबल्यास त्यावर प्रसूती कळा येण्यासाठी माझा वापर केला जातो. मी एक विषवल्ली म्हणजे विषारी वेल म्हणून प्रसिद्ध आहे. माझी मुळंही सर्वात विषारी आहेत. माझी जीवनशैली काटोलाच्या वेलीप्रमाणेच असते. पहिला पाऊस पडला की, मला कोवळी पानं फुटतात. माझ्या पर्णांना देठं नसतात. सबब खोडाला बिलगलेली माझी पर्णं अत्यंत सुंदर दिसतात. साधारण दहा फुटांपर्यंत वाढणारी माझी वेल घरातसुद्धा वाढवता येते. मात्र विष प्रवृत्तीमुळं मला लहान मुलांपासून लांब ठेवावं. माझी फुलं टिकाऊ. एका मागून एक अशा क्रमानं फुलतात. मला फुलांनी, कळ्यांनी डवरलेली बघणं म्हणजे एक आनंदपर्वणी होय. मी विषवल्ली! म्हणून माझ्या वेलीवरची पर्णं, खोड, मूळ रोगरहित असतं. माझ्यानंतर गुलदाउडीनं निवेदन सादर करावं.

गुलदाउडी : माझा उपयोग सिरका तथा चवीसाठी म्हणजे फ्लेवरचा उपयोग सातत्यानं खाद्यान्नामध्ये केला जातो; शिवाय मला सलाडमध्येही उपयोगात आणलं जातं. माझ्या फुलांमध्ये लाल, पिवळा, श्वेत तथा नारंगी असल्या विविध छटा आढळतात. रंगवैविध्यामुळंपण माझा सातत्यानं खाद्यान्नात सजावटीसाठी उपयोग होतो. माझ्यानंतर तीळ या लघुवृक्षानं निवेदन सादर करावं.

तीळ : गुलदाउडी, धन्यवाद. माझी चव किंचित तुरट, किंचित कटू तथा मधुरपण असते.

माझ्या तीन प्रजाती. श्वेत, तांबडी आणि काळी. यांपैकी तांबड्या वाणात तेलाचं प्रमाण जास्त असतं. संक्रांतीपैकी मकर संक्रातीला माझं भारतभर विशेष महत्त्व असतं. मी आकारानं लहान; परंतु गुणाने महान आहे. माझ्या तेल मसाजाद्वारे अस्थी तथा मांसपेशी मजबूत होतात. बाळंतिणीला गर्भारपणात माझं तेल हे आरोग्यदायी ठरतं. माझी बीजं कच्ची चावून खाण्याने दात, हिरड्या मजबूत होतात. साबणापेक्षा माझ्या चोथ्यानं अंघोळ केल्यास शरीरावरचा मळ निर्मूलनासह त्वचा सतेज होते. माझं कोमट तेल शरीराला लावून स्नान केल्यानं अस्थीचं दुखणं कमी होऊन रक्तभिसरणाची प्रक्रिया सुरळीत होऊन मनावरचा ताण कमी होतो. माझं तेल त्वचेच्या खोलवर आत शिरतं, म्हणून आयुर्वेद तथा पंचकर्म चिकित्सेत माझ्या तेलाचं विशेष महत्त्व आहे.

माझ्या तेलात लिनेलेईक ॲसिड, ओमेगा फॅटी-६ हे गुण असतात. यामुळंच रक्तातलं बॅड कोलेस्ट्रॉल नियत्रंणात राहतं. याशिवाय माझ्या तेलात आणि बियांत मॅग्नेशियम, सेरेनियन, कॅल्शियम ही तत्त्वं भरपूर असतात. लहान मुलं, वृद्ध तथा तरुण सर्वांनीच माझ्या तेलानं मसाज केल्यास आरोग्य उत्तम राहतं. याद्वारे ऑस्ट्रोपोरायसिसचा धोका कमी होतो. फॉलिक ॲसिड गर्भास पोषण देतं, तर माझ्या चटणीचं सेवन पोट साफ ठेवण्यास मदत करतं. ज्या स्त्रियांना गर्भारपणात पोट तथा अंगाला खाज आल्यामुळं (स्टेच मार्क) पोटावर ओरखडे पडतात, ते पण माझ्या तेल मसाजाद्वारे निघून जातात आणि त्वचा तेजस्वी होते. माझ्या तेलानं जंतूंचा (बॅक्टेरिया) नाश होतो. माझ्या सगळ्या बियांचे गूळपाकातले लाडू/वड्या, तीळगूळ घालून केलेली पोळी सर्वांना आवडते. पक्वांनाचा स्वाद माझ्यामुळं वाढतो. तसा मी सर्वांचा प्रिय; परंतु पपईताई मला माफ कर, मधे एक पाहुणा आला आहे, तो म्हणजे एक वैशिष्ट्यपूर्ण तांदूळ. त्याचं आटोपलं की तो तुला बोलावेल. धन्यवाद.

फोर्टिफाईड तांदूळ : पपईताई, माफ कर. महाराज, आपला सदा विजय असो! मधल्या काळात चीन देशानं प्लास्टिक तांदूळ बाजारात पाठवून मानवतेला काळिमा फासली. एकात्मिक बाल विकास सेवांतर्गत मध्यान्ह भोजनासाठी माझ्या वाणाची निर्मिती मुद्दाम करवली गेली होती, ती अशी! वाढतं कुपोषण लक्षात घेता महाराष्ट्र सरकारनं धान्याची भरड करण्यासह मिलमध्ये खास ब्लेंडिंग मशीन्स निर्माण केली. मग माझ्या मूळ वाणाच्या भुकटीत काही जीवनसत्त्वं तथा अन्य पौष्टिक तत्त्वांसह खास खनिजं मिसळून त्याचं हुबेहूब माझ्यासारखंच कृत्रिम वाण निर्माण केलं. सद्यस्थितीत प्रयोगादाखल माझं फार कमी उत्पादन उपलब्ध आहे. हे माझं वाण चंदौली आणि पंजाब प्रांतातल्या काही शहरांमधून सर्वत्र वितरित केलं जातं.

या संबंधातील लोकधारणेला बदलण्याच्या हेतूनं डेप्युटी आर. एम. ओ. राकेश

पांडेय यांनी माझ्या या फोर्टिफाईड वाणाविषयीची माहिती सादर करताना सांगितलं की, मी कृत्रिमपणे निर्मित केलेला म्हणून सामान्यांपेक्षा थोडा वेगळा असतो. सांगायचा मुद्दा हा की, माझी ही कृत्रिम निर्मिती लोककल्याणासाठी, सबब अफवांपासून लोकांनी सावध राहावं आणि नेहमी वस्तुनिष्ठ शहानिशा करावी. मी प्रायोगिक म्हणजे नकली वाण असून मला या सभेत बोलण्याची संधी दिलीत, यासाठी सर्वांचे आभार! परंतु महाराज, माझा एक आसामी प्रांतातला भाऊ 'जादुई तांदूळ'. कृपया त्याचंही निवेदन ऐकून घ्यावं.

जादुई तांदूळ : माझं नाव 'जादुई तांदुळ' म्हणजे 'मॅजिक राईस'. मी तसा सर्वधारण तांदळाप्रमाणेच दिसणारा, मात्र राहणारा आसाम या हिमालयीन प्रदेशातला. माझा काही अंशी मुक्काम हा पश्चिम बंगालमधल्या काही भागात, तसंच बिहार, उत्तरप्रदेशातसुद्धा असतो. माझी अत्यल्प शेती केली जाते. एकशे पंचेचाळीस ते दीडशे दिवसांत, म्हणजे पाच महिन्यात माझं पीक काढणीसाठी तयार होतं. अनेक शतकं तथा वर्षं परंपरेच्या निर्वाहाचा मी एक वारसा. मला भातरूपात दही, गूळ, दूध, साखरेसह खाल्लं जातं. या वाणासाठी प्रत्यक्ष भारत सरकारद्वारे मला 'जीआय टॅग' देऊन गौरवण्यात आलं आहे. एक प्रकारे हा सन्मान आसामच्याही वाट्याला आला, याचं मला समाधान आहे. आश्चर्याची गोष्ट म्हणजे माझी शेती करणारे जास्तीतजास्त आदिवासी बांधव आहेत, हे विशेष.

मी शिजण्यासाठी सोपा, मात्र पीक घेण्यास कठीण आहे. सरासरी अर्धा एकरात माझं उत्पादन पाच क्विंटलपर्यंत मिळतं. मला केवळ थंड पाण्यात भिजवून ठेवून भात तयार होतो. माझ्या या वाणाला तशी अनेक नावं आहेत; परंतु 'बोका राईस', तसंच 'आसाम तांदूळ' म्हणूनही माझी जनमानसात ओळख आहे. माझ्या या वाणाला एक आगळीवेगळी चव तसंच सुगंध आहे. आसाम प्रांतातला कोक्राझार, बारपेटा, नलबारी, बक्सा, घुबरी, दरंग, कामरूप या परिसरात माझी विशेषत्वानं लागवड करण्यात येते. असा मी एक जादुई तांदूळ एकदा माफी मागून पपईताईंना पाचारण करतो. त्यांनी राजदरबारात यावं, ही विनंती.

पपई : हे तांदळा, तू नैसर्गिक नसूनसुद्धा तुझी बुद्धिमत्ता आणि विवेक बघून मला कौतुक वाटलं. याशिवाय तुझा भाऊ नैसर्गिक आसामी तांदळाचं वर्णन ऐकून मनाला आनंद झाला. महाराज, प्रधानजी आणि सर्व उपस्थित वृक्ष, महावृक्ष, तृण, धान्य, कंद, लतावेली सर्वांनाच माझं अभिवादन! मी पपई. माझ्या फळाची भाजीसुद्धा करतात. या भाजीनं पचनशक्ती वाढते. माझ्या फळाचा रस कृमींचा नाश करतो. उपयोग - एक चमचा फळाचा रस, एक चमचा मध, त्यात चार चमचे गरम पाणी एकत्र मिसळून हे घेतल्यावर रात्री झोपतेवेळी शुद्ध एरंडेल तेल किमान एक चमचा. ही मात्रा वयानुसार कमी-जास्त होऊ शकते. सलग दोन दिवस घ्यावी. आतड्यातल्या कृमी नष्ट होतात.

हा प्रयोग वैद्यांच्या सल्ल्यानंच करावा. माझ्या बिया तथा पर्णांत कॅरीसिन असतं. या द्रव्यामुळं कृमी मरतात. यासाठी माझी पर्णं तथा बियांचा रससुद्धा वापरला जातो. 'डेंग्यू' या डासापासून होणाऱ्या रोगात तथा अन्य आजारात रक्तातल्या प्लेटलेटचं प्रमाण कमी होत असल्यास माझ्या पर्णांच्या रसाद्वारे ती कमतरता लवकर भरून काढण्यास मदत होते. कच्च्या फळाचा रस चेहऱ्यावर चोळल्यास पुटकुळ्या, मुरूमं नाहीशी होतात आणि चेहरा नितळ होतो. माझ्यातल्या विशिष्ट एन्झायिममुळं कर्करोगावर नियंत्रण मिळवता येतं. माझ्या परिपूर्ण पिकलेल्या फळांचा गर श्रमपरिहारक, तृप्तीदायक, पित्तशामक आणि पाचक असतो. माझ्या फळाच्या सेवनानं मूत्रसंबंधीच्या काही अडचणींवर मात करता येऊ शकते. अपचन, बद्धकोष्ठता, उदररोगावर उत्तम असून हे सगळे त्रास माझ्यातल्या 'पपेन' या द्रव्यानं दूर होण्यास मदत होते. स्त्रियांनी मासिक पाळी दरम्यान माझं नियमित सेवन केल्यास रक्तस्राव प्रमाणशीर होतो. गर्भवतींनी माझं सेवन वैद्यांच्या सल्ल्याशिवाय करू नये. बाळंतपणानंतर माझ्या फळाची भाजी; तसंच माझं कच्चं फळ तथा पिकलेल्या फळाचं सेवन अगत्यानं करावं. माझ्या बियांमध्ये कॅल्शियम, मॅग्नेशियम, फॉस्फरस यांचा उत्तम स्रोत आहे. माझ्यात अँटिबॅक्टेरियल,तसंच अँटिइनलामेटरी गुणधर्म सातत्यानं आढळतात. ही सगळी द्रव्यं पचनासाठी उत्तम कार्य करतात. अशी मी पपई. माझ्यानंतर वेलदोड्यानं दरबारात यावं, ही विनंती.

वेलदोडा : मी वेलदोडा. मला 'इलायची' तथा काही लोक 'विलायची' असंही संबोधतात. माझ्या पूर्ण परिचयापूर्वी पपईताईचे कोटी कोटी आभार. महाराजांना तथा प्रधानजींसह सर्व तरुवरांना कोटी कोटी नमन. मी वेलवर्गात सामावणारी वनस्पती. माझ्या वेली अत्यंत नाजूक असतात, म्हणून त्यांना खूप जपावं लागतं. माझी लागवड शक्यतो केरळ, तमिळनाडूचा समुद्रकिनारा, तसंच काही अंशी कोकण प्रांतातसुद्धा केली जाते. माझ्या दोन प्रजातींपैकी एक छोटी इलायची, तर दुसरी मसाल्यात वापरली जाणारी मोठी इलायची. आमचे गुणधर्म जरी एक, परंतु वापर मात्र भिन्न आहे. आयुर्वेदात माझं महत्त्व खूप आहे. मुख्यतः गोड पदार्थांची तथा दुग्धजन्य पदार्थांची चव वाढवण्याच्या हेतूने माझा वापर सातत्यानं केला जातो.

माझ्या सेवनानं वाताचा त्रास कमी होतो. याशिवाय शरीरातली सूज, हृदयात होणारी जळजळ कमी करण्यासह पचनशक्तीत वाढ होते. ज्यांना अपचनाचा सतत त्रास जाणवतो, त्यांनी किमान चांगले भरलेले दोन ते तीन वेलदोड्याचे चूर्ण, एक छोटा साधारण सात मिमी आल्याचा तुकडा, १-२ लवंगा, १-२ छोटा चमचे धनेकूट यांचं मिश्रण गरम पाण्यातून किमान एक सप्ताहपर्यंत घ्यावं. याने अपचनाची समस्या दूर होते. माझ्यात जीवाणू संहारक म्हणजे अँटिबॅक्टेरियल गुण आहेत. मला सतत चघळत राहिल्यास मुखदुर्गंधीचा

आजार नष्ट होतो. दमा, खोकला, ताप, मळमळ, फुप्फुसांशी संलग्न आजार दूर होण्यास मदत होते. माझ्या बियांमध्ये पोटॅशियम, कॅल्शियम प्रचुर मात्रेत आहे. माझ्यातली ही द्रव्यं शरीरातल्या 'इलेक्ट्रोलिसिस' या प्रक्रियेसाठी मदतगार ठरतात. याचं कार्य म्हणजे हृदयगती नियंत्रणात ठेवणं. एक पेला दुधात माझ्या दाण्यांची पूड किमान अर्धा ते एक ग्रॅम, तेवढीच शुद्ध हळदीची पूड आणि चवीनुसार साखर घालून हे पेय नियमित घेत राहिल्यास शारीरिक शक्तीत वाढ होते. कमजोरी अर्थात ॲनिमिया असल्यास माझी भुकटी घालून तयार केलेलं दूध रोज रात्री घ्यावं.

सतत येणारा खोकला नियमित औषधालापण जुमानत नसल्यास शुद्ध नैसर्गिक कापूस, त्यातली बी म्हणजेच सरकी काढावी आणि एका इलायचीतले दाणे त्या कापसात घालून त्याची पूर्णतः राख करावी. ती राख अर्धा चमचा मधासह चाटण म्हणून रोग्याला द्यावी. या उपायानं खोकल्यास आराम पडतो. हा कफयुक्त खोकल्यासाठीचा उपाय होय. ड्राय म्हणजे कोरड्या खोकल्यासाठी नाही. ज्यांना सतत पित्तविकाराचा त्रास आहे, त्यांनी मोठी इलायची जी मसाल्यात घालतात, ती तथा सुगंधी छोटी हिरवी विलायची, दोन्हीही १०० + १०० ग्रॅम घेऊन त्यांचं टरफलासहित चूर्ण करावं. ते चूर्ण खडीसाखरेच्या चूर्णासह जेवणाच्या अर्ध्या तासापूर्वी घ्यावं आणि नंतर जेवण करावं. तुम्ही नियमित माझं असं सेवन केल्यास कदाचित तुम्हाला आम्लपित्तापासून कायम मुक्ती मिळेल. माझ्यानंतर माझा मित्र जिरे यांनी सभेत आपलं महत्त्व सादर करावं, ही विनंती.

जिरे : मी भारतीय स्वयंपाक घरातला महत्त्वाचा घटक. भाजी, ताक, कढी, चिवडा, चटणी, मसाले भात अशा सर्वच पदार्थांमध्ये माझा वापर केला जातो. मी माझ्या वेगळ्या चवीसाठी प्रसिद्ध असून सर्वत्र माझा वावर हा असतोच. महाराजाधिराज, प्रधानजी सर्व वृक्ष प्रजाजनांसह वेली, कंद, दर्भ, तृण सर्वांना माझा आदरासह नमस्कार. माझ्या दोन प्रजाती. मी गरीब म्हणजे साधा. माझं पीकसुद्धा जास्त; परंतु माझाच एक भाऊ मात्र मोठा राजा आहे. त्याचं नाव 'शहाजिरा'. त्याच्या नावाप्रमाणेच स्वयंपाकात त्याचा मोठा मान आहे. कदाचित मी जर सामान्यांच्या पदार्थात, तर याचा वावर पंचतारांकित उपहारगृहात होतो. अतिश्रीमंत, गर्भश्रीमंतांचेच हा चोचले पुरवत असावा. आम्हा दोघांचंही जवळ जवळ कार्य एकच; परंतु औषधी आणि पोषक गुणधर्मं मात्र असमान आहेत.

ज्या बाळंत मातांना अर्भकासाठी अंगावरचं पुरेसं दूध मिळत नाही, त्या मातांना माझं पाणी तयार करवून पिण्यास द्यावं. याने दूध तथा रक्तवाढीबरोबरच वजनपण कमी होतं. रक्तदाब नियंत्रणात राहतो. माझ्यातल्या अनेक आरोग्यदायी घटकांमधलं थायमोल हे लाळग्रंथीला सक्रिय करतं. याने पचन सुधारतं. माझ्यात रेषेदारपणा म्हणजे फायबर भरपूर प्रमाणात आहे. सबब यामुळंही पचन सुधारतं. मूळव्याधीचा त्रास कमी होतो. मी प्राकृतिक

रेचक. सबब बद्धकोष्ठ असणाऱ्यांसाठी मी वरदान होय. बद्धकोष्ठतेच्या नियमित उपचार हेतू लोखंडी तव्यावर मला थोडं भुरकट होईपर्यंत भाजून त्याची पूड करावी आणि काहीही न खाता छोटा अर्धा चमचा हे चूर्ण सकाळी मधातून घ्यावं. सर्दीचा त्रास जास्त असल्यास एक चमचा माझ्या बियांमध्ये थोडं किसलेलं आलं घालून ते मिश्रण उकळून तथा गाळून घ्यावं आणि दिवसातून दोन वेळा हा काढा प्राशन करावा. असं केल्यानं सर्दीत आराम पडतो. गर्भवतीला होणारी मळमळ, उलटीचा त्रास, बद्धकोष्ठता यासाठी एक ग्लास गरम दुधात माझी पूड अर्धा चमचा, दूध अगदी कोमट फुंकर न मारता पिण्यायोग्य होताच त्यात छोटा अर्धा चमचा मध घालून ते प्यावं. ज्यांना निद्रानाशाचा त्रास आहे, त्यांनी अर्धा छोटा चमचा माझी पूड केळ्यामध्ये कुस्करून खावी. हा प्रयोग नियमित केल्यानं निद्रानाशाचा त्रास कायम दूर होण्यास मदत होते. माझ्या निवेदनानंतर डाळिंब यांनी राजसभेत आपलं निवेदन सादर करावं.

डाळिंब : माझ्या बियांच्या रसात कॅल्शियम, फॉस्फरस आणि लोह ही द्रव्यं प्रचुर मात्रेत असतात. रोगप्रतिकारक म्हणजे इम्युन सिस्टिमला चालना देणारा, शक्ती वाढवणारा, तसंच दात, हिरड्या यांना बळ देणारा आहे. ताप आला असता शरीरातल्या अतिरिक्त उष्णतेचं निराकरण करतो. रक्तवर्धक, रक्तअल्पता कमी करणारा, हिमोग्लोबिनची मात्रा वाढवणारा, रोगी, अशक्त, सुदृढ तथा बालक, प्रौढ या सर्वांनीच माझं नियमित सेवन करावं.

माझं सेवन भूक तर वाढवतंच, त्याचबरोबर वजन कमी करणं, त्वचा निरोगी ठेवणं, अपचन वायू, पोटसाफ न होणं; याशिवाय ज्यांना वारंवार शौचाला जावं लागतं, त्यांनाही लाभकारी आहे. माझा रस रक्ताभिसरण क्रियेला उत्तम चालना देतो. माझे दाणे ताबडतोब काढून खावेत, ते काढून ठेवून दिल्यास मात्र त्यातल्या आवश्यक घटक द्रव्यांचा नाश होतो. माझ्यानंतर मोगरा यांनी सभेत यावं, ही विनंती.

मोगरा : 'एक अनार सौ बिमार' म्हण सार्थ करणारं डाळिंब, धन्यवाद. तुमच्यासह सर्वच वृक्षराजी महाराजाधिराज, प्रधानजींना आदरसहित प्रणाम! माझ्या अनेक प्रजाती आहेत. त्यांपैकी वेली मोगरा, झुडपी, बटमोगरा, केवळ उन्हाळ्यात फुलणारी जाती तथा बारमासी फुलणाऱ्या जाती, असे माझे अनेक प्रकार आहेत. उन्हाळी मोगरा भरपूर पाणी दिल्यास उत्तम फुलतो. सुगंधी द्रव्यं, अत्तरं, उदबत्ती निर्मितीसाठी माझा उपयोग होतो. काही चहापत्ती निर्मातेसुद्धा आपल्या चहाच्या सुगंधासाठी माझा वापर करतात. काही लोकांना माझा सुगंध सहन होत नाही, त्याला 'ॲलर्जी' म्हणतात. उन्हाळ्यात मला फुलांनी डवरलेला बघणं, ही एक महापर्वणी असते. माझ्या मंदवासानं आसमंत दरवळून जातो आणि मन:शांती मिळते, असा मी मोगरा. माझ्यानंतर पानकोबीनं आपलं निवेदन सादर

करावं, ही विनंती.

पानकोबी : सुगंधी मोगऱ्या, तुझे मनोमन आभार! महाराजाधिराज, प्रधानजी, सर्ववृक्ष, महावृक्ष, लतावेली, तृण, कंद सर्वांना माझे कोटी कोटी नमन! मी एक क्षुल्लक भाजी प्रकार. मला या महासभेत बोलायची संधी मिळणं हे माझं भाग्य होय. नावात साम्य म्हणून फुलकोबी आणि माझ्यातल्या व्हिटॅमिन्समध्येही बरंच साम्य आहे; परंतु पानकोबी म्हणून मला मात्र वेगळा पर्याय नाही. मला तरी वाटतं की, मी एकमेव असावी. मानवाच्या जेवणातल्या माझ्या वापरानं पोट साफ होण्यास मदत होते. बद्धकोष्ठता, पोटात वायू होऊन पोट फुगणं, गॅसेस हा त्रास दूर होतो. सलाडमध्येही माझा वापर करता येतो. मानवी शरीरात काही कारणांनी, औषधांनी निर्माण होणारं विष म्हणजे टॉक्सिन्सला शरीराबाहेर टाकण्यास मदतगार ठरते. माझ्यामुळं पचनक्रिया सुलभ होते. चयापचय म्हणजे मेटाबॉलिझम नियमित करण्यास मदत होते. माझ्या आतल्या पर्णांचे बारीक तुकडे आणि त्यात चवीनुसार मीठ, काळी मिरी पूड, लिंबू रस घालून याचं नियमित सेवन केल्यास बद्धकोष्ठता दूर होण्यास मदत होते. त्यासाठी किमान दोन ते चार सप्ताहपावेतो सेवन करावं. व्हिटॅमिन 'यू' हे अत्यंत दुर्मीळ असतं आणि ते तुम्हाला माझ्या ताज्या रसात, मुबलक प्रमाणात मिळतं. 'यू' हा व्हिटॅमिनचा प्रकार अल्सरला पूर्णपणे पायबंध घालतो. माझ्यातलं हे द्रव्य अल्सर प्रतिबंधक असून अत्यंत गुणकारी आहे. जे लोक शरीरानं कमजोर आहेत, यांच्यासाठी पानकोबी अत्यंत फायदेशीर आहे. एक वाटीभर बारीक चिरलेल्या कोबीमध्ये ३४ कॅलरीजसह तीन ग्रॅम चरबी असते. दिवसभराचा तुमचा श्रमपरिहार करेल एवढी जीवनसत्त्वं माझ्यात उपलब्ध असून माझ्या सेवनानं भूक भरपूर लागते. माझ्यानंतर भुईमूग यांनी महाराजांपुढं निवेदन सादर करावं.

भुईमूग : पानकोबी, तुला धन्यवाद. सर्वच वृक्षवृंदासह महाराजाधिराज, प्रधानजींना माझा नमस्कार! महाराज, मला 'भुईमूग' म्हणतात. कारण मी जमिनीत आत लागतो. माझ्या शेंगांमध्ये माझ्या बिया असतात. त्यालाच 'शेंगदाणे' म्हणतात. काजूच्या बरोबरीची व्हिटॅमिन्स असलेला मी शेंगदाणा, माझ्या दाण्यांचा रंग लाल आणि गुलाबी असा असतो. भारतातल्या गुजरात तथा विदर्भात सर्वत्र माझं पीक घेतलं जातं. माझ्यामुळं विविध भागात फल्ली तेल वापरणाऱ्यांची गरज पूर्ण होते. माझ्यात प्रामुख्यानं अँटिऑक्सिडंट्स आहेत; शिवाय माझ्या बियांमध्ये अनेक मिनरल्स तथा व्हिटॅमिन्सचा एक खजिना आहे. माझ्यात लोह, कॅल्शियम, झिंक तथा माझ्या मूठभर दाण्यांमध्ये कॅलरीज, कर्बोदकं, प्रोटिन्स आणि अनेक व्हिटॅमिन्समध्ये इ, के आणि बी भरपूर प्रमाणात असतं. माझ्या बियांचं तेल उदरविकार दूर करतं. मात्र ते शुद्ध असावं. माझ्या नित्य सेवनानं वायू (गॅसेस), आम्लपित्त यांसारखे पोटाचे विकार नियंत्रणात राहतात. कफ, खोकला असताही माझं

सेवन उपयुक्त ठरतं. पचनशक्ती वाढवणारा मी माझ्या सेवनानं भूक न लागण्याची समस्या दूर होते. गर्भवती स्त्रियांनी गर्भारपणात माझं सेवन अगत्यानं करावं. यामुळं गर्भात शिशुची वाढ उत्तम होते. 'ओमेगा सिक्स' हे फॅट माझ्यात प्रचुर मात्रेत असून त्वचेसाठी ते उत्तम असतं. ५० ते १०० ग्रॅम एवढ्या बियांमधून शरीराला पूर्ण पोषण मिळतं. मात्र आपल्या पचनशक्तीनुसार माझं सेवन करावं, हे सर्वथा उत्तम.

सप्ताहात किमान पाच दिवस एक मूठभर मात्रेत माझं सेवन केल्यास भविष्यातला हृदयविकाराचा धोका कमी होतो. याशिवाय शरीरातलं बॅड कोलेस्टेरॉल नियंत्रित करून शरीरातल्या लिपोप्रोटीनमध्येही चार ते पाच प्रतिशत घट होते. सबब हृदयविकाराचा अनर्थ टळतो. माझ्या बियांमध्ये प्रोटीन, चरबी, खनिजे, व्हिटॅमिन्स तथा अँटिऑक्सिडंट्स प्रचुर मात्रेत असून माझ्या नियमित सेवनानं त्वचा मऊ राहते. ज्या लोकांना पचनासंबंधीच्या तक्रारी आहेत, त्यांनी रात्रभर भिजत घालून सकाळी माझ्या बियांचं सेवन करावं. केवळ मूठभर, म्हणजे किमान २० ग्रॅम. यामुळे पाचन सुधारण्यासह आम्लपित्ताचा त्रासही समाप्त होतो आणि स्नायू मजबूत होतात. कंबरदुखी, सततची सांधेदुखी कमी होते. महिलांनी तर हा प्रयोग आवर्जून करावा. कारण त्यांच्या शक्तीचा जास्त ऱ्हास होतो, सबब महिलांनी आवर्जून शेंगदाणे खावेत. माझ्यानंतर मी प्रत्यक्ष ब्रह्मपिता; तसंच महालक्ष्मी, विष्णू तथा सर्व देवताप्रिय वनस्पती कमळ यांना पाचारण करतो. त्यांनी सभेत आपली महती आणि उपयोग्यता कथन करावी, ही विनंती.

कमळ : भुईमूगा, तुला धन्यवाद. त्याचबरोबर सर्वच वृक्ष, लतावेली तथा अन्य सर्वच उपस्थित वनस्पती, सर्वांना माझा हृद्य प्रणाम! मी भारताचं राष्ट्रीय पुष्प आहे. मला 'पंकज'देखील म्हणतात. पंक् + अज मधील पंक म्हणजे चिखल, अज म्हणजे जन्म; म्हणून मी पंकज. तलाव तथा स्थायी जलयुक्त स्थानं, अशा ठिकाणी माझा निवास लक्ष्मीमातेसह असतो. भगवान विष्णूच काय, तर मी सर्वच देवीदेवतांना आवडतो. माझी पुराणात अनेक नावं आहेत. पद्म, राजीव आणि पंकज याप्रमाणेच माझी अनेक रंगात मिळणारी फुलं सर्वांना वेड लावतात. निळा, पिवळा, हिरवा, गुलाबी, लाल, श्वेत; याशिवायही बहुविध रंगच्छटा असतील. मानवी शरीरात बलसंवर्धन करणारा मी कमळ. रक्तविकार, छातीत धडधडणं, हृदयगती वाढणं आदी विकार कमी करण्यास माझ्या सेवनाने मदत होते. उष्ण प्रदेशातल्या कमळांपेक्षा थंड प्रदेशातल्या कमळांमध्ये तथा माझ्या वेलींमध्ये औषधी गुणात्मकता ही अधिक असते, असं वनस्पतीतज्ज्ञ म्हणतात. माझ्या फुलाद्वारे अतिसार, ताप, उच्च रक्तदाब, रक्तविकारांसह यकृताचे आजार यासाठीसुद्धा माझी फुलं वापरली जातात. माझी फुलं किमान चार ग्लास पाण्यात भिजत घालावीत. ते पाणी गरम असावं. नंतर त्या पाण्यातच फुलं वाटून घ्यावीत. त्यानंतर गाळून त्या पाण्याचा वापर

औषधी म्हणून केल्यास हृदय दुर्बलता दूर होते. नुकताच येऊन गेलेला हृदयविकाराचा झटका आणि तो पुन्हा परत येऊ नये म्हणून किंवा हायर पल्पिटेशन म्हणजेच द्रुत गतीनं होणारी हृदयाची धडधड. यामध्ये माझं हे सिद्ध जल रुग्णाला औषधी रूपात दिल्यास उत्तम स्वास्थ्यलाभ होतो. माझ्या पुष्पथालीसह बियांचा वापरसुद्धा खाण्यासाठी केला जातो. माझ्या बियांच्या लाह्या हे खूप पौष्टिक खाद्य आहे. यालाच 'मखाणा' असंही म्हणतात. मखाण्याची खीरसुद्धा केली जाते. कमलगट्ट्याचा वापर भाजून, तळून, लोणची या रूपात करतात. माझं फळ गोल असून किमान तीन इंच आकाराचं असतं. त्यात १० ते २० बिया असतात. बियांच्या लाह्या, नमकीन, गोडपदार्थ, बर्फी, चिक्की आदी पक्वान्नं केली जातात. बॅड कोलेस्ट्रॉल आणि उच्च रक्तदाब माझ्या सेवनानं नियंत्रित होतो. स्त्रियांसाठी तर मी अत्यंत उपयोगी. माझ्यात रिबोफ्लेविन, नायसिन, व्हिटॅमिन सी आणि ई ही जीवनसत्त्वं प्रामुख्याने आणि भरपूर असतात, असा मी कमळ. माझ्यानंतर मेरीगोल्ड या वनस्पतीनं आपली महती सांगावी, ही विनंती.

मेरीगोल्ड : माझं शास्त्रीय नाव 'कँडेडुला'. माझ्या फुलांच्या पाकळ्या तर भगव्या रंगाच्या असतात पळसाप्रमाणे; पण माझी पर्णंसुद्धा भगवीच असतात. माझी चव चटपटीत, किंचित तिखट असून माझा उपयोग केशराप्रमाणे केला जातो. सूप, पास्ता, भाताच्या अनेक डिशेस, याशिवाय सलाड या अतिरिक्त जेवणाच्या थाळ्या सजवणे हेतू माझा सातत्यानं उपयोग होतो. महावृक्षांच्या या व्यासपीठावर मला बोलण्याची संधी दिली, त्यासाठी संपूर्ण वृक्षसभा, महाराजाधिराज वटवृक्ष तथा प्रधानजी पिंपळ यांचा मी ऋणी आहे. माझ्यानंतर मी निलगिरी यांना पाचारण करत आहे. त्यांनी स्वपरिचयासह महती विषद करावी, ही विनंती.

निलगिरी : मेरीगोल्ड, तुझे धन्यवाद. महाराजाधिराज वटवृक्ष एवं प्रधानजी पिंपळांसह सर्वच वृक्ष, महावृक्ष, कंद, पुष्प, तृण, लतावेली सर्वांना माझा सस्नेह नमस्कार. मी निलगिरी. तसं बघता हे पर्वताचं नाव आहे; परंतु मला कसं मिळालं हे मलाच माहीत नाही. मी महावृक्ष नसून मध्यम सर्वसाधारण वृक्ष आहे. माझी उंची पर्वतराजींमध्ये ७० ते १०० फुटांपर्यंत असते. तसा मी थंड प्रदेशातला, मात्र आता सर्वत्र आढळतो. मी एक बहू उपयोगी वृक्ष आहे. माझी पर्णं चिंचोळी तथा किमान पाच इंचापर्यंत लांब, जाडसर असतात. त्या पर्णांना एक मोहक सुगंध असतो. माझ्याद्वारे सुगंधी द्रव्यांचे उद्योग चालतात. ज्यांना संधिवाताचा आजार आहे, त्यावर माझं तेल ऑलिव्ह या वृक्षाच्या तेलात मिसळून त्याची दुखणाऱ्या जागी मालीश केल्यानं या आजारावर बऱ्यापैकी नियंत्रण मिळवता येतं. यात प्रमाण दोघांचंही सम असावं.

भाजल्याने झालेल्या जखमा, जनावरांच्या जखमातले किडे यावर माझा उपयोग होतो.

श्वसननलिकेचा दाह, जुनाट अस्थमा, उलटी येणं, मळमळणं यावर मी उपयोगी असून विषाणू तथा वाईट जिवाणूंचाही मी नाश करतो. सर्दी झाल्यावर नाकात वळवळण्याचा त्रास होत असल्यास पाणी उकळून त्यात माझं तेल एक ते दोन थेंब घालून वाफ घ्यावी. लवकर बरं वाटतं. कफ पातळ करण्यासाठीपण मी मदत करतो. नाकाच्या विकारात माझं तेल उत्तम. माझ्या खोडाच्या सालीमध्ये 'टॅनिन' हे द्रव्य असतं. त्याचप्रमाणे माझी मुळं ही उत्तम रेचक म्हणून कार्य करतात. रेचक म्हणजे पोट साफ करणारी औषधी. माझा उपयोग अतिसार, जुना अमांश, बोट कापणं, दंतरोगांशी संबंधित औषधं, पेस्ट आदींमध्ये माझा सहभाग असतो. सर्वसाधारण चर्मरोगातसुद्धा माझा उपयोग केला जातो. असा मी निलगिरी. माझ्यानंतर सीताफळानं सभेत स्वत:ची उपयोग्यता तथा महतीचं सादरीकरण करावं, ही विनंती.

सीताफळ : महाराज वटवृक्ष, प्रधानजींसह सर्व वृक्ष, महावृक्षांसह वनस्पतींना माझा नमस्कार! महाराज, मी सीताफळ. माझं हे नाव पौराणिक आहे; परंतु पूज्य माता सीता यांच्याबरोबर माझा दुरान्वयानंही मुळीच संबंध नसावा, असं वाटतं. कारण मी विदेशातला. तसा मी गुणाने थंड म्हणजे शीतल, म्हणून मला 'शीतल फळ' म्हणत असत. मात्र नंतर नंतर शीतलचा अपभ्रंश होऊन मला 'सीताफळ' हे नाव मिळालं आणि तेच नाव भारतात रूढ झालं. माझ्यात कॅल्शियम, लोह, थायमिन रेबो लेमिंग, व्हिटॅमिन बी-१, बी-२ आणि व्हिटॅमिन के असतं. माझ्यात पिष्टमय पदार्थांसह भरपूर शर्करा असते, म्हणून उपाशी पोटी खाऊ नये तथा दिवसा, मध्यान्ह काळात माझं सेवन करावं. तसंच रात्रीही खाऊ नये. सर्दी, खोकला, ताप तथा ज्यांची पचनक्रिया योग्य नाही अशा लोकांनी माझं सेवन टाळणंच हितावह होय. हृदयाचं जास्त धडधडणं म्हणजे हायर पल्पिटेशन तथा घाबरल्यासारखं वाटणं यासाठी माझा उपयोग होतो.

माझं सेवन वजन वाढवण्यासाठी योग्य पर्याय आहे. तसं बघता माझा मूळ देश वेस्ट इंडिज. याच देशातून मुघल साम्राज्याच्या काळात माझा अनेक देशांसोबत परिचय झाला. पुढं इंग्रजी सत्तेत मात्र मी भारतासारख्या राष्ट्रांच्या गल्लीबोळातला लाडका वृक्ष बनलो. आज हैदराबाद, तंजौर, खानदेश एवं गुजरातमधलं सौराष्ट्र, भावनगर, जामनगर ही शहरं माझ्या उत्तम वाणासाठी प्रसिद्ध आहेत. वर्षाऋतूच्या मध्यात मला फुलोरा येतो आणि आश्विन म्हणजे साधारण ऑक्टोबर-नोव्हेंबर अंतापर्यंत असतो. माझ्या बियांचं चूर्ण रिठा या फळाच्या चूर्णासह समप्रमाणात एकत्र करून केस धुवावे. केस मऊशार होतात; तसंच उवा-लिखांचाही नाश होतो आणि डोक्यातला कोंडासुद्धा कमी होतो. माझी कोवळी पर्णं घेऊन त्याचा लगदा करावा. त्यात थोडं सैंधव मीठ मिसळून घावावर पट्टी बांधल्यास घावातले बॅक्टेरिया म्हणजेच किटाणू मरतात आणि घाव लवकरात लवकर भरून यायला

मदत होते. सीताफळाचा हंगाम असताना जर हगवण लागली, तर माझं फळ अवश्य सेवन करावं. हगवणीवर आराम पडतो. माझ्या वृक्षाचं पान स्वच्छ धुऊन ते थोडावेळ मिठाच्या द्रावणात बुडवून ठेवावं आणि नंतर ते चघळत राहावं, म्हणजे मधुमेही रुग्णाला रक्तातली साखर तथा अन्य शरीरातल्या शर्करेचं प्रमाण कमी करण्यास मदत होते. माझं फळं पिकल्यावर खूप गोड लागतं. त्यामुळं सहसा ते सर्वांनाच आवडतं. माझी तासीर थंड म्हणून दमा रोगी तथा ज्यांना सतत कफाचा त्रास आहे, त्यांनी सहसा माझं सेवन करू नये किंवा केल्यास अत्यल्प आणि शक्यतो दिवसा करावं. रात्री मुळीच खाऊ नये. रोगप्रतिकारक शक्ती निर्माण करणारा मी. उच्च रक्तदाबसुद्धा नियंत्रणात ठेवतो. मधुमेहींनी अत्यल्प खाण्यास हरकत नाही. चव गोड असूनही माझ्या सेवनानं साखर नियंत्रणात राहते. हृदयरोगींसाठी तर मी वरदान आहे.

माझ्यात व्हिटॅमिन सी असतं. अँटिऑक्सिडंट्स म्हणून माझं सेवन करणाऱ्यांना ॲलर्जी तथा कर्करोगापासून दूर ठेवतो. शरीराला फ्री रॅडिकल्सपासून वाचवतो. माझ्यात मुबलक पोटॅशियम, मॅग्नेशियम, व्हिटॅमिन ए असतं. डोळ्यांच्या आरोग्यासह अपचन, पोटातले वायू दूर करणारा. सीताफळ मिल्कशेकद्वारे मला तुम्ही दुधाबरोबरपण घेऊ शकता. स्त्रीच्या गर्भावस्थेत आई आणि बाळ दोघांसाठी मी उत्तम फळ आहे. तरीपण माझं सेवन प्रमाणबद्ध रीतीनंच करावं. गर्भाच्या सर्वांगीण विकासासाठी मी अत्यंत साहाय्यक ठरतो. माझ्या मर्यादित सेवनानं गर्भपाताचा धोका कमी होतो. कारण माझी तासीर थंड आहे. मी बाळंतपणाच्या वेळी वेदनाही कमी करतो. असा मी विदेशी; परंतु आता भारतातल्या मातीत खेडोपाडी घट्ट रुजलेला. मला आता कुणी विदेशी म्हटलेलं आवडत नाही. कडुनिंबाच्या निंबोणीसह तथा कडुनिंबाच्या पर्णांसह माझ्या पर्णांचा रस हे पिकांवरच्या किडीचा नाश करतं, त्यातल्या धान्याला विषाक्त न करतासुद्धा. असा मी सीताफळ. माझ्यानंतर मी आवळा या विष्णुप्रिय वृक्षाला पाचारण करतो. त्यांनी सभेत स्वमहती कथन करावी, ही विनंती.

आवळा : महाराज, प्रधानजींसह सर्वच वनस्पती प्रजातींना माझा नम्र प्रणाम! माझं पौराणिकदृष्ट्या कार्तिक मासात विशेष महत्त्व आहे. भारतीय पुराणात अशी कथा आहे की, शिवपत्नी पार्वती देवी तथा विष्णुपत्नी महालक्ष्मी प्रभास तीर्थावर गेल्या असता पार्वती देवी म्हणाल्या, 'देवी लक्ष्मी, आपण स्वत: कल्पना केलेल्या नवनिर्मित वस्तूंच्या साह्यानं हरी पूजन करू या.' ही कल्पना लक्ष्मी देवीलासुद्धा आवडली आणि भावनेच्या भरात त्यांच्या डोळ्यातून अश्रू ओघळले. तो दिवस कार्तिक शुक्ल एकादशी हा होता. त्याच ठिकाणी त्यांच्या अश्रूद्वारे माझ्या वृक्षाची निर्मिती झाली. अशी आख्यायिका आहे. पंचरसाने युक्त असं माझं हे फळ. औषधशास्त्रात जसं माझं एकट्याचं महत्त्व; तसंच

मी आमलकी आणि हिरडा म्हणजे हरितकी आणि बिहाडा म्हणजे (बहेडा) आमची मैत्रीपण अतूट बरं का! कारण तुम्ही सर्व त्रिफळाचूर्णाशी परिचित असालच? काही क्वचित ठिकाणीच मी बारमासी फळं देतो. हिवाळ्यात सप्टेंबरच्या अंतापासून किमान फेब्रुवारीपर्यंत माझी फळं सामान्यपणे बाजारात असतात. चटणी, मुरंबा, वाळवून तयार केलेली आवळकाठी, आवळा पावडर, साखरेच्या चाचणीत तयार केलेल्या आवळ्याच्या फोडी. मी आरोग्यदायी, औषधी गुणाने परिपूर्ण आणि म्हणून सर्वांना आवडणारा. एक पूजनीय देवताप्रिय वृक्ष म्हणूनही माझी ओळख आहे. व्हिटॅमिन सी, ए, लोह, फायबर, कॅल्शियम, मॅग्नेशियम यांच्या प्रचुर मात्रेनं परिपूर्ण असं माझं फळ मनुष्यमात्राला संजीवनी प्रदान करतं.

माझा पाक रक्तक्षय थांबवून स्मरणशक्तीत वाढ करतो. माझा मुरंबा उपाशीपोटी सेवन केल्यानं उच्च रक्तदाब कायम नियंत्रित होतो. थकावट दूर करण्यासह शरीराला लगेच ऊर्जा, उष्मा देण्याबरोबरच माझे अजूनही अनेक फायदे आहेत. माझा मुरंबा किंवा माझी पूड वैद्यांच्या सल्ल्यानं घ्यावी. एक-दोन महिने नियमित सेवनानं मासिक पाळीत स्त्रियांना होणाऱ्या अनेक अडचणींना दूर होतात. माझ्यात लोह तथा कॅल्शियमची मात्रा मुबलक असते, म्हणून हिमोग्लोबिन वाढण्यास मदत होते. याबरोबरच रक्तातल्या बॅड सेल्स कमी करून रक्ताल्पता भरून काढते. मासिक पाळीत होणारा अतिरक्तस्राव माझ्या मुरंबा सेवनाद्वारे कमी होण्यास मदत होते. माझ्यातल्या अन्य द्रव्यांमध्ये क्रोमियम, झिंक, ताम्र मुबलक असतं, म्हणून माझ्यापासून तयार केलेला च्यवनप्राश नामक पदार्थ हा सर्व मानवांना मिळालेलं हे अमृत होय.

माझ्यातल्या क्रोमियम या द्रव्यामुळं रक्तातलं कोलेस्टेरॉल सम प्रमाणात राहतं; सबब हृदयाच्या योग्य स्पंदनासह मानवाचं आरोग्य उत्तम राखन्यास मदत मिळते. माझ्या फळामधल्या एका अतिविशिष्ट अशा रसायनाला 'थियो बारबिट्स' असं म्हणतात. राजयक्ष्म्याचा अर्थ क्षयरोग अर्थात यापासूनसुद्धा बचाव करतो. हाडांचं सर्वांगीण आरोग्य जपणं, ही माझी विशेषता आहे.

गर्भधारणा ते प्रसूती दरम्यानच्या कालखंडात काही स्त्रियांना केस गळतीचा त्रास संभवतो. याला कारण म्हणजे त्यावेळी होणारे काही शारीरिक बदल. या सर्वांसह उदरातल्या बाळाचंही रंगरूप तथा आरोग्य रक्षणार्थ मी मदत करतो. गर्भ विकासासाठी माझा मुरंबा उत्तम आहे. असा मी बहुगुणी आवळा. माझ्यानंतर कंद या भाजीवर्गीय अळू यांनी राजदरबारात स्वतःची महती सांगावी, ही विनंती.

अळू : मला सर्वत्र 'धोपा', तर वऱ्हाडात 'चमखुरा' या नावानंसुद्धा ओळखतात. हिंदी भाषिक मला 'अरबी' या नावानं संबोधतात; तसंच माझ्या कंदाची भाजीसुद्धा आवडीनं

खातात. माझी तासीर थंड. वात, कफ दोष वाढवणारा मी, मात्र पित्तविकार थांबवण्यास मदत करतो. फोडांमधून पू बाहेर पडत नसल्यास माझ्या पर्णांस वाटून त्यांच्या पोटीस बांधावं. बाळंत स्त्रीला शिशुपालनार्थ अंगावर दूध येण्याकरता माझ्या कंदाची भाजी खाऊ घालावी. माझी चव तुरट तथा गोड. माझ्या पर्णांच्या रसाद्वारे रक्तस्राव थांबवला जातो. माझ्या पानांचं देठ आणि थोडं मीठ एकत्र वाटून सुजलेल्या गाठीवर लेप दिल्यास गाठी ठीक होतात. ज्यांना शरीरात उष्णता वाढून सर्वांगाची आग होत असेल, अशा वेळी माझ्या कंदाची भाजी, पोळी आणि शुद्ध तुपासह खावी. माझी भाजी खाताना सामान्य भाजीसारखी भरपूर न खाता थोडी कमीच खावी. कारण माझ्या भाजीमुळं प्रामुख्यानं बद्धकोष्ठतेचा तथा पोटामध्ये वायूचा त्रास संभवतो. असा मी अळू, धोपा, चमखुरा. माझ्या पर्णांच्या वड्या लोक अत्यंत चवीनं खातात. माझ्यानंतर मटकीनं राजदरबारात निवेदन सादर करावं, ही विनंती

मटकी : मी पचायला हलकी. द्विदल धान्य घटक भूमातेच्या उर्वरकतेला वाढवण्यास मदत करते. माझ्या नियमित सेवनानं दमा, हृदयविकार, ताप, जुनाट अतिसार, मज्जासंस्थांचे विकार बरे व्हायला मदत होते. मानसिक आजारावरही मी अत्यंत गुणकारी. त्यातूनही मला मोड आल्यावर म्हणजे अंकुरित करून खाणं अधिकच लाभदायक असतं. माझ्या बियांमध्ये 'लेसिथिन' हे द्रव्य सर्वाधिक प्रमाणात विद्यमान असते. जे लोक बौद्धिक कार्य करतात, त्यांनी आहारात माझा नित्य वापर करावा. माझ्यानंतर हिरडा या महावृक्षानं आपलं निवेदन राजदरबारात सादर करावं, ही विनंती.

हिरडा : माझे दोन प्रकार. बाळहिरडा तथा मोठा हिरडा. माझा उपयोग हा आयुर्वेद औषधशास्त्रात भरपूर प्रमाणात केला जातो. त्रिफळा नावाच्या चूर्णात आम्ही तीन वनस्पती म्हणजे आमलकी, मी आणि बिहाडा प्रामुख्यानं असतो. मला आयुर्वेदशास्त्रात 'तस्यमाता हरितकी' या विशिष्ट सुभाषितानं गौरवलं जातं. ज्यांना भूक लागत नाही, त्यांनी बाळहिरडा सेवन करावा. मलावरोधावर मात्र मोठा हिरडा सेवन करावा. मूळव्याधीसारख्या आजारास तथा आम्लपित्त या आजारात माझं चूर्ण शुद्ध तुपासह घ्यावं; तसंच खोकला, दमा, श्वास, कास, कोरडा खोकला या आजारांसाठीही माझं चूर्ण हे लेंडी पिंपळीसह समभाग मधातून या मिश्रणाचं चाटण घ्यावं.

मी डोळ्यांसाठी देखील संजीवनीचं कार्य करतो. डोळ्यांवर लाली, सूज, डोळ्यांची साथ, डोळ्यांची आग होणं, डोळ्याला सतत पाणी येत असल्यास, तसंच विविध आजारांवर 'सुरवारी' नामक हिरडा मिळतो. त्याच्या क्वाथानं डोळे धुवावेत. माझं 'त्रिफळा' नावाचं चूर्ण रोज रात्री कोमट पाण्यासोबत सेवन केल्यास डोळे उत्तम राहतात. प्रमाण एक चमचा मध, एक चमचा त्रिफळा चूर्ण, दोन चमचे शुद्ध तूप असं सेवन करावं.

मध आणि शुद्ध तूप समप्रमाण विषसमान आहे, हे लक्षात घेऊन वैद्यांच्या सल्ल्यानंच औषधी योजना करावी. स्व-औषधी नाशास कारण ठरते.

माझ्या चूर्णाचं रोज सेवन बुद्धीवर्धनासह शरीर निरोगी ठेवतं, प्रतिकारक्षमता वाढवतं. ज्यांच्या शरीराला अतिघाम येतो आणि घामाची दुर्गंधी येते, अशा लोकांनी अंघोळीसमयी माझ्या चूर्णाचा उटण्यासारखा वापर करावा. यामुळं दोन्ही समस्या सावकाशपणे दूर होतात. कधीकधी पोट साफ न होण्याच्या तक्रारी लहान मुलांमध्ये देखील उत्पन्न होतात, त्यावेळी मला पारसावर उगाळून मुलांना चाटण द्यावं. दमा, सतत उचकी लागणे या आजारात माझ्या चूर्णासह सम प्रमाणात सुंठीचं चूर्ण गरम पाण्यातून घ्यावं. अजीर्ण झाल्यानं भूक मंदावली असल्यास अर्धा चमचा सुंठीचं चूर्ण तथा अर्धा चमचा माझं चूर्ण कोमट पाण्यासह घेतल्यानं भूक लागते. अतिखोकला येणं आणि त्याची उबळ तथा तो न थांबता सतत येत राहणं, अशा वेळी माझ्या चांगल्या हिरवट रंगाच्या फळाची साल तोंडात सतत चघळत ठेवावी. यामुळं खोकला थांबण्यास शतप्रतिशत मदत होते.

'यस्य माता गृहे नास्ति, तस्य माता हरितकी.' अर्थात, ज्या घरात आई नाही, तिथं मी आईचं कार्य करतो. एवढी माझी आयुर्वेदातली महती. जे लोक रोज माझं एक ग्रॅम चूर्ण शुद्ध तुपातून घेतील, त्यांना आयुष्य, बुद्धी, स्मृती उत्तम राखण्यास मदत होईल. मी सारक, शामक, अपचनाची समस्या दूर करणारा, आम्लपित्त, मूळव्याधी, यकृताचे आजार, प्लिहावृद्धी, मस्तकशूल, नेत्ररोग, जखमा भरण्यासाठी तथा तोंडाला आतून फोड आल्यावर माझा उपयोग करावा. मी हिरडा, आवळा आणि बिहाडा तुमच्या सेवेत सतत हजर आहोत. पण फक्त आम्हा तिघांचाच नाही, तर मानवांनो, तुम्ही आम्हा सर्वच वनस्पतींचा सन्मान ठेवण्यासह, आमचं पुत्रवत संगोपन करावं. हीच महाराजांपुढं माझी सर्व मानव जातीला विनम्र प्रार्थना! यानंतर पुदिना यांनी कृपया दरबारात यावं.

पुदिना : मी पुदिना. संस्कृत भाषेत माझा उल्लेख 'सुगंधी पत्र', तर गुजरातीत 'पुदिना' असा होतो. इंग्रजीत मिंट किंवा ब्रांडी मिंट असा उल्लेख केला जातो, तर काही लोक मला 'विलायती पुदिना' या नावानंसुद्धा संबोधतात. उत्तम प्रकारची माती, मोकळ्या मुक्त हवामानात मी २५ ते ५० सेंटीमीटरपर्यंत वाढतो. माझ्या रसाचा औषधांमध्ये वापर केला जातो. खोकला, ऋतूबदलात होणारा सर्दीचा त्रास सातत्यानं होत असल्यास माझ्या पर्णांची वाफ घ्यावी. दातात वेदना होत असल्यास, दुखणाऱ्या दातात माझं पर्ण धरून दाबून ठेवल्यास आराम मिळतो. अतिसार असताना ५-१० ग्रॅम पर्णं घेऊन त्यांचा काढा प्यायल्यास मुरडा थांबतो. बहुतांश उदररोगांशी निगडित समस्या, जसं वायू यावर लवकर आराम मिळतो. सर्वसाधारण पोटदुखी झाल्यास २५ ग्रॅम पर्णं वाटून, त्या रसात खडीसाखर घालून घेतल्यास पोटदुखीत आराम पडतो. खोबरेल तेलात मिंट तेल मिसळून

काही थेंब केसांना लावून हलकी हलकी मालीश करावी आणि १५ ते २० मिनिटं किंवा अर्ध्या तासानं केस धुवावेत. याने केस संवर्धन होतं आणि केस गळणंही बंद होतं. घराच्या आग्नेय दिशेला माझ्यासोबतीनं हळदीची रोपं लावल्यास सर्व प्रकारचा वास्तुदोष दूर होतो. आंब्याच्या हंगामात आंब्यांबरोबर माझ्या पर्णांची चटणी खाल्ल्यास भूक वाढायला मदत होते. माझी पर्णं चहाबरोबर उकळून प्यायल्यास सर्वप्रकारचे व्हायरल ताप, आजार, सर्दी, खोकला होत नाहीत. वैद्यांकडे जायची गरज कमी होते. मी भारतात सर्वत्र आढळतो. माझ्या पर्णांपासून काढलेल्या तेलाची किंमत १२०० ते १७०० रुपये प्रतिकिलोप्रमाणे आहे. औषधं, सर्वसाधारण सौंदर्य प्रसाधनं, टूथपेस्ट, याशिवाय कफ निरोधक औषधांसह भूक वाढवणाऱ्या औषधांमध्येसुद्धा माझा सातत्यानं वापर होतो. माझ्यानंतर सूर्यफूलानं महाराजांच्या दरबारात स्वत:ची उपयोग्यता सांगावी, ही विनंती.

सूर्यफूल : आकाशात सूर्य तळपताना जसा दिसतो, तशीच काहीशी माझी घडण. म्हणूनच माझ्या किरणांप्रमाणे दिसणाऱ्या पाकळ्या आणि पिवळा रंग यांमुळं मला 'सूर्यफूल 'म्हणतात. माझ्या बियांचा रंग पांढरा असून त्यांच्यापासून भरपूर तेल मिळतं. शिवाय त्या भाजून खायलासुद्धा छान लागतात. माझ्या बियांमध्ये 'ओमेगा सिक्स फॅटी' आणि व्हिटॅमिन के यांच्या संग्रहासह बी कॉम्प्लेक्स असून त्याच्या सोबतीला मुबलक कॅल्शियम, लोह, मँगनीज, झिंक, अमिनो ॲसिड आणि ट्रॅप्टोफनसुद्धा असतो. मानवाला लागणाऱ्या तेल स्त्रोतांची गरज भरून काढण्यास तथा पोषणास मदत करतो; तसंच शरीरस्वास्था विरुद्ध गुड कोलेस्टेरॉलची मात्रा नियमित करतो. माझ्यानंतर कलिंगड टरबूज या वेली वनस्पती प्रजातीनं महाराजांसमोर आपलं निवेदन सादर करावं, ही विनंती.

कलिंगड : महाराजाधिराज वटवृक्ष महाराज चिरंजिवी होवो! प्रधानजी पिंपळासह उपस्थित लतावेली, तृण, कंद, जलीय वनस्पतींसह महावृक्ष या सर्वांना माझे कोटी कोटी प्रणाम! आपला वनस्पतींचा जन्मच मुळी लोकोद्धारासाठी. स्वत:चा बळी देऊन मानव तथा प्राण्यांना जीवनदानासह पोषण, शक्ती तथा त्यांची क्षुधा आणि तृष्णा तृप्ती करून सर्व वनस्पतींनी धन्य व्हावं, हेच आपणा सर्वांचं ब्रीद; परंतु महाराज, मानव हा कृतघ्न आहे. त्यानं निसर्ग नियमांना डावलून पशु, पक्षी, वनस्पती, जलस्त्रोत तथा स्वनाशासह तो आपल्या सर्वांच्या नाशाचा केंद्रबिंदू बनलेला आहे. महाराज, मी एक क्षुद्र वेल, मला माफ करावं.

वटवृक्ष : कलिंगड, तू योग्य ते आणि प्रसंगानुरूप भाष्य केलंस, तेव्हा माफी मागण्याची कोणतीही गरज नाही. पुढं बोल.

कलिंगड : मला 'टरबूज' या नावानं देखील संबोधतात. माझ्या बियांची नदीपात्रामध्ये लागवड करून पिकं काढली जात; आता सर्वसामान्य शेतात आणि शिवारातसुद्धा माझी लागवड करून पिकं काढली जातात. माझ्याही विविध प्रजाती आहेत. माझ्या नैसर्गिक

जातीत बियांचा भरणा खूप असतो. म्हणून सद्यस्थितीत मात्र कृषीतज्ज्ञ माझ्यात कमीतकमी बिया असाव्यात, असं सुधारित वाण आणण्यासाठी सतत प्रयत्न करत आहेत. माझ्या बियांच्या आत असलेल्या गराचा उपयोग हा 'मगजबी' या नावानं विवाहादी कार्यात स्वयंपाकात केला जातो. माझ्या बियांच्या गरांमध्ये 'ओमेगा सिक्स फॅटी' हे ॲसिड प्रचुर मात्रेत तथा मॅग्नेशियम, ताम्र यांसारखी शरीराला ऊर्जा देणारी खनिजं आहेत. मी फळरूपात सर्वसाधारण लोकांत प्रसिद्ध असून उष्णता शांत करून शरीर थंड ठेवतो. उन्हाळ्यात माझा वापर सर्वत्र मोठ्या प्रमाणात केला जातो. माझ्यानंतर अश्वगंधा या औषधी वनस्पतीनं स्वमहतीसह निवेदन सादर करावं, ही विनंती.

अश्वगंधा : ज्या लोकांना थायरॉईडचा त्रास आहे, त्यांच्यासाठी मी एक प्रकारे वरदानच आहे. महाराज, प्रधानजी, सर्व वृक्ष, महावृक्ष, वनस्पती प्रजातींना माझे कोटी कोटी नमन. महाराजांचा सदैव विजय असो! सकल वनस्पतींना त्यांच्या त्यांच्या महती तथा कार्यानं चिरंजीवीत्व लाभो, ही ईशचरणी प्रार्थना! मी अश्वगंधा. शरीराची गरज भागवण्या इतपत हार्मोन्सची गरज पूर्ण करण्यास मी समर्थ असून शरीरातल्या अन्य कमजोरींसह मेंदूसाठी देखील उत्तम आहे. रक्तशर्करा, बॅड कोलेस्ट्रेरॉलची पातळी नियंत्रित करते. चिंता, नैराश्य, तणाव, मनोरुग्ण या लक्षणांवर मी प्राचीन काळापासून वापरली जाणारी एक दिव्यौषधी. त्वचा रोगात पण माझा मोठा उपयोग होतो. शरीरात शक्ती स्फूर्तीचा संचय करवणारी म्हणूनच मी 'अश्वगंधा'! माझी रोपं हुबेहूब वांग्यांच्या रोपांप्रमाणे दिसतात. महाराष्ट्रात जळगाव, पुणे, बुलढाणा, अकोला, अहमदनगर आणि नाशिक इत्यादी ठिकाणी मोठ्या प्रमाणात औषधी शेती अंतर्गत माझी लागवड करतात.

माझ्या मुळांचा गंध हा किंचित घोड्याच्या विष्ठेप्रमाणे (लीद) येतो. म्हणूनच खरंतर माझं नाव ऋषीमुनींनी अश्वगंधा ठेवलं. मी एक झुडपी वनस्पती. ओलिताची सोय उत्तम असल्यास चार वर्षंपावेतो माझी वाढ होत राहते. माझ्या पुष्पांना देठं नसतात. पुष्पकोशानं झाकलेली तांबड्या रंगाची मोदकांसारखी दिसणारी माझी फुलं! कोणत्याही रोगाच्या किडीचा प्रादुर्भाव माझ्यावर होत नाही. कोणतीही जनावरं माझं सेवन करत नसल्यानं माझ्या उत्पन्नात बाधा येत नाही शिवाय कमी खर्चात माझं उत्पादन घेता येतं. माझ्यानंतर जवस ज्याला हिंदी भाषिक 'अलसी' म्हणतात, त्यांनी सभेत येऊन महाराजांपुढं स्वमहती तथा उपयोग्यता कथन करावी, ही विनंती.

जवस : सामान्यतः मी तृणवर्गातली वनस्पती. मला हिंदी भाषिक 'अलसी' असं म्हणतात. माझ्या तेलात थोड्या कडवटपणासह एक तीव्र गंध असतो. तो कित्येकांना आवडत नसला, तरी जे शरीरस्वास्थ्याबाबत अत्यंत जागरूक असतात, त्यांचा मी आवडता आहे. माझ्या बियांमध्ये फॅटी ॲसिडयुक्त ओमेगा तीन हे रसायन भरपूर तथा प्रचुर मात्रेत

असतं. हार्मोन्स निर्मितीला चालना देणारा मी थायरॉईडही नियंत्रणात ठेवतो. सबब ज्यांना थायरॉईडचा स्थायी रूपात त्रास आहे, त्या सर्वांनी माझं तेल, चटणी याचा जेवणात नित्य उपयोग करावा. इंग्रजी भाषेत मला 'लेक्सीड' या नावानं ओळखतात. माझ्यात 'लिग्नन' हे फायटोस्ट्रोजेन्स तथा उत्तम प्रकारचं अँटिऑक्सिडंट आहे. इतर तेलबियांच्या तुलनेत माझ्यात कितीतरी पटीनं म्हणजे तीनशेपेक्षाही जास्त आणि काही प्रमाणात पॉलिफिनॉल असतं. या दोन घटकांचा समूह हृदयविकारापासून तो हृदयाची स्पंदनं (पल्पिटेशन) नियंत्रित करण्यास मदत करतो. रक्त पातळ करण्याच्या माझ्यातल्या शक्तीमुळं रक्तदाब नियंत्रणात राहतो. रक्ताच्या गाठी होत नाहीत. रक्तातला मारक कोलेस्टेरॉलला पूर्ण पायबंद घालतो. माझ्यात रेषा म्हणजे भरपूर फायबर असल्यानं थायरॉईड थांबवण्यासाठी माझा नित्य उपयोग अत्यंत लाभकारी आहे. याशिवाय प्रतिकारकशक्ती (इम्युनिटी) वाढवण्यास मदत करणारा असा मी वजनही वाढू देत नाही.

ओमेगा, लिग्नन, फायबर, व्हिटॅमिन्स बी १, तांबं, मॅग्नेशियम, सेलेनियम तथा अन्य खनिजांनी युक्त मी जमिनीतल्या पोषक द्रव्याचं शोषण करणारी वनस्पती आहे. सबब माझं पीक घेतल्यावर जमिनीची योग्य मशागत करण्यासह मातीत उत्तम खतं घालावीत, म्हणजे दुसरी पिकं उत्तम येतात. मला याचं नेहमी वाईट वाटतं की, काही वनस्पती जशा मोट, तीळ, मूग, तुरीची मुळं तथा पर्ण जमिनीच्या उर्वरकतेमध्ये भर घालतात. मात्र मी हा असा. मातीचं शोषण करणारा; परंतु माझा खाद्यान्नात उपयोग करणाऱ्यांना उत्तम पोषण देणारा मी जवस. माझ्यानंतर आलं ज्याला हिंदी भाषिक अद्रक; तर इंग्रजीत जिंजर म्हणतात. त्या कंदवर्गीय वनस्पतीनं महाराजांना स्वत:ची औषधी महती सांगावी, ही विनंती.

आलं : मला 'अद्रक', 'जिंजर' अशा नावांनी ओळखतात. मी एक क्षुद्र कंदवर्गीय वनस्पती, मात्र लोकोपयोगी. महाराजाधिराजांसह प्रधानजी पिंपळ तथा विश्वातल्या सर्वच वनस्पती चिरंजीवी व्हाव्यात, ही देवाचरणी प्रार्थना. सगळ्या वनस्पती वृंदाला माझे कोटी कोटी नमन! थायरॉईडचा त्रास असणाऱ्यांसाठी मात्र मी एक वरदान आहे. माझ्यात कितीतरी वैशिष्ट्यं सामावलेली आहेत. माझ्यात मॅग्नेशियम, पोटॅशियम, झिंकच्या भांडारासह ऊर्जा, पचनक्रिया सुधारणे. याशिवाय सर्व्हायकल स्पाँडिलोसिससह कफप्रवृत्तीच्या लोकांनी चहामध्ये माझा वापर नियमानं करावा. कफ खोकल्याचा जास्त त्रास असल्यास त्रिसूत्रीचा वापर करावा. तुलसी पर्ण रस (काळी) एक चमचा, माझा रस एक चमचा, अर्धा चमचा मधासोबत हे मिश्रण प्राशन किंवा चाटण रूपात घेतल्यानं खोकल्यात लवकर आराम मिळतो. मी पाचक, रोगप्रतिकारक, भूक वाढवणारा, शरीरात ऊर्जा उत्पन्न करणारा असून माझी तासीर उष्ण असते. माझा लसणासह होणारा संयुक्त वापर हा जीवाणू, विषाणूंच्या प्रसारणापासून तुमचं सदैव रक्षण करतो. राजयक्ष्मा म्हणजे टीबीच्या जंतूंपासूनही रक्षण

करतो. अन्नातून विषबाधा झाल्यास ताबडतोब माझा चहामध्ये घालून वापर करावा. या प्रक्रियेद्वारे विषाचा दुष्परिणाम काही अंशी तरी कमी होण्यास मदत मिळते.

काळ्या तुळशीची १०-१२ पर्णं, हळकुंडाचे ८-१० तुकडे किंवा चिमूटभर हळद पूड, चवीपुरता गूळ आणि सोबतीला माझे छोटे-छोटे ८-१० तुकडे किसून घ्यावेत. या वस्तूंचा काढा प्यायल्यानं सर्दी, घसा, ताप, डोळेदुखी आदी त्रासात लवकर आराम पडतो; शिवाय विषाणू, जिवाणूंची भीतीसुद्धा संपते. हा प्राथमिक उपाय; परंतु अत्यंत उत्तम आहे. माझ्या कंदवर्गात काही वनस्पतींची वर्गवारी होते. त्या वनस्पती म्हणजे ओरेगॅनो, बेसिल, रोझमेरी, पार्सली आणि सेलेरी यांचाही माझ्याप्रमाणेच उपयोग होतो. मात्र ही माझी बहीण-भावंडं विदेशी असल्यानं तुमच्यातल्या सर्वसामान्य लोकांच्या चहाच्या कपात किंवा ताटात त्या येण्याची शक्यता अत्यंत कमीच. नित्य आम्लपित्ताचा त्रास सहन करणाऱ्यांना सुंठीचं चूर्ण, आवळा चूर्ण, खडीसाखरेचं चूर्ण (डल्लेवालीच) वेगवेगळी बारीक करावीत. छोट्या चमच्यानं प्रत्येकी अर्धा चमचा एकत्रित करून कोमट पाण्यासह सात, चौदा किंवा एकवीस दिवस असं नियमानं सेवन केल्यास आम्लपित्ताचा त्रास कायमस्वरूपी बंद होतो. मात्रा नियमनासाठी आयुर्वेदिक वैद्यांचा सल्ला घेणं योग्य.

ज्यांना डोकेदुखी नित्याची असते, त्यांनी सुंठेचा लेप कपाळावर लावावा आणि घरात जिथं प्रकाश अत्यंत कमी आहे, त्या ठिकाणी डोळे बंद करून आराम करावा. नित्य सर्दीची पीडा भोगणाऱ्यांनो, माझा वाळलेला कंद म्हणजे सुंठीची पूड, ताज्या ताकात घालून ते ताक प्यावं. तसंच तूप, गूळ, सुंठ चूर्ण एकत्र करून खावं. पावसाळी वातावरणात तर हे त्रिकूट म्हणजे एक वरदान होय. रोगप्रतिकारकता वाढवून मंद झालेल्या पचनाग्नीला प्रज्वलित करून भूक वाढवण्याचं कार्य करून शरीरात ऊर्जा निर्माण करतं.

भारतात श्रीराम, भगवान कृष्ण यांच्या जन्माच्या कालावधीत पंजरी करतात, याला सुंठवडा म्हणतात. याचा निर्माण विधी पुढीलप्रमाणे - सुंठ पूड अर्धा भाग, कणीक अर्धा भाग, तेवढीच साखरेची पूड. यांपैकी कणीक तथा सुंठ पूड ही शुद्ध तुपात खमंग भाजून त्यात पिठीसाखर, विलायची पूड तथा किंचित जायफळ पूड मिसळावी. या प्रसादाचं सेवन रोगप्रतिकारक क्षमता वाढवण्यास मदत करतं. कदाचित भक्तांना हा प्रसाद वाटण्यामागचं कारणही हेच असावं, असं वाटतं. माझा रस, लिंबू रस, सैंधव मीठ हे चवीनुसार. माझा रस अर्धा चमचा आणि लिंबू रस अर्धा चमचा नियमानं घेतल्यास पचनक्रिया उत्तम होते.

सुंठपाक कांतीवर्धक आहे. माझा रस अर्धा चमचा आणि लेंडी पिंपळी लोखंडी तव्यावर हलकी भाजलेली तिचं चूर्ण १-१.५ ग्रॅम, याचं अर्धा चमचा मधातून चाटण घेतल्यास सर्व प्रकारच्या खोकल्यात आराम मिळतो. सांधेदुखीमध्ये माझा रस हा दुखणाऱ्या जागेवर हलकेपणी चोळून मालीश करावी. त्याने अस्थिरोगात आराम मिळतो. मी रुचीकर

आणि प्रकृतीनं उष्ण; तरीही आम्लपित्त नाशक. तिखट, सारक, भूक न लागणं तथा नित्य मळमळणं या आजारात माझा ५-७ मिमीचा तुकडा सैंधव मिठाला लावून तोंडात चघळल्यास तोंडाला चव येते आणि भूक लागते. माझं सालविरहित लिंबू रसातलं लोणचं देखील एक औषधीच होय. असा मी, तुम्हा सर्वांचं लाडकं आलं. माझ्यानंतर 'माका' या वनस्पतीनं महाराजांपुढं आपली उपयोग्यता सादर करावी, ही विनंती.

माका : महाराजाधिराज, प्रधानजींसह सर्वांना कोटी कोटी प्रणाम! मी माका. मलाच 'भृंगराज'देखील म्हणतात. मला योग्य प्रमाणात चहाच्या भुकटीमध्ये मिसळून तो चहा प्राशन केल्यास मी मेंदूला शक्ती प्रदान करण्याचं कार्य करतो. मेंदूत रक्तसंचारणासाठी मदत देऊन डोकं शांत राहिल्यानं शरीरास आराम मिळतो. बुद्धीवर्धन करणारा मी डोळे, त्वचा, केस वाढीसाठीही हितकारक आहे. केसातल्या कोंड्याचं निराकरण करण्यासह टक्कल पडणारांच्या डोक्यावरही प्रसंगी केस उगवण्याची किमया प्रत्यक्षात आणणारा मी माका. कधी केसांना अवेळी पांढरेपणा येणं, डोकेदुखीवर मात करवणारा तथा डोकेदुखीत माझा रस नाकपुडीत टाकावा किंवा डोक्यावर लावावा.

कावीळ झाल्यास माझा रस अथवा चूर्ण द्यावं तथा सूज आली असल्यास, माझ्या रसात मिरपूड घालून ते मिश्रण सूज आलेल्या ठिकाणी लावावं (बाह्य आणि आंतर उपाय). जखमा ह्या भाजल्याच्या असो वा कोणत्याही; माझ्या रसात जखमा भरून ठीक करण्याची किमया आहे. सोबतच जखमेचे व्रण तथा डागदेखील हळूहळू नाहीसे करतो. शरीराच्या ज्या भागात जास्त चरबी, तिथं माझ्या रसाद्वारे हलका मसाज फायदेशीर ठरतो, त्यामुळं मेद कमी होतो. तोंडाला आतून फोड (अल्सर) झाल्यास माझी पर्णं चावून चावून थुंकून टाकावीत. विविध आजारात त्वचेवर खाज, पुरळ, पित्त इत्यादी उठल्यास माझ्या रसाचा योग्य वापर करावा. प्रसंगी वैद्यांचा सल्ला अत्यंत फायदेशीर ठरतो. माझ्यानंतर बदाम या लोकप्रिय वृक्षानं स्वमहती सांगावी, अशी मी विनंती करतो.

बदाम : मी सर्वांचा लाडका बदाम. शरीरातल्या रक्ताबरोबर त्यावर अवलंबून असलेलं हृदय आणि एकमेकांच्या सेवेत गर्क रक्तवाहिन्या (धमन्या), सूक्ष्म रक्तवाहिन्या यांना सुरक्षा पुरवणारा मी! माझ्यात असलेले मोनो सॅच्युरेटेड फॅट हृदयाघातास कारक कोलेस्टेरॉल नियंत्रित करण्यास मदत करते. शरीरोपयोगी कोलेस्टेरॉलची निर्मिती करणारा मी सालासकट जास्त पौष्टिक असतो. (परंतु आता त्यावर कीटकनाशकांच्या फवारणीमुळं सांभाळूनच, बरं का!) माझ्यात व्हिटॅमिन ई, व्हिटॅमिन बी, फायबर म्हणजे तंतू भरपूर प्रमाणात असतात. शिवाय अस्थीसाठी कॅल्शियमचाही साठाही भरपूर म्हणून मुलं तथा महिलांचा मी मित्र आहे. मी अनेक पोषक द्रव्यांनी युक्त असून माझ्यातल्या रिलोलाबिन, मॅग्नेशियम या घटकांमुळे हृदयविकाराला प्रतिबंध घातला जातो. माझं सेवन त्वचेचं

आरोग्य राखण्यास उत्तम. माझ्या तेलातसुद्धा ही सर्व गुणसूत्रं आहेत. हिवाळ्यात माझ्या तेलानं शरीराची मालीश केल्यानं शरीराला कांती प्रदान करण्याबरोबरच दीर्घायूचं वरदान देतानाच हाडांचं आरोग्य राखण्यासही मी मदत करतो.

सर्वांनी सकाळचं कोवळं ऊन अवश्य घ्यावं; यात 'व्हिटॅमिन डी'ची मात्रा तरुणांसह वृद्ध तथा बालकांना फुकटात मिळते. सालासकट माझा उपयोग करायचा असल्यास बिया धुऊन वाळवून वापरणं उत्तम. असा मी बहुउपयोगी बदाम. माझ्यानंतर सुपारी या वृक्षानं राजसभागृहात स्वत:चं निवेदन सादर करावं, ही विनंती.

सुपारी : सर्वप्रथम विष्णुरूपी वटवृक्ष तुमचे आभार! महाराजाधिराज वटवृक्ष महाराज, प्रधानजी पिंपळ तथा जगातल्या अगणित वनस्पतींना माझी आदरासह मानवंदना! मी सुपारी. मलाच कोकणात 'पोफळी' म्हणतात. देवपूजेत प्रत्येक ठिकाणी माझी उपस्थिती असते. तीन सुपाऱ्यांना हलकं भाजून त्याच्या चूर्णात पाच थेंब लिंबूरस मिसळून, त्यात एक ग्रॅम पादेलोण (काळे मीठ) ही सामग्री एकत्रित करून काचेच्या बाटलीत भरून ठेवावी. या सामग्रीनं दंतधावन केल्यास दात मजबूत होतात. माझे अनेक प्रकार म्हणजेच जाती आहेत. यांपैकी रोठा,भरडा,चिकणी आणि निमचिकणी आदी आहेत.

ज्यांना मधुमेह आहे, त्यांचे जर वारंवार तोंड सुकत असेल तर माझा एक तुकडा सतत तोंडात ठेवून चघळत राहिल्यास तोंडात लाळ निर्मिती होऊन तोंड सुकणं थांबतं. मी उच्च रक्तदाब असणाऱ्यांसाठी वरदान सिद्ध होते, असं संशोधनात सिद्ध झालं आहे. ताणतणावाचा अर्थ डिप्रेशन. मी मुखशुद्धी तर करतेच; शिवाय आयुर्वेदातही माझं महत्त्व अनन्यसाधारण स्वरूपाचं आहे. खदिरादि वटीद्वारे तोंडातले फोड (अल्सर) दूर करणाऱ्या या औषधातही माझा समावेश आहेच. माझ्यात कार्बोहायड्रेट, फॅट, प्रोटीन तथा अन्य मिनरल्ससुद्धा आहेत. शिवाय टॅनिन, गॅलिक, लिग्निन हे घटकसुद्धा प्रत्यक्षपणे आढळतात. माझ्यातल्या अँटिऑक्सिडंट्सद्वारे शरीरातले विषयुक्त पदार्थ आणि फ्री रॅडिकल्स बाहेर काढण्यास मदत होते. सबब माझ्या सेवनानं (मात्र मर्यादित) हृदयाचं आरोग्य राखण्यास मदत होते. अशी मी सुपारी. माझ्यानंतर छोट्या वनस्पती वर्गातल्या धने यांनी महाराजांना निवेदन सादर करावं, ही विनंती.

धने : मी आई लक्ष्मीची आवडती वनस्पती. जेवणातल्या भाज्यांची रुची एवं पौष्टिकता वाढवण्यासाठी माझ्या हिरव्या पर्णांचा भारतात सर्वत्र वापर केला जातो. काही लोकांना माझी कोवळी फळं आलेली, तर काहींना माझ्यावर फुलं आलेली असतानाची कोथिंबीर आवडते. मला हिंदी भाषिक 'हरा धनिया' म्हणून तर महाराष्ट्रातल्या वऱ्हाड प्रांतात म्हणजे विदर्भात सांबार, तसंच पश्चिम महाराष्ट्रात 'कोथिंबीर' म्हणूनही संबोधतात. माझ्या फळामध्येसुद्धा बी असते. त्यांचा मुखशुद्धीसाठी तर माझ्या फळांच्या भुकटीचा उपयोग

खास मसाला तथा प्रसंगी मसाल्यात मिसळवूनसुद्धा केला जातो. दक्षिणेकडचे पाककर्ते केळीच्या भाजीत माझा प्रचुर उपयोग करतात.

माझ्यात असलेलं व्हिटॅमिन सी, कॅल्शियम, मॅग्नेशियम ही द्रव्यं शरीरातले बरेच आजार दूर सारण्यास मदत करतात. माझ्या फळांच्या पाण्यात व्हिटॅमिन सी, त्याच्या सोबतीला फॉलिक ॲसिड याच्या संमिश्र पाण्याद्वारे रक्ताल्पता दूर होते. माझ्यातल्या विशेष तत्त्वाला 'डोडेनल' म्हणतात. याद्वारे टायफाईड, बॅक्टेरिया तथा जिवाणूंचाही नाश होतो. मी ॲंटिबायोटिक्सपेक्षाही प्रभावशाली. माझ्या पाण्यातलं लिनोलेनिक ॲसिड चर्मरोगसुद्धा नियंत्रित करतो. खरूज (एक्झिमासह) अनेक तऱ्हेच्या त्वचा रोगापासून मानवाचा बचाव करतो. माझ्या भिजत घातलेल्या पाण्यात 'एस्कॉर्बिक ॲसिड' हे उत्तम प्रकारचे ॲंटिऑक्सिडंट्स असून मानवी शरीरात रोगप्रतिकार क्षमता (इम्यून सिस्टम) वाढवण्यासाठी मदत करतो. माझ्या सेवनानं सर्दी, खोकला, व्हायरल तापाचा धोका तथा संसर्ग म्हणजे इन्फेक्शनचा धोकाही कमी करण्यास भरपूर मदत करतो.

स्त्रियांना मासिक पाळीत होणाऱ्या वेदनांवर (ॲंटिस्पास्मोडिक प्रॉपर्टीज) मात करतो. मुखदुर्गंधीसह माझ्या पाण्याद्वारे मिळणारे अन्नघटक (फायबर्स) तथा इसेन्सियल ऑईलद्वारे लिव्हरचे आजार भयावह रूप घेत नाहीत. माझ्या पाण्याच्या माध्यमातून कोलेजन टिश्यूची उत्पादकता वाढल्यानं अल्सरसारखे आजार होत नाहीत. नियमितपणे माझं पाणी सेवन केल्यानं शरीरातल्या ग्लुकोजची पातळी समान राहते. या प्रक्रियेद्वारे मधुमेहाची शक्यता कमी होते. शिवाय मूत्रमार्गातल्या अडथळ्यांसह जळजळ आणि पुरुषांसाठी प्रोस्टेड ग्रंथीच्या रोगावर पण नियंत्रण मिळवता येतं. जसे, दोन चमचे धने रात्रभर एक पेलाभर पाण्यात भिजत घालून तयार केलेलं पाणी थायरॉईड रुग्णांना संजीवनी प्रदान करतं. तसंच माझ्या फुलांमध्येदेखील मायक्रो न्यूट्रिकल्ससह ॲंटिऑक्सिडंट्सशिवाय, डायटरी रेषा (फायबर्स) तथा अन्य व्हिटॅमिन्स मिनरल्स मुबलक असतात.

माझी फुलं खाण्यासाठी सुरक्षित असतात; परंतु त्यात तीव्र गंध असतो. नित्याच्या जेवणातल्या भाज्या, वरणात माझ्या पर्णांसह फुलांचा वापर मानवाला आरोग्याचं वरदान देणारा ठरतो. असा मी धने. हिंदीतला 'धनिया' होय. माझ्यानंतर आपना सर्वांचा आवडता शेवगा यांना मी दरबारात पाचारण करतो. त्यांनी स्वमहतीसह स्वऔषधी गुणात्मकता सादर करून सर्व वृक्ष प्रजातींना उपकृत करावं. अंती आमचा आत्मघात हा मानवाच्या संवर्धनासाठीच ना. म्हणूनच सीमेवरचं सैन्य आणि आम्ही सर्व तरुवर, कंद तृण, वेली सर्व प्रजातींचं यापुढं मानवानं प्रेमानं संवर्धन आणि संरक्षण तथा संगोपन करावं. अन्यथा आमची हानी म्हणजे मानवाच्या महाविनाशाची पदचिन्हे होय, हे मानवानं नित्य लक्षात ठेवूनच जगावं.

प्रवेश तिसरा

शेवगा : धने, तू आहेस जरी फूटभर, तरी मात्र तुझ्यातले औषधी गुण तथा तुझे बोल अनमोल आहेत, यात वाद नाही. 'वृक्ष लहान, परंतु कर्तव्य महान' यातच तुझी किमया दिसून येते. म्हणून माझंही अभिवादन स्वीकार कर. याचबरोबर सर्व वृक्ष, महावृक्षांसह सर्वच वनस्पती प्रजाती तथा महाराजाधिराज वटवृक्ष महाराजांसह प्रधानजी पिंपळ यांना विनम्र अभिवादन! मला हिंदी भाषिक 'मुंगणा' म्हणतात, तर पुणे तथा कोकण आणि पश्चिम महाराष्ट्रात मला 'शेवगा' म्हणून संबोधतात. इंग्रजी भाषेत माझं नाव 'ड्रमस्टिक' असं आहे. माझा कण नि कण पौष्टिकतेनं भरलेला असून माझ्या वृक्षाचा असा एक अवयव नाही की, जो निरुपयोगी आहे. जंत झाल्यास शेंगा उकडून गर खायला द्यावा. मलेरिया, कावीळ यात यकृताचं आरोग्य उत्तम ठेवतो. शिवाय, प्लिहासुद्धा.

माझ्या शेंगांमध्ये उच्चे प्रतीची मिनरल्स असतात. याशिवाय प्रोटीन, व्हिटॅमिन सी, कॅल्शियम, झिंक, व्हिटॅमिन ए या औषधी गुणांद्वारे हाडं मजबूत होतात. लोहाच्या प्रचुरतेमुळं रक्तल्पता दूर होते; व्हिटॅमिन सी हे श्रमपरिहारक असून झिंकमुळं स्पर्म काउंट वाढण्यास मदत होते. व्हिटॅमिन ए हे डोळ्यांसाठी उत्तम मानलं जातं तथा माझ्यात असलेल्या उच्च प्रोटीनमुळं मसल्स मजबूत होतात; भूक तथा चयापचय वाढवतो. पोटॅशियममुळं हृदयरोगापासून रक्षण होतं. प्रचुर मात्रेतले तंतू म्हणजे फायबरद्वारा पचनशक्तीत सुधारणा होते.

माझ्यात क्रूड प्रथिनं २०-२५ टक्के, पोटॅशियमचं प्रमाण ०.२४ टक्के, कॅल्शियम ०.८ टक्के, फॉस्फरस ०.३ टक्के, तर मॅग्नेशियम ०.५ टक्के, सोडियम ०.२ टक्के आणि ताम्र ८.७८ टक्के, तसंच झिंकचं प्रमाण १८ पीपीएम एवढं असून लोहाची मात्रा प्रचुर म्हणजे किमान ४७० टक्के एवढ्या मोठ्या प्रमाणात विद्यमान असते. माझी हलक्या उन्हात वाळवलेल्या पर्णांची भुकटी करून जनावरांच्या सुदृढतेसाठी त्यांना त्यांच्या चाऱ्याच्या माध्यमातून द्यावी. (योग्य तऱ्हेनं वाळवण यासाठी अत्यंत गरजेचं आहे. कारण भुकटीला बुरशी लागू नये.) उसाच्या गोड मळीचा पण थोडा वापर करून त्यात मक्याची भरड आणि माझ्या पर्णांची योग्य तऱ्हेनं सुकवलेली भुकटी घालणं, जनावरांसाठी वरदान होय. प्रमाण : मका भरड ८० प्रतिशत, माझी पर्ण भुकटी १९ प्रतिशत; तर एक प्रतिशत मीठ असा वापर करावा. (हे प्रमाण १०० किलोचं आहे.) असा मी बहुगुणी शेवगा.

मात्र महाराज, माझीसुद्धा आसेतू हिमाचल वैदूंनी अशी काही बदनामी केली की, माझ्यामुळं औषधी वगैरे उतरते की चढते, या भीतीपोटी मला वाटतं की, पन्नास टक्के लोक इच्छा असूनही माझा खाण्यासाठी वापर आजही करत नाहीत. हा माझ्यावरचा

अन्याय दूर व्हावा, महाराज. माझ्याबाबतीत यापुढंही मुक्त संशोधनं करून माझा जास्तीत जास्त लोकांनी उपयोग करावा आणि ते रोगमुक्त व्हावेत ही कामना करतो. अगदी छोटी वनस्पती, मात्र तरीही नखशिखांत बहुगुणी. अगदी तिच्या बियांसह. तुझा वृक्ष लहान, पण गुण महान. कृपया मेथीताईनं राजदरबारात महाराजांपुढं स्वतःची उपयोग्यता सर्वांसमक्ष सांगावी, ही विनंती.

मेथी : *(थोडी लाजून)* महाराजांचा विजय असो! सर्व तरुवरांसह सकल वनस्पतींना माझा प्रेमपूर्वक नमस्कार. मी अल्पजीवी क्षुद्र मेथी. शेवगादादानं केलेल्या प्रशंसेसाठी दादा तुझे कोटी कोटी धन्यवाद! परोपकारीच परोपकाऱ्याला ओळखतो, दुसरं काय? माझ्यात प्रचुर मात्रेत रेषेदारपणा (फायबर) असून मी बहुगुणी आहे. माझ्यात निसर्गदत्त स्टिरॉइड विद्यमान आहे. या स्टिरॉइडचा शरीरावर वाईट परिणाम होत नाही. (स्टिरॉइड औषधांसारखा) माझ्यातलं निसर्गदत्त स्टिरॉइड हे दोन तऱ्हेनं कार्य करतं. माझं बीज म्हणजे मेथीदाणा शरीरातल्या इन्सुलिनची संवेदनशीलता वाढवून त्याला नैसर्गिकरीत्या कार्यप्रवण करण्यासाठी कार्य करतं.

संवेदनशील अवयव म्हणजे 'हृदय' उत्तम राहावं यासाठी नकारात्मक कोलेस्टेरॉल शरीरात वाढण्यास प्रतिबंध घालतं. सबब प्रतिकारशक्तीत वाढ होते. अपचन, बद्धकोष्ठता असता माझे दाणे पाण्याबरोबर सकाळ-सायंकाळ घ्यावेत. माझ्या दाण्यांना भरपूर मोड आणून त्याची उसळ तथा अन्य रूपात सेवन करणं अत्यंत उपयुक्त होय. यामुळे मधुमेह, अनावश्यक कोलेस्टेरॉलसह वजन नियंत्रण, छातीत होणारी जळजळ यावर उपयोगी ठरतो. काही प्रमाणात तर कर्करोगावरही उपयुक्त. बाळंतिणीला मुलासाठी दूध यावं म्हणून पण मदत करतं. हार्मोन्सचं संतुलन राखण्यासह माझ्यात भरपूर लोह असतं. म्हणून स्त्रियांसाठी तर मी वरदान आहे. मला सौंदर्य प्रसाधानातही वापरलं जातं. माझ्यातल्या ट्रायगोनेलिन हे रक्तातली शर्करा कमी करण्यास मदत करतं.

माझ्या दाण्याच्या भुकटीची पेस्ट केसाच्या मुळांना लावावी आणि अर्ध्या तासानं केस धुवावेत. केसातल्या कोंड्यापासून सुटका होते. माझे दाणे एक रात्र खोबरेल तेलात (गरम केलेल्या) भिजवून ठेवावेत. नंतर त्या तेलानं केसाच्या मुळांना नखं न लागू देता मसाज करावं. असं केल्यानं केस गळती बंद होते. पोटात वायू (गॅस) तथा छातीतला कफ बाहेर निघावा यासाठी रोज पाच ग्रॅम माझ्या दाण्यांचं चूर्ण सकाळ-सायंकाळ कोमट पाण्यासह घ्यावं. याने वातरोगही दूर होतो. संधिवातासाठी माझ्या चूर्णासह समप्रमाणात सुंठीचं चूर्ण गुळासह घ्यावं. माझ्यात भरपूर तंतू, किमान ७० प्रतिशत असतो.

दोन चमचे मेथी दाणे, एक पेला पाण्यात रात्री भिजत घालून सकाळी ते पाणी प्यावं. या उपायानं मधुमेह पूर्ण नियंत्रणात राहतो. मधुमेह समाप्तीसाठी प्रथम अर्धा चमचा (पावडर)

चूर्ण घ्यावं. पुढं १-१ चमचा असं वाढवावं. मात्र, जास्त घेतल्यास पचन बिघडतं. माझं चूर्ण घेत असतानाही स्वत:ची तपासणी करवून त्याप्रमाणे औषध योजना ठरवावी. माझ्या सेवनानं मधुमेहींना औषधाचं प्रमाण कमी होऊ शकतं. मात्र, वैद्यांचा सल्ला अवश्य घ्यावा. माझी हिरवी पर्णंसुद्धा अत्यंत पौष्टिक आहेत. माझ्या दाण्याच्या एक ग्रॅम चूर्णासह तेवढंच सुंठीचं चूर्ण एकत्र करून गरम पाण्यातून दिवसातून तीन वेळा घ्यावं. यामुळं गृध्रसी (सायटिका), अस्थिरोग (आर्थरायटीस) या रोगांवरही विजय मिळवता येतो. नियमितता हवी तथा पथ्या-कुपथ्याबाबत वैद्यांशी सल्ला मसलत करावी.

अपचनाच्या समस्येसाठी (छोट्या चमच्यानं) एक चमचा मेथीदाणे कोमट पाण्याबरोबर गिळून घ्यावेत. यामुळं अपचनाची समस्या दूर होते. माझ्यानंतर भाजी वर्गातली छोटी वनस्पती; परंतु सर्व सामान्यांच्या आवाक्याबाहेरची (सध्यातरी) असलेली स्प्राउट्स ब्रोकोलीनं दरबारात यावं आणि स्वत:ची महत्ता कथन करावी, ही विनंती.

स्प्राउटिंग ब्रोकोली : मेथीताई, तुझे धन्यवाद! महाराज तथा प्रधानजींबरोबर सर्वच वृक्ष-महावृक्ष प्रजातींसह सकल वनस्पतींना वंदन करून माझी उपयोग्यता सांगते. भारतातल्या परंपरागत फुलकोबीबरोबर माझं जवळचं नातं; परंतु माझ्यात काही वेगळेपणासह फुलकोबीत असलेली काही व्हिटॅमिन्स आणि गुण आहेत. माझी लागवड रोममधल्या इटालीमध्ये अनेक शतकांपासून निरंतर केली जाते. सलाड म्हणूनही माझा जास्त उपयोग केला जातो. तसं माझं नाव मोठं असलं, तरी मला तिथले स्थानिक तथा अन्य राष्ट्रात 'ब्रोकोली' या तीन अक्षरी नावानंच ओळखलं जातं. केवळ अमेरिका हा एकमेव असा देश आहे, जिथं मात्र माझ्यासाठी 'स्प्राउटिंग ब्रोकोली' या पूर्ण नावाचा उल्लेख केला जातो. तसंच काही इटालियन मात्र 'ब्रोकोली' म्हणूनच संबोधतात.

अँटिऑक्सिडंट्स आणि केर्स्टिन, बीटाकॅरोटीन, इंडेक्स तथा जीवनसत्त्व क, ल्युटीन ग्लुकोरेट, सल्फोरोपेन आदींचं मी भांडार. पोषकतेसह अँटिऑक्सिडंट्सच्या प्रचुरतेमुळं मी कर्करोग प्रतिरोधकाचंही कार्य करते. मोठी आतडी, लिव्हर आणि ब्रेस्ट म्हणजे पुरुष तथा स्त्रियांच्या स्तनाच्या कर्करोगाच्या पेशींवर नियंत्रण ठेवून त्याच्या शरीरातल्या फैलावास मज्जाव करते. माझ्यात कॅलरीजची कमी असली, तरी अ, क, के, बी-६ आणि ई या जीवनसत्त्वांबरोबर फॉलिक अॅसिड, आम्ल, खनिजे, पोटॅशियम, कॅल्शियम आदींच्या प्रचुरतेमुळं मी भाजीसह एक उत्तम औषधीसुद्धा आहे; सबब शरीरस्वास्थ्यासाठी मी एक वरदानच आहे, असं म्हणता येईल. माझी किंमत जास्त असली, तरी सर्व सामान्यांना माझा वापर करता यावा यासाठी देशीविदेशी शास्त्रज्ञांनी प्रयत्नरत राहावं, ही विनंती. माझ्यानंतर खारीक या तरुवरानं महाराजांपुढं स्वनिवेदन सादर करावं, ही विनंती.

खारीक : महाराजांचा विजय असो! सर्व वृक्ष, कंद, वनस्पती, तृण तसंच तृण-धान्यादी

सर्व वनस्पतींसह प्रधानजींना पण माझे कोटी कोटी नमन. महाराज, मला दोन नावांनी ओळखतात. मी ओला असताना खजूर, तर वाळवल्यानंतर माझ्या फळाला खारीक असं म्हणतात. हिंदी भाषिक मला 'छुआरा' म्हणतात. गुणधर्म दोघांचेही समान आहेत. माझ्यात भरपूर ऊर्जेसह शर्करा तथा रेषा म्हणजे फायबर, कॅल्शियम, लोह, फॉस्फरस, पोटॅशियम, मॅग्नेशियम, जस्त याची प्रचुर मात्रा असते.

माझं सेवन हिवाळ्यात निरोगी राहणे हेतू अतिउत्तम असतं. श्वास, कास, दमा (अस्थमा), तसंच अर्धांगवायू, हृदयविकार असणाऱ्यांनी आपल्या पचनशक्तीनुसार माझं सेवन नित्य करावं. वर विवेचन केलेली खनिजे मिनरल्स हे अस्थीच्या आरोग्यासाठी वरदान आहेत. पाठीचा कणा, सांधे, कंबरेचं दुखणं या आजारातही आराम मिळण्यासाठी दुधासोबत माझं सेवन अत्यंत हितावह होय. त्याबरोबरच मी एक पूर्ण अन्नसुद्धा आहे.

माझ्यात व्हिटॅमिन सी आणि डी असल्यानं त्वचा रोगातही भरपूर लाभ होतो; अकाली म्हातारपणावर मात करणारी मी खारीक. काही मुलांमध्ये आठ ते तेरा वर्षपावेतो अंथरुणात लघवी करण्याची सवय असते. वास्तविक तो एक आजार असतो. त्यावर या आधुनिक काळात एपील या अलोपॅथीक गोळ्यांच्या रूपात औषध पण उपलब्ध आहे. शिवाय मला दुधामध्ये उकळून ते दूध मुलामुलींना नियमितपणे प्यायला दिल्यास ही समस्या सुटते. मला रात्री पाण्यात भिजत घालून सकाळी खावं. याने आरोग्य उत्तम राहतं. मला दुधात भरपूर उकळून, मग त्याच दुधात कुस्करून टाकावी आणि ते दूध प्यावं, म्हणजे मूत्र समस्या दूर होऊन शरीराला शक्तीही मिळते. नेहमी ज्यांना सर्दी होत राहते, त्यांनीही मला दुधात उकळून, त्यात विलायची पूड घालावी. याने पुन्हा पुन्हा होणारा सर्दीचा त्रास बंद होतो आणि शरीराला ऊर्जा मिळते. माझ्या नियमित सेवनाद्वारे हृदयविकार रक्तल्पतेसह (ॲनिमिया) अनेक रोग दूर होण्यासह फोड, फुन्सी, खाज यापासूनही आराम मिळतो.

माझ्याद्वारे घरच्या घरी उत्तम फेसपॅक तयार होतो. त्याची कृती खालीलप्रमाणे - किमान १० चांगल्या खारका, एक केळं, दोन-चार चमचे चांगलं घरघुती दही. हे सगळं एकत्र करून मिक्सरमध्ये बारीक वाटून घ्यावं. या मिश्रणात दोन चमचे मध तथा एक चमचा ऑलिव ऑईल घालावं आणि मिश्रण पुन्हा एकजीव करून घ्यावं. हा फेसपॅक चेहऱ्यावर एक तास लावून ठेवावा. नंतर चेहरा स्वच्छ करावा. राहिलेली सामग्री हवाबंद डब्यामध्ये फ्रीजमध्ये ठेवून द्यावी. हा फेसपॅक सात ते दहा दिवसांत एक्स्पायर होतो. माझ्यानंतर काळमेघ या वनस्पतीनं महाराजांपुढं स्वानुभव तथा उपयोग्यता सादर करावी, ही विनंती.

काळमेघ : मी एक छोटी क्षुद्र वनस्पती. माझ्या वापराद्वारे रक्तशुद्धी होते. मधुमेहींसाठी मी एक वरदान सिद्ध होते. याशिवाय मी हृदयविकार, कर्करोग प्रतिरोधक असून निद्रादोष

घालवणं तथा रोगप्रतिकारक क्षमता वाढवून व्हायरल संक्रमणापासूनही मानवाला संरक्षण देते. लिव्हरच्या दोष निवारणासह जखमांना भरून काढण्याचंही कार्य मी करते. ज्या लोकांना सतत अपचनाचा त्रास आहे, त्यांच्यासाठी पण मी उपयुक्त आहे. माझ्यानंतर जास्वंद या वृक्षानं सभेत आपली सेवा सादर करावी.

जास्वंद : सर्वांचे आवडते देव श्रीगजाननाची मी आवडती वनस्पती. त्यातून माझी फुलं त्यांना अत्यंत प्रिय आहेत. माझ्यात औषधी गुण असून माझ्या फुलांद्वारे केशवर्धक तेलसुद्धा तयार केलं जातं. स्मरणशक्तीचा ऱ्हास होत असल्यास माझ्या फुलांना वाळवून ती खडीसाखरेसह घेणं हितावह होय. याशिवाय माझी ताजी फुलं कमी उन्हात उत्तम सुकवावीत. नंतर त्यांची पूड करून रोज ती एक कप दूधातून एक चमचा याप्रमाणे घ्यावी. त्याने रक्तल्पता दूर होण्यास मदत होते. मात्र, वैद्यकीय सल्ला जरूर घ्यावा. माझी पर्णं चहाप्रमाणे उकळून किंवा चहामध्ये घालून उकळावीत. हा चहा मधुमेहींची साखर (रक्तातली) मर्यादित ठेवण्यास मदत करतो. माझ्या पर्णांना बारीक वाटून त्याची पेस्ट करावी. ही पेस्ट केसांना १० ते १५ मिनिटं लावून ठेवावी. नंतर कोमट पाण्याने केस धुवावेत. त्याने केस वाढतात तथा चमकदारही होतात.

माझ्यात व्हिटॅमिन सी तथा अन्य मिनरल्सबरोबरच अँटिऑक्सिडंट्स मुबलक असून स्वास्थ्याबाबतीतल्या तक्रारी पण माझ्या सेवनानं दूर होतात. उच्च रक्तदाब असणाऱ्यांनी माझ्या वृक्षाच्या सान्निध्यात नित्य राहिल्यानं रक्तदाब नियंत्रित होतो. यावर संशोधनं देखील झालेली आहेत, असं ऐकिवात आहे. माझ्या पर्णांना वाटून त्याचा लेप जर जखमांवर लावला, तर जखमा लवकर भरतात. माझ्यावर केलेल्या काही संशोधनात असंही आढळून आलं आहे की, माझ्या पर्णांचा केवळ एक ग्रॅम रस, वजन तथा बॅड कोलेस्टेरॉलला नियंत्रित करू शकतो, असा मी जास्वंद. माझ्यानंतर शतावरी वेल यांनी राजदरबारात येऊन आपलं निवेदन सादर करावं, ही विनंती.

शतावरी : मी शतावरी. मी वेलवर्गीय वनस्पती. मला थोडे काटेसुद्धा असतात. तत्पूर्वी महाराजाधिराज वटवृक्ष, प्रधानजी पिंपळ एवं सर्वच वृक्ष तथा वनस्पतींना माझे कोटी कोटी नमन! महाराजांची कृपा असावी. माझ्यात भरपूर प्रमाणात ऊर्जा आहे. कदाचित यालाच इंग्रजी भाषेत इम्यून पॉवर किंवा इम्युनिटी म्हणत असावेत. माझे कोवळे कोंब चावून चावून गिळून घेतल्यास शरीराला उष्मा आणि ऊर्जा मिळते. माझा उपयोग आयुर्वेदशास्त्रात खूप पूर्वीपासून केला जात आहे. क्षय (टीबी), कर्क (कॅन्सर), कुष्ठरोग, आम्लपित्ताचा त्रास, ओजक्षय (एड्स) आदी आजारात माझा उपयोग होतो. कर्करोगाच्या प्रतिकारासाठी मी म्हणजे वरदान होय. माझी चव किंचित गोड आणि कडू असते. माझ्या मुळ्यांचं चूर्ण पांढरंशुभ्र असतं. यालाच वऱ्हाडातल्या खेडेगावात 'दुधकांडी' असं संबोधतात.

बाळाच्या आईला तथा गायीला दूध भरपूर यावं, यासाठी माझा वापर केला जातो. अन्य औषधांसोबत दुधारू जनावरांपैकी गाय तथा म्हैस यांच्या चाऱ्यात माझ्या मुळांचं चूर्ण घातलं जातं. माझ्यानंतर गुलाब या छोट्या वृक्षानं स्वानुभव कथन करावा, ही विनंती. तसा तू काटेरी असूनही सर्वांचा लाडोबा. थंड वातावरणात भरपूर फुलून स्वतःच्या सुगंधानं लोकांना वेड लावणारा, औषधी गुणांनी युक्त सुंदर गुलाब. तुझं हे पुनरागमन होय, असं मला वाटतं.

गुलाब : काटेदार असूनही मी आवडत नाही, अशी व्यक्ती मिळणं दुरापास्त होय. माझ्या पाकळ्यांपासून गुलकंद, गुलाबजल तथा अत्तर तयार होतं. शुद्ध गुलाबजल हे श्रमपरिहारार्थ स्नानाच्या पाण्यात घातलं जातंच. शिवाय सर्व प्रकारच्या मिठायांमध्येही त्याचा वापर केला जातो. डोळ्यांची आग होत असल्यास माझ्या शुद्ध जलाचे दोन थेंब डोळ्यात घातल्यानं डोळ्यांना लवकर आराम मिळतो. ज्यांच्या शरीरात अतिरिक्त उष्णता असते, त्यांनी माझ्या गुलाबी, गावरान, ताज्या फुलाच्या किमान ३-४ पाकळ्या खडीसाखरेबरोबर चावून ख्याव्यात आणि वरून थोडंसं कोमट पाणी प्यावं. डांग्या खोकला तथा चिकन पॉक्स(स्मॉल पॉक्स)चा आजार झाल्यास माझा गुलकंद पाक हा दुधासह अथवा नुसताच सेवन करावा.

माझा उपयोग सलाड, आईस्क्रीम, मिठाई, गुलाबजल, सरबत, जॅम, जेली, अत्तर, गुलकंद, पूजा, विवाह आदी कार्यक्रमांमध्ये सजावटीच्या हेतूनं केला जातो. माझ्या गुलकंदाद्वारे गरम प्रवृत्तीच्या व्यक्ती, जास्त क्रोधी, रागीट, शब्दाशब्दावर भडकणारे जे लोक असतात, त्यांच्यासाठी माझ्या गुलकंदाचं नियमित सेवन हितकारक असून त्याने बुद्धीलासुद्धा चालना मिळते. शिवाय मेंदूही शांत राहतो आणि पोट साफ होण्यासही मदत होते. लहान मुलांनाही मी आवडतो. हल्ली विड्याच्या पानातसुद्धा माझा वापर केला जातो. माझ्या गुलकंदाची वडी (मिठाई) पण बाजारात मिळते. मला थंड प्रदेश आवडतो, म्हणूनच काश्मिरी गुलाब जगात प्रसिद्ध आहे. कुण्या मराठी कवीनं ठीक म्हटलंय, 'उष्ण वारे वाहती नासिकात, गुलाबाला सुकविती काश्मिरात'. असा मी तुम्हा सर्वांचा लाडका बहुगुणी गुलाब. ज्या वनस्पतीला किमान तीन हजार वर्षांनंतर फुलं येतात, अशी एक वनस्पती इथं आली आहे. त्यांनी राजदरबारात स्वनिवेदन द्यावं, अशी मी त्यांना विनंती करतो.

तीन हजार वर्षांत एकदा उमलणारं फूल : मी दुर्मीळ वनस्पती म्हणून गणली जाते. कदाचित माझ्यासारख्या वनस्पती जगात अनेक ठिकाणी असतील; परंतु त्यांच्या नोंदी घेतल्या गेल्या असतीलच, असं नाही. उंबर म्हणजे औदुंबर. हिंदी भाषिक याला 'गुल्लर' म्हणतात. दत्त महाराजांचा हा आवडता वृक्ष. म्हणून पूजनीय. तितकाच रहस्यमयी. यांची ही फुलं दृष्टीस पडत नाहीत; मात्र फळं लागतात. चीन देशातली एक व्यक्ती डोंग यांच्या

परसातल्या बागेत त्यांना ३८ फुलांचा एकत्रितपणे उमललेला पुष्पगुच्छ दिसताच त्यांनी त्याची छायाचित्रं प्रसिद्ध केली. ही घटना इ. स. २००७ या वर्षातली आहे.

भगवान गौतम बुद्धांचा जन्म होण्यापूर्वी माझ्या फुलांच्या उमलण्याची नोंद घेतली होती, असं इतिहास तथा जाणकार सूत्र सांगतात. दक्षिण कोरिया या देशात भगवान बुद्धांच्या मूर्तीवर इ. स. १९९७ या वर्षीसुद्धा लोकांनी माझी पुष्पं पाहिल्याचं सांगितलं जातं. बौद्ध ग्रंथांपैकी पाली भाषेतल्या विविध ग्रंथांमध्ये माझ्या फुलांची महती कथन केलेली दिसते. माझी फुलं बघायची झाल्यास सूक्ष्म काचेच्या उपकरणाचा उपयोग करावा लागतो. काही तज्ज्ञांचा असा समज आहे की, मी केवळ बुरशी असून त्या बुरशीलाच सुंदर सुगंध आहे. काही जण म्हणतात, माझी पुष्पाकृती म्हणजे सूक्ष्म किड्यांचा एक मात्र आविष्कार असून झाडांच्या सालीवर किड्यांनी घातलेल्या अंड्याद्वारे फुलांसारखा सुंदर गंध दरवळतो; परंतु बौद्ध धर्म मान्यतेनुसार माझ्या फुलांना पवित्र, पावन गणलं जाऊन ती केवळ पवित्र जागीच उमलतात. अशी बौद्ध धर्मातली मान्यता आहे. माझ्या दुर्मीळ पुष्पाचं बौद्ध ग्रंथांमध्ये विस्तृत वर्णन आढळतं.

विविधतेनं भरलेल्या या जगात अगणित वनस्पतींची काही रहस्यं मानवाला भुरळ पाडतात. काही अशा वनस्पती आहेत, ज्यांची किंमत ठरवणंही कठीण आहे. जशा सुगंधी वनस्पती आहेत; तशी दुर्गंध पसरवणारी फुलंसुद्धा आहेत. ज्यांचा दुर्गंध सडलेल्या मांसापेक्षाही भयंकर असा आहे. आफ्रिकेतल्या वनात आजही त्या वनस्पती विद्यमान आहेत. तगर हा गंधरहित फुलात मोडतो; तर अलौकिक सुगंधाचा ठेवा असलेला मी. माझ्या आगमनाची मी एक प्रकारे सूचना देतो, असं इतिहासकार म्हणतात. औंदुबर वृक्षाला फुलं येत नाहीत, ही सर्वसामान्यांची समज वनस्पतीतज्ज्ञांना मात्र मान्य नाही. तशीच मीसुद्धा एक दुर्मीळ वनस्पती. माझ्यानंतर 'जर्दाळू' या फलवृक्षानं सभेत येऊन स्वमहती कथन करावी, ही विनंती.

जर्दाळू : हजारो वर्षांनंतर फुलणाऱ्या वनस्पती, तुला कोटी कोटी धन्यवाद! महाराजाधिराज वटवृक्ष महाराज, प्रधानजी पिंपळ, तसंच सर्वच वृक्ष-महावृक्ष दुर्मीळातल्या दुर्मीळ ज्ञात-अज्ञात वनस्पतींनो, माझे आपणा सर्वांसह आपल्याला धारण करणाऱ्या आपल्या वसुंधरेलासुद्धा कोटी कोटी प्रणाम! मला खेड्यातली लोक मुख्यत: वऱ्हाडात 'बदामबोर' या नावानंसुद्धा ओळखतात. माझ्या फळावर गोड टरफल असतं, तर आत बदामीसारख्या टणक बियांमध्ये एक गरयुक्त बी असते. त्याची चव बदामासारखी असते. माझी आतली बी म्हणजे गर मेदानं परिपूर्ण असते. माझ्यातले रासायनिक गुणधर्म हे बदामाच्या गुणवैशिष्ट्याशी जुळणारे असतात. माझं कवच, बी तथा तेल या सर्वांचा औषधीद्रव्यात उपयोग होतो.

माझी एक प्रजाती चीनमध्ये आहे. तिथं माझ्या झाडाच्या सालीपासून निर्मित औषधाला जर्दाळूमधलं सुवर्ण या नावानं ओळखलं जातं. या औषधाचा मुख्य हेतू वृद्धत्व दूर करणं हा होय. स्त्रियांच्या अनेक समस्यांवर मी उपयुक्त, म्हणून चिनी लोकांत माझं विशेष स्थान आहे. सौंदर्यप्रसाधनांमध्ये मी कोणत्या ना कोणत्या रूपात असतो. तुमच्या रोजच्या गरजेपैकी 'व्हिटॅमिन ए'ची गरज माझ्याद्वारे ४७ प्रतिशत पूर्ण होते. माझ्यात पोटॅशियम, व्हिटॅमिन ई तथा ताम्र असून गरमी सुसह्य करण्यास मी मदत करतो. माझ्यातल्या तंतुमुळं पचन सुधारतं. पोटातल्या वायूची समस्या दूर होते. कोलेस्टेरॉल नियंत्रित करून रोगप्रतिकारक क्षमता सुधारते. 'व्हिटॅमिन बी'मुळं (बी-१७) कर्करोगापासून बचाव होण्यास मदत होते. माझ्यातल्या व्हिटॅमिन ए तथा ॲंटिऑक्सिडंट्स मोतीबिंदूला आवर घालतो.

माझ्या सुकलेल्या फळांमध्ये लोहाचं प्रमाण भरपूर असतं, म्हणून रक्ताल्पतेसह हिमोग्लोबिनची पातळी उत्तम राहते. रक्ताल्पतेसाठी माझं सेवन रोज करावं. माझ्या सालीच्या तेलाद्वारे गुंगी येते तथा आचके थांबवण्यास मदत होते. तसंच मलावरोधाचा स्थायी आजार असणाऱ्यांनी माझं नित्य सेवन करून आपलं आरोग्य जपावं. तुम्ही जेव्हा मला खाण्यास प्रारंभ करता, अगदी त्याच क्षणी माझ्यात अल्कलीयुक्त प्रक्रिया प्रारंभ होते आणि पचनक्रिया उत्तम होते. माझ्यातलं 'मर्मालेड' हे रसायन मानसिक दुर्बलता कमी करतं. कित्येकांना अपचनाचा स्थायी विकार होतो. यासाठी माझं झाडावर पिकलेलं फळ हा त्यासाठीचा उत्तम उपाय होय; परंतु ते सर्वत्र मिळणंही तितकंच कठीण. माझ्यात लोहाचं प्रमाण प्रचुर मात्रेत असतं. सबब रक्तक्षयाचे रुग्ण, ज्यांचं हिमोग्लोबिन वारंवार कमी होतं, त्या सर्वांनी माझं सेवन सातत्यानं करत राहावं. माझ्यानंतर मी काजूला सभेत पाचारण करत आहे.

काजू : मी लहान-थोरांचं आवडतं खाद्य. महाराजाधिराजांसह प्रधानजी एवं सर्वच वनस्पती प्रजातींना माझे कोटी कोटी प्रणाम! मी काजू. स्वयंपाकातल्या भाज्यांपासून ते मिठायांपर्यंत सर्वत्र माझा बोलबाला असतो. मी जागतिक प्रवास कसा केला, हे तुम्ही सर्वांनी एकदा जरूर बघाच. तसंच समुद्राच्या किनारपट्ट्या हे माझं आवडतं स्थान; परंतु आज वनस्पतीतज्ज्ञांनी माझंही संकरित वाण निर्माण केलं, जेणेकरून माझं सर्वसाधारण वातावरणामध्येही सर्वत्र पीक घेता येईल.

माझ्याविषयीच्या काही भ्रामक समजुती आहेत; परंतु खरं बघता मी वजन नियंत्रित करतो. सप्ताहामध्ये दोन वेळा माझं सेवन करावं. माझ्या बियांमधलं प्रोटीन हे हाडांचं आरोग्य उत्तम ठेवण्यास मदत करतं. माझ्यातलं ताम्र हे केस संवर्धन करण्यास मदत करतं; दातांसाठीसुद्धा मी उपयुक्त आहे. हिरड्यांचं आरोग्य जपतो. माझ्या बियांमध्ये विपुल

औषधी गुण आहेत. माझ्या बिया रात्रभर भिजत घालून त्याची बारीक पेस्ट करावी आणि ती चेहऱ्याला लावावी. त्याने चेहरा उजळण्यास मदत होते. मी हृदयरोग्यांसाठी उत्तम असून मी बॅड कोलेस्टेरॉल मुक्त आहे. माझ्यात मोनोसेच्युरेटेड फॅट जास्त आहेत. जे हृदयाला संजीवनी प्रदान करतात. माझं सेवन नियमानं योग्य प्रमाणात केल्यास मधुमेह नियंत्रित करण्यास मदत होते. माझ्यात पाल्मिटिक ॲसिड असतं, जे शरीरात चांगल्या कोलेस्टेरॉलची निर्मिती करतं. माझ्यातलं सोडियम, पोटॅशियमचं अल्प प्रमाण रक्तदाब नियंत्रणात ठेवण्याचं कार्य करतं.

माझ्या दहा-बारा बिया खाल्ल्यानं रोगप्रतिकारक क्षमता सुधारते. माझ्यात व्हिटॅमिन्स, खनिज तथा अन्य आरोग्यवर्धक तत्त्वं आहेत, जे मानवाला अनेक रोगांपासून दूर ठेवतात. रक्तातल्या पेशी, ज्या रक्त गोठवितात किंवा रक्त घट्ट करतात, त्या सेल्स वितळवून मी उच्च रक्तदाब तथा हृदयरोग, तसंच कर्करोगाच्या धोक्यापासून बचाव करतो. माझ्याद्वारे मद्यार्क तथा माझ्या फुलांच्या तेलाचासुद्धा वापर केला जातो. मूत्रासंबंधीचे आजार असणाऱ्यांनी माझं सेवन अल्प प्रमाणात करावं. माझ्यानंतर मी अजवायन उपाख्य ओवा यांना राजदरबारात बोलावतो.

ओवा : महाराज, प्रधानजी, उपस्थित वृक्ष समुदाय या सर्वांसह जगातल्या सकल वनस्पती प्रजातींना माझे कोटी कोटी प्रणाम! मी ओवा; मला 'अजवायन' असंही म्हणतात. माझी चव तिखट, किंचितशी कडवट, अत्यंत हलकी आंबटसर तथा माझी तासीर उष्ण आहे. पोटातला-शरीरातला वात, कफ, वायू (गॅस) अन्य उदररोग, पोटदुखी यावर अत्यंत गुणकारी असून माझ्या सेवनानं भूक वाढते. पाण्यात उकळून त्याचा काढा घेतल्यास रक्त शर्करा नियंत्रणात राहते. (पाणी थंड करून घ्यावं.) भाजलेल्या माझ्या बियांचं बारीक चूर्ण मधातून घेतल्यास छातीत दाटलेला कफ बाहेर पडण्यास मदत होते.

माझं तेल तथा लवंग तेल एकत्रित करून वेदना होत असलेल्या दुखऱ्या भागावर लावावं; परंतु दातासाठी एकच थेंब टाकावा किंवा कापसाच्या बोळ्यानं दाताला लावाल्यास दंत वेदना थांबतात. ज्यांना काही कारणांमुळं पोटदुखीचा त्रास जास्त आहे. त्यांनी माझ्या बियांच्या पोटलीनं पोटाला हलका हलका शेक द्यावा; परंतु हा शेक विड्याच्या पर्णाद्वारे दिल्यास उत्तम फायदा होतो.

तीक्ष्ण गुणधर्माचा मी. गर्भाशयाला उत्तेजित करतो. माझ्या सेवनानं गर्भाशयातला रक्तसंचार वाढतो. त्यामुळं पाळी सुलभतेनं येण्यास मदत होते. पोटदुखीचा त्रासही संपतो. पाळीतली कष्ट साध्यता कमी होते. शुद्ध तुपात भाजून माझा उपयोग हा अनार्त आणि कष्टार्त असल्यासच घ्यावा. बाळंतपणात माझा वापर केल्यानं आणि त्यामुळं अन्नपचन उत्तम झाल्यानं बलवृद्धी होते; अग्नी प्रदीप्त होतो. माझे दाणे विस्तवावर टाकून बाळंतिणीला

थोडी धुनी द्यावी. त्यामुळं जखमा लवकर भरण्यास मदत होऊन बाळंतरोग होत नाही.

कधी पोटात वायूचा त्रास झाल्यास माझ्या बियांचं चूर्ण घेऊन वरून कोमट पाणी प्यावं. भूक न लागणाऱ्यांनी सैंधव मीठासह माझा वापर करावा. पोटात वारंवार मुरडा येऊन शौच येत असल्यास माझा वापर करावा. कफ-सर्दीत माझ्या पोटलीनं शेक घ्यावा. लहान मुलांनासुद्धा पोटदुखीत माझं पाणी प्यायला द्यावं. पोटात जंत झाल्यास पाण्याच्या विड्यात माझा वापर करावा. जंतात आराम पडतो. प्रसंगी जंतही शौच्यावाटे पडण्यास मदत होते. लवंग चूर्ण तथा माझं चूर्ण समप्रमाणात मधातून घ्यावं. याने उलटी थांबते. माझा उन्हाळ्यात अत्यंत सांभाळून वापर करावा, अन्यथा आम्लपित्ताच्या त्रासाला बळी पडावं लागेल. असा मी ओवा उपाख्य अजवायन. माझ्यानंतर जायफळ या वृक्षानं राजदरबारात स्वनिवेदन सादर करावं.

जायफळ : मी जायफळ. मी जेव्हा झाडावर लागतो, त्यावेळी अत्यंत लाडक्या मुलासारखा अगदी बंदोबस्तात असतो. माझ्यावर ज्या पत्रीचे थरावर थर असतात, ती जायपत्रीसुद्धा बाजारात भाव खाऊन जाते. त्यानंतर माझा क्रमांक लागतो. जायपत्रीचा उपयोग मसाल्यात करतात. याशिवाय बाळंतिणीच्या विड्याच्या पानातही उपयोग केला जातो. दमा असलेल्या रुग्णांनी या पत्रीचा उपयोग विड्याच्या पानातून केल्यास दम्याची तीव्रता कमी होते. भारतात माझी वृक्ष केरळ राज्यातल्या समुद्रकिनाऱ्यावर आढळतात. माझ्या वृक्षांची उंची १०-१२ मीटरपावेतो असते. माझी लागवड नर-मादी अशा तऱ्हेनं केली जाते. तसं न केल्यास परागीकरण होत नाही. म्हणून मग फळं लागत नाहीत. नैसर्गिकरीत्या झोप यावी यासाठीही माझा उपयोग करण्यात येतो. मात्र, माझा वापर काळजीपूर्वक करावा.

लहान मुलांना सर्दी झाल्यास पारसावर उगाळून ते द्रावण कोमट कोमट चाळे, मस्तक, कानामागं तथा थोडा नाकावर लेप दिल्यास सर्दीत आराम मिळतो. डोळ्यांभोवतीची काळी वर्तुळं (डार्क सर्कल) घालवण्याच्या हेतूनं थंड पाण्यात उगाळून डोळ्याभोवती लेप लावावा. माझं तेल हे दाह तथा दुखण्याचा नाश करणारं असून संधिवातात अत्यंत गुणकारी आहे. त्यामुळं ते बाहेरील म्हणजे बाह्योपयोगासाठी उपयोगात आणावं. मुखदुर्गंधीसह श्वास दुर्गंधीतूनही सुटका होते. माझा वापर टूथपेस्ट तथा सौंदर्यप्रसाधनं, याशिवाय सर्व प्रकारची मिठाई तथा पुरण, बासुंदी आणि श्रीखंड या पदार्थांमध्ये प्रामुख्यानं होतो. माझं तेल वैद्यांच्या सल्ल्यानं विशिष्ट मात्रेत घेतल्यास पचन सुधारतं तथा लागट आम्लपिताचा त्रास बंद होतो; तसंच जुलाब डायरीयासह पोटाच्या अनेक समस्या दूर होतात. मानसिक तणाव (अवसाद) असणाऱ्यांसाठी मी संजीवनी आहे. कारण माझ्या तेलामुळं मेंदूला उत्तेजना मिळून निद्रानाश, नैराश्यादी समस्या दूर होतात. माझा योग्य तऱ्हेनं उपयोग

केल्यास मनुष्याला नैराश्य मुक्तीसह एकाग्रता वाढवण्यास मदत होते. माझ्यानंतर सफरचंद या वृक्षानं राजदरबारात आपलं निवेदन सादर करावं, ही विनंती.

सफरचंद : तसा मी विदेशी, पण सर्वांचं आवडतं फळ. महाराजाधिराज वटवृक्ष, प्रधानजी तथा सर्वच वनस्पतींना माझे कोटी कोटी प्रणाम! महाराज मी सफरचंद. थंड प्रदेशात राहणारा. माझे सेवन विसरण्याची(अल्झायमर) समस्या, कर्करोग, ट्युमर यांसारख्या आजारांवर फायदेशीर ठरतं. याशिवाय माझ्यातला रेषेदारपणा (फायबर) पोट साफ करण्यास मदत करतो. राजयक्ष्मा (टीबी) या आजारात माझं नित्य सेवन रोगमुक्ती प्रदान करतं. हृदयाची समस्या, स्नायू आखडणं यांसाठीदेखील माझा उपयोग होतो. मेंदूची शक्ती वाढवण्यासाठी माझा उपयोग होतो.

अमेरिकेत कर्करोगावर अनुसंधान करणाऱ्या शास्त्रज्ञांच्या मते दररोज न्याहरीनंतर माझ्या एका फळाचं सेवन करणं अत्यंत आरोग्यकारक आहे. म्हणून तर इंग्रजीत म्हणतात ना, 'ॲन ॲप्पल अ डे, किप्स द डॉक्टर अवे!' माझ्या सेवनानं तोंडात लाळोत्पादन जास्त होतं. म्हणून जंतू संसर्गाला आळा बसतो. माझ्या वापरामुळं दंतरोगाला आळा घातला जातो; म्हणजे हिरड्या तसंच दातांना कीड लागत नाही. असा मी सफरचंद. माझ्या फळामध्ये पेक्टिन फायबर, अँटिऑक्सिडंट्स, पॉलीफेनॉल आदी द्रव्यामुळं एलडीएल कोलेस्टेरॉलची मात्रा कमी करण्यास मदत होते. जास्त आम्लपित्त असणाऱ्यांनी माझं सेवन साल काढून तथा जेवणानंतर एक तासानं करावं, म्हणजे आम्लपित्त होणार नाही. माझ्यानंतर फुलवृक्ष झेंडू यांनी राजसभेत आपलं निवेदन सादर करावं, ही विनंती. याशिवाय पुढंही माझ्या विषयीची माहिती सादर केली जाईल.

झेंडू : सफरचंदा, धन्यवाद. महाराज, प्रधानजी आणि उपस्थित सर्व वनस्पती समुदाय सर्वांना माझे कोटी कोटी प्रणाम! माझ्या पर्णांच्या तीव्र गंधानं डास प्रभावित होतात. त्यांना माझा गंध आवडत नाही. माझ्या फ्रेंच आणि आफ्रिकन अशा दोन्हीही प्रजाती डासांना प्रतिबंध घालतात. माझासुद्धा काही अंशी औषध निर्मितीत वापर होतो. मला दीपावलीत तथा सर्वच सणांना विशेष महत्त्व असतं. माझ्यानंतर लव्हेंडर या वनस्पतीनं आपलं निवेदन राजदरबारात सादर करावं, ही विनंती.

लव्हेंडर : डासांना दूर ठेवणं हे माझं एकमेव कार्य. झेंडू तुम्हाला धन्यवाद! महाराज, प्रधानजी, सर्व वृक्ष-महावृक्षांसह विविध वनस्पती समूहाला माझे कोटी कोटी प्रणाम! घरातल्या कुंडीमध्ये माझी लागवड करता येते. माझ्या सुगंधाचा सौंदर्यप्रसाधनात भरपूर प्रमाणात वापर केला जातो. माझं तेल पाण्यात मिसळून मुलांच्या हातापायांना आणि उघड्या अंगावर लावल्यास मच्छरांपासून बचाव होतो. माझ्यानंतर रोजमेरीनं राजदरबारात यावं आणि आपलं निवेदन सादर करावं, ही विनंती.

रोजमेरी : माझ्या इवल्याशा झाडावर निळ्या रंगाची फुलं येतात. माझी ही फुलं डासांना प्रभावित करून पळवण्याचं कार्य करतात. म्हणून माझं रोपटं बाल्कनीत लावावं. त्यामुळं घराचं सौंदर्य तर वाढतंच; शिवाय डासांचाही बंदोबस्त होतो. माझ्यानंतर जानकी या वृक्षानं राजसभेत यावं आणि आपलं निवेदन सादर करावं, ही विनंती.

जानकी : रोजमेरी, धन्यवाद. मला जानकी म्हणतात. कदाचित सीतामातेनं माझ्या काडीनं दंतधावन करण्यापूर्वी सत्ययुगात माझं नाव दुसरंच कोणतं तरी असावं. ज्यावेळी श्रीलंकेत जनककन्या सीतामातेचा वनात निवास होता. त्यावेळी पती प्रभूरामचंद्राच्या दीर्घायुष्याची कामना करत सीतामाई माझ्या ओल्या काडीनं दंतधावन करत असत. त्या वेळेपासून माझं मूळ नाव कायम लुप्त होऊन मला सर्वसामान्य जन 'जानकी जडी' या नावानं ओळखू लागले. काही खेड्यातली लोकं मला 'दांतर' या नावानंही संबोधू लागली. माझं श्रीलंकेशिवाय संपूर्ण जगात कोणत्याही वनात तथा वाटिकेमध्ये वास्तव्य नाही. माझी पर्णं सुंदर असून त्यांची चव तुरट असते. माझ्या पर्णांद्वारे नासूर, भगंदर आदी आजारांवर उपाय केला जातो.

ज्यांच्या जन्मकुंडलीत मंगळ हा अष्टम भावात असतो, त्यांनी माझा वापर करावा. 'आचार्य मणिबंध' हे ग्रंथाचं नाव. यांपैकी 'पाकनिर्झरा' या ग्रंथातसुद्धा माझ्या या वनस्पती विषयीची भरपूर माहिती मिळते. त्याच ग्रंथातल्या आचार्य मणिबंधकृत 'मौदुल्यो थकुटिल: प्रेतस्तात्रिजातेक्षु पिंकरादुधी। जानक्यो विराभूता पुंकरस्त्रग्ध दक्षा-कुजा।' काही लोकांच्या जन्मकुंडलीत विधुर अथवा स्त्रियांमध्ये विधवा योग दिसत असल्यास माझ्या या काडीनं दंतधावन (दात घासणं) केल्यास तो योग निश्चित टळतो, असं 'पाकनिर्झरा' या ग्रंथात लिहिलेलं आहे. याशिवाय दीर्घायुष्याची प्राप्ती होते. अशी मी जानकी. माझ्यानंतर शमीवृक्षाने राज दरबारात यावे व स्वत:चे निवेदनास प्रारंभ करावा, ही विनंती.

शमीवृक्ष : महाराजाधिराज वटवृक्ष, प्रधानजी पिंपळ, संपूर्ण महावृक्षादी गणांसह सर्व वनस्पतींनो, तुम्हा सर्वांना माझे कोटी कोटी प्रणाम! देवताप्रिय वनस्पतींमध्ये माझा परिचय आलेला आहे. जानकी वृक्ष तुमचे मनापासून धन्यवाद तथा आदर. माझा वृक्ष लावताना एक लक्षात ठेवावं, ते म्हणजे तुम्ही घराबाहेर पडतेवेळी मी तुमच्या उजव्या बाजूला असावा अशा तऱ्हेनं माझं परसात रोपण करावं. विजयादशमीला विशेष पर्व म्हणून माझ्या वृक्षाखाली दिवा लावावा. दर शनिवारी दीप लावल्यानं शनिदेव नाराज असल्यास मोहरी तेलाचा दीप माझ्या वृक्षाखाली लावून प्रार्थना करावी. हा दीप पाच किंवा सात धान्यांच्या पिठाचा असावा. त्यात चिमूटभर हळद घालावी. माझ्या कोणत्याही अंगाला इजा होणार नाही, याची काळजी दीपज्वलन करणाऱ्यांनी अवश्य घ्यावी. माझ्यानंतर मनीप्लांट या वनस्पती वेलीनं महाराजांना निवेदन सादर करावं, ही विनंती.

मनीप्लांट : मी वेलरूपी असून मला मातीचीही गरज नाही. मी पाण्यात पण वाढू शकते. वास्तुशास्त्रानुसार मला शुभ मानलं जातं. लक्ष्मीवृद्धी या हेतूनं मला लावतात; परंतु योग्य दखल मात्र घेत नाहीत. मला उभी सरळ वाढू देऊ नये, असं म्हणतात. माझी पर्णं ही पिवळी पडू नयेत, याबाबतच्या काळजीसह माझी योग्य निगा राखावी; अन्यथा लक्ष्मीची अवकृपा होते. मला घराबाहेर लावून योग्य निगा न राखल्यासही विपरीत परिणाम होतो. माझी वेल कधीही जमिनीवर पसरू देऊ नये. पसरलेल्या अवस्थेतली माझी वेल आर्थिक नुकसान करणारी ठरते. माझी योग्य निगा राखताना पिकली, पिवळी पर्णं काढून टाकणं उत्तम. माझ्यानंतर एरंड वृक्षानं स्वमहती सांगावी, ही विनंती.

एरंड : माझं इंग्रजी नाव 'कॅस्ट्रॉल'. महाराजाधिराज, प्रधानजींसह सर्ववृक्ष वनस्पती, लतावेली प्रजातींना माझे कोटी कोटी नमन! मनीप्लांट तुला धन्यवाद! पपईसदृश पर्णांचा मी अगदी मध्यम वृक्ष, जो कुठंही उगवतो. माझ्या बिया तथा त्यातून काढलेल्या तेलामध्ये मध्यम ते सामान्य स्वरूपाचं विष असतं. चुकून जरी लहान मुलांनी २-४ बिया खाल्ल्या आणि वेळेत उपचार मिळाले नाही, तर मृत्यू होऊ शकतो. ७-८ बिया वयस्काचाही मृत्यू घडवून आणू शकतात. माझ्या बियातल्या विषाला 'रिकीन' असं म्हणतात. हे विष पेशीच्या आतल्या प्रथिनांच्या निर्मितीला विरोध करतं. या विषबाधेची सामान्य लक्षणं म्हणजे उलट्या, हगवण. त्यावर त्वरित उपचार न झाल्यास मृत्यू होऊ शकतो.

माझ्या तेलातलं हे विष विशिष्ट प्रक्रियेद्वारे काढून त्या तेलाचा उपयोग पूर्वी आणि आजही खेड्यात गाई-म्हशींचं दूध काढताना करतात. याशिवाय पोट साफ न झाल्यास, त्यासाठीसुद्धा शुद्ध एरंडेल तेल वयानुसार मात्रा ठरवून वैद्य रुग्णांना देतात. गुडघेदुखीसाठी माझ्या मुळांचा उपयोग होतो. त्यापासून निर्मित 'एरंड घनवटी' हे औषध आजही बाजारात उपलब्ध आहे. माझ्या बियांपासून काढलेलं तेल मशीन्स, ट्रान्सफॉर्मर तथा स्वयंचलित द्विचक्र तथा कार आदी वाहनात कूलिंग हेतूनं वापरलं जातं. हा एक फार मोठा उद्योग आहे. ज्या लोकांना कावीळ हा आजार होतो, त्यांच्यासाठी तर मी संजीवनीचं कार्य करतो. गाईच्या दुधातून वयानुरूप माझ्या पाच दिवसाच्या अंतरात दोन मात्रा दिल्या जातात. त्यासाठी माझ्या पर्णांचा ताजा रस सहसा सूर्योदयापूर्वी मंगळवार, शनिवार या दोन दिवशी दिला जातो. मी काविळीच्या जीवाणूवर मात करतो. उगीच मला 'विषवल्ली' म्हणून संबोधित करत नाहीत. तर असा मी एरंड.

माझ्यानंतर रोजरी पी या विषवल्लीनं महाराजांना आपली विशेषता सांगावी; परंतु महाराज क्षमा असावी. काही विसरलो होतो, ते सांगतो. चेहरा तजेलदार होण्यासाठी माझे १० थेंब, त्याबरोबर १० थेंब शुद्ध बादाम तेल घ्यावं आणि ते एकत्रित करून रात्री चेहऱ्याला लावून सकाळी चेहरा धुवावा. याने चेहरा सुंदर होतो. शुद्ध खोबरेल तेल १०

थेंब, एरंडेल शुद्ध १० थेंब, याची कृती आणि उपयोग वर सांगितल्यानुसारच आहे. मात्र, या क्रियेत नियमितता असावी. किमान सहा ते आठ महिन्यांपर्यंत तरी. आजची काही मलमं तथा त्वचेच्या प्रसाधनांमधल्या स्टिरॉइड्सपासून स्वत:ला वाचवावं.

रोजरी पी : महाराजांचा विजय असो! प्रधानजींसह सर्वच वृक्षसमूह, लतावेली, कंदमुळं तथा तृण आदींना माझे कोटी कोटी प्रणाम! मी एक विषवल्ली. माझ्या बिया दागिन्यांमध्ये वापरल्या जातात. कुणी याचा चुकून खाण्यासाठी प्रयोग केल्यास मृत्यू संभवतो. माझ्यातल्या विषाला 'एब्रिन' म्हणतात. तीन मायक्रोग्रॅम एब्रिन मानवाला मृत्यूसाठी पुरं ठरतं. तेव्हा आमच्यासारख्या वनस्पतींपासून नेहमीच सावध राहावं. आता ईश्वरानं आमची निर्मिती करण्यामागं काही प्राकृतिक तथा वैज्ञानिक कारणं असावीत; सुविद्य विद्वान मानवानं याची उकल जरूर करावी. माझ्यानंतर 'व्हाईट स्नेकरूट' या वनस्पतीनं महाराजांपुढं आपली विषकथा सांगून उपकृत करावं.

व्हाईट स्नेकरूट : रोजरी पी, तुझे धन्यवाद! सर्व वनस्पती, महाराज आणि प्रधानजींना प्रणाम! मीही एक विषवल्ली आहे. असं ऐकिवात आहे की, अमेरिकेचे राष्ट्राध्यक्ष सर अब्राहम लिंकन यांच्या आईचं नाव 'नॅन्सी हॅंक्स' असं होतं. ज्या गाईनं माझी पर्णं भक्षण केली होती, नेमक्या त्याच गाईचं दूध त्यांनी प्यायल्यानं त्यांचा अकाली मृत्यू झाला. जसं सरकी म्हणजे कपाशी बी प्राण्यांसाठी ही वनस्पती सहज, परंतु मानवासाठी मात्र विष ठरते. सरकी तेल मानवासाठी घातक; परंतु तीच सरकी जर दुधारू जनावरं म्हणजे गाई-म्हशीला खाऊ घातल्यास दुधाचं घनत्व वाढल्यानं तूप जास्त मिळतं. इतकंच नव्हे, तर दूध तथा लोण्याची प्रत तथा चवसुद्धा सुधारते. मात्र, मी कपाशीसारखी नसून माझा जनावरांना जरी जास्त उपसर्ग होत नसला, तरी मानवासाठी मी पूर्णत: विषवल्लीच होय.

मला पांढरी फुलं येतात. माझ्यातल्या विषाला 'टेमाटॉल' म्हणतात. विषारी अल्कोहोल नैसर्गिकरीत्या माझ्यात निर्मित होतं. वास्तविकता तर इतकी भयंकर की, माझ्यामुळं दुधारू जनावरांचं केवळ दूधच विषारी होत नाही, तर माझ्या त्या प्राण्याच्या मांसातही माझ्या विषाचा प्रभाव पडतो. म्हणूनच माझ्या विषाचं लवकर निदान न झाल्यास मृत्यू सुनिश्चित असतो. मानवांनो, तुम्ही सावध राहा आणि मला मात्र बदनामीपासून वाचवा; कारण मानवाला बुद्धी आहे. कुणाचा जीव घेण्यासाठीसुद्धा चुकून कधी माझा उपयोग करू नका. माझ्यानंतर अमृतमयी कोरफड म्हणजे इंग्रजांच्या एलोवेरानं सभेत स्वत:चं महत्त्व विशद करावं, ही विनंती.

कोरफड : 'व्हाईट स्नेकरूट' विषवल्ली, तुझे धन्यवाद! सर्वच वृक्ष, वनस्पती, महावृक्षादी प्रजातींसह सर्वांना माझा सादर प्रणाम! मला इंग्रजी भाषेत 'एलोवेरा' असं म्हणतात. कधीकधी तर माझ्यापासून मिठाईसुद्धा तयार करतात, असं मी ऐकलंय. ती

मिठाई चवीला कशी असेल, ते तर अनुभवीच सांगतील. माझा औषधशास्त्रात विविधांगी उपयोग होतो. माझा अर्क/रस हासुद्धा रोगप्रतिकारकतेसाठी घेतला जातो. तोंडातले तथा जिभेवरचे फोड; तसंच चेहऱ्याला कांतीमय बनवण्या हेतूनंही माझा उपयोग केला जातो. केसांचं आरोग्य राखण्यासाठी माझ्या रसाचं सेवन केलं जातं. अशी मी बहुगुणी कोरफड. माझ्यानंतर श्रीफळ म्हणजे नारळ यांनी राजसभेत महाराजांपुढं आपली महत्ता सांगावी. तत्पूर्वी सर्वांचे पूज्य देववृक्ष म्हणून त्यांनी माझी मानवंदना स्वीकारावी, ही विनंती.
नारळ : अत्यंत कठीण कवच, आत मधुर पाण्यासह पौष्टिक खोबरं आणि त्या खोबऱ्यात मुबलक तेल, असा मी नारळ (कोकोनट). माझ्या झाडाला कोकणी लोक 'माड' म्हणतात. प्रथम कोरफड, तुझे शतशः धन्यवाद. महाराजाधिराज, प्रधानजी तथा सर्वच वृक्ष प्रजातींसह सर्व वनस्पती समूहाला माझे कोटी कोटी प्रणाम! मी समुद्रकिनारी राहणाऱ्यांची जणू कामधेनू आणि कल्पतरू काहीही म्हणा. मी इथल्या लोकांसाठी उद्योगाचा मुख्य कणा असून इथं माझ्या वृक्षांचा कणन् कण उपयोगात आणला जातो. शाकाहारी लोक माझा देवीदेवतांसाठी बळी देतात, तर मोठमोठ्या लोकांना शाल, उपरण्यासह मला देणं हे सन्मानाचं प्रतीक मानलं जातं. तसंच मी देवताप्रियसुद्धा आहेच. 'देवाची करणी अन् नारळात पाणी', ही म्हण तर सर्वांनी ऐकली असेलच ना!

माझ्या गरात क्षार, पोटॅशियम, मॅग्नेशियम, लोह तसंच जीवनसत्व क अल्प प्रमाणात असतं. टणक अशा त्रिस्तरीय आवरणात माझ्यातलं पाणी नित्य ताजं राहतं आणि ते पौष्टिक तत्त्वानंही परिपूर्ण असतं. माझ्यातल्या पाण्यामुळं उन्हाळी लागणं, ऊन लागणं, आम्लपित्त, शोष, घसा कोरडा होणं, मुतखडा (किडनी स्टोन) या समस्या दूर होतात. मला 'शहाळा' हे एक नाव असून तमिळ भाषेत माझ्या वृक्षाला 'त्यान्नेमरम्' असं म्हणतात. ज्यांना मानसिक थकवा जाणवतो, त्यांनी माझ्या पाण्यात अर्धा (छोटा चमचा) मध घालून ते पाणी प्राशन करावं. शरीरातल्या पाण्याच्या कमतरतेमुळं आलेली ग्लानी, अशक्तपणा उष्माघातादी विकारावर सलाईनप्रमाणे शीघ्र काम करतं.

माझ्यातलं अपरिपक्व खोबरं कित्येकांना आवडतं, तर काहींना मात्र अजिबात आवडत नाही; परंतु तो मलईसारखा गर पौष्टिकतेनं भरलेला असतो. माझं पाणी दुपारी पिणं अत्युत्तम. अकाली म्हातारपण थांबवणारा, अंगावरच्या सुरकुत्यांना थांबवणारा. माझी मलई अंगाला चांगली चोळून त्यानंतर उटणं लावून स्नान केल्यानं त्वचा टवटवीत होते. कोकण प्रांतात मात्र माझ्यापासून एक खास पदार्थ केला जातो, त्या पदार्थाचं नाव म्हणजे 'सोलकढी'. स्थानिकांचा हा आवडता पदार्थ आहे. आबालवृद्ध सर्वांना आवडणारं हे तिथलं दिव्य पक्वान्न होय. मसालेदार पदार्थांसह मांसाहार केल्यानं शरीरावर होणारा वाईट परिणाम कमी करण्यास मदत करणारी, शरीराला आतून शुद्ध करण्याचं कार्य करणारी ही

सोलकढी, माझ्या खोबऱ्याचं दूध तथा कोकणी अमसूलापासून तयार केली जाते.

माझ्या वृक्षांची मुळं मिठाच्या पाण्यातून स्वच्छ धुऊन घ्यावीत. नंतर ती थोडी ठेचून एक रात्र ग्लासभर साध्या पाण्यात भिजत घालून ठेवून ते पाणी सकाळी उकळून प्यावं. थायरॉईडसाठीचा हा रामबाण उपाय होय. माझ्या ताज्या मुळ्या सर्वत्र उपलब्ध नसल्यानं सर्वांना हे शक्य नाही. पण ज्यांना शक्य आहे, त्यांनी किमान सहा ते आठ माहपावेतो हा प्रयोग करावा. याद्वारे थायरॉईडचा त्रास कायमचा संपतो, असं आयुर्वेदशास्त्र सांगतं. माझ्यानंतर मूग यांनी सभेत स्वतःची उपयोग्यता सादर करावी. कारण तुमचा वृक्ष तर अतिशय लहान; परंतु तुमचं मानव जातीसाठीचं कार्य मात्र महान आहे. मी नारळ, परंतु तुम्ही लहान असूनही तुमचा सर्वांनीच गौरव करावा असं मला वाटतं. कारण आपणा दोघांचेही गुण/तासीर हे थंड.

मूग : *(महाराजांच्या दरबारात येताच पाणावलेल्या डोळ्यांच्या कडांना पुसत मूग म्हणतो.)* श्रीफळ, तुम्ही एवढे महान, तसंच तुमच्या कार्याची महता अवर्णनीय आहे. असं असतानासुद्धा आपण माझ्यासारख्या अल्पजीवी वनस्पतीचा गौरव केला, हे केवळ आपणच करू शकता. तुमचे खूप खूप धन्यवाद तथा मला आशीर्वाद द्यावा. महाराजाधिराज, सर्व वृक्ष, महावृक्ष, तृण, कंद, विषवृक्ष, लतावेली या सर्वांच्या गौरवासह सर्वांना माझे कोटी कोटी प्रणाम! महाराज, मी मूग. एक क्षुद्र अल्पजीवी वनस्पती. खरीप आणि रब्बी या दोन्हीही हंगामात तयार होणारं एक द्विदल धान्य.

पावसाळ्यात येणारा 'पावशा मूग' तर हिवाळ्यात येणाऱ्या पिकाला 'हिवाळी मूग'(हिवत्या) असं म्हणतात. अर्थात, ही खेड्यातली भाषा. पैकी मूग आणि मूंग मोगर या नावांनी मला धान्य बाजारात ओळखतात. मी पौष्टिक. हिवाळी मूग भरपूर टिकतो. त्या मानानं थोडी जरी हेळसांड झाली की, माझ्या पावसाळी वाणाला भिरड लवकरच लागतो. कारण पावसाळी वातावरणामुळं मला उत्तम तऱ्हेनं वाळवता येत नाही म्हणून.

माझी डाळ पचनास हलकी, पौष्टिक आणि लवकर शिजते. आजारी व्यक्तीला तांदळाबरोबर माझ्या सालयुक्त डाळीची खिचडी तर अमृतासमान होय. त्यातही हगवण लागली असता, पचन बिघडलं असता थोडी जास्त जिरेपूड घालून ताजं ताक आणि साजूक तुपासह माझ्या डाळीचं तांदळासह सहजीवन रुग्णांसाठी एक वरदान होय. महाराज, प्रधानजी तुम्ही कंटाळला तर नाहीत ना, माफ करा.

वटवृक्ष, पिंपळ : श्रीफळ वृक्षानं तुझी वाहवा केली, ती चूक नव्हती. हे आम्हाला आता समजलं. कोण किती मोठा, किती विशाल, महाविशाल यापेक्षा त्याच्यातल्या गुणांचं महत्त्व अधिक असतं. तो विशाल की खुजा याला काहीही महत्त्व नाही. हे आम्ही आज मानलं. सर्व वृक्षांनी, महावृक्षांनीही मान्य करावं. प्रथम मी फक्त महावृक्षासह वृक्षाची सभा

घेण्यासाठी आग्रह धरला, पण तो ठीक नव्हता. सर्व वृक्षराजींनो, आम्हाला मोठ्या मनानं माफ करावं, ही विनंती.

सर्ववृक्ष : महाराजांनी तथा प्रधानजींनी माफी मागून आम्हाला लज्जित न करता यासाठी सर्वांनी जाई, जुई, चमेली यांनी केलेल्या आग्रहामुळंच केवळ ही सभा एवढी विशाल आणि सर्वव्यापी झाली. यासाठी त्यांचा सत्कार करावा, ही महाराजांना विनंती.

पिंपळ : मूग, तुम्ही तुमचं म्हणणं सांगावं.

मूग : धन्यवाद प्रधानजी. धन्यवाद महाराजाधिराज. सर्व वनस्पतींनो, माझी डाळ अत्यल्प जाळात लवकर शिजते. माझी डाळ शिजताना तिच्यात १४ ग्रॅम प्रोटीन, एक ग्रॅम फॅट, १५ ग्रॅम फायबर, ३२१ मायक्रो ग्रॅम फॉलेट, चार ग्रॅम साखर, ५५ मिलीग्रॅम कॅल्शियम, ९७ मिलीग्रॅम मॅग्नेशियम, सात मिली झिंक असते. याच एक कप डाळीच्या पाण्यात अन्य व्हिटॅमिन्स, म्हणजे व्हिटॅमिन बी-१, बी-५, बी-६, थियामिन, डायटरी फायबर, रेजिस्टेंट स्टार्च प्रचुर मात्रेत असतात. माझ्या सेवनाचे फायदे - लठ्ठपणा, अनियमित दिनचर्या, अतिव्यस्तता असणाऱ्यांनी माझ्या मोड आलेल्या बिया तथा डाळीचं सेवन अवश्य करावं.

माझ्या शिजलेल्या डाळीच्या पाण्यामुळं शरीरातलं मेटाबॉलिझम बूस्ट होतं. याशिवाय शरीरातले विषारी पदार्थ मलाद्वारे बाहेर टाकले जातात. सबब शरीराची आतून स्वच्छता होते. या डाळीच्या पाण्याला 'पेज' असं म्हणतात. या पाण्याद्वारे लिव्हर, गॉल ब्लॅडर, रक्तासह आतडीही स्वच्छ होतात. शरीरात नैसर्गिक इन्सुलिन वाढवण्यास मदत करण्यासह रक्तातली साखर नियमित राहते. माझ्यात कॅलरीज कमी असल्या, तरी पोषक तत्त्वं भरपूर आहेत. माझ्या १०० ग्रॅम मोड आलेल्या बियांमध्ये ३० कॅलरीज, तीन ग्रॅम प्राथिने तथा भरपूर जीवनसत्त्वं असतात. त्यामध्ये ब, क, ओमेगा-३ फॅटी ॲसिड असतं, हे हृदयाचं आरोग्य उत्तम ठेवण्यास मदत करतं. माझ्या मुळांमध्येसुद्धा ॲंटिऑक्सिडंट्स विद्यमान असतात.

माझ्या एक कपभर बियांना चांगले मोड येऊ द्यावेत. नंतर त्यात बारीक तुकडे केलेली एक छोटी काकडी, अर्धा कप किसलेलं गाजर, फुलकोबीचे कापलेले छोटे-छोटे तुकडे, चवीनुसार हिरवी मिरची, बारीक चिरलेली थोडी कोंथिबीर, छोटा पाव चमचा खडेजिरे (पूड नाही), चिमूटभर हिंग तथा थोडं मीठ आणि दोन चमचे दही घालून शुद्ध तूप किंवा तेलाचा तडका द्यावा. मधुमेहींसाठी संजीवनी प्रदान करणारी ही रेसिपी असून ज्यांना दही नको असेल, त्यांनी दही न घालता तसंच सलाड म्हणून खावं.

माझ्यात दोन चवी आहेत. एक मधुर आणि दुसरी तुरट. मी चरबी वाढू देत नाही. ताप, आम्लपित्त विकार, पचनशक्तीचा ऱ्हास, जुना अतिसार, जुलाब होणं, मूळव्याधी

इत्यादी आजारात मी अतिउपयुक्त आहे. असा मी मूग. माझ्यानंतर चारोळीचा जनक चार या वृक्षानं सभेत यावं आणि महाराजांपुढं स्वमहती सांगावी, ही विनंती.

चारवृक्ष : धन्यवाद मूग. महाराजाधिराजांसह सर्व उपस्थित वृक्ष-वनस्पतींना कोटी कोटी प्रणाम! महाराज मी चार. माझी पर्णं आकारानी मोठी, मोहाच्या वृक्षासारखी असतात. मला येणारा बहर आम्रवृक्षाप्रमाणे आणि नेमका त्याच ऋतूत येतो. माझी हिरवी फळं फार आंबट असतात. पिकल्यानंतर त्यांना साधारण चॉकलेटी रंग येतो. त्यांची चव आंबट-गोड असते. हाताळताना ती फार नाजूकपणे हाताळावी लागतात. वरील फळांची पिकलेली साल चोखून खाल्ल्यावर आत एक आठोळी वजा बी असते. त्या टणक बियांना सुकवून वाळवल्यावर त्या भरडल्या जातात. त्यातून निघणारा अत्यंत पौष्टिक गर म्हणजे 'चारोळी' होय. माझी पक्व फळं आज खेडोपाडीच मिळतात. मात्र आज माझा स्वाद घ्यायला लोकांना वेळ नाही, रानमेव्याची माहिती नाही अन् गोडीही नाही.

माझ्यात उष्मांक (कॅलरीज) कमी; परंतु प्रोटीन, वसा (चरबी), व्हिटॅमिन सी, व्हिटॅमिन बी-१, व्हिटॅमिन बी-२ तथा नियासिन हे घटक विद्यमान आहेत. याशिवाय अतिरिक्त लोह, कॅल्शियम, फॉस्फरस हे घटक पण प्रचुर मात्रेत उपलब्ध आहेत. माझ्या सेवनानं अशक्तपणा दूर होतो. शरीराच्या उत्तमवाढीसाठी मदत होते. ज्या लोकांना सर्दी खोकल्याचा स्थायी स्वरूपाचा त्रास आहे, त्यांनी रात्री माझ्या चारोळीचं किमान एक चमचा चूर्ण दुधात घालून घ्यावं. ज्या लोकांना शुक्राणू कमतरतेचा त्रास आहे, त्या सर्व पुरुषांनी माझ्या चारोळ्यांचं सेवन करावं. तोंडात नियमित येणारे व्रण ठीक होण्यासाठी दररोज चारोळीचे ४-५ दाणे चावून खावेत. डोकेदुखीमुळं काही लोकांना चक्कर येते. अशा वेळी तथा नेहमीच्या डोकेदुखीत माझं सेवन सातत्यानं करावं. माझ्यानंतर पिस्ता या वृक्षानं सभेत निवेदन सादर करावं.

पिस्ता : मला श्रीमंतांचं खाणं मानलं जातं. ते खरंसुद्धा आहे. कारण माझी उत्पादकता कमी. माझं पीक कमी आणि त्यासाठीच्या पोषक वातावरणाची क्षेत्रंही कमी. म्हणून माझी किंमत ही सर्वसामान्यांच्या आवाक्याबाहेर असते. माझा रंग फिकट हिरवा असून मी मध्यम शेंगदाण्याच्या आकाराचा. याचाच फायदा घेऊन काही समाजकंटक माझी किंमत ग्राहकांकडून घेऊन सर्वसामान्य जनांची अशा तऱ्हेनं फसवणूक करत माझ्याऐवजी त्यांना शेंगदाणे खाऊ घालतात. त्यावेळी मला तर माझीच लाज वाटते आणि वाटतं मी एवढा दुर्मीळ नि महाग का झालो? शेंगदाण्यासारखा सर्वांना परवडणारा का झालो नाही?

माझ्या वाणात रेषेदारपणा (फायबर), प्रोटीन, व्हिटॅमिन सी, झिंक, ताम्र (कॉपर), पोटॅशियम, लोह (आयर्न), कॅल्शियम यांशिवाय अनेक पोषक तत्त्वं आहेत. माझ्यातलं फॅटी ॲसिड हे त्वचेवर सुरकुत्या पडू देत नाही; शिवाय त्वचेची सुंदरताही वाढवतो.

मसल्स मजबूत होतात. शरीर पुष्ट होते. ज्या लोकांचा संगणकाशी सतत संपर्क असतो त्यांनी, तसंच वाढत्या वयामुळं कमजोर होणारी दृष्टी उत्तम राखण्यासाठी माझं नियमित सेवन केल्यास नक्कीच फायदा होतो. मी हृदयासाठी पण उत्तम टॉनिक आहे. हृदयाला दुर्बल करणाऱ्या कोलेस्टेरॉलची मात्रा घटवून हृदयाचं आरोग्य जपतो. मेंदूच्या आरोग्यासाठी माझं नित्य सेवन करावं. जसे माझे मित्र - बदाम, अक्रोड तसाच मी. स्मरणशक्तीत वाढ करतो. शाळकरी मुलांसह सर्वांनीच माझं सेवन करावं. माझ्यात असलेले व्हिटॅमिन ए तथा ई यांमुळं शरीरात कुठं सूज असल्यास, मुकामार लागल्यास ते ठीक होण्यासही मदत होते.

जे लोक अतिशारीरिक श्रम करतात. म्हणजे फायटर्स, मुष्टीयोद्धे, तसंच कुस्ती खेळणाऱ्यांनी माझं नियमित तथा योग्य प्रमाणात सेवन करणं अत्यंत हितावह आहे. अस्थीरोगापासूनही मी तुमचा बचाव करतो. माझी पूड करून किंवा सालासकट भाजलेल्या बिया बाजारात उपलब्ध आहेत. त्या दुधातून घेतल्यास अतिउत्तम. माझ्या नकलेपासून मात्र सदैव आणि सर्वांनीच सावधान राहावं, ही मानवांना विनंती. माझ्यानंतर भेंडी या भाजी वनस्पतीनं सभेत आपलं निवेदन सादर करावं.

भेंडी : मला इंग्रजी भाषेत 'लेडीज फिंगर' असं म्हणतात. पिस्ता तुला धन्यवाद. महाराजाधिराज प्रधानजी तथा सर्व सभाजन तरुवर तथा सर्वच ज्ञातअज्ञात वनस्पतींनो माझा प्रणाम स्वीकारून घ्यावा. मी सर्वसामान्य भाजी सदृश्य वनस्पती; आमचं संपूर्ण जीवनच मानवाच्या पोषणासाठी खर्ची पडतं. त्यात आम्ही शेत तथा बागायती पिकं. आम्हाला आमच्या नाशाचं दुःख नाही, तर दुःख आहे ते केवळ वनाच्या संहाराचं. माझी भाजी आवडणारे आणि न आवडणारे कदाचित मला तरी समान असतील. मी ४-५ फूट वाढणारी वनस्पती. माझी शेतात लागवड करतात. मी शरीरात मेद (म्हणजे वसा) चरबी वाढू देत नसून पोट साफ करण्यास मदत करणारी आहे. अहितकारी कोलेस्टेरॉलच्या नियंत्रणाबरोबरच मधुमेहींसाठी मी वरदान होय. माझ्या दोन निरोगी ताज्या अशा फळांना चारही बाजूला चिरे मारून त्यांना एक पेला पाण्यात भिजत घालावं. सकाळी आम्हाला त्या पाण्यात कुस्करून ते पाणी प्राशन केल्यानं शरीरातली तथा रक्तातली शर्करा नियमित राहण्यास मदत होते.

माझ्यात खनिजे, कॅल्शियम, लोह, झिंक, पोटॅशियम, सोडियम, प्रथिने, रेषेदारपणा म्हणजे फायबर, तांबे (कॉपर) अँटिऑक्सिडंट्स आहे. उन्हाळ्यात रक्तामध्ये (सर्वांच्या) लॅक्टिक ॲसिडसह अन्य रसायने वाढतात. त्यावेळी सर्वांनी माझी भाजी खाणं हा एक सुखद अनुभव होय. कारण उन्हाळ्यात थकवा घालवण्या हेतू माझ्यातली पोषक द्रव्यं विपरीत हवामानाचा सामना करण्यास शरीराला सिद्ध करतात. माझ्यातलं फॉलिक ॲसिड गर्भवतींसाठी संजीवनी होय. कारण हे तत्त्व शरीरातल्या फ्री रॅडिकल्सला कमी

करून रोगप्रतिकारक क्षमतेत विलक्षण वाढ करतं. लोह ॲनिमिया म्हणजे रक्ताल्पता, अशक्तपणाला घालवून पचनेंद्रियात साठलेल्या घातक द्रव्याचं शरीरातून मलाद्वारे निस्सारण करण्याचं मोठं कार्य माझ्या सेवनानं होतं. ही झाली माझ्या पारंपरिक वाणाची कथा. आता ऐका भारताच्या मध्यप्रदेशातल्या शेतकरी मिसरीलाल राजपूत यांनी माझ्या या नवीन वाणाची लागवड करून एक नवा विक्रम प्रस्थापित केला आहे. ते लाल भेंडीकडूनच प्रत्यक्ष ऐकावं.

लाल भेंडी : भोपाळजवळील मध्यप्रदेशातलं खजुरीका गाव. माझी पौष्टिकता ही सर्वसामान्य वाणापेक्षा कितीतरी अधिक आहे, असं म्हणतात. या माझ्या नवनिर्मित वाणाचा रंग लाल आहे. ठोक बाजारातली माझी प्रतिकिलो किंमत जर सरासरी ७०० रुपये आहे, तर किरकोळ बाजारात प्रतिकिलोमागं कदाचित सामान्य ग्राहकांना रुपये १००० प्रमाणे मिळू शकते. बऱ्याच गोष्टींची आम्हा दोन्ही वाणात समानता आहे. मात्र काही बाबततीत वेगळेपणा आहे. त्यात माझ्यातल्या अँथोसायनिन्समुळं त्वचारोग ठीक होतो.

मुलांमध्ये असणाऱ्या मानसिक रोगावर उत्तम. सर्व किडीपासून पिकाचं संरक्षण होतं. या माझ्या जातीचं नाव 'काशी लालिमा'. किमान ८-१० वर्षांच्या अथक परिश्रमातून विकसित झालेलं माझं हे नवं वाण. माझ्यात अँथोसायनिन नावाचं हे विशेष तत्त्व किडीपासून रक्षा करतं. कदाचित पुढच्या दोन वर्षांनंतर एक किलो लाल भेंडी सामान्यांना ३०० रुपयात मिळू शकेल, असं मला वाटतं. माझ्यानंतर मधुमेहींची लाडकी मधुपर्णी यांनी स्वनिवेदन द्यावं, ही विनंती.

मधुपर्णी : मी लाडकी यासाठी की, मधुमेहींनासुद्धा गोड खाणं माझ्यामुळं आणि माझ्या आविष्कारामुळं शक्य झालंय; पण भेंडीताई, तू का जळते गं माझ्यावर? गंमत केली हा मी तुझी. रागावू नकोस. भेंडीताई, तुला खूप खूप धन्यवाद. तुझं कामसुद्धा फार वाखाणण्याजोगं आहे. महाराजाधिराज वटवृक्ष महाराज तथा प्रधानजी पिंपळ, सर्व वृक्ष, महावृक्षांसह तृण, धान्य, कंद, लतावेलींना माझे कोटी कोटी प्रणाम! महाराज, मी मधुपर्णी. मी स्वनिवेदनापूर्वी वृक्ष डिंक, जो आपल्याच प्रजातीद्वारे मानवाला प्राप्त होतो आणि तो विविध कार्याला कामी पडतो. त्यात उद्योगांपासून तो सर्वसामान्यापर्यंतसुद्धा डिंकाची माहिती असेल. काही वृक्षांचा डिंकच तेवढा चिकटवणं आदींसाठी कामी येतो. मात्र धावडा आणि बाभूळ यांचा डिंक हा साखरेच्या गोळ्यापासून अनेक वस्तूत वापरला जातो. यांपैकी बाभळीचा डिंक किमतीला कमी, तर धावड्याचा डिंक किमतीला जास्त असतो. डिंक बाहेर राष्ट्रांतूनही आयात केला जातो. डिंकाचा रंग पांढरा तथा बाभळीचा डिंक पिवळसर पिंगट रंगाचा असतो.

डिंकाचं वैशिष्ट्य हे की, पोटाच्या तक्रारी दूर होतात. हा मानवी शरीरातल्या व्हिटॅमिन

डी आणि सीची कमतरता भरून काढण्यास मदत करतो. हा नैसर्गिक कॅल्शियम मानवी शरीराला पुरवण्याचं कार्य करतो. त्वचेचा रंग उजळतो. डिंक रात्रभर पाण्यात भिजवून त्यात बदामपूड घालून घेतल्यानं आरोग्यात सुधारणा होते. हिवाळ्याच्या दिवसात शरीरात उष्मा (कॅलरीज) निर्माण करून हाडाच्या आरोग्याचं रक्षण करतो. तरुण, बाल अथवा वृद्ध तसंच बाळंतीण यांना कंबरदुखी, गुडघेदुखी, सांधेदुखी, हातापायात गोळे येणं आदी तक्रारी डिंकाच्या सेवनानं दूर होण्यास पूर्णतः मदत होते. डिंक हा नैसर्गिकरीत्या मिळणाऱ्या कॅल्शियमचं भांडार होय.

मानवनिर्मित कॅल्शियम जसं रक्तवाहिन्यांत जमा होऊन रक्तवाहिन्या अरुंद होतात, तो प्रकार नैसर्गिक कॅल्शियमच्या म्हणजे डिंकाच्या माध्यमातून मिळणाऱ्या कॅल्शियम सेवनानं होत नसून तो शरीरात पूर्णतः पचला जाऊन सुलभतेनं त्याचं पचन होतं. वजन घटतं, तसंच नवजात शिशुंना मातेच्या दुधातून कॅल्शियम प्राप्त होतं. गर्भारपणामध्ये गर्भवतीच्या हाडावर आलेला ताण भरून काढण्यास मदत होते. डिंकाच्या सेवनानं हृदयासंबंधी कोणत्याही तक्रारी निर्माण होत नाहीत. डिंकाचा समावेश रानमेव्यात केला जातो. डिंकाची महत्ता सांगण्यामागचा उद्देश हाच की, आम्ही सर्व तरुवर, विविध वनस्पती, मानव तथा प्राण्यांसाठी आपलं सर्वस्व, प्रसंगी स्वतःचं अस्तित्वसुद्धा संपवून मानव जातीसह चराचराची सेवा चाकरी, मानवाला काहीही न मागता करतो; परंतु मानव मात्र आमच्या संहारासाठी. तेही मानवी विकासाच्या गोंडस नावाखाली वनं, मोठमोठे वृक्ष, मार्गात आडवे येणारे छोटेछोटे डोंगर, टेकड्या यांचा नाश करत विमानतळं, रस्ते, मेट्रो, रेल्वेरूळाचं नूतनीकरण आदी कार्यासह चार पदरी मार्गापासून ते चौदा पदरी मार्गांचं कार्य करून आंधळेपणी आमच्या नाशासाठी हा सदैव सिद्ध असतो.

हा मानवाचा आंधळा विकास भविष्यातल्या मानवी पिढीचा विचार न करता, वन्य पशु, नैसर्गिक जलस्रोतांमध्ये मलमूत्र, घाण, गटाराचं पाणी सोडून त्यात भर म्हणजे प्लॅस्टिकचा महास्रोत हेसुद्धा समुद्रांच्या तळापर्यंत पोहोचवत सागरांनाही कचऱ्याचं आगार बनवून मानवानं उच्छाद मांडलेला आहे. हे सगळं बघताना मला दुःख आणि वेदना होतात, महाराज. कारण मी मधुपर्णी आहे म्हणून.

सर्वसाधारण पिकासाठीही आज सर्वत्र कृत्रिम (हायब्रीड) बियाणं निर्माण करवून त्यात तणनाशक विरोधी तत्त्वांचे जिन्स घातले जातात, जेणेकरून तणनाशक चुकून पिकावर उडाल्यास ते मरू नये, हा हेतू.परंतु गुरांच्या चाऱ्यासाठी केवळ गवतच नाही, तर कित्येक वनस्पतीसुद्धा आहेत. सबब ते फवारताना अनाहूतपणे जणावरांच्या वैरण उपयोगी वनस्पतीचाही मोठ्या प्रमाणात ऱ्हास होतो. तसंच जमिनीची उत्पादकताही दिवसेंदिवस ढासळत जात आहे. तिकडं कुणाचंच लक्ष नाही. महाराज, मानवानं चालवलेला हा प्रकार

योग्य नाही. मनुष्यप्राणी असाच वागत राहिल्यास निसर्गाचं संतुलन बिघडेल आणि तणनाश करणारी रसायनं भस्मासुराचं रूप घेऊन मानवांवरच उलटून जमिनीची संपूर्ण उर्वरकता कायम नष्ट करतील.

आमच्या अस्तित्वाला डावलून आमची पाळेमुळं खोदून मानव केवळ सर्वसामान्य टेकड्याच नव्हे, तर तो एक दिवस उंदीरघुशीसारखा हिमालयासारख्या महानगाच्याही अस्तित्वाला सुरुंग लावून बाधा पोहोचवेल. ज्या पहाडांमध्ये हजारो वर्षांपासून लोक जीवन फुलल्ं, ज्यांच्या पिढ्यान् पिढ्या त्या भूमीत जन्मल्या, त्या लोकांना मानवाचा हा आंधळा विकास त्यांना त्यांच्या मूळ रहिवासी स्थानांपासून वंचित करेल. तो दिवस आता दूर नाही. जेसीबीसारखी अजस्त्र यंत्रं (मशीन्स) नगांच्या अंगाचे लचके तोडते, तर पर्वतांना भोकं पाडणारी यंत्रं (ड्रिलिंग मशीन्स) पहाडांमधून मार्ग खोदतात; परंतु मानवा सावधान. प्रकृतीपुढं तू किती लहान आहेस, याची तुला लवकरच प्रचिती येईल.

प्राचीन काळात हीच आताची सुगम तीर्थक्षेत्रं दुर्गम होती आणि लोकसंख्याही सीमित होती. प्रवासाची साधनं कमी होतीच; तसा गाठीला पैसासुद्धा अल्प होता. चारधाम यात्रा करताना स्वतःच्या जिवावर खेळणारी ही लोकं श्रद्धावान होती. या दुर्गमस्थळी मुक्तीचं स्थान म्हणूनच जायची, परंतु हाय रे दैवा, आज मात्र हीच मुक्तीची स्थानं आणि तीर्थक्षेत्र आता मात्र सैरसपाटा करण्यासाठीची आणि मधुचंद्राची स्थानं झालेली आहेत. तीर्थक्षेत्रं या रूपानं अगणित कमाईची साधनं समजून त्या दुर्गम पहाडांचं, पर्वतांचं, महानग हिमालयाचं इतकं दोहन करणं, करवणं मानवाला भविष्यात इतकं महागात पडेल की, हजारो वर्षं वसलेली पहाडातली सभ्यता तुमच्या या धसमुसळेपणामुळं अडचणीत येऊन त्या वस्त्या एक दिवस तुम्हाला उठवाव्या लागतील. ती वेळ, तो दिवस आता मुळीच दूर नाही. मानवा, सावधान! कारण पुण्याजवळच्या माळीण या टेकडीच्या उदाहरणावरून ही मानवाला जाण झालेली नाही, याचं आश्‍चर्य वाटतं.

पिंपळ : मधुपर्णी अंगांगी शतप्रतिशत तथा मनानं पण गोड आहेस. तरीपण जगासाठी यासभेत तू मात्र एक मोठं कटू सत्य कथन केलंस. तुला शतशः धन्यवाद. स्वतःची माहितीसुद्धा सभेत सांगावी.

मधुपर्णी : मला इंग्रजी भाषेत 'स्टिव्हिया' असं म्हणतात. भारतात पंजाब, हरियाणा, मध्यप्रदेश, उत्तरप्रदेश तथा अन्य काही राज्यांमध्ये माझी शेती केली जाते. माझ्या पर्णांमध्ये अप्रतिम गोडवा असतो. साखरेपेक्षाही जास्त गोड म्हणूनच मी मधुपर्णी होय. साखरेचा शरीरावर वाईट परिणाम होतो; परंतु माझ्या सेवनानं मधुमेहींच्या रक्तातही साखर वाढत नाही. इंग्रजी भाषेत म्हणायचं झाल्यास मी शुगर फ्री आहे.

माझ्या वापरानं वजन वाढत नाही. दंतरोग, चर्मरोगास प्रतिबंध होतो; तर शरीरातल्या

शर्करेचं प्रमाण नियंत्रित राहतं. माझ्या गोडव्यातून निर्मित मिठायांचा मधुमेहींसुद्धा आस्वाद घेऊ शकतात. सामान्य साखरेपेक्षा माझ्यात तीनपटीन गोडवा असतो, अशी मी मधुमेहींची शुगर फ्री मैत्रीण. मधुमेही खवैयांची गोड खाण्याची इच्छा पूर्ण करवणारी मधुपर्णी. माझ्यानंतर सर्पगंधा या औषधी वनस्पतीनं दरबारात स्वनिवेदन सादर करावं, ही विनंती.

सर्पगंधा : मी सर्पगंधा. महाराजाधिराजांचा विजय असो. सर्व उपस्थित वनराईला माझे कोटी कोटी नमस्कार! इंग्रजी भाषेत माझ्या परिवाराला 'एपोसाईनेसी' द्विबीज पत्री म्हणतात. मी बहुवर्षीय झाडीदार सपुष्पक तथा महत्त्वपूर्ण वनौषधीय वनस्पती. भारतीय आयुर्वेदशास्त्रात तर मी प्राचीन काळापासून प्रचलित आहे. मात्र, पाश्चात्य विद्वान लियोनार्ड राल्प यांना माझा शोध म्हणजेच माझी खास अशी औषधी महत्ता ही १५८२ मध्ये कळली.

भारत, चीन या दोन्ही देशात माझं अवर्णनीय महत्त्व आहे. मी वर म्हटल्याप्रमाणे भारतात माझा औषधी उपयोग किमान वेदकाळापासून सुरूच आहे. माझ्या प्रधान मुळाची मातीतली लांबी २० सेमी खोल असते. मुळांना शाखा सहसा नसतात. पानं सरळ. खोड सदैव जाड सालीनं झाकलेलं असतं. माझ्या मुळ्या पांढऱ्या तथा गुलाबी दोन्ही रंगाच्या असतात. माझी फुलं एकेकटी न उमलता गुच्छल असतात. भारतात ज्या ज्या ठिकाणी आयुर्वेदिक औषधी निर्मितीची ठिकाणं आहेत, त्याच्या आसपास माझी शेती केली जाते.

पश्चिम बंगाल (भारत) सध्याचा बांग्लादेश, इथं सहसा सर्वत्र माझे वृक्ष आढळतात. माझ्यातल्या उपक्षाराला 'रिसर्पिन' असं म्हणतात. याचंच नाव सर्पगंधा. साप चावल्यानंतर पूर्वीच्या काळी माझ्याद्वारे बाधितावर उपचार करत असत. जहरी, विषयुक्त कोणताही प्राणी असो. चावलेल्या जागेवर माझा लेप लावला जात होता आणि त्यावर उपचार केले जात होते. माझ्या मुळामध्ये २५ क्षारांसह स्टार्च, रेजिन तथा काही लवण असतात. मला आयुर्वेदशास्त्रात निद्रेचा जनक मानतात. याला कारण माझ्यातलं रिसर्पिन हेच ते द्रव्य होय. त्यामुळंच मी जगमान्य झाले. माझ्यातल्या अजूनही अनेकविध द्रव्यांमध्ये क्षाराभ, एजमेलिसिन प्रमुख आहेत. उच्च रक्तदाब नियंत्रणात ठेवणं, अनिद्रा, उन्माद, हिस्टेरिया आदींच्या औषधांमध्ये माझा उपयोग केला जातो. क्षाराभचं प्रमाण १.७ ते तीन, रिसर्पिन हे माझ्यातलं मुख्य द्रव्य. मी गुणाने रूक्ष, रस किंचित तिखट, विपाक कटू तर प्रभाव निद्राजनक आहे.

गर्भाशयाच्या भिंतीच्या संकोचासाठी माझ्याद्वारे उपचार केले जातात. पर्णांचा रस काढून तो डोळ्यात घातला जातो (प्रयोग वैद्यांच्या सल्ल्याविना करू नये.). अनिद्रा तथा हिस्टेरियासाठी माझ्या मुळाचा रस उपयोगात आणतात, तर उदर रोगासाठी माझी मुळं ही उत्तम औषधी असून पोटातल्या कृमींचा नाश करते; मात्र वैद्यांच्या सल्ल्याविना सहसा

असामान्य वनस्पतींचे प्रयोग वर्जित समजावे. माझ्यानंतर सोयाबीन यांना मी पाचारण करते.

सोयाबीन : मी सोयाबीन. सर्पगंधा, तुला लाख धन्यवाद! महाराज वटवृक्ष, प्रधानजी पिंपळ तथा सर्व वृक्ष, वनस्पती सर्वांना माझे कोटी कोटी नमन! मी प्रोटीनचा महास्त्रोत. माझ्यावर केलेल्या प्रयोगानंतर मी प्रोटीनचा महास्त्रोत आहे, हे सर्वांना कळलं. माझ्या बियांवर विशिष्ट प्रक्रियेद्वारा निर्मित त्या बियातल्या दुधानं जगात एक पौष्टिक 'सोयामिल्क' म्हणून बाजारात धूम मचवली. आजही ती तशीच आहे. हीच माझी विश्वसनीयता होय. माझ्या वापराद्वारे वाईट कोलेस्टेरॉल तथा शरीरातल्या चरबीचं प्रमाण कमी होतं, हेच कारण.

मी हृदयासाठी संजीवनीचं कार्य करतो. युरोपीय राष्ट्रात माझ्यावर झालेल्या अनुसंधानाद्वारे माझ्यात असलेला 'आयसोलेवोन' हा घटक धमन्यांमधला रक्तसंचार सुरळीत करण्यास मदत करतो. दररोज सर्वसामान्यांनी सोयामिल्कचे दोन ग्लास प्यायल्यास कोलेस्टेरॉलची हानिकारक पातळी तीस ते चाळीस प्रतिशत कमी करण्यास मदत होते. अस्थींना मजबुती प्रदान करण्यासह अस्थीसंबंधी सर्व समस्यांचं निराकरण होतं.

मधुमेह नियंत्रणात राहतो. अनेकांना रात्री घाम येतो. अस्वस्थता जाणवते, तसंच ज्या काळात स्त्रियांचा मासिक धर्म म्हणजे 'मोनोपॉझ' थांबतो, या सगळ्या समस्या माझ्या सेवनानं सुटतात. माझ्यात तंतू म्हणजे फायबरचं प्रमाण प्रचुर मात्रेत असल्यानं पचनक्रिया सुधारते. ज्यांना कोणाला केवळ सर्वसाधारण गव्हाच्या पिठामुळं ॲलर्जी किंवा वाताचा त्रास होत असल्यास गव्हाच्या पिठात माझ्या बियांचं थोडसं चूर्ण मिसळून पोळ्या करून खाणं हितकारक. मी आता जगात सुपरफूड म्हणून प्रसिद्ध आहे. माझ्याद्वारे निर्माण होणारी सामग्री म्हणजे दूध, सोयामिल्क, सोयासॉस, सोयाबिन चॉप, पीठ, सोयापनीर, सोयावडी या वस्तू सर्वत्र बाजारात मिळतात. माझा वापर करा आणि रोग पळवा, दीर्घायू व्हा. यानंतर जांभूळ या वृक्षानं स्वमहती कथन करावी, ही विनंती.

जांभूळ : प्रथमतः महाराजाधिराज वटवृक्ष महाराज, प्रधानजी पिंपळ आणि संपूर्ण वृक्षवृंदासह सर्वच वनस्पतींनो, आपणा सर्वांचं लोककल्याणासाठी अभिनंदन; तसंच तुमच्या लोककार्याला माझी कोटी कोटी वंदना! महाराज, मी जांभूळ. माझ्या फळांचा रंग जांभळा. म्हणून मी जांभूळ. आम्रतरूबरोबरच मी पण बहरावर येतो आणि आंब्याच्या हंगामाचा उच्चांक संपून जाऊन तो समाप्तीकडे वाटचाल करतो, त्यावेळी पाऊस पडला रे पडला की जून मासादरम्यान त्याच्या अंतापर्यंत माझी फळं परिपक्व होऊन बाजारात येतात. किंचित आंबटसर, गोड, तुरट चवीची ही फळं सर्वांनाच आवडतात. फळांवरचं टरफल अत्यंत नाजूक असतं, त्यामुळं ती लवकर फुटून खराब होतात.

माझ्या फळाद्वारे अनेक पदार्थ तयार केले जातात. मी पण संपूर्णत: औषधी गुणांनी युक्त असून माझं लाकूड कच्चं असतं. बरीच लोकं फळाच्या मोहानं झाडावर चढतात, तेव्हा त्यांच्या भारानं फांद्या तुटून पडतात. काही लोकं जायबंदी होतात, तर काहींचा मृत्यू ओढवतो. सबब हे टाळावं. कारण माझ्या फांद्या कच्च्या ठिसूळ आहेत. माझ्या फळांवर योग्य प्रक्रिया करून त्यापासून रस, सरबत, आसव, सीरप, दारू, जेली, बर्फी, टॉफी आदी वस्तूंची निर्मिती होते. या सर्वांमध्ये औषधी गुण असतात. माझ्या बियांचं चूर्ण करताना बियांना स्वच्छ धुऊन संपूर्ण वाळवून ४५ ते ५० डिग्री तापमानात उत्तम तऱ्हेनं वाळवून हवाबंद डब्यात ठेवाव्यात. पूर्ण वाळल्यावर केलेली त्यांची पूड ही मधुमेहींसाठी संजीवनी होय. मात्र चूर्णाला बुरशी लागणार नाही, याची तंतोतत काळजी घ्यावी.

सरबत तयार करण्याचं तंत्र - किमान ८२ डिग्री सेल्सियस तापमानावर रस तापवावा. समयसीमा किमान २० मिनिटांची. त्यात सायट्रिक ॲसिड, पाणी तथा परिरक्षकांचं योग्य प्रमाण घेऊन मिश्रणाला मलमलच्या कापडातून गाळून घ्यावं. माझं एक वैशिष्ट्य हे की, चुकून खाण्यात आलेले केस, काही कारणाने पोटात गेल्यास माझ्या सेवनानं ते केस माझ्यातल्या विशेष द्रव्याद्वारा नष्ट होण्यास मदत होते. म्हणूनही माझं सेवन अवश्य करावं. यानंतर त्या गाळून घेतलेल्या मिश्रणाला हलकं गरम करून शेवटी काचेच्या बाटलीत साठवून ठेवावं. स्क्वॅश निर्मिती हेतू मात्र फळं उत्तम लागतात. फळांची योग्य स्वच्छता करवून, रस काढून एकजीव करावा. स्टीलच्या भांड्यात ८० ते ८२ डिग्री सेल्सियसवर मिश्रण किमान अर्धा तास गरम करावं. आणि त्यावेळीच रसात सायट्रिक ॲसिड, साखर, पाणी एवं परिरक्षकांचं मिश्रण योग्य प्रमाणात करून मलमलच्या कापडातून गाळून घ्यावं. ते निर्मित मिश्रण पुन्हा गरम करून निर्जंतुक केलेल्या काचेच्या बाटलीत भरावं बुरशी(फंगस) लागणार नाही, याची खबरदारी घ्यावी. असा मी जांभूळ.

माझ्यानंतर पाकशास्त्रातला सर्वांचा लाडका गोडनिंब उपाख्य कढीपत्ता यांनी सभेत आत्मनिवेदन सादर करावं, ही विनंती.

गोडनिंब (कढीपत्ता) : प्रिय जांभळा, तुझे मनपूर्वक आभार! सर्व वृक्ष प्रजाती तथा वनस्पती प्रजातींसह महाराजाधिराज वटवृक्ष, प्रधानजी पिंपळ यांना माझे कोटी कोटी नमन! महाराज, मी गोडनिंब. कढीच्या स्वादासाठीच माझा जास्त वापर होतो. म्हणून भारतात तर मला 'कढीपत्ता' या नावानंच ओळखतात. मी पण औषधी गुणांनी युक्त. ज्यांना केसगळतीचा त्रास होतो, त्या सर्वांनी झोपेतून उठल्या उठल्या दात घासल्याबरोबर माझी चांगली मोठी, सर्वसाधारण अशी ५-६ पानं चावून चावून खाऊन गिळून घ्यावीत. जेवणातल्या शक्य त्या पदार्थात माझा वापर जमेल तितका करावा. याने केस गळती थांबते.

माझ्या पर्णातल्या अतिविशिष्ट प्रकारच्या रसायनाद्वारे कृमी मरतात. या कृमीद्वाराही केस गळती होते; परंतु तिकडं साधारणत: लक्ष दिलं जात नाही. हा प्रकार नियमितपणे किमान सहा महिने तरी करावा. माझ्या पर्णांची चटणी जेवणात वापरावी. किमान १५ ते २० फूट वाढणारा मी मध्यम वृक्ष. तसा तर मी घराघरात असतोच. भारत तर सोडा परदेशातल्या भारतीयांसह तिथली स्थानिक लोकंसुद्धा माझा वापर करतात. दक्षिण भारतीयांचा मी विशेष लाडका. माझी पर्णं, खोडाची साल, मूळ या सर्वांचा औषधी सामग्रीसह टॉनिक, उत्तेजना, कार्मिनेटिव्ह तसंच भूक वाढवण्यासाठीसुद्धा माझी ही उत्पादनं वापरली जातात.

कोकणातल्या कोकम तथा नारळाची सोलकढी असो अथवा अन्य प्रांतातल्या ताकाची कढी. तसंच आंब्याच्या वाळलेल्या खुलांची कढी. त्या सर्व पाककृतींमध्ये माझी उपस्थिती असतेच. माझ्याशिवाय कढी म्हणजे आईशिवाय मूल. माझ्या सेवनानं वजन कमी करण्यास मदत होते. माझ्यानंतर ज्येष्ठमध या वेलीनं स्वत: दरबारात निवेदन सादर करावं, ही विनंती.

ज्येष्ठमध : मला हिंदीत 'मुलैठी' असं म्हणतात. मी एक लता. जे दमा (अस्थमा) ग्रस्त आहेत, त्यांनी माझ्या वाळलेल्या काष्ठांचं चूर्ण किमान पाच ग्रॅम (म्हणजे छोटा चमचा) मधासह सकाळी आणि रात्री चाटण म्हणून घ्यावं. मध उपलब्ध नसेल, तर कोमट पाण्यासह घ्यावं. थायरॉईड असणाऱ्यांनी तर मला संजीवनी समजावं. थकवा घालवणारी मी, माझी पर्णं तोंडामध्ये सतत चघळत राहिल्यास तोंडाला चव येते. माझी पर्णंसुद्धा गोड लागतात, गुंजीप्रमाणे.

गायन करणाऱ्यांनी आवाज फाटू नये म्हणून माझा उपयोग करताना माझं चूर्ण पाच ग्रॅम (छोटा चमचा), तेवढ्याच खडीसाखरेच्या भुकटीसह दोन्ही एकत्र मिसळून याचं मधातून चाटण घ्यावं. चाटण घेताना सावकाश घ्यावं. तसं बघता मी उत्तम बलवर्धन करणारा. माझं मूलद्रव्य म्हणजे एकेरी वापरसुद्धा औषधात केला जातो. ज्या लोकांना शुक्रधातू तसंच इंद्रिय शिथिलता तसंच, स्त्रियांना मासिक धर्मप्रसंगी होणारा वेदनेचा त्रास माझ्या सेवनानं दूर होतो. स्त्रियांना रक्तप्रदर तथा श्वेत प्रदरात लवकर गुण येतो. मी गुणाने उष्ण; परंतु माझी चव मधुर आहे. मी लहान मुलांनाही आवडतो. संस्कृत भाषेत मला यष्टिमधु, कलितक, मुलैठी असं म्हणतात. गुणाने गुरू, स्निग्ध, विपाक मधुर औषधी योगात सर्वत्र माझ्या मुळांचा वापर केला जातो. अशी मी मुलैठी म्हणजे ज्येष्ठमध. माझ्यानंतर मी चमेली यांना सभेत पाचारण करते. त्यांनी स्वमहती कथन करावी, ही विनंती.

चमेली : ज्येष्ठमध तुला धन्यवाद. महाराजाधिराज वटवृक्ष, प्रधानजी पिंपळ एवं सकल विश्वातल्या तरुवरांनो, सर्वांना माझा नम्र प्रणाम! महाराज, मी चमेली. माझ्या फुलांना अप्रतिम सुवास असतो. माझ्या फुलांची चव किंचित गोडसर अशी असते.

फुलातून निघणाऱ्या सुगंधाद्वारे शॅम्पेन, चॉकलेट, केक, कस्टर्ड, सरबतं, जाम, जेली आदी वस्तूंसाठी लेअरची तरतूद केली जाते किंवा याचा स्वतंत्रपणे वापर केला जातो. आम्लपित्ताचा सतत त्रास असणाऱ्यांना जिभेला वा तोंडात फोड येतात. कधीकधी तर व्रणसुद्धा पडतात. अशा आजारात माझी पर्णं चावून चघळावी आणि मग थुंकावीत. याने आराम पडतो. त्यासाठीचा दुसरा उपाय म्हणजे पर्णांचा काढा करून दिवसातून दोन ते तीन वेळा चूळ भरावी.

माझ्या पुष्पाच्या सुवासानं मानसिक ताण कमी होण्यास मदत होऊन मन प्रफुल्लीत होतं. माझा पुष्पगंध हा अनेकविध औषधी कल्पात वापरला जातो. माझी पुष्प तथा पर्णात अनेक औषधी गुण आहेत. दात दुखत असल्यास पर्ण चावून चावून थुंकून टाकावीत, आराम मिळतो. कधी मस्तकशुळाचा आजार झाल्यास मस्तक तथा चाळ्यावर माझ्या तेलाची हलकी मालीश करावी. तळपायाच्या टाचांना भेगा पडल्यास त्यावर माझी पर्ण चांगली वाटून, बारीक करून त्याचा लेप करावा. रक्तविकार, एक्झिमा, फंगल इंन्फेक्शन आदी आजारात माझ्या चमेली पत्र सिद्ध तेलाचा वापर करावा. याशिवाय पर्णं वाटून त्याचा रस किंवा माझ्या मुळाचं बारीक केलेलं चूर्ण तथा मूळ उगाळून लेपसुद्धा लावता येतो.

कानात पू (पस) झाल्यास किंवा कानदुखी झाल्यास माझ्या तेलाचे दोन किंवा तीन थेंब कानात घालावेत. मासिक पाळीदरम्यान स्त्रियांना जर मासिक स्राव अत्यल्प असेल, तर ओटीपोटावर माझ्या बारीक वाटलेल्या पर्णांचा लेप लावावा. याद्वारे दुखण्याचा त्राससुद्धा कमी होतो. जखमांचे व्रण तथा शरीरावर कुठंही खाज, चट्टे, डाग, नायटे यासाठीसुद्धा माझ्या पर्णांचा लेप म्हणजे रामबाण उपाय होय. या व्यतिरिक्त मानवाला अथवा प्राण्यांना चिघळणाऱ्या जखमा झालेल्या असतील, तर त्या जखमांना स्वच्छ करून त्या जखमांवर माझं तेल लावावं. आराम मिळतो.

माझी नावंसुद्धा अनेक आहेत. सुमना, चेतिका, हृदगंधा. माझा पर्णस्वाद तुरट, कटू; परंतु औषधी गुणाने ओतप्रोत आहे. अशी मी सर्वांची लाडकी चमेली. माझ्यानंतर माझा विदेशी बंधू 'ब्राइडग्रूम्स ओक' याने राजदरबारात स्वतः येऊन आपली उपयोग्यता तथा महती सांगावी, ही विनंती.

ब्राइडग्रूम्स ओक : प्रथमतः चमेलीताई तुझे लक्ष-लक्ष धन्यवाद! महाराजाधिराज वटवृक्ष, प्रधानजी पिंपळ, वृक्ष-महावृक्षांसह सर्वच दिव्यौषधी वनस्पतींनो, सर्वांना माझा नम्र प्रणाम! मी ब्राइडग्रूम्स ओक. मला पाश्चिमात्य राष्ट्रात 'विवाह जुळवणारा वृक्ष' म्हणून ओळखलं जातं. युरोप खंडातलं राष्ट्र जर्मनीमधल्या बाल्टिक सागरजवळ एक छोटंसं गाव आहे. त्याचं नाव 'युटीनया'. या गावातल्या छोट्या हवेलीच्या समोरून जाणारा रस्ता

हा घनदाट वनात जातो. जिथं एका फाटकापुढंच मी एक महावृक्ष रूपात असून, मला एक मोठी ढोली आहे. तिथं एक सरकारी पोस्टमन येतो. पुढं जाताच माझ्या ढोलीतल्या पत्रसाठा ढोलीतून बाहेर काढतो. जी सर्व पत्रं केवळ मला उद्देशून लिहिलेली असतात, ती सर्व पत्रं मला स्वहस्ते अर्पण करून पोस्टमन निघून जातो. हा क्रम अव्याहतपणे वर्षानुवर्षं आजही सुरूच आहे. स्वत:चा वैध असा पत्ता असलेल्या जगात मी केवळ एकमेव तरुवर असावा, असे मलातरी वाटते.

माझं आजचं वय पाचशे वर्षं तरी असावं. माझ्यात काही दैवीशक्ती आहेत, असा तिथल्याच नव्हे, तर बऱ्योच लोकांचा समज आहे. प्रेमी युवा-युवती जे विवाहोत्सुक आहेत, त्यांना आपल्या जीवनात भविष्यातल्या सौख्यासाठी योग्य जोडीदार मिळावा, म्हणून ते सगळे मिळून मला विनंतीवजा पत्रं लिहून साकडं घालतात. अविरत असा शेकडो वर्षं चाललेला हा क्रम. म्हणूनच मला सगळे 'मॅचमेकर्स ओक' या नावानंसुद्धा ओळखतात. शिवाय माझ्या विषयीच्या अनेकविध आख्यायिकासुद्धा सांगितल्या जातात. एका आख्यायिकेत घनदाट अशा भयानक, भीतीदायक दाट वनात एक राजकुमार वाट चुकून हरवतो आणि तो संकटात असताना त्याला एक सुंदर कन्या वाचवते, अशी ती कथा. वर्ष १८९० मधील चॉकलेटमेकरच्या प्रेम कहानीचा उल्लेखसुद्धा या कहानीत आहे, असा मी एक अजुबा. विवाह जुळवणारा वृक्ष. माझं 'जर्मन ओक' हे नाव लक्षात ठेवा. पुन्हा सांगतो मीच तो 'ब्राईडग्रूम्स ओक'. माझ्यानंतर पालक यांनी आपले गुणानुवर्णन प्रत्यक्ष राजदरबारात करावं, ही विनंती.

पालक : ब्राईडग्रूम्स ओक, तू मनोरम आणि खूप अनोखा आहेस. आज अतिप्रगत विज्ञानयुग असूनही तुला देवपण लाभलं, असं मला तरी वाटतं. तेही युरोप खंडात हे महदश्चर्य होय. तुला लाखो धन्यवाद. माझ्या युरोपीय मित्रा, मी तर अल्पजीवी. तुझ्यानंतर आलेला माझा क्रम मलासुद्धा दीर्घजीवी करवून गेला. महाराजाधिराज, प्रधानजी, तथा समस्त वृक्षवेली, वनस्पती प्रजातींना माझा साष्टांग प्रणाम! महाराज, मी क्षुद्र वनस्पती पालक. मी अल्पजीवी असून मला सभेत बोलण्याचा अवसर प्राप्त झाला, यासाठी धन्यवाद!

माझ्यात अ आणि क जीवनसत्त्वांचं भांडार असून माझ्यात फोलेट, मॅग्नेशियम, कॅरोटीनॉइड तसंच बीटा कॅरोटीन याचा मोठा स्रोत आहे. प्रामुख्याने म्हातारणात होणारे आजार यावर माझ्यातील पोषकतत्त्वं मात देतात. सामान्यपणे माझ्या सेवनानं रातांधळेपणा तथा हृदयविकाराला आळा घालता येतो. मी एक क्षुद्र भाजी वनस्पती. ज्या लोकांना लघवी (युरीन) किडनीसंबंधी काही समस्या असतील, त्यांनी माझं सेवन शक्यतो टाळावं किंवा काही प्रसंगी पर्याय नसल्यास अत्यल्प सेवन करावं आणि पाणी भरपूर प्यावं. माझ्यानंतर

जिरे या वनस्पतीनं राजदरबारात उपयोग्यता तथा औषधी माहिती द्यावी, ही विनंती.

जिरे : पालक, तुला माझे असंख्य धन्यवाद. पण माझ्याशिवाय तुला पण चव येत नाही, होय की नाही? महाराजाधिराज, प्रधानजींसह वृक्ष, महावृक्ष सर्वच वनराई, वनस्पती लतावेलींना माझा नम्र प्रणाम! महाराज, मी जिरे. माझा एक श्रीमंत असा भाऊ आहे, त्याचं नाव शहाजिरे. माझ्यानंतर कृपया त्यालाही संधी द्यावी.

वटवृक्ष : वा वा! छान भेटवा तुमच्या भावाला. मग असं करा, प्रथम त्यांनाच भेटवा ना.

जिरे : होय, महाराज. शहाजिरे यांनी सभेत यावे.

शहाजिरे : मला संधी दिल्याबद्दल धन्यवाद. सर्वांना प्रणाम आणि स्नेह! महाराज, मला शहाजिरे म्हणतात. कदाचित माझ्या या प्रजातीचा वापर हा राजे-महाराजे यांच्याच स्वयंपाकात होत असावा, म्हणूनच मला शहाजिरे हे नाव पडलं असावं. तसं बघता, आम्हा दोघांचेही औषधी महत्त्व आणि काही गुणधर्म समान आहेत; परंतु आम्हा दोघांत काही वेगळेपण असल्याचं आयुर्वेदतज्ज्ञांना जाणवलं असावं. तेव्हाच तर मला वेगळं नाव दिलं. माझ्या या भावाचा रंग पांढुरका, तर माझा रंग मात्र किंचित काळा असतो.

मी अन्नाचं उत्तम पचन करतो. माझ्यात एक उडनशील तेल असतं. या तेलाद्वारेच मला एक विशिष्ट रुची आणि सुगंध प्राप्त होतो. पोटातला अग्नी मंद झाल्यास भूक लागत नाही. यावेळी माझ्या बिया हलक्या भाजून एक ते तीन ग्रॅम चूर्ण मधामधून चाटण घ्यावं. माझा आकार हा पांढऱ्या जिऱ्यापेक्षा किंचित बारीक असतो. मात्र, माझी किंमत सर्व सामान्यांच्या आवाक्या बाहेरची असते, म्हणून मी शहाजिरे. संग्रहणी या आजारात माझी पूड सैंधव मिठासह घ्यावी. याने आराम मिळतो. मुत्राघात, प्रमेह, उश्मरी, लघवीमध्ये आग होणं किंवा लघवीची निर्मिती सामान्यापेक्षा कमी होणं, या सर्व रोगात एक ते तीन ग्रॅम चूर्ण साखरेसह घ्यावं. थंड पाण्यात माझं वाटण करून त्याचं सरबत तयार करून घेतल्यानंही वरील आजारात फायदा होतो. नवबाळंत स्त्रीला गर्भाशयाच्या शुद्धी हेतू तसंच अंगावरचं दूध वाढवण्यासाठी आणि आलेली शारीरिक कमजोरी घालवून शरीरात शक्ती कायम टिकवणे हेतू मी अत्यंत उपयोगी आहे. बाळंतपणातील जीर्ण ज्वर, सामान्यत: सिझनेबल ज्वर असणाऱ्योंनी गुळासह माझ्या चूर्णाचं सेवन करावं. हे चूर्ण गुळासह भूक वाढवतं. शरीरात प्रतिकारकशक्ती निर्माण करतं. आता माझा छोटा बंधू जिरा यानं आपली महती कथन करावी.

जिरे : ज्येष्ठ श्रीमंत बंधू धन्यवाद. महाराज, मी याच्यासारखा शहाजिरा नसून सर्वसामान्य गरिबांचा जिरा आहे. महाराज, मला पाण्यात उकळून ते पाणी बाळंतपणात प्यायल्यानं बाळास पुरेसं दूध मिळतं. बाळ तथा बाळंतिणीच्या शरीरातला रक्तसंचय वाढतो. माझ्यातलं थायमोल हे द्रव्य लाळ ग्रंथी सक्रिय करतं, त्यामुळं पचनक्रिया सुधारते. माझ्यात

असलेल्या फायबरमुळं अन्नपचन उत्तम होतं. अन्नाचं पचन उत्तम झाल्यामुळं मूळव्याधीचा त्रास संभवत नाही. माझं सेवन पचन तथा एन्झाइमच्या स्त्रावाला प्रोत्साहित करतं.

मी उत्तम रेचकसुद्धा आहे. बद्धकोष्ठ असणाऱ्यांनी माझ्या दाण्यांची पूड सेवन करावी. आम्लपित्त असणाऱ्यांनी माझी पूड एक चमचा आणि धने पूड एक चमचा नियमानं एकत्रितपणे घेतल्यास आम्लपित्ताचा त्रास होत नाही. सर्दी झाल्यावर मला लोखंडी तव्यावर हलकं भाजून (भुरकट होईपर्यंत) त्याची पूड उपाशी पोटी सकाळी छोटा अर्धा चमचा म्हणजे (पाच ग्रॅम) मधातून घ्यावी. अर्धा चमचा बिया पाण्यात आल्यासह उकळून त्याचा काढा घेतल्यानंही सर्दी कमी होते.

नेत्र, हृदय, पचनास उत्तम. आम्लपित्तास थांबवणारा माझा औषधांमध्येही वापर करतात. अन्नाची चव वाढवण्यासाठी मोठ्या प्रमाणात माझा वापर केला जातो. काळे जिरे म्हणजे शहाजिरे. हळद तथा गुळासह गोळीरूपात घेतल्यास ताप, सर्दी, आम्लपित्तादी त्रास दूर होतो. अपचन, पोटात वायू तयार होणं, यासाठी माझी पूड तयार करून ती ताज्या ताकात घालून ते ताक प्राशन करावं किंवा मूगडाळीच्या खिचडीबरोबर सेवन करावं.

माझा 'जिरा अर्क'सुद्धा बाजारात मिळतो. या अर्काचं वयपरत्वे म्हणजे अंगावर पिणाऱ्या मुलास ४-३ थेंब किंवा ५-६ थेंब छोट्या बाळाला पाजावं, म्हणजे सतत होणारी दुधाची उलटी बंद होते. अग्निमांद्य भूक न लागणं या आजारात माझं एक छोटा चमचा चूर्ण साखरेसोबत घ्यावं. सैंधव मीठ, गूळ तथा माझं चूर्ण हे एकत्रित मिश्रण करून विंचूनं नांगी मारलेल्या ठिकाणी लेप लावावा. याने ठणका तथा आग कमी होते. माझ्यानंतर अंजीर यांनी निवेदन द्यावं, ही विनंती.

अंजीर : जिरे, धन्यवाद! महाराजाधिराजांना सादर प्रणाम! तथा प्रधानजींसोबत सर्वच वनस्पतींनो, आपना सर्वांना माझे कोटी कोटी नमन! महाराज, मी अंजीर. फळानुरूप आमच्यात फरक असून आपली पर्णं ही वेगळी असतील; परंतु आपण स्वतः म्हणजे प्रधानजी पिंपळ आणि फेपरी तथा मी अंजीर, कटुंबर, औदुंबर एवं महाराज वटवृक्ष आपली वेगवेगळी असलेली फळं तथा वेगळी पर्णं हा सगळा वेगळेपणा आपणात असूनसुद्धा आपण सगळे वर उल्लेखित तरुवर एकाच जातीत समाविष्ट होतो, हे वैशिष्ट्य.

माझी लागवड मात्र कलम करून केली जाते. प्रत्यक्ष माझ्यासुद्धा काही संशोधित केलेल्या जाती आहेत. ज्या वैज्ञानिकांनी निर्माण केल्या. त्यांची नावं अशी - सिमरना, कालीमिरना, कटोडा, काबुल, मार्सेल्स इत्यादी. मी महावृक्ष. महाराष्ट्रात 'पुना' हे एक प्रमुख वाण असून या जातीची लागवड ही जास्त प्रमाणात केली जाते. या जातीची हेक्टरी ३०० ते ४०० वृक्षांची लागवड करता येते. जमीन थोडी ओली असावी. मातीत थोडे खोल खड्डे करून त्यात माझी मुळं फुटलेली कलमं लावावी. मला जास्त पाण्याची गरज

नाही. शरीरात ऊर्जा निर्माण करणाऱ्या अनेक द्रव्यांचं मी भांडार आहे. मानवी वीर्यात भ्रूण निर्मितीसाठी लागणारी सुप्त द्रव्यं माझ्यात प्रचुर मात्रेत आहेत. लोक स्त्रियांनाच बोलतात; परंतु ज्या जोडप्यातल्या स्त्रीला गर्भधारणा होत नाही. परीक्षणांती ती जर सर्वथा योग्य, तर तिच्या पतीनं मला दुधात रात्री दोन-तीन या संख्येनं भिजत घालून सकाळी ते सेवन करावं. त्यानं वीर्यवर्धन होण्यास मदत होते. त्याबरोबरच योग्य वैद्यकीय उपचारांची जोड असल्यास उत्तमच.

मी कफनाशक तथा शक्तिदायक असून सर्वांनी माझं सेवन सातत्यानं करावं. लहान मुलामुलींनीसुद्धा माझं सेवन करावं. यानं एकाग्रता तथा शारीरिक शक्तीत वाढ होते, असा मी अंजीर. हुबेहूब माझ्यासारखंच फळ असलेला वृक्ष म्हणजे माझा लाडका भाऊ औंदुबर होय. ज्याला हिंदी भाषिक 'गुल्लर' या नावानं ओळखतात. याच्या पर्णाच्या बनावटीतला फरक सोडल्यास आमच्या फळात तर शतप्रतिशत साम्य आहे. तथा गुणही जवळजवळ समान आहेत. माझी आणि औंदुबराचीही तासीर थंड असून हा देवताप्रिय वृक्ष दत्तात्रय भगवान यांच्या वास्तव्याचं स्थान म्हणून मानला जातो. त्याचीही फळं अत्यंत पौष्टिक असली, तरी त्याचा औषधशास्त्रात 'औंदुबरावलेह' या खेरीज अन्यत्र उपयोग कळत नाही. माझ्यानंतर कोहळं या वेलीवर्गीय वनस्पतीनं महाराजांपुढं स्वनिवेदन कथन करावं, ही विनंती.

कोहळे : वेलीवर्गीय फळातलं मी मोठ्या आकाराचं फळ. अंजीर भैय्या धन्यवाद. महाराजाधिराज, प्रधानजींसह सर्वच वृक्षसमूह तथा जगातल्या सर्व वनस्पतींना माझे कोटी प्रणाम! महाराज, मी कोहळा. मलाच 'कृष्मांड' या नावानंसुद्धा ओळखतात. माझ्यात एमयुएफए या द्रव्यांशिवाय ओमेगा-६ फॅटी ॲसिड असतं. माझ्यातल्या मुबलक व्हिटॅमिन्सपैकी व्हिटॅमिन ई, बी कॉम्प्लेक्स, मॅग्नेशियम, मँगनीज, झिंक, लोह, पोटॅशियम, कॅल्शियम, तांबं, सेलेनियम यासारख्या अनेक मिनरल्सने मी परिपूर्ण आहे. मला कित्येक भागात 'लालभोपळा' या नावानं पण संबोधतात. माझ्याही काही प्रजाती आहेत. सामान्यतः माझ्या काही फळांना वरून हिरवा रंग, तसंच काटीकोहळा, काशी कोहळा आदी प्रकार आहेत. प्राण्यांची हत्या न करणारे माझ्या फळाचा बळी म्हणूनही उपयोग करतात.

माझ्या फळांची वाढ किमान दोन ते शंभर किलो यापेक्षाही कितीतरी मोठीसुद्धा होऊ शकते. माझा मुख्य उपयोग सर्व सामान्यतः भाजी, गोड भजे (बोंड), दुधात टाकून केलेली खीर याशिवाय काही लोक दुधी भोपळ्याप्रमाणे माझासुद्धा मिठाईत वापर करतात. माझ्या बियांमध्ये अनेक शरीरोपयोगी तत्त्वं आहेत. सबब बियांमधला गर पण चवीला छान लागतो, असा मी कोहळा. माझ्यानंतर मनुष्यमात्राला दररोजचा आहार देऊन जीवित

ठेवणारा तथा ज्याच्याद्वारे अनेक पक्वान्नं निर्मित होऊन शरीराला मजबुती, पुष्टी देतं, असं तृण धान्य. ज्याचं जागतिक पोषणकर्ता म्हणून महत्त्व आहे. त्या अन्नपूर्णस्वरूप गव्हाला मी सभेत पाचारण करत आहे. कृपया त्यांनी सभेत स्वमहती कथन करावी, ही विनंती.

गहू : मी एक तृण धान्य; परंतु मला जगाचा पालनकर्ता म्हटल्यास वावगं ठरू नये. माझ्या चूर्णाद्वारे पोळी, करंजी, उपमा, सुजी, लाडू, खीर, सांड्या, कुरड्या, कोहळा घालून गोड भजे, याशिवाय पोळी म्हणून मी पूर्ण अन्न होय. मला अंकुरित करून खाण्याने रोगप्रतिकारक क्षमतेत वाढ होते. अंकुर फुटलेल्या माझ्या दाण्यामध्ये 'थियामिन' नावाच्या द्रव्यासह फोलेट, मॅग्नेशियम, फॉस्फरस, झिंक असलेल्या कितीतरी प्रथिनांनी भरलेला मी गहू, माझ्यात तंतूमय पदार्थांची रेलचेल असतो. सोबत स्निग्ध पदार्थसुद्धा असतातच. माझी चव गोड आहे. मी अस्थीभंगामध्ये हाडाला जुळवण्याचं कार्य करतो. मला अत्यंत बारीक दळल्यावर केलेल्या पिठाला मैदा म्हणतात. याचं बेकरी व्यवसायात फार मोठे योगदान आहे.

मला अंकुरित करून किमान सहा इंच वाढू द्यावं. त्या रोपांना कुटून त्याचा रस घेतल्यानं कर्करोग नियंत्रणात येऊ शकतो. हरितालिका, ऋषीपंचमी, नवरात्रादी पर्वात तथा विवाहादी शुभ कार्यात देवकुंडीभोवती मला पेरणं हे सौभाग्याचं प्रतीक मानलं जाते. असा मी गहू. अंकुरित गव्हाचं मर्यादित सेवन आपणास दीर्घजीवी होण्यास मदत करतं. सर्दी, दमा त्वचेवरील व्रण (डाग), यासाठी पण मी उपयुक्त आहे. आजार तथा अन्यवेळी पचन मंद झाल्यास माझं सेवन त्या काळात टाळावं. कारण मी पचनास जड आहे. माझ्यात प्रथिनांचं प्रमाण १२ प्रतिशत असतं. केवळ १०० ग्रॅम दाण्यांमध्ये ४१ मिलीग्रॅम कॅल्शियम असतात. त्याचसोबत ३०६ मायक्रोग्रॅम फॉस्फरस असतं. माझ्यातल्या याच जीवनसत्त्वांद्वारे स्नायू आणि अस्थीसाठी मी ऊर्जेचा उत्तम स्रोत ठरतो. माझ्या बीजांशात व्हिटॅमिन ई हे जीवनसत्त्वसुद्धा असतं. असा मी बहुगुणी तथा जगाचं भरण-पोषण करणारा तृणधान्य गहू. माझ्यानंतर सिट्रस या सुगंधी वृक्षानं दरबारात यावं.

सिट्रस : मी एक सुवासिक वनस्पती. तृणधान्य गहू तुझे धन्यवाद. महाराजाधिराज वटवृक्ष, प्रधानजी पिंपळ एवं समस्त वृक्षप्रजातींसह सर्वच वनस्पती तरुवरांसह सर्वांना माझी कोटी कोटी मानवंदना! महाराज, मी सिट्रस. मला योग्य ठिकाण, योग्य देखरेख, योग्य खत, माती, उत्तम सूर्यप्रकाश तथा योग्य पाणी मिळाल्यास माझी वाढ उत्तम होते. माझी घरातली उपस्थिती ही सुंदर सुवासिक वातावरण निर्माण करते. माझ्यानंतर अरेबियन जस्मिन यानं सभेतल्या दरबारात यावं.

अरेबियन जस्मिन : सिट्रस, तुझे धन्यवाद. महाराजाधिराज तथा प्रधानजींसह जगातल्या समस्त वनस्पतींना माझे कोटी कोटी प्रणाम! महाराज, मी अरेबियन जस्मिन. माझी फुलं

भले श्वेतशुभ्र; परंतु दिसायला खूप सुंदर असतात. माझा सुवाससुद्धा उत्तम असतो. मी घराच्या आतल्या सजावटीसाठी सर्वोत्तम. घरामध्ये जिथं कुठंही स्वच्छ सूर्यप्रकाश तिथंच थोडी आर्द्रता असलेल्या स्थळी माझी लागवड करावी. वर्षभर पुष्प प्रदान करणारा. माझ्या पर्ण तथा पुष्पाद्वारे चहासुद्धा करता येतो. उन्हाळा आणि पावसाळ्यात मला थोडं सांभाळावं लागतं. उत्तम माती, खत, पाण्याचं योग्य व्यवस्थापन माझ्या वाढीसाठी योग्य होय. माझ्यानंतर स्वीटबे यांनी दरबारात यावं, ही विनंती.

स्वीटबे : अरेबियन जस्मिन, तुझे धन्यवाद. महाराजांसह प्रधानजी तथा जगातल्या समस्त वृक्ष वनस्पतींना माझे कोटी कोटी प्रणाम! महाराज, मी स्वीटबे. माझी पर्ण हिरवीगार आणि सुंदर दिसतात. माझ्यात एक विशिष्ट सुगंध असतो. घराला सुशोभित करण्यासाठी माझा उपयोग होतो. हळूहळू वाढणारी मी झुडपी वनस्पती, अंतर्गत सजावटीसाठी उत्तम. सर्दी, खोकला झाल्यास माझ्या पर्णांचा काढा करून प्यायल्यास सर्दी बसते. माझ्यानंतर निलगिरी या वृक्षानं दरबारात यावं, ही विनंती.

निलगिरी : धन्यवाद, स्वीटबे. महाराजाधिराजांसह सर्वच वृक्षराजी वनस्पतींना माझा नमस्कार. महाराज, मी निलगिरी. मी एक महावृक्षच. अंतर्गत सजावटीसाठीही माझा उपयोग होतो; परंतु मीच काय कुणाही वृक्षाला 'बोन्साय' या रूपात राहणं आवडत नाही. उत्तम माती, सूर्यप्रकाश, वेळोवेळी पाणी असणाऱ्या वातावरणात माझी उत्तम वाढ होते. माझ्याच पर्णाच्या तेलाद्वारे 'निलगिरी' नावाचं तेल अर्करूपात काढलं जातं. या तेलाचं औषधीशास्त्रात खूप महत्त्व आहे. ऋतूबदलाचा सर्दी, खोकला झाल्यास उकळत्या पाण्यात दोन थेंब घालून त्याची वाफ घ्यावी. मळमळत असल्यास अर्धा चमचा साखरेत एक-दोन थेंब घालून घ्यावे. या उपायानं मळमळणं बंद होतं. जनावरांच्या जखमांमध्ये कधीकधी मोठी माशी अंडी देते. त्यावेळी त्यांच्या नाशासाठी पण माझा उपयोग करतात. जीवाणू-विषाणूंचा नाश करणारा मी. प्रवासात माझ्या तेलाचा एक फोवा स्वत:जवळ ठेवावा. बाहेरील फंगस, बॅक्टेरिया म्हणजे जीवाणू तथा विषाणूपासून संरक्षण मिळतं. त्यामुळं माझा उपयोग सर्वांनी करावा. असा मी निलगीरी. थंड प्रदेशातला. आज संपूर्ण भारतभर आढळतो. माझ्यानंतर बांबू या तृणवर्गीय वृक्षानं सभेत यावं, ही विनंती.

बांबू : तसा मी उंचीनं मोठाच; मात्र बारकुळा. माझी वर्गवारी तृण वनस्पती वर्गात केली जाते. मला पण सामान्य वृक्षाचा दर्जा मिळायला हवा, महाराज. निलगिरी भाऊ, खूप धन्यवाद. महाराजाधिराज वटवृक्ष तथा प्रधानजी पिंपळ यांच्यासह जगातल्या सर्वच वनस्पतींना माझा हृद्य प्रणाम! महाराज, मी बांबू. मला वेळू, बास, कळक, बांबू, वेत अशी कितीतरी नावं आहेत. संगणकापूर्वीच्या युगाकडे बघता कागदाच्या जागतिक उत्पादनाचा मी मुख्य स्रोत; तर मीच आदिवासींचाही खराखुरा मित्र. त्यांना अन्न, निवारा तथा त्यांच्या

हातांना काम देणाराही मीच. आज गुजरात या प्रदेशातला एका आदिवासीबहुल भागात मी स्वयंरोजगाराचा स्रोत बनलेला आहे. असो लग्न, मौजीबंधन, गृहबांधणी, फळझाडांना आधार एवं प्रत्यक्ष मृत्यूच्या वेळी बांधली जाणारी तिरडी तथा त्यावरचं आच्छादन देणाराही मीच, जन्मापासून अंतापर्यंत मानवाचा सखा. त्याचबरोबर मंगल आणि अंतिम प्रवास करणारा ही मीच.

मला तुम्ही घराच्या परसात वाढवल्यास घरातली नकारात्मकता एवं वास्तुदोषादी योग दूर होतात. सबब मला माझ्या सेवेचा खूप अभिमान आहे. अधिकृतपणे सांगणं कठीणच; परंतु जगाच्या पाठीवर कानाकोपऱ्यात माझ्या किमान दीडशे ते दोनशेच्यावर प्रजाती जागतिक स्थरावर नांदत असाव्यात. माझ्या 'कळक' या नावाचा एका कवीनं कसा उल्लेख केलाय ते बघा, 'हे कळकिचे जीर्ण-मोडके दार... कर कर कर वाजे फार'. तसं माझं आयुष्य मात्र कमीच आहे. अवघं ४० वर्षं. मी न झुडपी, ना कंद, नाही वृक्ष, ना महावृक्ष. माझी त्रिशंकू स्थिती आहे. 'पांडा' नावाचा चिनी प्राणी माझ्याच पर्णांवर जगतो. माझा कोट्यवधी टनांचा सडवा करून त्यापासून कागद निर्मिती होते. माझ्या संपूर्ण छिलक्यासारख्या पट्ट्याद्वारे आदिवासी बंधू अशा काही सुंदर वस्तूंची निर्मिती करतात की, त्या कलाकुसरीच्या सुंदर वस्तू घेण्याचा मोह टाळता येऊ नये.

माझ्या कोवळ्या कोंबाचं लोणचं होतं. शिवाय ती उकडून किंवा भाजूनसुद्धा खाता येतात. माझ्या काही विशिष्ट प्रजातींद्वारा भगवान कृष्णाचा आवडता पावा म्हणजे बासरीसुद्धा माझ्यापासूनच निर्माण होते. असा मी बांबू. माझ्यानंतर रंभाताई उपाख्य केळी यांनी सभेत येऊन स्वनिवेदन सादर करावं, ही विनंती.

केळी : महाराजाधिराजांसह प्रधानजी तथा सर्वच वृक्ष प्रजातींबरोबर सर्वच सूक्ष्मातिसूक्ष्म दृश्यादृश्य वनस्पतींनो, माझे कोटी कोटी प्रणाम! महाराज, मी केळी उपाख्य रंभा. मला 'कदली' हे हिंदी नाव, तर तमिळ भाषेत 'वाळेपळम' म्हणतात. इंग्रजी भाषेतली मी 'बनाना' जगात सर्वत्र मिळते. भारतीय पूजांमध्ये काही प्रसंगी माझी कोवळी वृक्ष, पिल्लं वापरली जातात, त्यासाठी अनेक लोक ती कापून विकतात. हा माझ्यावरील अन्याय आहे, असं मला वाटतं. माझी पर्ण खूपच मोठी आणि विस्तीर्ण असून जेवणाच्याही कामी येतात. जमिनीत पुरल्यास त्यांचं खत होतं. गुरांना माझी पर्णं खायला आवडतात. माझ्या गर्भातून जेव्हा फुलाचा जन्म होतो, तेव्हा मला अपार यातना होतात, मानवाला मात्र माझी गोड स्वादिष्ट फळं मिळतात. अलीकडे माझं लाल हायब्रीड वाणसुद्धा बाजारात आलेलं आहे, त्याची माहिती पुढं मिळेल. माझं फळ सगळ्यांच्याच आवडीचं. मी तर देवतांनाही अतिप्रिय. सगळ्या पशुंना आवडणारी मी वनस्पती.

सोसाट्याचा वारा आणि वादळं हे माझे मोठे शत्रू. ज्यांच्या जन्मपत्रिकेत गुरू ग्रह

दोषावह असतो, त्यांच्या सर्व कार्यात बाधा उत्पन्न होते. त्यांनी माझी पूजा करावी. माझ्या पूजा केल्यास विवाह विलंब दूर होतो. माझ्यात प्रत्यक्ष विष्णू आणि श्रीलक्ष्मीचा वास असतो. माझ्या फळांच्या चकत्या (काप) स्वादिष्ट लागतात. माझी तासीर थंड म्हणून गर्भवतींनी प्रमाणात खावीत. ज्याची पचनक्रिया ठीक नाही, त्यांनी माझ्या फळांचं सेवन करावं. दमा(अस्थमा), ताप, सर्दी, खोकला असणाऱ्यांनी पथ्य बाळगावं.

माझ्यात भरपूर प्रमाणात फायबर म्हणजे तंतू आहे. क्षुधाशांतीसह तृप्ती देणारी मी केळी. माझं कच्चं फळ खात राहिल्यास वजन कमी होतं. दक्षिणेत माझ्या कच्च्या फळाची भाजी अत्यंत आवडीनं खाल्ली जाते. माझं कच्चं फळ हे कर्करोगाच्या पेशींना वाढण्यापासून मज्जाव करतात. माझ्यातल्या नैसर्गिक कॅल्शियमद्वारे अस्थी मजबूत होतात. माझ्या सेवनानं डायरिया (हगवन) बद्धकोष्ठ, अन्नाद्वारे झालेली विषबाधासुद्धा दूर होते. माझं अतिसेवनसुद्धा शरीरात विकार उत्पन्न करू शकतात. म्हणून सुज्ञांनी तसं करणं टाळावं.

गुरुवारी माझं पूजन म्हणजे विष्णू तथा गुरूचं पूजन होय. मला नैवेद्य म्हणून चणाडाळीत गूळ घालावा किंवा चणाडाळीचं गुळयुक्तपुरण करावं. जिथं माझी विस्तृत शेती होते, त्याठिकाणी चिप्सकरता यंत्रसामग्री लावून तिथंच जोडधंदा म्हणून व्यवसाय करावा. यासाठी लागणारी यंत्रसामग्री सर्वसामान्यांना परवडणारी अशीच आहे.

तर अशी मी केळी. माझ्यानंतर पुन्हा एकदा मी ज्वारीला तिच्या पोषणासंबंधीच्या माहिती देण्याच्या हेतूनं पाचारण करते. मागच्या पर्वात तिनं महाराजांपुढं केलेली कागाळी सर्वांनी ऐकली. तिच्याकडून आता तिची पौष्टिकता जाणून घेऊ या.

ज्वारी : केळीताई, खूप धन्यवाद! महाराजांना वंदन करून सर्वच वनराई वनस्पतींना नमन करून मी निवेदन सादर करते. माझं नाव ज्वारी. इंग्रजीत मला 'मिलेट' म्हणतात. केळीताईनं सांगितल्याप्रमाणे प्रथमतः राजदरबारात तक्रार केली. आता मात्र सर्वांची माफी मागून उपयोग्यता कथन करते. किमान ४० वर्षं मागं गेल्यास 'गरिबांचं खाद्य' म्हणून हिणवणारे आज मला पंचतारांकित उपहारगृह म्हणजे रेस्टॉरंटमध्ये घेऊन गेले आहेत. माझं मूळ वाण नष्ट करून माझ्या संकरित म्हणजे हायब्रीड वाणावरच सर्वजण खूश आहेत. आजच्या आधुनिक काळात सर्वसाधारण धान्यात माझीच किंमत जास्त असावी, असं मला तरी वाटतं. आज केंद्रीय मंत्रालयात मी ज्वारी तथा बाजरी तसंच नाचणी आदी धान्याच्या पौष्टिकतेविषयी लोकजागृती करत आहेत. पुढं माझा हुरडा हा प्रत्यक्ष माहिती सांगून त्याची पौष्टिकता सांगेलच.

माझ्यात ब जीवनसत्त्व गटातलं निकोटिनिक ॲसिड नावाचं जीवनसत्त्व फारच कमी असतं. म्हणून जेवणामध्ये जे लोक निरंतर माझाच उपयोग करतात, त्यांना 'पेलाग्रा' हा आजार होतो. याची लक्षणं - शरीराच्या ज्या भागावर सूर्याचा प्रकाश प्रकर्षानं पडतो,

त्या भागातल्या त्वचेवर लालसर चट्टे पडण्याबरोबरच शौच पातळ होते. कधीतरी बुद्धीभ्रंशसुद्धा होतो, असं तज्ज्ञ सांगतात. ज्यांना हा आजार होतो, त्या सर्वांनी यावर उपचार करण्यासाठी बी कॉम्प्लेक्स या व्हिटॅमिनचं अगत्यानं सेवन करावं. तसंच भिन्न आहार घ्यावा. अशी मी ज्वारी. माझ्यानंतर तृण सायट्रोनेला यांनी सभेत निवेदन द्यावं, ही विनंती.

सायट्रोनेला : धन्यवाद, ज्वारीताई. महाराजांचा विजय असो! महाराज, प्रधानजी संपूर्ण जगातल्या सर्व वनस्पती यांना माझे कोटी कोटी धन्यवाद. मी सायट्रोनेला नावाचं गवत. माझं वैशिष्ट्य हे की, माझ्या पर्णांवर डास बसत नाहीत. माझ्या पर्णांमध्ये सायट्रोनेल नावाचं तेल असतं. त्या तेलाद्वारे मेणबत्ती आणि अत्तर तयार करण्यासाठी माझा वापर केला जातो. माझी लागवड करताना खोलगट ट्रे किंवा कुंडीत माती तथा खतांचं योग्य मिश्रण करून घराच्या बाल्कनीमध्ये शक्यतो ट्रेमध्येच लागवड करावी. माझ्यातल्या विशिष्ट प्रकारच्या सुगंधामुळं डेंग्यू तथा मलेरियाचे डाससुद्धा माझ्यापासून लांब राहतात. असा मी मानवोपयोगी तृण सायट्रोनेला. माझ्यानंतर माझा एक गवतरूपी पहलवान बंधू, त्याचं नाव 'कोया इंचू'. हासुद्धा एक सर्वसामान्य गवतच आहे; परंतु मी त्याला पहलवान का म्हणालो, हे त्याच्याचकडून ऐका म्हणजे खात्री पटेल.

कोया इंचू : महाराजांसह सर्वच वृक्ष वनस्पतींनो, माझा नमस्कार. माझं नाव 'कोया इंचू'. मी एक तृण म्हणजे गवत. माझा देश 'पेरू'. या देशातल्या कुस्को इथल्या नदीचं नाव 'अपुरी मँक' असून ही एक मोठी नदी आहे. महाराज, मीच तो बाहुबली गवताचा प्रकार आहे. मला सगळे कोया इंचू म्हणतात. कारण माझ्याद्वारेच मोठमोठ्या दोरखंडांचं निर्माण करून उपरीवर्णीत नदीवर माझ्या दोरखंडाच्या साहाय्यानं पूल बांधले जातात. माझ्या गवताचे दोरखंड नेहमी वळूनच ठेवले जातात. ज्यावेळी ओल्ड ब्रिज म्हणजे जुन्या पुलाची दुरुस्ती करावी लागते, त्या त्या वेळी माझ्याद्वारे निर्मित दोरांचाच वापर सातत्यानं केला जातो. या पुलाचं नाव 'इका रोप ब्रीज' असं आहे. गेल्या सहा शतकांपासून हा क्रम सतत सुरू आहे. माझ्या या आगळ्यावेगळ्या अनोख्या पुलाची गणना जगातल्या आश्चर्यात केली जाते. माझे हे दोर वळण्यात तिथल्या स्त्रियांचाच मुख्य सहभाग असतो. मात्र माझ्या या पुलाचं निर्माण कार्य केवळ पुरुषच करतात. इ. स. २०१३ मध्ये युनेस्कोनं या पुलाला जागतिक मान्यता देऊन गौरवलं आहे. तर असा मी तृण असूनसुद्धा बाहुबली आहे. माझ्यानंतर मका (मकई) यांनी दरबारात येऊन स्वमाहिती सादर करावी, ही विनंती.

मका : माझ्या विदेशी तृण मित्रा 'कोया इंचू', तुझे धन्यवाद. तुझी शक्ती बघून आपण तृणवर्गात आहोत, याचा मला तरी गर्व वाटला. महाराज, प्रधानजी, सभाजन, सकल वृक्षलता वनस्पतींनो, आपणा सर्वांना माझे कोटी कोटी प्रणाम! महाराज, मी मका. माझ्या

दोन प्रजाती. मोठे दाणे असलेला मका आणि छोटे गोल दाणे असलेली मकई. माझं खोड आणि पर्ण ही ज्वारी, बाजरीशी साधर्म्य साधणारी; परंतु त्यांना कणीस शेंड्यावर लागतं. माझं तसं नाही. आम्ही मका असो अथवा मकई. कणीस मध्य पेरामध्येच लागतं. आमच्या कणसात दाणे एका रांगेत ओळीनं असतात. पौष्टिकता तथा उष्मांकात आम्ही मुळीच मागं नाही. माझ्या कणसावर एका खाली एक अशी वेष्टनं असतात, त्यावर पांढुरके केसासारखे तंतूचे तुरे दिसतात. काही समाजकंटक या माझ्या शुभ्रश्वेत तंतूंना रंगवून नकली केशर तंतूंची निर्मिती करताना आढळतात. याचं मला फार वाईट वाटतं, महाराज. माझी कणसं भाजून खाल्ली जातात. त्या मोसमात हातगाडीवाल्यांसाठी हा एक तात्पुरता व्यवसाय असतो. माझ्या दाण्याद्वारे निर्मित लाह्यांना 'पॉपकॉर्न' म्हणतात. माझ्या लाह्या सर्वांना आवडतात; ज्वारी तथा गव्हांमधले अनेक व्हिटामिन्स एवं प्रथिने आमच्यातही आहेत. पंजाब प्रांतात मकईची रोटी म्हणजे आमच्या पिठाची भाकरी. सरसू म्हणजे मोहरीच्या पर्णाच्या भाजीबरोबर मोठ्याच आवडीनं खाल्ली जाते. ही पंजाब प्रांताची एक मोठी ओळख ठरते. 'चंदन बटुआ' या भाजीबरोबर सरसूची पानं. अशी ही भाजी असते. या भाजी तथा मकईच्या रोटीसाठी पंजाबात येणाऱ्यांची संख्याही कमी नाही. असा मी मका, मकई.

वटवृक्ष : कसली कुजबूज ऐकू येत आहे.

पिंपळ : काही नाही महाराज. दरबार जरा लांबला, तर वनराईतली वृक्ष म्हणतायत की, सभा लवकर आटोपावी.

वटवृक्ष : तरुवरांनो, वनस्पतींनो, आम्ही आता केवळ सभेचा मध्यंतर गाठला आहे. अजूनही शेकडो वनस्पतींच्या मुलाखती शिल्लक आहेत, तेव्हा थोडा धीर धरावा लागेल. कुठं गेल्या त्या जाई, जुई, चमेली. म्हणाल्या भेदभाव नको. जे कुणी येतील, त्या सर्व वनस्पतींना आपलं मनोगत व्यक्त करू द्यावं. तर प्रधानजी त्या तिघींसह तो चाफा. त्या चोंबड्यालाच आता जा म्हणावं सगळ्यांकडे शिष्टाई करायला.

(दृश्य : निवडुंग हा सभेत येऊन मुजरा करत बाजूला उभा राहतो.)

वटवृक्ष : कंटाळलात का एवढ्या लवकर. असं करा, दोन दिवस सभा स्थगित करा आणि तसे सर्वांना सांगा.

नागफणी / निवडुंग : सर्व वृक्षसमुदाय वनस्पतींनो, महाराजाधिराज वटवृक्ष महाराजांच्या आज्ञेप्रमाणे सभा दोन दिवसासाठी स्थगित करण्यात येत आहे. होऽऽऽ

(दृश्य : दोन दिवसाच्या सुट्टीनंतर महाराजाधिराज वटवृक्ष महाराजांचा दरबार तरुवर तथा लतावेलींनी पुन्हा बहरला. थंडगार वात. त्यात निरनिराळ्या लतावेली तथा त्यांच्या फुलाफळांचा दरवळ सर्वत्र पसरलेला. असल्या सुरम्य वातावरणात सूर्याच्या किरणांनीही आपली सोनेरी उधळण करत काही वृक्षांची पर्णं ही मंदिरावरील कलशाप्रमाणे चमकत असून सगळेच अगदी वेगळ्या आनंदात बेभान असताना सभागृहातल्या राजदरबारात प्रधानजी प्रवेश करत पहारेकऱ्याला सूचना देतात. त्याचवेळी पहारेकरी हा पिंपळ प्रधानजींना नमन करून आज्ञेची वाट बघत उभा असतो.)

पिंपळ : पहारेकरी, महाराजांधिराजाच्या आगमनाची वर्दी द्यावी.
निवडुंग : महाराजाधिराज वटवृक्ष महाराज, विश्वातल्या सर्व वनस्पतींचे सम्राट, राजाधिराज राजसभेत प्रवेश करत आहेत होऽऽऽ

(दृश्य : महाराजांचं आगमन होताच सगळे स्वागतासाठी उभे राहतात. महाराज सिंहासनारूढ होताच महाराजांची आज्ञा घेऊन सभा प्रारंभ होते.)

प्रवेश चौथा

वटवृक्ष : प्रधानजी, सभेला प्रारंभ करावा.
पिंपळ : जशी आज्ञा महाराज!
नागफणी : कंदवर्गीय मुळा यांनी दरबारात निवेदन सादर करून स्वत:विषयी माहिती सांगावी, ही विनंती.
मुळा : महाराजाधिराज, प्रधानजींसह सर्वच वनराई, वृक्ष, महावृक्षांसह सर्व वनस्पतींनो, आपणा सर्वांना माझे कोटी कोटी प्रणाम! महाराज, मी एक भाजी प्रकारातली अल्पायू वनस्पतींमधला क्षुद्र कंद. माझ्यात अनेक औषधी गुण आहेत. माझ्यातल्या 'अंथोकायनीन' नामक रसायनाद्वारे कर्करोग प्रतिरोधकाचं कार्य केलं जातं. माझ्या कंदावरची पर्णं कच्ची खाल्ल्यास शरीरात गेलेल्या विषाचं (टॉक्सिन) निराकरण होतं. माझ्या पर्णांचा रस योग्य मात्रेत किमान अर्धा कप खडीसाखरेसह सप्ताहातून तीन-चार वेळा घेतल्यास अथवा दररोज पहाटे (कावीळ जास्त असता रोज सात दिवस) घ्यावा. याद्वारे कावीळ ठीक होते.
माझ्या पर्णातील तंतू म्हणजे (फायबर) तथा सोबतीला फुलकोबीची पर्ण यांची एकत्रित भाजी शरीराला तंतूसह भरपूर प्रमाणात ऊर्जा मिळवून देते. मी डोळ्यांच्या आरोग्यासाठी अतिउत्तम आहे. माझ्या पर्णातील रेषेदारपणा पचन सुधारण्यास मदत करतो. त्वचेचा रंग

उजळण्यासाठीही माझा जेवणात उपयोग करणं अत्यंत हितकारक होय.

माझ्यात लोह, फॉस्फरस हे रसायन असल्यानं हिमोग्लोबिन वाढतं आणि अशक्तपणा दूर होतो. माझ्यातल्या डाययुरेटिक या रसायनामुळं मूत्रविकार ठीक होतो. मी पूर्णत: अँटिबॅक्टेरियल असून मूळव्याधी (पाईल्स) या आजाराची तीव्रता कमी करण्यास मदत करणारा आहे. माझ्यात कॅल्शियम असल्यानं हाडांच्या आजारात मुख्यत: गुडघेदुखी, कंबरदुखी यावर आराम मिळतो. माझ्यात अनेक गुण विद्यमान आहेत. अंथोकायनीन आणि अँटिकंजेस्टीव्हमुळं कफ कमी करण्यास मदत होते. माझ्या कंदातल्या रसात अल्पवयीन मुलांच्या शुक्राणूचा नाश करणारं रसायन आहे, असं आयुर्वेदतज्ज्ञ सांगतात. त्यामुळंच कदाचित अल्पवयीन मुलांना घरातल्या वयोवृद्ध स्त्रिया माझा कंद खाऊ देत नसाव्यात. मात्र दही घातलेली माझी चटणी सर्वांना चालते. स्त्री असो अथवा किशोरी, तसंच कुणीही तरुण स्त्री, यांना मात्र माझं सेवन हे अमृततुल्य होय, असं आयुर्वेदशास्त्र सांगतं.

माझ्या पर्णांचं सेवन माझ्या कंदासह करणं अतिउत्तम. माझ्या कंदाचे पराठे हा पंजाब प्रांतातला एक आवडता खाद्य प्रकार आणि एक खाद्य परंपरा होय. ज्यांना सतत सर्दी, सायनस, नाकातल्या हाडासंबंधीचा त्रास म्हणून सतत खोकला येणं आणि उलटी होणं अशा अवस्थेतल्या लोकांनी माझा आहारात नित्य वापर केल्यास आराम होतो. शक्यतो कच्च्या पर्णांचा वापर अजून चांगला. यामुळं छातीत जमा झालेला कफ दूर होण्यास मदत होते. रोगप्रतिकारक क्षमता वाढते. माझ्या पर्णांच्या सेवनानं उत्साह वाढतो आणि थकवा दूर होतो. माझ्या पर्णांमध्ये असलेले फायटोकेमिकल्स तथा अँथॉकायनिन ही तत्त्वं कर्करोगास प्रतिबंध घालतात. माझ्या पर्णांतली अजून काही जीवनसत्त्वं अशी. मी अँटिऑक्सिडंट्स, पोटॅशियम, अँटिहायपर टेन्सिव्ह ह्या प्रॉपर्टीज उच्च रक्तदाब आटोक्यात ठेवण्यास मदतगार सिद्ध होतात. माझ्यात भरपूर फायबर असतं. त्यामुळं शर्करा वाढू देत नाही. सबब मधुमेहींचा मी मित्र. कारण पचनशक्तीसुद्धा वाढवतो, असा मी मुळा. माझ्यानंतर बटाटा यांनी स्वत: निवेदन द्यावं, ही विनंती.

बटाटा : मुळाभाऊ, धन्यवाद! महाराजांचा विजय असो! सर्व वनस्पती प्रजातींना माझे नमन! महाराज, मी बटाटा. माझं मूळस्थान दक्षिण अमेरिकेतलं पेरू. इ. स. १५७० मध्ये स्पॅनिश आक्रमकांना माझा स्वाद आवडला, म्हणून ते मला युरोप खंडात घेऊन गेले. पराजित राष्ट्रातल्या गरिबांचं आणि मातीत पिकणारं फळ आणि अन्न. एक क्षुद्र कंद म्हणून माझी संभावना करत मला एक नवीन नावही मिळालं. ते नाव म्हणजे 'सैतानाचा सफरचंद'.

या नावानं ते माझी खिल्ली उडवायचे. माझा खाण्यासाठी उपयोग करणाऱ्यांचा अपमान करायचे. त्याचवेळी युरोप खंडात हवामान बदल झाल्यानं नित्याची आणि भरवशाची

पिकं झाली नाहीत. परिणामी दुष्काळ पडला. त्यावेळी माझी लागवड कामी आली आणि दुर्भिक्ष टळलं. मग मला पोर्तुगिजांनी नवं नाव दिलं, ते म्हणजे बटाटा. ब्रिटिशांनी मला वाढवलं, रुजवलं आणि जिथं जिथं दिग्विजयासाठी गेले, तिथंही मला सोबत घेऊन जात असत. मुक्काम वाढल्यास त्या जमिनीत माझी पिकंही घेत असत.

पुढं माझी भारतात वांगी या फळासोबत घट्ट मैत्री झाली. वांगी-बटाटा मिक्स भाजीचं समीकरण भारतात सर्वत्र लोकप्रिय झालं. उपवास करणाऱ्यांचा मी मित्र. ज्यांना अन्न मिळत नाही, ते शेतातून चोरून नेऊन मला भाजून खाऊन भूक भागवू लागले. हा प्रकार पश्चिम बंगाल प्रांतातल्या दुष्काळात घडला. भाजीत जर चुकून जास्त मीठ घातलं, तर मला शिजवून कुस्करून तो त्या भाजीत मिसळल्यास भाजीचा खारटपणा कमी होतो. समोसा, भाजी, आलू बोंडा, बटाटेभात, पराठे असा मी आलू. जळालेल्या व्यक्तीच्या त्वचेसाठी माझी सालं संजीवनीचं कार्य करतात. माझ्यात स्टार्च पौष्टिकतेबरोबरच मी वजन वाढवण्यास मदत करतो. पचनास जड, पोटात वात; मात्र अग्नीत भाजल्यास हलका नि पाचक होतो. आता मला कृपया विदेशी म्हणून चिडवू नका. मी आता तुमचाच नव्हे, तर आता सर्व देशानंच नव्हे संपूर्ण जगानंच मला नागरिकत्व बहाल केलंय. एवढा मी प्रिय बटाटा उपाख्य आलू. माझ्यानंतर कंद वर्गातल्या बीट याला मी दरबारात पाचारण करतो. कृपया त्यानं आपली स्वमहती कथन करावी, ही विनंती.

बीट : आलू उपाख्य बटाटाभाऊ, धन्यवाद! महाराजांचा विजय असो! महाराजांसह प्रधानजी, समस्त वृक्ष, महावृक्ष, सूक्ष्मातिसूक्ष्म वनस्पती प्रजातींना माझा सस्नेह प्रणाम! महाराज, मी बीट. एक फायबरयुक्त कंद. माझ्यात लोनेनाँइ, बीटासायनिन असतं. बीटामुळंच माझात लालसर तथा थोडी जांभळी झाक असते. शक्तिवर्धक तथा अँटिऑक्सिडंट्समुळं एलडीएल कोलेस्टेरॉलच्या ऑक्सिडीकरण प्रक्रियेला कमी करतो. यामुळं रक्तवाहिन्या म्हणजे धमन्यांमध्ये बॅड कोलेस्टेरॉल जमा होऊ देत नाही. सबब माझ्या सेवनाद्वारे तुम्ही हृदयविकारापासून स्वतःला वाचवू शकता; परंतु वापर मर्यादित करावा.

माझ्यात उच्च प्रमाणात फॉलिक ॲसिड असल्यानं गर्भवतींसह सर्वसामान्य स्त्रिया तथा जन्मणाऱ्या बाळांसाठी मी महत्त्वाचा घटक ठरतो. माझ्यातल्या कॅल्शियमद्वारा अस्थी तथा दातांचंही आरोग्य जपलं जातं. दिवसातून दोनवेळा माझा रस प्रमाणबद्ध रीतीनं प्यायल्यास ऑस्टिओपोरोसिस, अस्थी तथा दांताच्या समस्यांना कायमचा आळा बसतो. माझ्या रसातल्या व्हिटॅमिनमध्ये अँटिऑक्सिडंट्स, कॅल्शियम, लोह, सोडियम, पोटॅशियम, फॉस्फरस, क्लोरीन आयोडिन यांची मात्रा भरपूर असते. माझं तथा माझ्या रसाचं अतिसेवन केल्यानं 'गाऊट' या आजारासह किडनी स्टोन म्हणजे मुतखडा ह्या

समस्या उद्भवू शकतात. हा प्रकार माझ्यातल्या ऑक्सलेट या रसायनामुळं होतो. यावेळी अंगावर चट्टे, पुरळ येऊन खाज येणं, कधी किंचित ताप थंडी वाजून येणं, असली लक्षणं दिसून येतात, तेव्हा सावधान.

माझ्या रसाबरोबर लिंबू तथा आलं याचं सेवन केल्यास चेहऱ्यावरचा काळेपणा दूर होऊन चेहरा सतेज होतो. उच्च रक्तदाब नियंत्रित होतो. रक्तातल्या ॲसिडची पातळी कमी होते. सबब आम्लपित्तही नियंत्रित होतं. पोटात वायू म्हणजे गॅसची समस्या दूर होते. रक्ताच्या गाठी होण्यास मी मज्जाव केल्यानं हृदयाचं कार्य सुलभ होण्यास मदत होते. माझ्यानंतर रताळी या कंदानं दरबारात येऊन स्वनिवेदन सादर करावं, ही विनंती. ऊस गोड म्हणून मुळासहित खाऊ नये, हे नित्य लक्षात ठेवून माझा सीमित वापर करावा.

रताळी : मला वाटतं की, बटाटा माझा भाऊ असावा. मी आणि तो कदाचित एकाच देशातून प्रवास करत सर्वत्र पसरलो असावेत. बिग ब्रदर तुला शतशः धन्यवाद! कारण तुझ्यातली वैविध्यता, गुण संपन्नता म्हणून तुला माझा पुन्हा पुन्हा प्रेमपूर्वक नमस्कार. तसंच सभेला संचालित करण्यासह मार्गदर्शन करणारे प्रधानजी पिंपळ, प्रत्यक्ष महाराजाधिराज वटवृक्ष आणि ही एवढी सगळी वनराई. वृक्ष, महावृक्ष, तृण, कंद, औषधी वनस्पतींनो, सर्वांना माझा साष्टांग प्रणाम! महाराज, मी रताळी. मला उकडून आणि भाजून खाता येतं. सर्वांनाच आवडणारा कंद म्हणून माझी ओळख आहे. असाच एक थोडा ओबडधोबड कंद म्हणजे 'पेंड्या'. याला मकरसंक्रांतीला खाण्याचा प्रघात आहे. त्याशिवाय माझा एक मूळ भारतीय भाऊ 'सुरण कंद', जो भाजीसाठी वापरला जातो. या सर्वांमध्ये काही तत्त्वं समान असली, तरी त्यांचे उपयोग आणि रसायनांसह चवीसुद्धा एकदम भिन्न आहेत.

उपवासात माझं महत्त्व फार. माझं पुरण म्हणजे गोड सारण तयार करून त्याच्या पुरणासारख्या पोळ्या किंवा पुऱ्या केल्या जातात. माझं साल काढून छोटे तुकडे साखरेच्या पाकात घालून तथा दुधातूनही छान लागतात. माझ्यात बीटा कॅरोटीन तथा कर्करोग प्रतिरोधक क्षमता आहे. वाढलेल्या वयामुळं शरीरात त्वचेवर निरनिराळे बदल होतात, त्यास मी काही प्रमाणात तरी आळा घालण्याचं कार्य करतो. माझ्यात क जीवनसत्त्व, तंतू (फायबर), व्हिटॅमिन बी सिक्स, पोटॅशियम यांची मात्राही प्रचुर आहे. माझ्या सेवनानं चरबी तथा वजनात वाढ होत नाही, म्हणून मी सर्वांसाठी सुरक्षित आहे.

माझ्या उपरान्त हळद या कंदवर्गानं सभेत निवेदन सादर करावं. हिच्या पेटेंटसाठी राष्ट्राराष्ट्रात भांडणं झाली म्हणतात. खरंच ही हळद म्हणजे भारताची आन-बान-शानच नव्हे, तर सुवासिनींच्या मुखावर सुवर्णाची झळाळी आणणारी, मंगलप्रसंगी उपयोगात येणारी, औषधी गुणाने परिपूर्ण हळद. मला वाटतं, ही जर स्वमहती सांगायला लागली, तर लिहिणाऱ्याची लेखणीसुद्धा थिटी पडावी. अशी या हळदीची महती. घराघरात ही सर्वांची

जीवाभावाची मैत्रीण. तुला माझे कोटी प्रणाम!

हळद : रताळीताई, तुझे कोटी धन्यवाद! अगं, मला तू जर आग्रह केला असता, तर माझ्यापेक्षा तूच माझ्याबाबतीत औषधी तथा अन्य माहिती देऊ शकली असतीस. पुन्हा तुझे धन्यवाद! महाराज, प्रधानजींसह सर्व वृक्ष, तरुवर, लता, वनराईतल्या विविध वनस्पतींनो, माझे आपणा सर्वांना साष्टांग दंडवत प्रणाम! महाराज, मी हळद. एक कंदवर्गीय मातीतलं फळ. माझ्या उपयोगाच्या दोन अवस्था. माझ्या ओल्या कंदाचा लोणची, औषधी यासाठी वापर होतो. मला वाळवल्यावर माझ्या हळदीची पूड या रूपात स्वयंपाक तथा सौंदर्यप्रसाधनं यामध्ये माझा प्रचुर मात्रेत सर्वत्र उपयोग होतो. भारतीय पाकशास्त्रात माझ्याशिवाय पाकनिर्मिती होत नाही, हे विशेष. एवढ्याशा दरबारी वेळात माझी महती सांगणंही शक्य नाही.

पिंपळ : वेळ मिळाल्यास हरिद्रेला पुन्हा पाचारण करण्यात येईल.

वटवृक्ष : रताळी जे बोलली ते खरे आहे. मी पण ऐकलं की, हळदीचे उपयोग इथं सादर करणं शक्य नाही. सबब काही ठळक वैशिष्ट्यं सांगून बाकी सभा समाप्तीच्या वेळी वेगळी अशी विशेष पुरवणी म्हणून सादर करण्यास माझी परवानगी आहे. सबब आता थोडी माहिती सांगावी.

हळद : माझी मागणी महाराजांनी मान्य केली, धन्यवाद. माझं ठळक वैशिष्ट्य म्हणजे भारतीय संस्कृतीत माझं महत्त्वाचं मानाचं स्थान. स्वयंपाकात अग्रणी. स्त्रियांच्या रक्तिम कुंकवाखाली माझा तिलक हे माझं परम भाग्य. हळद ही मंगलकार्यात नवरी-नवरदेवाला; तर मृत्योपरांत मी प्रेतालाही लावली जाते. रोज रात्री माझी पूड घातलेलं दूध घेणं उत्तम होय. आयुर्वेदातली कित्येक मलमं, सौंदर्यप्रसाधनांसह औषधात माझा मोठा वाटा आहे. अंघोळीच्या साबणातही मी विद्यमान असून अंती मी माझी पुरवणी आपणास सादर करेन. महाराजांना साष्टांग प्रणाम! माझ्यानंतर सब्जा या वनस्पतीला सभेत आमंत्रित करते.

सब्जा : हळदीताई, तुझे खूप आभार. समस्त वनस्पती जगातली सर्व वृक्ष, लतावेली, तृण, कंद तथा महाराजाधिराज वटवृक्षांसह प्रधानजी पिंपळ यांना माझा साष्टांग प्रणाम! महाराज, मी सब्जा. माझ्या बिया चांगल्या बारीक वाटून त्याचं चूर्ण खोबरेल तेलात मिसळून त्वचेवर लावल्यास त्वचारोगापासून सुटका मिळते. शरीरात कोलेजन प्रक्रिया तयार होणे हेतू मी उत्तम माध्यम होय. त्वचेमध्ये नवपेशींचं निर्माण करण्याचं कार्य मी करतो. माझ्याद्वारे केसांचंही संवर्धन होतं आणि त्यांचं आरोग्य राखलं जातं.

माझ्या बियांमध्ये लोह, व्हिटॅमिन के अशा अनेक प्रथिनांचा समुच्चय आहे. माझ्यातलं अँटिऑक्सिडंट्स हे त्वचा तथा केस दोन्हींच्या पोषणासाठी उत्तम आहे. भस्म्या नावाच्या रोगात कितीही खाल्लं तरी भूक शांत होत नाही. या रोगात माझ्या बियांना केवळ पाण्यात

भिजवून त्याचा भात खावा. या उपायानं भूक मंद होते आणि तृप्ती मिळते. हळूहळू त्या रोगाचा अंमल तथा शरीराचं वाढलेलं वजनसुद्धा कमी कमी होत जाऊन रोग बरा होण्यास मदत होते. माझ्यातल्या विशिष्ट वासामुळं डासांना मज्जाव होतो.

मानवी शरीरातल्या एचसीएलचा आम्ल प्रभाव कमी करून छातीतली जळजळ, चरचरणं कमी होतं. पूर्वी खेड्यातल्या मुली भातुकलीच्या खेळात सातत्यानं भातासाठी माझ्या बियांचा वापर करत असत. आयुर्वेदात माझं एक महत्त्वपूर्ण स्थान आहे. नखुरडे, कांडे ही फोडसदृश व्याधी बोटाला झाली असता त्यात खूप आग आणि ठणक असते. माझ्या बिया पाण्यात भिजवून फुगून पांढऱ्या झाल्या की, त्याचे पोटीस त्यावर बांधल्यास ठणक कमी होऊन फोड लवकर फुटून पू (पस) निघण्यास मदत होते.

माझ्यात कॅलरीज खूप कमी असतात; परंतु बाकी अनेक पूरक व्हिटॅमिन्स मिनरल्सने मी परिपूर्ण आहे. माझ्यात कॅल्शियम, मॅग्नेशियम, लोह, फॉस्फरस, मल्टी व्हिटॅमिन्ससह एका वेगळ्या अल्का लिनोलेनिक ॲसिडनं मी समृद्ध असतो. मानवी शरीरातली अतिरिक्त चरबी जाळण्यासह चयापचयात मदत करतो. फायबरचं प्रमाण माझ्यात भरपूर असतं. माझे बी पाण्यात भिजवून भातासारखे फुगले की, मग तसंच खाणं चांगलं. मानवी शरीरातल्या गॅस्ट्रोइंटेस्टाइनल ट्रॅक्स म्हणून पोटातला गॅस बाहेर काढण्यास सहकार्य करतो. म्हणजे हे एक प्रकारे नैसर्गिक डिटॉक्सचं कार्य होय. असा मी सर्वगुणसंपन्न सब्जा.

पिंपळ : वृक्ष लहान; परंतु तुमचं कार्य मात्र महान.

वटवृक्ष : जाई, जुई, चमेली, चाफा यांच्या आग्रहामुळं सर्वच वृक्षांची सभा घ्यावी असं ठरलं आणि कंद, मुळं, लतावेली, तृण, दर्भ, वृक्ष, महावृक्ष, औषधीवृक्ष या सर्वांपैकी आजपावेतो ज्यांचं ज्यांचं औषधापासून ते सर्वसामान्य असं मानवांसाठीचं योगदान ऐकलं, तेव्हा असं वाटलं की, खरंच यांनी आम्हाला गळ घालून प्रसंगी रागावून जे काही आम्हाला करायला लावलं ते प्रयत्न सार्थकी लागले, असंच म्हणावं लागेल. यानंतर कुणाला बोलवता आहात, प्रधानजी?

पिंपळ : अजूनही बरीच वृक्ष-वनस्पती खोळंबून आहेत, तर कित्येक अजूनही सभेला येत आहेत, महाराज. तेव्हा वेळ वाचवणे हेतू त्यांना एकत्र करून त्या त्या वनस्पतीला त्यांनीच बोलवावं, असं माझं मत आहे.

वटवृक्ष : विचार उत्तम; तेव्हा त्यावर तुम्ही जातीनं लक्ष द्या आणि त्यांना मागच्या वृक्षांला बोलवायला सांगा. म्हणजे सर्वांच्याच वेळेची बचत होण्यास मदत होईल.

पिंपळ : जशी आज्ञा महाराज. पहारेकरी, सर्व वृक्ष तरुवरांना सूचना द्या, त्यांना सांगा की सभास्थानी एका मागं एक याप्रमाणे तयार राहा. पुढील वृक्षानं नाव घेतलं की, ताबडतोब स्व महती सांगायला सुरुवात करावी. वेळ वाया घालवू नये. सर्वांना सूचना कळली

असेल, तर सर्वांनी सूचनेचं पालन करावं. पहारेकरी दरबाराला सुरुवात करा.

नागफणी : बाजरी यांनी दरबारात हजर व्हावे होऽऽ

बाजरी : महाराजांचा विजय असो! महाराज, मी बाजरी. राजस्थान, गुजरात इथल्या लोकांच्या मी विशेष आवडीची. माझी लागवड राजस्थान, गुजरात, मध्यप्रदेश, महाराष्ट्रात होते. माझी तासीर उष्ण, त्यामुळं हिवाळ्यात माझी भाकरी सर्वांनी आवर्जून खावी. मुलांना पण आवर्जुन द्यावी. घरचं दही, दूध, तूप तथा अन्य भाजीसह माझा आहारात समावेश करावा. मी प्रोटीनचा खजिना. खेड्यात मुख्यत: वऱ्हाडात तांदूळ मिळत नसत. त्यावेळी मला उखळीत कांडून त्यावरची साल पूर्णपणे काढून माझी डाळ घालून खिचडी तयार करत असत. एक अतिस्वादिष्ट पक्वान्नात माझी गणना केली जाते. ज्वारी, मी तथा नाचणीला एकत्र दळून त्याच्या भाकऱ्या केल्यास त्या उत्तम शक्तिस्त्रोत आहेत. तेव्हा सर्वांनी तसा उपयोग करावा.

माझ्यातली विशेष द्रव्यं. मॅग्नेशियम, कॅल्शियम, मॅगनीज, रिस्टोफेन, रेषेदार म्हणजे तंतू (फायबर) व्हिटॅमिन-बी आणि अँटिऑक्सिडंट्स शरीराला आवश्यक उष्मा तथा शरीराच्या अन्य पोषणाची प्रक्रिया पूर्ण करणारी, मी एक तृण धान्यातली महत्त्वाची अन्नघटक. विशेषत: मुलांना शारीरिक बल, शक्ती, स्नायूंच्या पोषणासह मी मुलांसाठी एक वरदान ठरते. त्यामुळं माझा मधे मधे आहारात उपयोग करावा.

आम्हाला खाणारे वारंवार जन्म घेऊनही उत्पादनाचा स्रोत थांबत नाही; परंतु या जगात सूर्य तरी कुठं अमर आहे. तरीपण आमचं जीवन चक्र सतत सुरू असतं. कारण अन्नधान्याची मानव पोषणाची जबाबदारी धान्याच्या शोधापासून ते लाखो वर्षं ही अन्नसाखळी खंडित झालेली नाही. ज्या दिवशी ही खंडित होईल, मानव जीवित राहणार नाही. तेव्हा पर्यावरणाची जपणूक मानवानं प्राणपणानं जपण्याचा हा वारसा तो त्यानं स्वत:च्या संरक्षणासाठी तरी जपायलाच हवा. माझ्यानंतर माझी मैत्रीण नाचणीनं दरबारात स्वत:ची माहिती द्यावी, ही विनंती.

नाचणी : महाराजांचा विजय असो! बाजरीताई, तुझे शतश: धन्यवाद. महाराज, मी नाचणी. एका मराठी कवीनं पण त्यांच्या कवितेत मला जागा दिली नि म्हणले, 'वरी नाचणी भात पिकवतो, कोकणचा प्रांत.' माझ्यात पौष्टिकतेची कमतरता मुळीच नाही. माझ्या पिठाद्वारे निर्मित भाकरीत मुख्यत: कार्बोहाइड्रेट्स, प्रोटीन्स, तंतू म्हणजे (फायबर) भरपूर असते. माझ्यात फॅट म्हणजे चरबी कमी असते. अन्य द्रव्याने भरपूर माझ्यात कॅल्शियम, लोह (आयर्न), अमिनो ॲसिड हा घटक माझ्या सेवनाद्वारे शरीरात निर्माण होतो. हे द्रव्य छोट्या म्हणजे वाढीस लागलेल्या मुलांसाठी उत्तम पोषण देऊन चयापचयातल्या समन्वयास मदत करून मासपेशींनाही मजबूत करतं आणि शरीराला निरोगी ठेवून

आजारापासून संरक्षण देणारी एकेकाळची गरिबांची नाचणी, आज मी औषधांमध्ये पौष्टिक द्रव्यात सामील आहे.

माझ्यात कितीतरी गुण आहेत. माझ्या सेवनानं एकाग्रता वाढते, मनःशांती मिळते, तृप्तीसुद्धा मिळते. आकलनशक्तीत वाढ करणारी म्हणून मुलांना आवर्जून खाऊ घालावी; नित्य सेवनाद्वारे रक्तशर्करा नियंत्रणात राहते. अस्थी, त्वचाविकारातही गुणकारी. कोकणातल्या एके काळी अठराविश्व दारिद्र्य असलेल्यांच्या ताटातली मी. आता पंचतारांकित हॉटेल्स ते मॉलपर्यंतचा प्रवास आधुनिक काळात पूर्ण केला. छोटी दूध पिणारी मुलं असताना मुलाना माझं नाचणी सत्त्व जरूर द्यावं. मुलं सुदृढ होतात. माझ्यानंतर तांदूळ, ज्याला भरडण्यापूर्वी धान म्हणतात, त्यांनी राजदरबारात येऊन स्वमहती आणि माहिती सांगावी, ही विनंती.

तांदूळ : सर्वच सभाजनांना, महाराजाधिराज, प्रधानजींसह वनराईतल्या सर्व वनस्पतींनो, आपणा सर्वांना माझा आदरपूर्वक नमस्कार. नाचणीताई, तुझे धन्यवाद. महाराज, मी द्विजन्मा. तांदूळ बनण्यापूर्वी तर मला लोकांनी अनेक नावं दिली. माझ्या जातीच म्हणा हवं तर. तत्पूर्वी धान भरडताच श्वेत, किंचित पिवळा, तेलकट, धुरकट असा तांदूळ निघतो. केवळ देवधानातून निघणारा मी लाल रंगाचा असतो. माझी काही नावं अशी.

तुमसर लुचई, दुबराज, आंबेमोहर, विष्णुभोग, बासमती, कालीमुंछ, चिन्नोर, श्रीराम तथा एचएमटी पैकी एचएमटी सोना या वाणाचे जनक दादाजी खोब्रागडे, नागभिड, जि. चंद्रपूर यांना राष्ट्रपती ए. पी. जे. अब्दुल कलाम यांच्या हस्ते सन्मानानं गौरवण्यात आलं. तथा ५०,००० रुपये बक्षीस मिळालं. सगळ्या तांदळात कमी-अधिक गुणधर्म असली, तरी देवधानात जे आहे ते या सर्वांमध्ये नाही; सबब यावर संशोधनं करावी. तांदळाच्या मेकअपवर जाऊ नये. शेतकरी धानासह व्यापाऱ्यांना जावयाप्रमाणे हुंडारूपात धानाच्या टरफलातलं तेल फुकटात देतो. मशीनमधून धान भरडण्याच्या प्रक्रियेद्वारा निघणारी माझी फूट म्हणजे कणी/कणक्या. कदाचित तीन स्तराच्या असाव्या. त्यात भुशीसुद्धा असते. पशुखाद्यासाठी या भुशीचा तसंच कणक्या ह्या गरिबांचं अन्न म्हणून तथा फूड प्रोसेसिंगवाल्यांना विकलं जातं.

वटवृक्ष: तू धान की तांदूळ? छान माहिती दिलीस. प्रधानजी, पुढील सभा सुरू करण्यापूर्वी काही अवकाश घ्यावा.

पिंपळ : जशी आज्ञा महाराज. एक विचित्र अशी वनस्पती बाहेर आलेली असून महाराजांना भेटायचंय म्हणतो. त्याच्यासोबतच एक कंकोल नावाची वनस्पतीही आहे.

वटवृक्ष : नाव काय म्हणाला त्याचं?

पिंपळ : मशरूम असं म्हणाला. त्याच्या विचित्रपणामुळं तो बुरशी की वनस्पती हेच मला

कळेनासं झालं. त्याला बोलवू नये, महाराज.

वटवृक्ष : जरा त्याला पुढं बोलवा.

पिंपळ : मशरूम, जरा राजांपुढं या.

मशरूम : मलाही नाही वाटतं, मी वनस्पती आहे; परंतु जेव्हा काही लोक माझी शेती करायला लागले, तेव्हा मला वाटलं की जर आपली रीतसर शेती केली जातेय, तर मग मलासुद्धा वनस्पतींमध्ये समाविष्ट का करवून घेऊ नये?

मोगरा : महाराजाधिराज तथा प्रधानजी क्षमा असावी! महाराज, अहो याची पुरती खाण्यासाठीची ओळख होण्यापूर्वी मला आठवतं, याला पूर्वी 'कुकुरमुत्ता' म्हणायचे. तोच हा. रूप बदललेला मशरूम.

वटवृक्ष : मला वाटतं, याला खेड्यातली काही लोकं वनात, पावसाळ्याच्या दिवसात काढायला जायचे. तेव्हा मी माझ्याखाली पण याच्यासाठी 'ढेकळ' हा शब्द ऐकला.

जाई, जुई, चमेली : अशी कुणाकुणाला नावं ठेवण्यापूर्वी त्याची उपयोग्यता तर समजावून घ्यावी, महोदयांनी. राहिला त्याच्या वनस्पती असण्याचा प्रश्न, तर त्याची आज रीतसर शेती होते. मग त्याला आपल्यात सामावून घ्यायला हरकत काय? तीन हजार वर्षांत एकदा उमलणाऱ्या फुलासह त्या वृक्षाला जर सभेत बोलायचा अधिकार मिळतो. कारण, त्यातही संभ्रम आहे की. त्यावरील फूल हे नैसर्गिक किंवा ही पण एक बुरशी, याविषयी वेगवेगळी मतांतरं आहेत. तेव्हा मला वाटतं, आढेवेढे न घेता त्यालासुद्धा आपल्या वनस्पती समूहात सामावून घ्यायला हवं.

वटवृक्ष : तुम्हा तिघींना जर कधी मनुष्य जन्म मिळाला असता, तर तुम्ही खचित वकील झाला असता किंवा सामाजिक कार्यकर्ता तरी. प्रधानजी, सांगा तुमचं याबाबतीत काय मत आहे.

पिंपळ : कोट्यवधी वनस्पतींमध्ये अजून एकाची भर पडते, ही तर उत्तम गोष्ट आहे. तेव्हा त्यालाही समाविष्ट करून घेऊ या. सर्व वनस्पतींनो, तुम्हा सर्वांना जाई-जुई-चमेलीचा हा प्रस्ताव मंजूर आहे?

(दृश्य : सगळे वृक्ष या ठरावाला होकार देऊन जाई, जुई, चमेलीचा जयघोष करतात आणि म्हणतात, 'मशरूमसोबत कंकोललासुद्धा सभेत बोलवा.')

वटवृक्ष : पहारेकरी, मशरूमला बोलवा सभेत.

निवडुंग : मशरूम यांनी सभेत हजर व्हावे होऽऽऽ

मशरूम : सर्वसामान्य वनस्पती, महाराजाधिराज वटवृक्ष महाराज, प्रधानजी पिंपळ,

सकल विश्वातल्या दृश्यादृश्य सर्व वनस्पतींनो, कंद, पालेभाज्या, वेली तथा महावृक्षांनो, माझा आपणा सर्वांना सादर प्रणाम! महाराज, मी मशरूम. मला पूर्वी माहीत नव्हतं की मी कोण? कुकुरमुत्ते, ढेकळ, कुत्र्याची छत्री आदी नावानं मला ओळखायचे आणि आदिवासी लोकं त्यातली उपयोगी कोणती, हे बघून त्याचा खाण्यासाठी वापर करायचे. चुकीच्या निवडीमुळं कधी कुणाला, तर परिवाराला प्राण गमावण्याची पाळी यायची; परंतु आज मात्र संशोधनं झाल्यावर हा धोका शतप्रतिशत जरी नसला, तरी ९९.९९ प्रतिशत टळला आहे.

पिंपळ : हा धोक्याचा काय प्रकार आहे.

मशरूम : मी बुरशीद्वारे जन्म घेतो. बुरशीचे दोन प्रकार आहेत. एक मनुष्यमात्राला आवश्यक, तर दुसरी विषकारक. असलाच काहीसा प्रकार हा समुद्री शैवालाबाबतीतसुद्धा घडताना आढळतो. आता माझी तज्ज्ञाद्वारे रीतसर शेती केल्यामुळं हा धोका मात्र .०१ प्रतिशत एवढाच राहिला आहे. माझ्यात सर्वोच्च प्रतिच्या प्रोटीनचा एक अविरत वाहणारा झरा आहे.

वटवृक्ष : तू सांगतोस त्यावरून वाटतं की, तुझ्या वापरासाठी लोकांनी सजग असावं. खरंच तू गुणसंपन्न आहे असं वाटतं.

मशरूम : होय महाराज. माझ्या मानवनिर्मित प्रचलित जाती पुढीलप्रमाणे आहेत - बटन, ढिंगरी, ऑयस्टर. यामध्ये दुधिया (मिल्की) या सर्वांपैकी ऑयस्टरला लोकांत जास्त मागणी आहे. माझी किंमत सर्वसामान्याच्या आवाक्याबाहेर आहे. (३०० ते १००० रुपये प्रतिकिलो.) मी कार्बोहायड्रेटचा महास्रोत. माझ्यातली ही संपदा (प्रॉपर्टीज) पोट साफ करण्यासह अपचनाच्या समस्येवर उत्तम उपायकारक आहे. पोटातलं आम्ल नियंत्रित करून आम्लपित्त नियंत्रणात ठेवतो. जे कोलेस्टेरॉल हृदयविकारास कारण ठरतं, त्याच्या उत्पत्तीसह रक्तशर्करासुद्धा नियंत्रित करून स्वास्थ्य लाभ मिळतो. मधुमेहींसाठी तर मी देवदूत. माझ्या कितीतरी संपदांमध्ये व्हिटामिन्स, मिनरल्स, तंतू (फायबर) प्रचुर मात्रेत आहेत. माझे अगदी जवळचे मित्र, माझ्या विविध बाबींवर एक प्रकारे संशोधन कारणारे अजयजी काळे, यांचा मी आभारी आहे.

आज वाळवून प्रक्रिया केलेल्या माझ्या भुकटीची (पावडर) मागणी सर्वसामान्यांमध्ये वाढते आहे. यामध्ये बॉडीबिल्डर, जीममध्ये जाणारे, वेटलिफ्टर, कुस्तीपटू (रेसलर), धावपटू, सर्वसामान्य व्यायाम करणारे लोक आहेत. माझी पूड खूप महाग होण्याचं कारण म्हणजे जेव्हा मला दहा किलो या मापात घेऊन भुकटी केली जाते, तेव्हा ही भुकटी रूपात फक्त एक किलोच मिळते. सबब सर्व खर्च वजा करता माझी एक किलो वजनाची भुकटी किमान वीस हजार रुपयांना मिळते. मी शाकाहारी की मांसाहारी, या संभ्रमात

फसलेल्या लोकांना मी म्हणेण की, तुम्ही शाकाहारी असताना जर दही खाऊ शकता, तर मी मानपयोगी बुरशी म्हणजे फंगसद्वारे निर्माण होतो. तेव्हा माझा उपयोग शाकाहार म्हणून करा. कारण माझीही आता मोठ्या स्तरावर उत्पादन हेतू शेती केली जाते. नरेंद्र यावलकर हे आज माझ्या बाजार व्यवस्थापनाचे कार्य करून मला उपकृत करत आहेत.

माझे अनेक उपयोग आहेत. भाजी तथा लोणच्यामध्ये माझा वापर होतो. मी सर्वलोकांना खाण्यासाठी परवडावा; तसंच माझ्या बाबतीतला मांसाहाराचा गैरसमज दूर होऊन माझ्या शक्तीसंपन्न संपत्तीचा लोकांनी वापर करून स्वत:सह आपल्या कुटुंबीयांचं आरोग्य जपावं, ही माझी इच्छा. माझ्यानंतर पेरू आणि कंकोल यांना बोलावण्याची मी महाराजांना विनंती करतो.

पिंपळ : पेरू काय तुझा मित्र आहे? त्याची बरी आठवण झाली.

मशरूम : मी जरा मधेच आलो. माझ्यापूर्वी दरबारात तेच होते म्हणून.

वटवृक्ष : बघा बघा तरुवरांनो तथा प्रधानजी, बघा या मशरूमला बुरशीतून जन्म घेऊन परिपूर्ण वनस्पतीचा मान न मिळतासुद्धा तो किती विचारी आहे, हे लक्षात घ्या. प्रधानजी, पेरू या तरुवराला बोलवा.

पिंपळ : जशी आज्ञा महाराज. पहारेकरी, पेरू यांना बोलवा.

निवडुंग : पेरू या तरुवराने सभेत हजर व्हावे होऽऽऽ

पेरू : मी तरुवर असून राजदरबारात येण्यास संकोच केला. मात्र दरबारात हा मशरूम धीट निघाला. माझीसुद्धा दरबारात खास वर्णी लावण्यासाठी तुला कोटी कोटी धन्यवाद. समस्त विश्वातल्या फळदार वृक्षलतांनो, समस्त पुष्पलता, विश्वातल्या सर्वप्रकारच्या वनस्पतींनो, सर्वांना माझा सादर प्रणाम! महाराज, मी पेरू. हिंदी भाषिक मला 'अमरूद' म्हणतात; तर मराठीत शहरी पुणेरींचा मी पेरू. तर वऱ्हाडचा मी 'जांब'. माझ्या तशा मूळ दोन प्रजाती. एक आतून लाल; तर दुसरी आतून श्वेत असणारी. मला वाटतं की कृषीतज्ज्ञ माझ्यात नवनवीन तथा कमी बियांच्या वाणाच्या, तसंच त्यात अजून काही संपत्ती, खनिजे म्हणजे अन्य प्रॉपर्टीजची भर घालावी या प्रयत्नात आहेत. माझ्या बियांमुळं आतड्यातला मळ स्वच्छ होतो.

तसा मी सात्त्विक गुणांचा, बुद्धिवर्धक, मानसिक थकवा दूर करणारा, ऊर्जावान. माझं सेवन दुपारी भोजनोपरांत एका तासानं करावं. माझं सेवन करताना जिरेपूड, मिरेपूड आणि सैंधव मीठ घालून खाल्ल्यानं माझ्यातल्या पोषक द्रव्यांचा शरीराला जास्त उपयोग होतो. तथा माझ्यातले अहितकारी तत्त्वं नष्ट होतात. माझ्याद्वारे अनेक पदार्थ निर्माण होतात. यांपैकी जाम, जेली, सरबतं, भाजी, रायते तर कुणी मुरांबासुद्धा बनवतात. शरीरात व्हिटॅमिन सीची कमी असल्यास माझ्या बियारहित गरात देशी गुलाबाच्या पाकळ्या घालून

ते मिश्रण बारीक करताना त्यात विलायची पूड, तसंच गोडवा येण्यासाठी खडीसाखर घालून थोडंसं पाणी घालून तयार केलेलं सरबत घ्यावं. हे सरबत थकवा तर दूर करतंच, याशिवाय शरीर दाह आणि शरीरातली उष्णता घालवून मनुष्याला निरोगी ठेवण्यास मदत करतं. मात्र हा उपाय शरीरात आजारादिक ज्वर वगैरे असताना करू नये. दंतविकार, हिरड्यावर सूज, तोंडाला घाण वास येणं, या आजारात माझ्या पर्णांचा काढा तयार करून चूळ भरावी. मुखरोग दूर होतो. तसंच जुलाब, अतिसारात हाच काढा पोटातूनही घेता येतो. जुलाब जास्त प्रमाणात झाल्यानं गुदभ्रंशांचा आजार होण्याचा संभव असतो. गुदभ्रंश झाल्यास माझ्या पर्णाचे पोटीस त्या जागेवर बांधावं, सूज कमी होऊन दुखणं थांबतं. (परंतु वैद्यकीय उपचारसुद्धा सातत्यानं हयगय न करता करावेत.) स्त्रियांचा आजार, श्वेतप्रदर यात माझ्या कोवळ्या पर्णांचा काढा घ्यावा. बाल, तरुण, वृद्ध यांनी शक्तिहीनता दूर करण्यासाठी माझं सेवन करावं. गर्भारावस्थेत विशेषकरून माझ्यातलं जीवनसत्त्व क आणि इतर पौष्टिक घटकांमुळं शरीराला शक्ती मिळते. मुकामार, सूज तसंच ठणका येणाऱ्या भागावर पर्ण वाटून त्याचे पोटीस बांधावं. ठणका कमी होऊन सूज उतरते. गर्भवतींना मळमळ, उलटीचा त्रास होतो, त्याप्रसंगी उपलब्धता असल्यास माझं सरबत तयार करून थोड्या थोड्या वेळानं देत राहावं. याने तोंडाला रुची येऊन भूक जाणवू लागते.

मी अँटिऑक्सिडंट्स व्हिटॅमिन सी, पोटॅशियम, भरपूर तंतू म्हणजे फायबरने युक्त असून कॅलरीज म्हणजे उष्मांक कमी असतो, म्हणून माझं प्रमाणात सेवन केल्यास वजन नियंत्रित होतं. रक्ताल्पतेला आळा घालून रक्तसंचाराचं कार्य उत्तम तऱ्हेनं करवतो. हिवाळ्यात होणारी सततची सर्दी, कफ, खोकला; तसंच सिझनेबल व्हायरल ताप यांना आळा घालतो. रक्तशर्करा नियंत्रणासह पोट साफ करणं, रोगप्रतिकारक क्षमतेत वाढ करणं, इत्यादी. मधुमेहींना माझी पर्णं घालून चहा करून पाजावा, रक्तशर्करेचे नियंत्रण करते. माझ्यातले मुक्त रॅडिकल्स हृदयाचं रक्षण करतात. पुढं काही संशोधनात तज्ज्ञांना असंही आढळलं की, माझ्या पर्णांचा योग्य वापर मासिक पाळीतल्या वेदना कमी करण्यास मदत करतो. ज्यांना पोटात (क्रॅम्प्स) दुखण्याचा त्रास होतो, त्यांनी माझं सेवन नियमानं आणि नियंत्रित रूपात पचेल तसं केल्यानं समस्या दूर होते. महाराज, असा मी पेरू. माझा पुनश्च सर्वांना सादर प्रणाम! माझ्यानंतर कंकोल यांनी सभेत यावं.

कंकोल : महाराज, मी कंकोल. मी एक वेलवर्गीय वनस्पती. महाराजाधिराजांसह प्रधानजी आणि समस्त वनस्पती प्रजातींनो, सर्वांना माझा नम्र प्रणाम! माझी पर्णाग्र तीक्ष्ण टोकाची असतात. त्यांची लांबी सरासरी १० ते १५ सेंटीमीटर म्हणजे किमान पाच ते सहा इंच तरी असते. एकलिंगी फुलं छोटी छोटी आणि गुच्छल स्वरूपाची असतात. माझ्या वेलीवर लागणारी फळं ही गुळगुळीत तथा किंचित तांबूस रंग छटेची असतात. फळांचा आकार

मिऱ्यापेक्षा किंचित मोठा किमान ५-७ मिलीमीटर असतो. अनेक रोगांवरच्या औषधात एकटी तथा अनुपान म्हणूनही मला वापरलं जातं. आयुर्वेदात खदिरादि वटीमध्येसुद्धा माझा वापर केला जातो. माझ्या फुलांना सुगंध असतो. तोंडात ठेवल्यास थंड वाटतं. तसंच माझ्या पंचांगांपैकी केवळ फळांचाच औषधात वापर केला जातो. चव तिक्त, कटू तर गुण म्हणजे तासीर उष्ण असते. आयुर्वेदात कफ तथा वातनाशक औषधांमध्ये माझा वापर केला जातो.

शरीराच्या कोणत्याही अवयवार सूज आल्यास माझ्या फळांचा लेप गुणकारी ठरतो. मुखरोगात मुखदुर्गंधी घालवणे हेतू माझी फळं तोंडात चघळावी, आराम मिळतो. जखमेवर लेप लावल्यास निघणाऱ्या पू(पस)वर नियंत्रण मिळवण्यासह जखमा लवकर भरतात. घामामुळं काही लोकांच्या अंगाला दुर्गंधी येते, अशा वेळी माझ्या फळाचं उटणं अंगाला लावून स्नान करावं अडचण दूर होते. स्त्रियांच्या मासिक धर्मासंबंधीच्या तक्रारीमध्ये वैद्याच्या सल्ल्यानं माझा वापर करावा. मी रुचीकारक, भूक वाढवणारी, अपचन, पोट फुगणं आदी आजारात माझा वापर करावा. पू(पस) झालेल्या जखमेवर माझ्या तेलाचा वापर अधिक योग्य ठरतो. माझा दंतमंजनामध्ये प्रामुख्यानं वापर केला जातो. लिंग शैथिल्य या रोगात माझ्या सुकलेल्या फळांच्या चूर्णाचा लेप करावा आणि विशेषत्वानं वाजीकरण तज्ज्ञाद्वारे त्यासंबंधी योग्य प्रक्रिया समजून घ्यावी. औषधीय वनस्पतींचा अनावधानं तथा स्वमतानं वापर करू नये. वैद्यांचा सल्ला अवश्य घ्यावा.

पिंपळ : महाराज, यानंतर फार माठी वृक्षांची यादी आपणाकडे दिली आहे, त्यावर आपलं मत कळवावं, ही विनंती.

वटवृक्ष : काही काळ दरबार स्थगित करून विचार विनिमय करा आणि पुढं काय ते तुम्हीच योग्य व्यवस्थापन करा. कारण यानंतर ही सभा संपवावी लागेल, तेव्हा याचं योग्य व्यवस्थापन ही तुमची जबाबदारी.

पिंपळ : आज्ञा, महाराज! पहारेकरी सर्व तरुवरांची योग्य काळजी घ्या आणि अंतिम पर्वासाठी सर्वांना तयार करा.

निवडुंग : जशी आज्ञा प्रधानजी!

(दृश्य : उपस्थित तरुवरांचा उत्साह ओसंडून वाहत आहे. प्रधानजी पिंपळ आणि दोन निवडुंग जातीचे द्वारपाल वृक्ष संख्या मोजणीच्या कामात गर्क असून जाई, जुई, चमेली, चाफा, शेवंती ह्या आपल्या सुवासानं तथा चंचलपणानं लोकांचं लक्ष वेधून घेत मधे मधे मोगरा तसंच निशिगंध डोकावून बघत गुलाबाशी मैत्री करण्याच्या प्रयत्नात आहेत.)

स्वगत : प्रधानजी पेचात पडतात. वृक्षगणना तेही निश्चित करणं जर शक्य नसेल, तर मग करावं काय? प्रधानजी आनंदानं चुटकी वाजवून पहारेकऱ्यांना सांगतात की, 'सगळ्यांची नीट काळजी घ्या आणि उद्या दरबारात हजर व्हा.' असं म्हणून प्रधानजी गमन करतात. दुसरा दिवस उजाडताच सर्व आनंदित होतात. दरबाराची लगबग आणि जमवाजमव सुरू होताच काही वृक्ष म्हणतात, 'उद्याच्या दरबारात आमची वर्णी लवकर लागावी, यासाठी पहारेकऱ्याला पटवण्याचा प्रयत्न करू पाहत आहे.' तोच प्रधानजींच्या आगमनासह त्यांचा आवाज ऐकायला येताच सगळे तरुवर जागीच थांबतात.

पिंपळ : दोन्ही पहारेकऱ्यांनो, महाराज सभेत येण्याची सूचना द्यावी.

निवडुंग/नागफणी : जशी आज्ञा प्रधानजी. सर्व वनराई तरुवरांनो, महाराजाधिराज वटवृक्ष महाराज राजदरबारात येत आहेत हो...

पिंपळ : महाराजाधिराजांचं राजदरबारात स्वागत. कृपया महाराजांनी आसनस्थ व्हावं.

वटवृक्ष : तुमच्या आदरातिथ्यासाठी मी तुम्हा सर्वांचा आभारी आहे. प्रधानजी सभेला सुरुवात करण्यापूर्वी मला हे सांगा, अंदाजे अजून किती तरुवरांच्या प्रत्यक्षात भेटी घेणं बाकी आहे.

पिंपळ : निश्चित असा आकडा जरी देता आला नाही, तरी माझ्या तपासणीत अंदाजे एकशे चाळीस ते एकशे पंन्नास तरी वृक्ष असावेत महाराज.

वटवृक्ष : प्रधानजी, वेळेच्या बचतीसाठी यावेळी पहिल्याप्रमाणे तरुवरांनी एकमेकांचं नाव सुचवणं अवघड आहे. सबब यावेळी प्रत्येक तरुवराला अगत्यानं सभेत पाठवण्याचं कार्य पहारेकऱ्यांनीच करावं, असं मला वाटतं.

पिंपळ : अगदी उत्तम महाराज. कारण उपस्थित वृक्षसमूह तसा एकमेकांशी अगदी परिचित नसावा, तेव्हा द्वारपालांद्वारे यादीनुसारच त्यांना बोलावणं योग्य.

वटवृक्ष : आज्ञेचं पालन व्हावं.

पिंपळ : पहारेकरी, महाराजांनी जे सांगितलं ते ऐकलं का? पुढील तरुवराला सभेत बोलवण्याची व्यवस्था करा आणि जी कुणी अनुपस्थित राहतील, त्यांनाही वेळेवर बोलावण्याची व्यवस्था करा.

नागफणी : मी विनंती करतो, मकोय यांनी सभास्थानी यावं.

मकोय : महाराजाधिराजांसह सर्वांना प्रणाम! महाराज, मी मकोय. मला संस्कृत भाषेत काकमाची, कुष्ठघ्नी, हितीत, मुरकामायी तथा मराठी भाषेत 'कामोनी' असं म्हणतात. माझे गुण हे लघु, कषाय, तिक्त, मधुर, विपाक कटू तथा तासीर थंड आहे. मी कफ, वात, पित्तनाशक असून वीर्याची निर्मिती करणारा, डोळ्यांना लाभकारी, शोथहारक, अर्श आणि तापहर्तासुद्धा आहे. याशिवाय प्रमेह हृदयरोग निवारण्यासह सर्दी असल्या सर्व आजारात

लाभ देणारा मी मकोय.

माझ्या पंचांगाचा अर्क हा सर्वांग शोथासह पाचन विकार, यकृतविकार, कामला, पांडू, अन्य उदररोग, अतिश्रमामुळं फुलणारा श्वास, पादशोथ, मूत्रपिंडाचा शोथ या सर्वांसाठी लाभकारी. माझ्या पंचांगाचं तेल केसगळती थांबवण्यास उत्तम. मला बाह्योपचारासह माझं एक चमचा तेल पोटातून घ्यावं. केसांच्या आरोग्यासह नेत्रांचं आरोग्यसुद्धा सुधारतं. केस लांबसडक काळे तथा मऊ होतात. कृपया वैद्यांचा सल्ला अवश्य घ्यावा.

नागफणी : पारिजात उपाख्य प्राजक्त यांना विनंती की, त्यांनी सभेत येण्याचं करावं.

पारिजात : महाराजाधिराजांसह सर्वांचे आभार! महाराज मी पारिजात. मला विविध नावांनी ओळखलं जातं. हरसिंगार, शेफालिका, नालकुंकुमा, रागपुष्पी, खरपत्रक, कोरल, जास्मिन, नाईट जास्मिन तसंच माझी फुलं रात्री गळतात, म्हणून मला इंग्रज लोक अतिप्रेमानं 'ट्री ऑफ सॉरो' असंसुद्धा म्हणतात. मनावरचा ताण माझ्या सुवासानं आणि सान्निध्यानं दूर होतो. माझ्या कळ्या सूर्यास्तानंतर उमलतात; तसंच त्या उत्तर रात्रीपर्यंत उमलत राहून पहाटं फुलं गळायला सुरुवात होते. माझी इत्थंभूत माहिती ज्यांना हवी, त्यांनी अगत्य करून 'हरिवंश पुराण' वाचावं. मी लक्ष्मीचा प्रिय तरुवर. ज्या अंगणात माझ्या पुष्पांचा सडा पडतो, त्या घरात नित्य शांती समृद्धी वास करते. सत्यभामेच्या हट्टापायी भगवान श्रीकृष्णांनी मला स्वर्गातून भूलोकी आणलं, अशी पुराणात कथा आहे. महाराज, याशिवाय माझ्यात औषधी गुणसुद्धा आहेत.

माझी सात, आठ पर्णं स्वच्छ धुऊन सात कप पाण्यात घालून उकळावी. त्यात एक ते दीड इंच लांब गुळवेलाचा तुकडा ठेचून घालावा. शिल्लक राहिलेलं साडेतीन कप पाणी काढा म्हणून तयार होतं. हा काढा चार चमचे दोन वेळ घ्यावा. रात्रीच्या वेळी या काढ्यासह अर्धा चमचा शुद्ध एरंडेल तेलसुद्धा घ्यावं. याने वातविकारावर मात करता येते. जेवणात दूध, तूप, ताजं घरचं दही, ताक याचा उपयोग करावा. पथ्य म्हणून आंबट कच्चं तेल टाळावं. सायटिका या आजाराला 'गुध्रसी' म्हणतात. यावर उपाय म्हणून माझी आठ पर्ण चार कप पाण्यात घालून उकळावीत. उकळून आटून एक कप राहिल्यावर गाळून घेतलेला काढा त्यामध्ये केशराच्या एक किंवा दोन काड्या पूर्णपणे विरघळून घ्याव्या. हे मिश्रण २१ दिवस सकाळ-सायंकाळ घ्यावं. गुध्रसी आजारात उत्तम आराम पडतो. समाजातल्या निसर्गप्रेमींनी माझी गळालेली पुष्पं गोळा करून त्याच्या केशरी दांड्या कापून गोळा कराव्या. त्यांना योग्य तऱ्हेनं वाळवून त्यांचं वस्त्रगाळ चूर्ण केल्यास एक उत्तम नैसर्गिक रंग खाण्यासाठी निर्माण होतो. तो जिलेबी, श्रीखंड, पेढा, मिठाया, लाडूमध्ये वापरावा. नैसर्गिक सुगंधासह रसायनांपासून बचाव होतो. महाराज, असा मी सर्वांचा लाडका पारिजात; परंतु वैद्यकीय सल्ल्यानेच माझा वापर करावा.

नागफणी : माझी विनंती आहे, रातराणी यांनी सभेत यावं.

रातराणी : महाराजांची वंदना करून सर्वच तरुवरांचं अभिष्टचिंतनासह भविष्यसुद्धा उज्ज्वल राहो! महाराज, मी रातराणी. मला 'चांदणी' फुलंसुद्धा म्हणतात. वातावरणात दूरपर्यंत गंध पसरवणारी माझी फुलं केवळ रात्रीच उमलतात. वर्षातून तीन ते चार वेळा बहरणारा मी एक सामान्य वृक्ष. माझ्या पुष्पाचा किमान एक सप्ताहपावेतो सर्वत्र दरवळ पसरलेला असतो. माझ्या पुष्परागानं संताप नाहीसा होतो. अनुभव अवश्य घ्यावा. माझ्या पुष्पाद्वारे अत्तराची निर्मिती होते. स्त्रियांचा मी आवडता. केसात माळण्याच्या हेतूनं माझ्या फुलांचा गजरा केला जातो. हा गजरा म्हणजे स्त्रियांचा आवडता शृंगार होय. माझ्या वृक्षाची उंची किमान तेरा फूट. उत्तम मातीच्या पोटात उत्तम उर्वरकता असल्यास मात्र माझी उंची २-३ फूट अजून जास्त होऊ शकते. माझी पर्णं अरुंद नि दिसायला चाकूसारखी असतात. थोडी लंबाकार आणि गुळगुळीत. उत्तम चमकणारी अशी असतात. महाराजांचा सदैव विजय असो!

नागफणी : हिंग या वृक्षानं सभेत यावं, ही विनंती.

हिंग : महाराजाधिराजांसह सर्व वनस्पती वृंद तथा वृक्ष-महावृक्षांचं मी सुयश चिंतितो. महाराज, मी हिंग. हिंदी भाषेत मला चिडवणारी एक म्हण म्हणजे, 'धमक बडी और हिंग की पुडी'. ही गोष्ट माझ्याबाबतीत परिपूर्ण सार्थ आहे, महाराज. संस्कृत भाषेत मला विविध नावं आहेत. यांपैकी हिंगू आणि उग्रगंध. हिंदीमध्ये हींग तर मराठीतही मला हिंग म्हणतात. ऱ्हस्व-दीर्घाचा काय तो फरक. मी गुणाने लघु, स्निग्ध, तीक्ष्ण, रस, कटू, विपाक कटू. तासीर उष्ण आहे. माझं सेवन थोडं जास्त केल्यास पित्तकर असून उष्ण आहे. कृमीचा नाश करणारा, पचनक्रिया उत्तम ठेवणारा, पाचक, दीपक, श्वास, कास या आजारातसुद्धा उपयोगी आहे. सामान्य पोटदुखी, अनेको उदररोग तथा वेदना यावर गुणकारी असून माझ्याद्वारे निर्मित 'हिंगाष्टक चूर्ण' प्रसिद्ध आहे. हेच चूर्ण जर तुपात मिसळून घेतलं, तर पायाचं दुखणं, चिडचिडेपणा, आळस, हृदयवेदना, चक्कर येणं, तसंच कफामुळं खोकला अशा वेळी एक गोळी कोमट पाण्यातून घ्यावी. बाजारात मिळणारा हिंग शुद्ध नसतो. म्हणून हिंग औषधी रूपात वापरण्यापूर्वी शुद्ध तुपात परतून नंतरच त्याचा वापर करावा.

नागफणी : कृपया, निशिगंध यांनी राजदरबारात स्वत:चे मनोगत सादर करावं, ही विनंती.

निशिगंध : माझी प्रजाती पूर्ण भारतभर आहे. माझा कंद जमिनीत तथा वर मी तृणरूपात असतो. सर्वसामान्यपणे शेती, पठारी भागात एप्रिल ते सप्टेंबर तथा पहाडी भागात जून ते सप्टेंबर या कालखंडात मला फुलं येत राहतात. माझे तीन प्रकार. सर्वच फुलांचा उपयोग पुष्पाहार, बुके तयार करण्यासाठी केला जातो. सजावटीसाठीसुद्धा माझा प्रामुख्यानं उपयोग होतो. माझ्या पुष्पांच्या सुगंधाद्वारे अत्तर निर्माण केलं जातं. माझ्या फुलांतसुद्धा

अनेक औषधी गुण विद्यमान आहेत.

नागफणी : माझी विनंती आहे, अजमोदा यांनी दरबारात यावं.

अजमोदा : महाराजांचा विजय असो! महाराज, मी अजमोदा. संस्कृत भाषेत मला 'खराश्वा' म्हणतात. मी गुणाने लघु, रूक्ष, तीक्ष्ण रस कटू गुणवत्तासुद्धा ओव्या सारखीच. कफ, वात नाशक, पित्तवर्धन करणारा आहे. मी वेदनाशामक जरी असलो, तरी माझा जास्त वापर दाहवर्धक होय. माझ्या प्रमाणित सेवनानं भूक वाढते.

ज्यांच्या मूत्रमार्गात बाधा आहे, माझ्या सेवनानं त्यांची ती बाधा दूर होते. माझ्यातले काही गुण असे - श्वास, कास, जननक्रियेवेळी गर्भाशयाला उत्तेजना देऊन जननक्रिया सुलभ रीतीनं करवणारा. पोटदुखीच्या व्याधीत मानवाचा मित्र म्हणून उपयोगी. जे लोक लिंग शैथिल्यानं ग्रासलेले त्या सर्वांनी माझं सेवन करणं उपयुक्त आहे. हाडांना धरून असलेला वात. टाचाचं दुखणं, सांधेदुखी, कंबरदुखी, पाठदुखी, सायटिका म्हणजे गुध्रसी या आजारांमध्ये माझं चूर्ण गुळासह उत्तम कार्य करते.

निवडुंग : ब्रह्मकमळ यांना विनंती आहे की, त्यांनी सभास्थळी निवेदन द्यावं.

ब्रह्मकमळ : आमच्या प्रजातींमध्ये साधं कमळ म्हणजे श्वेत कमळ, नीलकमल, लाल, गुलाबी, हिरवे असे रंग असतात. त्यातलं मी मात्र 'ब्रह्मकमळ' माझा समावेश दुर्लभ पुष्प प्रजातीमध्ये होतो. मी जिथं उमलतो, तिथं सुख, समृद्धी, शांती नांदते. असंही म्हणतात की, माझ्या पाकळ्यांमधून अमृतबिंदू गळतात. माझ्या पुष्पाद्वारे कर्करोगावर उपचारसुद्धा केले जातात. माझं पुष्प पूर्णपणे उमलताना बघणाराच्या मनोकामना फलद्रुप होतात. माझी फुलं रात्री उमलतात; परंतु सूर्यकिरणांची प्रखरता वाढताच ती कोमेजून जातात.

निवडुंग : 'पेर' यांनी सभास्थळी निवेदन द्यावं, ही विनंती.

पेर : महाराजाधिराज वटवृक्ष महाराजांचा विजय असो! महाराज, मी पेर. माझ्या फळाला ईश्वरी देणगी मानली जाते. कारण ते रसाळ आणि गोड आहे. मऊ, रसाळ, रवाळ असं हे फळ सर्वांना आवडतं; परंतु बहुतांश लोक मला ओळखत नसावेत, असं वाटतं. तसा माझा आणि गुलाबाचा काही संबंध नाही; परंतु वनस्पती तज्ज्ञांच्या मते मी त्यांच्यातलाच एक असूनसुद्धा त्याला फुलं राहिली आणि मी फळ देणारा वृक्ष ठरलो. मात्र या विचारात एकमत नाही. काही लोक तर मला सफरचंदाचा वंशज समजतात. भरपूर बियांनी भरलेला माझा गाभा. इतिहासातल्या नोंदीप्रमाणं किमान तीन हजार वर्षांपूर्वी माझ्या वृक्षारोपणाची नोंद केलेली आढळते. अठराव्या शतकात माझ्यावर झालेल्या संशोधनाद्वारे मला आजची ही अवस्था म्हणजे बाजारपेठ प्राप्त झाली. पुढं पुढं संशोधनं करत माझ्या अनेक जाती प्रजाती विकसित करवल्या गेल्या.

माझ्यात जीवनसत्त्व क प्रचुर मात्रेत असून ताम्रासह अँटिऑक्सिडंट्स तसंच फ्री

रॅडिकल्समुळं होणारी शारीरिक हानी भरून काढण्यास मदत होते. माझ्या एका फळाद्वारे क जीवनसत्त्व ११ प्रतिशत तर ताम्राचं प्रमाण ९.५ प्रतिशत असतं. तंतूमयतेनं म्हणजे फायबरनं परिपूर्ण मी बॅड कोलेस्टेरॉलची पातळी जास्त असणाऱ्यांसाठी माझा वापर वरदान ठरतो. मधुमेही तथा हृदयविकार असणाऱ्यांचा मी एक मित्र. माझ्या फळाची निवड करताना टणक फळ न घेता ज्या फळावर तपकिरी रंगाचे ठिपके (पॅच) सालीवर दिसतात, तीच फळं घ्यावीत. कारण त्याची चव उत्तम असते. फळावर असलेले गडद रंगाचे डाग टाळावेत. माझ्या फळाची साल थोडी आत ओढली गेलेली असेल, अशीच फळं खाण्यास योग्य असतात. पिकल्यावर जास्त वेळ बाहेर न ठेवता शीतपेटीत (फ्रिज) ठेवावीत किंवा लगेच खाण्यासाठी वापरावीत. ज्या पदार्थांना तीव्र गंध येतो, त्या पदार्थांजवळ मला ठेवणं टाळावं. मी पेर तुम्हा सर्वांचा मित्र.

निवडुंग : कृपया अल्पिनिया यांनी सभास्थानी येण्याचं करावं, ही विनंती.

अल्पिनिया : महाराजांचा सदैव विजय असो! महाराज, मी अल्पिनिया. माझी औसत उंची तीन फूट. माझ्या प्रजातींमध्ये अनेक प्रकार आहेत. माझी पर्णं थोडी मोठी आणि लांबटसर आकाराची असतात. काही पर्णं पूर्णतः हिरवीगार तर काही पर्णांवर पिवळ्या किंवा पांढुरक्या रेषा असतात. मला फुलांचे तुरे येतात. मी सावलीत वाढणारी वनस्पती. थोडी सेंद्रिय खतं. माझ्या वाढीसाठी मातीत किंचित ओलावा असणं उत्तम असतं. मला जिथं लावाल तिथल्या पाण्याचा निचरा उत्तम व्हायला हवा. मी घरातलं वातावरण शुद्ध करतानाच घरातल्या अतिरिक्त कार्बन डाय ऑक्साईडचं शोषण केल्यानं घरातलं प्रदूषण दूर होते. तशीही मी घरात लावता येणारी वनस्पती आहे.

निवडुंग : औषधी वनस्पती पिंपळी यांनी कृपया निवेदन सादर करावं, ही विनंती.

पिंपळी : महाराजांचा विजय असो! महाराज, मी पिंपळी. माझ्या विविध नावांपैकी पिप्पली, मागधी, वैदेही, कृष्णा, चपला अशी माझी नावं आहेत. मी गुणाने लघु, स्निग्ध, तीक्ष्ण, रस कटू, विपाक मधुर आहे. माझा अनेक औषधांमध्ये वापर केला जातो. माझा एकटीचाही औषधी म्हणून वापर होतो. माझ्या फळाचा रंग हिरवा असतो. वाळल्यानंतर मात्र ती काळी होतात, तेव्हा ती उंदीरसदृश छोट्या प्राण्यांच्या विष्ठेच्या लेंडीप्रमाणं दिसत असल्यामुळं मला वऱ्हाड प्रांतात 'लेंडीपिंपळी' म्हणून ओळखतात. जसा माझ्या फळांचा वापर होतो, तसाच माझ्या मुळांचा पण विविध औषधीद्रव्यात वापर केला जातो.

माझ्याच मुळाला 'गाठी पिंपळी' म्हणतात. ताप, खोकला, सर्दी, पाठदुखी, पचनाचे विकार, वात आदी आजारांमध्ये माझ्यासोबत अनुपान रूपात आले. मध, तूप आणि गूळ या माध्यमातून वापरली जाते. आजाराच्या स्वरूपानुरूप अनुपानामध्ये बदल केले जातात. गाठी पिंपळीचा उपयोग निद्रानाशाच्या विकारात करताना रोज रात्री झोपण्याच्या

एक तासापूर्वी कोमट पाण्यासह घ्यावं. याद्वारे झोप यायला मदत होते. मात्र वैद्यांचा सल्ला अवश्य घ्यावा.

निवडुंग : कृपया, घरात लावता येणारी वनस्पती 'सॅनसेव्हेरिया' यांनी निवेदन सादर करावं, ही विनंती.

सॅनसेव्हेरिया : महाराजाधिराजांचा विजय असो! महाराज, माझं नाव सॅनसेव्हेरिया. मला गुच्छागुच्छानं पर्ण येतात. माझी पर्णं साधी सरळ आणि लांबट आकाराची असून त्यावर पांढुरक्या पिवळसर रेषा असतात. माझे अनेक प्रकार आहेत. वेगवेगळ्या प्रकारच्या मृत्तिकेच्या पोटात जगणारी मी. मला थोडा सूर्यप्रकाश हा हवाच. अगदीच सावलीत ठेवल्यास माझी वाढ होत नाही. मला पाणी जरी कमी लागत असलं, तरी मला रुजवलेल्या कुंडीतली माती ही आंशिकरीत्या थोडी कोरडेपणा असलेली (ड्राय) अशी हवी. मी घरातल्या नकारात्मकतेसह कार्बन शोषून घेणारी आणि वातावरण शुद्ध करणारी वनस्पती आहे. सबब माझी घरात जोपासना करावी.

निवडुंग : मी रास्ना यांना सभेत येण्यासाठी विनंती करतो.

रास्ना : महाराजांचा सदासर्वदा विजय असो आणि त्यांना चिरंजीवित्व लाभो ही ईशचरणी प्रार्थना. महाराज, मी रास्ना. माझ्या अनेक नावांपैकी युक्ता, सुरभी, सुगंधा, एलापर्णी अशी माझी नावं आहेत. मला औषधी रूपात वापरताना वैद्यकीय सल्ला अवश्य घ्यावा. संधिवात आणि आमवात या रोगांमध्ये माझा प्रामुख्यानं वापर केला जातो. माझा प्रयोग करताना रोग्याचं बलाबल, रोगाची तीव्रता या सगळ्या गोष्टींचा विचार आणि दक्षता महत्त्वाची. तसंच वैद्यांचा सल्ला महत्त्वाचा.

निवडुंग : अलोकेशिया यांनी कृपया राजसभेत यावं.

अलोकेशिया : महाराजांचा विजय असो! सर्वांचा आदर तथा नमस्कार. महाराज, मी अलोकेशिया. माझी साधी ओळख म्हणजे माझी पर्णं ही अळूच्या पर्णांशी साधर्म्य साधणारी असतात. माझ्यासुद्धा अनेक प्रजाती आहेत. माझ्या पर्णांवर विशिष्ट अशा रेषा आणि निरनिराळ्या ठिपक्यांनी निर्मित रंगच्छटा असल्यानं लोकांना माझी झाडं आवडतात. मीसुद्धा घरात म्हणजे सावलीत वाढणारी वनस्पती. सेंद्रीय खतासह मातीत निरंतर ओलावा ठेवावा. मात्र पाण्याचा निचरा होणं आवश्यक आहे. मलासुद्धा अळूसारखी कंद असतात. कंदांची दाटी झाल्यास हळुवारपणे काढून वेगळ्या कुंडीत लावावी. माझ्यामुळंसुद्धा घरातली नकारात्मकता जाऊन वातावरण शुद्ध करण्यास मदत होते.

निवडुंग : कृपया मोठी सोप यांनी सभेत येण्याचं करावं.

मोठी सोप : निवडुंग, तुला धन्यवाद. महाराजांसह सर्वांना अनादी आयुष्य लाभासह वृक्षलतांची भविष्यात जोपासना होवो, या शुभकामनेसह महाराजांना नमस्कार! महाराज,

मी मोठी सोप. लहान मुलांची आवडती. माझ्या काही नावांपैकी मिश्रेया, मधुरिका, मधुरा आदी नावांनी मला ओळखतात. शरीरातली अतिरिक्त उष्णता कमी करण्यासाठी दोन चमचे माझे दाणे आणि दोन चमचे धने रात्री एक पेला पाण्यात भिजत घालतानाच त्यात खडीसाखरेचा खडा घालावा. ते पाणी सकाळी प्यायचं. याने अतिरिक्त उष्णतेसह मूत्रदाह पण थांबतो. पोटदुखी, आवेची हगवण, मुरडा असताना भाजली अथवा कच्ची पूड समप्रमाणात खडीसाखरेच्या चूर्णासह मिसळून घ्यावी. वरील आजारात आराम होतो.

खाकस, धने, बदाम, खडीसाखर आणि माझ्या बिया यांचं चूर्ण वेगवेगळे तयार करून काचेच्या बरणीत सुरक्षितपणे ठेवून हे मिश्रण सर्व मिळून १-२ चमचे (छोटा चमचा ७ ते १० ग्रॅम) रात्री घ्यावं. वरून कोमट पाणी किंवा दूध घेतलं तरी चालतं. यामुळं मेंदूचा ताण नष्ट होऊन शांत झोप लागण्यास मदत होते. लहान मुलं तथा उच्च शिक्षण घेणाऱ्यांसाठी हे मिश्रण बुद्धीवर्धनाचं कार्य करतं. याशिवाय माझे अनेक उपयोग आहेत.

नागफणी : अननस यांना विनंती, त्यांनी कृपया दरबारात यावं.

अननस : महाराजाधिराजांना उदंड आयुष्य लाभो, ह्या शुभकामनेसह महाराज माझं नाव अननस. मला इंग्रजी भाषेत 'पाईनॲपल' म्हणतात. वरून काटे असलेला मी उष्ण वातावरणात वाढतो. माझ्या फळाच्या सेवनानं हाडं मजबूत होतात; याशिवाय त्वचेचा रंग उजळतो, पचनशक्तीत सुधारणा होते. ब तथा क जीवनसत्त्वांसह ताम्र, फोलेट, मँगनीज, पोटॅशियम, थीयामिन, नियासिन आदी पोषक द्रव्यांनी मी युक्त आहे. दररोज ५० ते ६० ग्रॅम माझ्या गराचं सेवन हे हाडं मजबूत करण्यासह माझ्यात असलेल्या संपत्तीपैकी माझ्यातल्या 'ब्रोमलेन' नावाच्या या रसायनामुळं पचनक्रिया सुधारण्यास मदत होते. माझ्यातल्या पोटॅशियम सायट्रेट या रसायनामुळं शरीरातली सोडियमची मात्रा कमी करून उच्च रक्तदाब (हायपरटेंशन) नियंत्रणात ठेवण्यास मदत करतो.

माझ्यातल्या अ या जीवनसत्त्वामुळं डोळ्यांचं आरोग्य उत्तम राहतं. वाढत्या वयातल्या सर्व प्रौढ एवं वृद्ध लोकांनी यासाठी माझं सेवन करावं. माझ्यात काही खास अशी पोषक द्रव्यं आहेत जी रक्ताच्या गाठी होऊ देत नाही. ज्यांना गोड पदार्थ आवडतात आणि वजन वाढतं अशांनी तर अगत्य करून माझं सेवन करावं. माझ्यात तंतू म्हणजे फायबर प्रचुर मात्रेत आहे. म्हणून पचन सुधारून मलनिस्सारण सुलभ होतं. ज्या लोकांना भोजनोपरांत छातीत जळजळ होतं, त्यांनी माझ्या रसाचं सेवन करावं. माझ्या गरात माझे काही काटे राहिले आणि गर जास्त खाल्ला गेल्यास पोटदुखीसह घशाचा त्रास होऊ शकतो.

शरीराला कुठं मुकामार किंवा शरीरावरची न बसणारी जखम बरी होण्यासाठी माझा नियमित वापर करावा. आतड्यांना जर आतून सूज आली असेल, तर (कोलायटीस) माझ्या सेवनानं कमी होण्यास मदत होते. हिरड्यांना सूज आली असेल आणि त्यातून

रक्त येत असल्यास माझं सेवन अवश्य करावं, लाभ होतो. रोगप्रतिकारक शक्तीसह माझा मधुर रस घशाची खवखव बंद करतो. सांधेदुखी एवं 'ओस्टिओपोरोसिस' या रोगातही मी लाभकारी आहे. माझ्यातलं 'ब्रोमलेन' हे रसायन कोलन तसंच प्रोस्टेड ग्रंथीच्या कर्करोगापासून वाचवण्यास मदत करतं. म्हणून सर्व वयातल्या तथा विशेषतः उतारवयातल्या पुरुषांसाठी मी संजीवनीचं कार्य करतो. तसेच माझ्यामुळं जमिनीची उर्वरकता नष्ट होते.

नागफणी : माझी विनंती की, शंखपुष्पी यांनी राजदरबारात यावं.

शंखपुष्पी : महाराजांचा विजय असो! महाराज, मी शंखपुष्पी. मलासुद्धा नाम बाहुल्य आहे. क्षिरपुष्पी, मांगल्यकुसुमा तर मराठी भाषेत कुणी मला 'संखवेल' म्हणतात. गुण स्निग्ध, रस तिक्त, विपाक मधुर. मी बुद्धी तथा स्मृतीचं वर्धन करणारी असून मनोविकाराचा नाश करणारी आहे. मी आत्मविश्वास वाढवणारी सर्वांची लाडकी वनस्पती. योग्य वेळ योग्य प्रमाण, वैद्यांचा योग्य सल्ला यामुळं मी सर्वांना अमृतानुभवाचा लाभ देऊ शकते. अशी मी शंखपुष्पी.

पिंपळ : महाराज, एक विनंती आहे.

वटवृक्ष : अगदी उत्तम मुलाखती सुरू असताना असं अचानक काय?

जाई, जुई, चमेली : आपला निवडुंग प्रजातीमधला नागफणीसुद्धा काही बोलू इच्छितो. तो द्वारपाल आहे, म्हणून काय त्याला बोलायचा अधिकार नाही?

वटवृक्ष : दुसऱ्या पहारेकऱ्याकरवी त्याला दरबारात बोलावण्यात यावं.

पिंपळ : निवडुंग, नागफणीला दरबारात बोलवा.

निवडुंग : आज्ञा, महाराज. नागफणी, कृपया दरबारात यावं, ही विनंती.

नागफणी : महाराजाधिराजांना आम्हा सर्वांचं आयुष्य लाभो, ही ईशचरणी प्रार्थना. महाराज, मी नागफणी. माझा जन्म निवडुंग प्रजातीमध्ये झालेला असून निवडुंगातल्या कित्येक प्रजाती तर अशा की वाळवंटात कुणी पाण्याविना तडफडून मृत्यूला प्राप्त होत असल्यास तिथल्या कित्येक (कॅक्टस) निवडुंग प्रजातींना कापून तहान भागविली जाते. मी स्वतः विदर्भात नागफणी म्हणून प्रसिद्ध असून नागपूरचा प्रथम सिमेंट रोड, शंकरनगर चौक इथं माझं खूप मोठं जंगल होतं. मला जी फळं लागतात ती माझ्या पानावरच लागतात. पानाला खूप मोठ मोठे काटे असतात. फळांचा रंग पिकल्यावर लाल असतो.

मला इंग्रजी भाषेत 'प्रिक्ली पिनर' आणि 'कॅक्टस फ्रुट' या नावानं ओळखतात. आमचे म्हणजे माझे उद्धारकर्ता श्रीमान विजय हातवानी यांनी माझ्यावर सखोल असं संशोधन केलं असता, त्यांना माझी उपयुक्तता कळली. त्यांनी माझी फळं काढून त्याचा रस तयार केला आणि लोकांना औषध म्हणून देण्यास सुरुवात केली.

माझा रस हिमोग्लोबिनची मात्रा लवकर वाढवण्यास मदत करतो. काही तर म्हणतात की, माझ्या रसाद्वारे खोकल्यावरसुद्धा इलाज करता येतो; परंतु मी जंगली कॅक्टस म्हणजे निवडुंग. बंजर जमिनीवर वाढणारी आदिवासी प्रजाती. तुम्ही मला पदरी घेऊन राजदरबारात द्वारपाल म्हणून ठेवलं, यासाठी मी महाराजांसह प्रधानजींचा अत्यंत ऋणी आहे. मला दरबारात बोलण्याची संधी दिली, त्यासाठी आडदांड वगैरे म्हणून संभावना करणाऱ्या जाई, जुई, चमेली तुमचेसुद्धा अनंत आभार आणि हो, वैद्यांच्या सल्ल्याशिवाय माझाही प्रयोग करू नये.

जाई, जुई, चमेली : सर्व वनस्पती प्रजातींनो, गमतीनं काही बोलून गेले त्यासाठी आम्हा सर्वांना माफ करावं; परंतु माझी विनंती आहे की, महाराज आम्हाला थोडं बोलायचं आहे.

वटवृक्ष : आता काय? काही नवीन सांगणार असाल, तर परवानगी आहे.

जुई : होय महाराज. एका आगळ्या वेगळ्या बटाट्याविषयी बोलायचं होतं. सोबतच एक भाजी हॉपशूट, काळा गहू, इसबगोल, तंबाखू आणि अहाळीव यांच्याविषयी बोलायचं आहे.

पिंपळ : हा बटाटा, यात काय नवीन. हा तर काळा, पिवळा, निळा, लाल सगळाच आटोपला हा असा कोणता? त्यात हा इसबगोल हॉपशूट हे काय?

वटवृक्ष : प्रधानजी, बोलू द्या त्यांना. जुई या. बोला लवकर.

जुई : जाई, चमेली तुम्हाला धन्यवाद. महाराज, मी ज्याच्याविषयी बोलते, तो बटाटा सामान्य नाही. युरोपियन लोकांनी 'सैतानाचं फळ' म्हणून यांचा अपमान केला होता; परंतु या बटाट्यानंच दुष्काळात युरोपियन लोकांना जगवलं, हा इतिहास आहे. मात्र त्या जागी जर का हा बटाटा असता, तर मात्र काही खरं नव्हतं. कारण हा बटाटा न खाताच सगळे उपवासानं मेले असते.

वटवृक्ष : न खाताच मेले असते याचा अर्थ?

जुई : महाराज, हा बटाटा इतका महागडा की गर्भश्रीमंत व्यक्तीसुद्धा याला घेताना क्षणभर विचार करेल. याची सरासरी प्रतिकिलो किंमत भारतीय रुपयात ४५ ते ५० हजार रूपये असेल. या बटाट्याच्या वाणाचं नाव 'ला बोन्नोट्टे' असं आहे. याच्या उत्पादनाचं प्रमुख ठिकाण 'फ्रेंच बेट इले दे नोईर मोटेर' हे होय. त्याला बोलावू महाराज सभेत?

वटवृक्ष : बोलव त्यांना.

नागफणी : ला बोन्नोट्टे यांनी दरबारात यावं, ही विनंती.

ला बोन्नोट्टे : महाराजाधिराज महाराज वटवृक्ष, प्रधानजी पिंपळ, समस्त वनस्पती तथा जाई, जुई, चमेली या सर्वांचे आभार आणि प्रणाम! मी ला बोन्नोट्टे एक आगळा वेगळा दुर्मीळ असा बटाटा. माझी चव जात्यात म्हणजे निसर्गतःच थोडी खारट असते. माझी

लागवड रेतीमिश्रित जमिनीत केली जाते. जशी खरबूज, कलिंगड यांची होते. माझ्यासाठी समुद्री शेवाळ हे उत्तम खत.

'जागतिक मीडिया कंपनी कोंडे नष्ट ट्रॅव्हल' यांनी जगातल्या अत्यंत किमती अशा पाच भाज्यांमध्ये माझा समावेश करवला. माझी गणना ही दुर्मीळ प्रजातीत केली जाते. मी बाजारात आल्यावर केवळ दहा दिवसच बाजारात माझा मुक्काम असतो. माझं पीक हे लागवडीपासून तीन महिन्यात परिपक्व होतं. माझी पेरणी सहसा इंग्रजी माह फेब्रुवारीमध्ये करून काढणीचा हंगाम हा मे महिना असतो. सलाड, प्युरी, क्रीम तथा सूप तयार करण्यासाठी माझा उपयोग केला जातो. सर्वसामान्य लोकांसाठी मी एक दिवास्वप्न होय.

पिंपळ : काय राव तुम्ही. अतिश्रीमंतच तुमचा वापर करू शकतात. स्वप्नात जात जा की खाणारांच्या.

जुई : माझ्या श्रीमंत पाहुण्यांना असं बोललेलं मला नाही खपायचं, बरं का. प्रधानजींना सांगा महाराज.

वटवृक्ष : ते हॉपशूट की काय त्यांना बोलवा.

नागफणी : आज्ञा, महाराज. हॉपशूट यांनी कृपया दरबारात यावं, ही विनंती.

हॉपशूट : मी एक अत्यंत किमती भाजी असून माझं नाव 'हॉपशूट'. माझ्यात एक अप्रतिम असा सुगंध असतो. सोबत असते आकर्षक अशी आंबटसर चव. माझ्या फुलांचा उपयोग मुख्यत: बिअरची चव वाढवण्यासाठी केला जातो. या व्यतिरिक्त महाग असले, तरी पण दैनंदिन वापरातली भाजी म्हणून माझा उपयोग अतिश्रीमंत लोक आवर्जून करतात. जगाच्या विविध भागात माझं वास्तव्य आहे. खवय्येगिरीमध्ये युरोपियनांचा क्रमांक एक. त्यांची मी प्रिय भाजी होय. माझी किंमत भारतीय रुपयात सरासरी ८० ते ९० हजार रूपये प्रतिकिलो असावी.

त्वचेतली दाहकता, फ्री रॅडिकल्सबरोबर लढण्यासाठी मी उपयुक्त असून 'नॅशनल लायब्ररी ऑफ मेडिसीन'च्या अहवालानुसार चिंता म्हणजे स्ट्रेस तथा ज्यांना निद्रानाशाची बाधा आहे, ज्यांना झोप अत्यंत कमी प्रमाणात येते, त्यांच्यासाठी मी एक संजीवनी. मी अँटिबॅक्टेरियल गुणाने युक्त, सबब गॅस्ट्रिक तथा पेप्टिक अल्सर असणाऱ्यांसाठी माझं सेवन आरोग्यदायी होय. माझ्याद्वारे एक तेलनिर्मिती केली जाते, ते वेदनाहारक तथा हृदयविकार निवारक असून सर्वांसाठी लाभकारी; परंतु महाराज, माझी मलाच लाज वाटते. अत्यंत महागडी, सर्वसामान्यांनी घेणं दूरच, माझंतर दर्शनसुद्धा दुर्लभ आहे. माफ करा. माझ्यानंतर काळा गहू यांनी दरबारात यावं, ही विनंती.

काळा गहू : जगातल्या सर्वसामान्यांचा आहार म्हणून माझी ख्याती आहे. माझ्या काही पारंपरिक वाणाचा, जसं हावरा आणि बन्सी जे कालबाह्य झालेत, त्या जातींचीही पानशेत

या कोरडवाहू पॅटर्नद्वारे क्रांती घडवून आणली. त्याचा उल्लेख मागच्या पर्वात आहेच. राजस्थान, मध्यप्रदेश तथा आज पंजाब प्रांतात माझ्या रंगीत वाणाच्या लागवडीचे प्रयोग करण्यात आले. त्या प्रयोगाचंच फळ म्हणजे मी 'काळा गहू' होय. महाराजाधिराज वटवृक्ष, प्रधानजी पिंपळ एवं समस्त वृक्ष वनस्पतींना माझा विनम्र प्रणाम! महाराज, मी काळा गहू.

'राष्ट्रीय (जैव) कृषी अन्न जैवतंत्रज्ञान' या संस्थेद्वारे माझं काळं वाण विकसित करण्यात यश प्राप्त केले. सर्वसामान्य गव्हाच्या तुलनेत माझी किंमत थोडी जास्त असते. बाजारात प्रचुर मात्रेत उपलब्धतेसाठी सर्वसामान्यांना थोडी वाट बघावी लागेल. सर्वसामान्य गव्हाच्या मानानं माझ्यात अन्य प्रथिनांबरोबर मॅग्नेशियम, तंतू (फायबर), फॉस्फरस, सेलेनियम, झिंक जे शरीराला आवश्यक असतं. कॅल्शियम जे हाडांसाठी पोषक असून लोहामुळं रक्ताल्पता दूर होते. पोटॅशियमच्या प्रचुरतेमुळं शरीरस्वास्थ उत्तम राहतं. फॉस्फरस हे हृदयाचं रक्षण करतं, तर माझ्यात शर्करा ही अत्यंत नगण्य म्हणून मधुमेहींसाठी मी वरदान ठरतो.

हिवाळा सुरू असताना माझं सेवन आवर्जून करावं. माझ्यातल्या तंतूची प्रचुरता पचनक्रिया सुधारून पोटाच्या कर्करोगापासून बचाव करते. ज्यांना बद्धकोष्ठ आहे. म्हणजे पोट साफ होत नसेल तर माझं सेवन करणं उत्तम होय. पोटाच्या कर्करोगापासूनसुद्धा माझ्या सेवनानं संरक्षण मिळतं. माझ्यानंतर इसबगोल यांनी राजदरबारात यावं, ही विनंती.

इसबगोल : महाराजाधिराज प्रधानजी तथा समस्त वनस्पती महावृक्षादींना माझी मानवंदना. महाराज, मला इसबगोल असं म्हणतात. ऐकिवात आहे की, मानवात होणाऱ्या एका चर्मरोगाचं नावसुद्धा 'इसब' आहे, असं वाटतं; परंतु माझा त्याच्याशी काहीही संबंध नाही हं. उगीच गैरसमज करून घेऊ नका. रब्बीच्या हंगामात घेतलं जाणारं कमी दिवसांचं पीक. माझ्या झाडाचं वैशिष्ट्य हे की मला बुंधा नसतो, तर मी सरसकट पर्णांनी भरलेली असते. पर्णांची लांबी साधारणपणे १० ते १५ सेमी लांब; परंतु चिंचोळी अशी असतात. हुबेहूब गव्हाच्या ओंबीसारख्याच ओंब्या माझ्या झाडावर लागतात. त्यात फिक्कट गुलाबीसर रंगाचं बी असतं. त्या बारीक बिया दळण्यासाठी विशेष चक्की तथा जात्याचा वापर करावा लागतो. दुसऱ्या आणि तिसऱ्या दळणातल्या भुशीचा वापर हा उत्तम मानला जातो. त्याचा वापर औषधीद्रव्यात केला जातो. 'इरान' या देशासह भारतातल्या पंजाब, कर्नाटक, बंगाल आदी राज्यात माझं उत्पादन घेतलं जातं. माझा उपयोग एक सौम्य रेचक म्हणून करण्यात येतो. बद्धकोष्ठता, धातूरोग, रक्तदाब, ज्वर, ताप, प्रमेहादी रोगात माझा उपयोग सातत्यानं होतो. मात्र प्रत्येक उपाय करताना वैद्यकीय सल्ला अवश्य घ्यावा.

माझी शेतात लावणी करायची असल्यास जीआय-१, जीआय-२ यातल्या निहारिक या वाणाची निवड करावी; परंतु पुढं तर माझ्या अनेक सुधारित जाती लावणीसाठी येऊ

शकतात. पेरणीनंतर किमान पन्नास ते साठ दिवसात माझ्यावर फुलं येतात. १२० दिवस म्हणजे किमान चार महिन्यात माझं पीक काढणीला येतं. काढणीच्या ओळखीसाठी औंबी दाबताच बी बाहेर पडते, तोच माझ्या काढणीचा संकेत होय. एक हेक्टरी अंदाजे नऊ ते दहा क्विंटल बियाण्याची उपज होते. बिया दळल्यानंतर तीस प्रतिशत भुशी निघते; सत्तर प्रतिशत उर्वरित भाग जनावरांच्या चाऱ्यासाठी वापरला जातो. जगात आजही एवढ्या वनस्पती आहेत की, ज्यांचा शोध लावता लावता मानवातल्या हयात शास्त्रज्ञांच्या शेकडो पिढ्या खर्ची पडतील.

नागफणी : कृपया तंबाखू यांनी राजसभेत यावं, ही विनंती.

तंबाखू : महाराजाधिराज वटवृक्ष, प्रधानजी पिंपळ एवं समस्त वनस्पतींनो, आपणास माझा नम्र प्रणाम! महाराज, मी तंबाखू. मानवात कर्करोगाचं तेही मुखकर्करोगाचे भयावह प्रकार पाहिल्यावर मला माझ्या उपस्थितीविषयी आत्मग्लानी तथा आत्मक्लेश होतो. प्राचीन काळापासूनच मानव नशा करण्याची सवय बाळगून आहे. नशेसाठी माझा विविधांगानं उपयोग होऊ लागला.

आज वर्तमानयुग संगणकांवर सराईतपणे बोटं फिरवून जगाची क्षणात माहिती मिळवणारा हा अतिप्रगत मानव. या सर्वांना माझ्यातल्या अवगुणांची विस्तृत कल्पना आणि माहिती असूनदेखील तो माझं सेवन टाळत नाही. माझ्या सेवनाद्वारे होणारा कर्करोग. त्या आजाराच्या प्राणांतिक वेदनांना पत्करून मानव माझा त्याग करायला तयार नाही का? या बाबतीत मानसशास्त्रज्ञांनी गहन अध्ययन करावं, असं मला सातत्यानं वाटतं.

काही औषधीद्रव्यांमध्ये माझा वापर कदाचित होतही असावा; परंतु नशेड्या लोकांनी मला पुरतेपणी बदनाम करून सोडलं. मी एक उपद्रवी वनस्पती! तसं असतं तर ईश्वरानं मला तथा अन्य महाविषारी वनस्पतींना निर्माणच का केलं असतं? या मागं ईश्वराचा काही हेतू असावा. बिडी, सिगारेट, चिलीमीची तंबाखू, गुडगुडीची तंबाखू, चिरूटची तंबाखू, धूर रूपात तर चुना आणि माझ्या पर्णांना एकत्र मळून त्याचं ओठात किंवा विड्याच्या पानात केलं जाणारं सेवन. आज 'खर्रा' या वस्तूनं आपलं भयानक प्रस्थ माजवून गल्लीबोळात याची विक्री होते. याशिवाय मागील ३०-५० वर्षांपूर्वीची १२० सुगंधी तंबाखू, ३०० सुगंधी तंबाखू याशिवाय किमाम, जर्दा, तुफान, जाफरानी असल्या तंबाखूंची निर्मिती अविरत केली गेली.

महाराष्ट्रात निसर्गतः माझे तीन प्रकार मला माहीत आहेत. एक - वांग्या तंबाखू. दुसरा- पंढरपूरी, तिसरा- मोतीया. भारतावर मुस्लीम आणि इंग्रजी सत्ता असताना तसंच स्वातंत्र्यानंतरही कित्येक वर्षं गाव खारीमध्ये तंबाखूची लागवड सातत्यानं होत असे. आता मात्र परवाना घ्यावा लागतो.

इंग्रजी भाषेतला मी 'टोबॅको' तर तामिळ भाषेत मला 'पुकेईलै' असं म्हणतात. माझी विनंती आहे की, मला तज्ज्ञजनाच्या शोधापुरताच जिवंत ठेवा आणि माझा गैरवापर सर्वथा टाळा. माझ्या वाईट व्यसनापासून भविष्यात पिढी कशी दूर येईल, याचा सर्व समाजमाध्यमांसह प्राथमिक शाळा, कॉलेजमध्ये याच्या दुष्परिणामांची कल्पना देऊन त्यांचं भयावह चित्र जी मुखरोगाच्या कॅन्सरशी संबंधित आहेत, ती सर्व मुलामुलींना तसंच सामान्य मजूर, प्रशासकीय कार्यालयात दाखवावी. जेणेकरून लोक माझ्या व्यसनापासून परावृत्त होतील. हा माझा या बाबतीत महत्त्वाचा संदेश. यानंतर अहाळीव यांनी सभेत यावं, ही विनंती.

अहाळीव : महाराजाधिराज वटवृक्ष तथा प्रधानजींसह समस्त वनस्पतींनो, माझा नम्र प्रणाम! महाराज, मी अहाळीव. बऱ्याच लोकांना माझी ओळख नसावी. साधारणपणे कुणाकडे बाळंतपण झालं की माझी आठवण होते. बाळंतिणीला बाळंत रोगापासून, तसंच वात या रोगांपासून वाचवण्याचं सामर्थ्य माझ्यात आहे. माझी तासीर उष्ण. हाडं मजबूत करणारी मी वनस्पती. शरीराला आवश्यक उष्मा प्रदान करून बाळंतपणात झालेली शरीराची झीज भरून काढण्यास मदत करतो.

माझ्या बियांचे लाडूसुद्धा करून खाल्ले जातात तथा कित्येक लोक या लाडवाचा व्यापार, व्यवसायसुद्धा करताना आढळतात. विशेषत: हिवाळा या ऋतूत धातूपुष्टतेसाठी तथा स्त्रियांना ऊर्जेसाठी; तसंच सर्वसामान्यांना ज्यात स्त्री-पुरुष, खेळणारी मुलं या सर्वांना अस्थीच्या मजबुतीसाठी माझा उपयोग होतो. याशिवाय अपघातात हाडांना इजा झाल्यास ते लवकर जुळण्यासाठीसुद्धा माझा उपयोग होतो. मी एक नैसर्गिक कॅल्शियमाचा स्रोत असून सबब माझा उपयोग सर्वांनी सातत्यानं करावा.

माझा आकार हा मध्यम आकाराच्या मोहरीच्या बियांएवढा असतो. माझी बी किंचित लांबोळी एक ते दीड मिलीमीटर आकाराची, काळपट पिवळ्या रंगाची असते. माझ्या बिया पाण्यात उकळून त्यात दूध, साखर घालून खीर रूपातसुद्धा संबंधिताला देण्यात येतात. नवीन पिढीत माझा सातत्यानं प्रचार करावा आणि माझ्यावर सूक्ष्म अशी संशोधनं करून माझ्यातले पुढं न आलेले सुप्त गुण शोधून काढावेत. जेणेकरून मी अजून लोकोपयोगी होईल. तथा मला उत्तम मानवी सेवेचा लाभ मिळेल. उन्हाळ्यात माझं सेवन टाळावं. केल्यास अत्यल्प करावं. वैद्यकीय सल्ला अवश्य घ्यावा. प्रदीर्घ काळ आम्ही मधेच आल्यानं ब्राह्मी यांना ताटकळत थांबावं लागलं, यासाठी क्षमा मागतो. ब्राह्मी यांनी राजदरबारात यावं, ही विनंती.

ब्राह्मी : महाराजाधिराजांचा विजय असो! महाराज, मला ब्राह्मी असं म्हणतात. मी गुणाने लघु, रस तिक्त, विपाक कटू आहे. मी बुद्धिवर्धक, मनोविकार (उन्माद) यावर गुणकारी

निद्रानाश दूर करणारी, अतिचंचलता कमी करणारी म्हणजे ज्यांच्या जन्मपत्रिकेत चंद्र या ग्रहाचा दोष असतो, त्याचा परिहार करते. उत्साहाचं वर्धन करून मेंदूला बळ देणारी असल्यानं मला अनेक औषधांमध्ये वापरलं जातं. शिवाय मी स्वत:सुद्धा एक परिपूर्ण औषधी वनस्पती असल्यानं मला एकटीलासुद्धा औषध म्हणून वापरता येतं. शरीराच्या आतली सूज कमी करण्याबरोबरच रक्तप्रवाहाला चालणा देणारी तसंच पित्त विकाराला आळा घालणारी मी एक दिव्यौषधी.

माझा उपयोग करण्यापूर्वी प्रशिक्षित वैद्यांचा सल्ला अवश्य घ्यावा. कोणतीही जोखीम असलेली औषधी वनस्पती स्वयंम घेऊ नये. ज्या हार्मोन्समुळं शरीरात तणाव निर्माण होतो, ते हार्मोन्स कोर्टिसोल कमी करण्याचं कार्यसुद्धा मी करते. याशिवाय एकाग्रता वाढवून मेंदू स्थिर आणि शांत ठेवण्यासाठी, मन:शांतीसाठी साहाय्यक ठरते.

नागफणी : मनुका म्हणजे मोठ्या द्राक्षाचा सुकामेवा यांनी राजसभेत यावं.

मनुका : महाराजाधिराज वटवृक्ष महाराजांचा जयजयकार! महाराज, मी मनुका. द्राक्षवेलीची लेकरू. म्हणजे मुळात मी द्राक्षच; परंतु हीच द्राक्ष विशिष्ट पद्धतीनं सुकवून ती साठवली जातात. यालाच सुकामेवा म्हणतात. माझी माता द्राक्षवेलीचे ते सर्वगुण आमच्यात उतरलेले आहेत. त्याशिवाय अतिरिक्त गुणवैशिष्ट्यं जी माझ्यात आहेत, त्याची माहिती देत आहे. मी मोठ्या द्राक्षांचा म्हणून मनुका, तर लहाण बीजरहित (सीडलेस) द्राक्षांचा किसमिस; तसंच त्याला 'बेदाणा' असंही संबोधलं जातं.

औषधी शास्त्रात मला खूप महत्त्व असून मी रोगांपासून वाचवणारा म्हणून इंग्रजीमध्ये त्याला अँटिऑक्सिडंट्स असं म्हणतात. मुक्त रॅडिकल्सपासून संरक्षण देण्यासह मी कर्करोग (कँसर) थांबवण्यासाठी मदत करतो. मला पाण्यात भिजत घालून (रात्रभर) ते पाणी प्यायल्यास रक्तशुद्धी होते. तव्यावर हलकंसं (लोखंडी तवा) भाजून ८ ते १० दाणे सेवन केल्यानं पोट साफ होण्यास मदत होते, तसंच शरीरातली जास्तीची उष्णतासुद्धा कमी होते. माझं सेवन हृदयासाठी तथा अनावश्यक कोलेस्टेरॉलची उत्पती थांबवण्यास मदत करण्यासह हृदयघाताचा धोका कमी करतो. माझं पाणी आम्लपित्त निवारक आहे, हे पाणी यकृतातल्या हानिकारक विषाचं निरसन करून ते घाम तथा लघवी आणि मलाद्वारे बाहेर काढण्यास मदत करते.

माझं पाणी काही खास रोगासाठी कसं निर्माण करावं, ती विधी पुढीलप्रमाणे - दोन कप पाणी किमान ५० ग्रॅम मनुका. त्या पाण्याला उकळी येऊ द्यावी. मगच भांड्यात मनुके घालावेत. पाणी उतरवून रात्रभर ठेवावेत आणि गाळून सकाळी घ्यावेत. ही विधी काहीही न खाता करावी. सात, चौदा, एकवीस अशा तऱ्हेनं माझ्या पाण्याचा वापर केल्यास जुना पित्तविकार दूर होतो. मुरूम, पुटकुळ्या म्हणजे तारुण्यपीटिका. या आजारात माझा असा

उपयोग केल्यास त्यावर मात करता येते. विदर्भ, महाराष्ट्रात पुरणपोळी हा पदार्थ प्रचलित आहे आणि तो पचायलाही जड असतो. अशा वेळी चणाडाळीचं पुरण शिजवताना त्या डाळीत माझ्या आतल्या बिया काढून शिजवावं. यामुळं पुरण पचायला हलकं होतं. विशेषत: वयोवृद्ध लोकांसाठी उत्तम.

नागफणी : जटामांसी यांना सभेत येण्याची विनंती करतो.

जटामांसी : महाराजांना उदंड आयुष्य लाभो, या शुभकामनेसह सर्व वनस्पतींना माझा नमस्कार. महाराज माझं नाव 'जटामांसी'. मलासुद्धा काही नावं आहेत. ती अशी, भूतजटा, तपस्विनी, सुलोमशा, नलंदा. मी गुणाने लघु स्निग्ध, रस तिक्त, किंचित मधुर, विपाक कटू आहे. मी जटेप्रमाणे दिसते, म्हणून मला 'जटामांसी' म्हणतात. पित्तविकारात माझा वाटा फार मोठा. याशिवाय मेंदूच्या संबंधित विकारांवर विशेष गुणकारी आहे. माझा अनेक औषधांमध्ये उपयोग होतो. तसं बघता मी अँटिट्रेस हर्ब वनस्पती म्हणून सर्वथा परिचित आहे. माझ्या मुळांचा औषधीद्रव्यात वापर केला जातो. मेंदूला पूर्ण शक्ती तथा विषमुक्ती (टॉक्सिन फ्री) देण्याकरता; तसंच मेंदूत जमा झालेली बुरशी (फंगस) दूर करण्यासाठीही माझी मदत होते.

नागफणी : मी करडई या तेल वनस्पतीला आमंत्रित करतो.

करडई : मी लोकप्रिय तेलवर्गीय वनस्पती. महाराजांचा विजय असो! महाराज, माझं नाव करडई. महाराष्ट्रात माझा मान तिळासारखा; परंतु संक्रातीत माझे लाडू होत नाहीत, हे माझं दु:ख आहे. माझ्या बियांची चटणी जेवणात मोठ्या आवडीनं खाल्ली जाते. माझी चव थोडी तुरट गोडसर अशी असते. पश्चिम महाराष्ट्रात नित्याच्या जेवणात माझ्या तेलाचा भरपूर वापर होत असे. मात्र, माझ्या बोंडाच्या काटेरीपणामुळं माझा पेरा कमी होऊन उत्पादनात घट झाली, असं मला तरी वाटतं. माझ्या तेलाचा स्वयंपाकातल्या नित्य वापरामुळं वसा म्हणजे शरीरातली चरबी कमी करण्यास मदत होते. माझ्या तेलाच्या वापरामुळं आरोग्यवर्धन होतं. माझ्या बियांमध्ये असलेल्या असंपृक्त म्हणजे ओमेगा-६ या प्रॉपर्टीजमुळं रक्ताभिसरण क्रिया सुलभ होते. रक्तवाहिन्या आतून आवळल्या जात नाहीत.

माझ्या तेलात व्हिटॅमिन ई शिवायही अनेक पोषक द्रव्यं आहेत. आहारशास्त्राप्रमाणं माझं ३० ग्रॅम तेल शरीरातल्या आवश्यक खनिजांची पूर्ती करण्यास सक्षम आहे. माझी पर्णं स्वच्छ धुऊन त्यांना बारीक करून घट्टसर गोळा (लगदा) तयार करून ती पेस्ट पायाच्या तळव्यावर चोळून हळूहळू मालीश करावी. मग ती पेस्ट १०-१५ मिनिटं तशीच पायाला लावून ठेवून पाय स्वच्छ धुवावेत. या उपचारामुळं तळपायाची जळजळ थांबते. हा उपाय दिवसातून दोन वेळा करावा. माझ्या तेल सेवनानं शरीरात रोगप्रतिकारक क्षमता म्हणजे

अँटिऑक्सिडंट्समुळं सर्व आजार दूरच राहतात.

नागफणी : कृपया छोटे सुकलेले द्राक्ष किसमिस यांनी दरबारात यावं.

किसमिस : महाराजांचं अभिनंदन! महाराज, मी द्राक्षवेलीचं अपत्य सुकामेवा, म्हणजे किसमिस. माझा मोठा भाऊ मनुका यांनी सभेत विस्तृत माहिती दिली. मी एवढंच सांगतो की, ज्या लोकांचा रक्तदाब हा अपेक्षाकृत कमी आहे, त्यांनी तो योग्य प्रमाणात राहावा म्हणून माझे २०-२५ बेदाणे रात्री भिजत घालून त्याचं पाणी सकाळी उपाशीपोटी घ्यावं. या उपायाद्वारे कमी रक्तदाबाचा त्रास बंद होण्यास मदत होते. याशिवाय केवळ भिजवलेले बेदाणे चावून खाणंसुद्धा उत्तम उपाय आहे.

नागफणी : मी कुटकी यांना आमंत्रित करत आहे.

कुटकी : महाराजाधिराज, पिंपळ प्रधानजींसह उपस्थित महावृक्ष सदैव अमर होवो! महाराज, मला कुटकी म्हणतात. माझी काही नावं कदुका, तिकता, कटुरोहिणी, काण्डरुहा, शतपर्वा, बाळकडू, काळी कुटकी आदी नावानं मला ओळखलं जातं. माझी चव खूप कडू. ताप कमी करणारी. माझा वापर कावीळ या आजारात, तसंच यकृताच्या रोगांमध्येही सातत्यानं केला जातो. माझ्यावर म्हणा अथवा अन्य औषधी वनस्पती जेवढी गहन संशोधनं केली जातात, तेवढी आम्हा वनस्पतींची उपयोग्यता वारंवार सिद्ध होते. मलातर असं वाटतं की, माझ्या प्रखर कटूपणामुळं पिकावरच्या किडीचा नाश करण्यासाठीसुद्धा मला पडताळून संशोधनं करायला हवीत. कदाचित किडीच्या बंदोबस्तासाठी भविष्यात काही मार्ग मिळू शकेल.

नागफणी : कॉफी या वनस्पतीला विनंती करतो की, त्यांनी सभेत यावं.

कॉफी : पहारेकरी, धन्यवाद! महाराजांना उदंड आयुष्य लाभो. प्रधानजी पिंपळ उत्कर्ष पावो ही इच्छा. महाराज, मला कॉफी म्हणतात. माझ्यात असलेल्या कॅफेनमुळंच कदाचित माझं नाव 'कॉफी' असावं. हे कॅफेन एक प्रकारचं हलकं (माईल्ड) विष (टॉक्सिन) असतं. हे अत्यंत कमी प्रमाणातलं हलकं विष शरीराला स्फूर्ती, चैतन्य तथा उत्साह देण्यासह थकावट तथा मनावरचा ताण, मरगळ दूर सारून ताजेतवाने करतो. माझ्या विषातला एक गुण असा की, ज्यांना कमी रक्तदाबाचा त्रास आहे, त्यांनी रोज सकाळी किमान एक कप माझं सेवन नियमानं करावे, समस्या दूर होते. सूचना अशी की, माझं सेवन करताना सोबत काही तरी खावं. निव्वळ माझं सेवन करणं हितावह नाही. उपाशीपोटी माझ्या सेवनामुळं आम्लपित्ताचा त्रास संभवतो. स्ट्राँग कॉफी, हॉट चॉकलेट तसंच कॅफिनयुक्त पदार्थांच्या सेवनानं रक्तदाब सामान्य होतो; परंतु माझा अतिरेक करू नये. याने उष्णता वाढून दुसरे काही आजार होऊ शकतात.

नागफणी : सारिवा उपाख्य खोबरवेल यांना सभेत आमंत्रित करतो.

सारिवा : महाराज, आपणास आदरपूर्वक नमस्कार! प्रत्यक्ष आपणाविषयी काही बोलावं, अशी माझी इच्छा आहे, तेव्हा आज्ञा असावी.

पिंपळ : तुम्ही अरण्यात त्यांच्या अंगाखांद्यावर बागडता, आश्रय घेता, तेव्हा उतरायी होण्यासाठी ही वेळ योग्य. तेव्हा मी महाराजांना विनंती करतो, की सारीवा यांना तुमच्याविषयी माहिती सांगण्याची अनुज्ञा मिळावी.

वटवृक्ष : हे मधेच काय काढलंत. माझी माहिती तर तुम्ही स्वत: सांगितली होती, तेवढी पुरे. ही खोबरवेल काय माझ्यावर विशेष संशोधन करून आलेली आहे?

सारिवा : महाराज, क्षमा असावी. तुमच्या सान्निध्यातच सावित्री ही सतीसावित्री म्हणून प्रसिद्ध झाली. आपण सर्व राहतो त्या धरेवर प्रदुषणानं उच्चांक गाठला. ऋतुचक्र बदलत चाललंय. त्यामुळं निसर्गाचं मूळ अस्तित्वच संपतं की काय, ही भीती आज सर्वांना वाटू लागली आहे. मानवानं आरंभलेला आंधळा विकासयज्ञ. या यज्ञाच्या अग्नीत आम्ही जळतो आहोत, नष्ट भ्रष्ट होत आहोत. सोबत विविध वृक्ष संपदा नष्ट होत आहे, आमची आश्रयस्थानं म्हणजे डोंगर, टेकड्या, ह्यांचाही नाश होत आहे. घराच्या गरजेसाठी वनं-उपवनं संपवली जात आहेत. यामुळंच निसर्गानं आपली वेळ बदलवून पृथ्वीवरच्या सर्व प्राणिमात्रांना अचंबित केलं. पावसाळा एक ते दीड माह उशिरा येतो. वाळवंटात गरमीऐवजी बर्फ पडतो. धो धो पाऊस पडतो. जिथं पावसाचं वर्षो दर्शन होत नसे, तिथं महापूराचं थैमान होतं, हे सगळं का होतं? आता तरी मानवानं स्वत:ला सुधारावं.

विंदा करंदीकरांनी एका कवितेत म्हटलं आहे की, 'मला वटवृक्ष हे गावातल्या पुराणपुरुषाप्रमाणं वाटतात. महाराज वटवृक्ष कितीही वृद्ध होवोत, ते तितकेच महत्त्वाचे वाटतात. त्यांच्यासाठी विंदाच्या चार ओळी पुढीलप्रमाणं - 'ऊन हिवाळ्यातल्या हळदीचे/किरीट घालते वृद्ध वडावर/मला वाटते तळ्यात पाहून/हात फिरवतो तो दाढीवर'. हे पशुपक्ष्यांचे आश्रयदाते, गर्द छाया देण्यासह किमान अनेक घरातल्या कार्बन डायऑक्साइडचं शोषन करून २०० मानवांना पुरेल एवढा प्राणवायू वातावरणात सतत सोडणारे म्हणजे आमचे महाराज वटवृक्ष. आपले महाराज वृक्षरूपात जिथं कुठं दाटीवाटीनं उपस्थित असतील, त्या ठिकाणी यांच्याकडे ८८०० टन भूमीगत जल स्वत:कडे दरवर्षीला ते आकर्षित करवतात. सबब जमिनीच्या पृष्ठभागात यांच्या आवतीभोवती जलाची कमतरता नसते. ध्वनी प्रदूषणाला कमी करण्याची शक्तीसुद्धा आमच्या महाराजांमध्ये प्रकर्षानं आहे.

बारीक महिमधूळ ज्याला इंग्रजी भाषेत 'मायक्रोडस्ट' असं म्हणतात. प्रतिदिन किमान ६८ किलो धूळ शोषून घेण्याचं सामर्थ्य त्यांच्यात आहे. एक मोटारगाडी २५,००० किमी प्रवास करताना ती डिझेल अथवा पेट्रोलजन्य पदार्थांच्या ज्वलनातून दूषित वायूरूपात शिसे

(लेड), जस्त, ॲल्युमिनियम यांचे अतिसूक्ष्म कण वातावरणात सोडतात, तेव्हा आपले वटवृक्ष महाराज हे! ते विष स्वत: शोषून घेऊन किमान १० किलो शुद्ध वायूचं वातावरणात उत्सर्जन करून मानव तथा प्राण्यांना जगवतात. यांची साल तथा पर्णद्वारे तोडून निघालेल्या दुधाच्या मालीशद्वारे साधारण वातासह कटीवाताच्या वेदना कमी होतात.

हे सगळं बघता असं वाटावं की, एखादा दाढीधारी ऋषीच जणू तपसाधनेत लीन होऊन जगदोद्धारासाठी कठोर तप साधना करत आहे. अत्याधुनिक युगातली किमान १० शीतवात यंत्रं म्हणजे एसी (एअर कंडीशनर) जेवढी थंड हवा देऊ शकरणार नाहीत, त्यापेक्षा किती तरी पटीनं आसमंतातला तथा परिसरातला उष्मा कमी करण्याचं सामर्थ्य एकटे वटवृक्ष करू शकतात. हवेतलं तापमान कमी करण्यासाठी आमचे वटवृक्ष महाराज म्हणजे शीत हवेचे निसर्गत: महत्त्वाचे स्त्रोत होय. हे कार्य ते जमिनीवर उभे आहेत, तोपर्यंत अविरतपणे करत असतात. चला, सगळे जण म्हणा - महाराजाधिराज, प्रदूषण संहारक, प्राणिमात्रांचे आश्रयदाते, महान वसुंधरापुत्र वटवृक्ष महाराज की जय!

दृश्य : सभेत वटवृक्ष महाराजांचा जयजयकार होतो आणि पुन्हा सभेत सारिवा उपाख्य खोबरवेलीचा आवाज ऐकू येताच सगळे शांत होतात.

पिंपळ : सारिवा, आम्हाला ही माहिती नव्हती. महाराजांविषयी इतकी महत्त्वाची पर्यावरणविषयक माहिती दिलीस यासाठी तुमचे धन्यवाद. तुमची स्वत:ची माहिती सांगा.

सारिवा : महाराजांना माझा प्रणाम! महाराज, मी सारिवा उपाख्य खोबरवेल. मला उत्पल सारिवा, गोपवल्ली, उपरसाल, उपळसरी, खोबरवेल या नावांनी ओळखतात. माझा गुण स्निग्ध, रस मधुर, किंचित तिखट विपाक मधुर; तसंच औषधीद्रव्यात माझी मुळं वापरली जातात. हिंदी भाषिक लोक मला 'अनंत मूळ' किंवा 'कपुरी' नावानं ओळखतात. मी थंड, शुक्रवर्धक, पित्त कमी करणारी, रोगप्रतिकारकता वाढवून शरीरात इम्यून पॉवर निर्माण करणारी आहे. माझी तासीर थंड असूनसुद्धा माझ्या सेवनानं कास, श्वास, मूत्रदाह, प्रदर तथा अन्य मूत्रविकार ठीक करण्यासह रक्तशुद्धी करणारी आहे. शरीरातली अतिरिक्त उष्णता कमी करणारी मी! तसंच माझा एकटीचाही औषधरूपानं उपयोग केला जातो. मधेच सभेत निवेदन दिलं, त्यासाठी क्षमस्व.

नागफणी : कृपया इंग्लिश आयव्ही प्लांट यांनी सभेत यावं.

इंग्लिश आयव्ही प्लांट : महाराजांचा जयजयकार! महाराज, मी इंग्लिश आयव्ही प्लांट. घरात सहज लावली जाऊ शकणारी साधी वनस्पती. बंद खोलीतली हवा शुद्ध करण्यासाठी सातत्यानं मदत करणारी. ज्या लोकांना दमा हा आजार आहे, त्यांनी मला आपल्या घरात लावून माझ्या सेवेचा लाभ घ्यावा. ज्यांना निद्रानाशाचा त्रास आहे, त्यांनी औषधी गोळ्या तथा ड्रग्ज घेण्याऐवजी घरातल्या कुंडीत माझी जोपासना करवून नैसर्गिक

झोपेचा आनंद घेऊन बघावा.

निवडुंग : विदारी यांना विनंती करतो, कृपया दरबारात यावं.

विदारी : महाराजाधिराजांसह प्रधानजी आणि समस्त वनस्पतींना उदंड आयुष्य लाभो! महाराज, माझं नाव विदारी. मला याशिवायही काही नावं आहेत. स्वादु कंद, इक्षुगंधा, कंद पलाश, भूमी कृष्माण्ड, बेंदर्या बेल, बिंदरी. मी कंदवर्गीय वनस्पती. (कृष्माण्ड म्हणजे कोहळा.) माझा कंद जमिनीतून काढल्यावर कोहळ्यासारखा दिसतो, म्हणून मला 'भूमी कृष्मांड' म्हणतात.

माझा गुण स्निग्ध, रस मधुर, विपाक मधुर माझ्या कंदाचा उपयोग विविध औषधांमध्ये केला जातो. माझं सेवन योग्य मात्रेत केल्यास नवप्रसवेला दुग्धवर्धन होऊन बाळाचं आरोग्य उत्तम राहतं. माझ्या कंदाचा दुधारू जनावरांसाठीसुद्धा उपयोग करतात. यामुळं दुग्धोत्पादन वाढवण्यास मदत होते. (शतावरीच्या मुळांप्रमाणं.) मी बळ देणारी, तारुण्याचा भर चिरकाल टिकवणारी असून मला अनेक औषधांमध्ये वापरलं जातं. मी स्वत:सुद्धा एक महत्त्वपूर्ण औषधी आहे.

निवडुंग : स्नेक प्लांट यांना विनंती, कृपया त्यांनी सभेत यावं.

स्नेक प्लांट : माझा वृक्ष छोटा असला, तरी मी बाहेरची तथा घरातली नायट्रोजन एवं प्रदूषित हवा शोषून घेण्याचं कार्य करतो. माझ्या छोट्या वृक्षाला झोपण्याच्या खोलीत कुंडीमध्ये लावता येतं. यामुळं शुद्ध हवा मिळण्यास मदत होते. माझं एक वैशिष्ट्य हे की, मी रात्री नायट्रोजन हा वायू शोषण्याचं कार्य करतो. त्या बदल्यात घरातल्या लोकांना नैसर्गिक रूपात प्राणवायू म्हणजे ऑक्सिजनचा पुरवठा करतो, म्हणूनच माझी सेवा घ्यावी, ही विनंती.

निवडुंग : माझी गोक्षुर यांना विनंती की, त्यांनी सभेत यावं.

गोक्षुर : प्रधानजींसह महाराजाधिराजांना वंदन करून माझा औषधी गुणधर्म सांगतो. महाराज, मला गोक्षुर असं म्हणतात. माझा जीवाभावाचा एक मित्र, त्याचं नाव आणि तो पुढं येईलच. त्याचं नाव 'गुग्गुळ'. त्याला देवधूप, उलूखल हीसुद्धा नावं आहेत. माझी काही नावं पुढीलप्रमाणं आहेत - खदंष्ट्रा, खादुकष्टक, त्रिकंटक, इंक्षुगांधिका तर हिंदी भाषिक मला 'गोखुर' असं म्हणतात. या नावात गाईचं खूर असा भास होऊन तुम्ही संभ्रमित होऊ नका. कारण गोदंती या वनस्पतीचा गायीच्या दाताशी कोणताही संबंध नसून ती एक वनस्पती; तसाच मित्रहो, मी 'गोक्षुर'. मला विदर्भातल्या खेड्यांमध्ये केवळ 'गोखरू' म्हणून ओळखतात.

माझ्या जंगली गोखरूची रोपं सर्वत्र आढळतात. मात्र औषधी उपयोगासाठी माझ्या उत्तम वाणाची शेतात लागवड करून औषधांसाठी मला वापरण्यात येतं. औषधं, काढे,

आसव तथा चूर्णांमध्ये माझं फळ तथा माझी मुळं यांचा वापर केला जातो. मला 'काटे गोखरू' असंही म्हणतात. शीतवीर्यकारक, विपाक मधुर, रस मधुर आहे. मूत्रासंबंधीच्या अनेक विकारांसह जननेंद्रियांचे विकार, सूज, मुतखडा असल्या आजारात माझा प्रयोग सातत्यानं करण्यात येतो; काढे, चूर्ण, अरिष्ट असा माझा अनेकविध वापर केला जातो.

निवडुंग : मी विनंती करतो, कृपया रबड (प्लांट) या वृक्षानं सभेत यावं.

रबड : महाराजांचा सदा विजय असो! सर्व वनस्पतींना माझा प्रणाम! महाराज, मी रबड. इथं मी घरातला प्लांट या रूपात आलो असलो, तरी पण सर्वसामान्यत: माझ्या मोठ्या प्रजातीद्वारे रबराचं उत्पादन घेतलं जातं, तोच मी रबड. माझ्या या छोट्या संकरित वृक्षाला घरात लावून किंवा कार्यालयात लावून हानिकारक ऑर्गेनिक कंपाउंड फॉर्मल्डिहाइड नष्ट करण्याची क्षमता माझ्यात असते. सोफा तथा घरातले झोपण्याचे बेड इथं ठेवून त्याद्वारे माझा हा छोटा वृक्ष घरात असलेल्या वातावरणातल्या तथा हवेतल्या विषारी कणांना शोषून घेऊ शकतो. त्यामुळं घरातलं वातावरण उत्तम राखण्यास मदत होते. मी सर्वत्र उपलब्ध असून सबब माझी घरात जोपासना करावी आणि शुद्ध हवेचा लाभ घ्यावा, ही विनंती.

निवडुंग : कृपया पुनर्नवा या वनस्पतीनं सभास्थानी यावं, ही विनंती.

पुनर्नवा : महाराजाधिराज प्रधानजींसह सर्व वनस्पतींनो, तुम्हा सर्वांना माझा प्रणाम! महाराज, माझं नाव 'पुनर्नवा'. माझी अन्य दोन नावं आहेत, शोथहनी, घेटुली. विपाक मधुर असून माझ्या मुळांसह बियांचा वापर औषधांमध्ये केला जातो. माझे दोन रंग. एक श्वेत. दुसरा लाल. रक्तवर्धन करण्यासह बळ प्रदान करण्यासाठी माझा उपयोग होतो. शरीरातल्या यकृताचं कार्य सुधारून पचन क्रिया सुधारण्याचं कार्य करतो. आम्लपित्ताचा त्रास घालवून मी मूत्रमार्ग मोकळा करण्याचंही कार्य करतो. मूत्रपिंडातले दोष निवारण्यासह मूत्र साफ करून दुरुस्त केलेल्या अवयवाला नवजीवन देण्याचं कार्य करणारा मी पुनर्नवा. मी कुण्या औषधी वनस्पतींसह त्यांच्यात मिसळून कार्य करतोच; शिवाय माझा एकट्याचाही औषधीरूपात उपयोग केला जातो.

माझ्या बाबतीत प्राचीन पौराणिक ग्रंथसंपदेत असंही सांगतात की, काविळीनं पीडित तथा पांडु रोगी बाधिताला जर का पुनर्नवा द्यावयाचा असेल किंवा माझ्याद्वारे औषधी योजना करावयाची असेल, तर माझ्या वृक्षाजवळ जाऊन मला आमंत्रित करावं. नंतरच माझी मुळं काढावीत. ती मुळं पांढऱ्या दोऱ्यामध्ये गाठून त्यांची माळ सदरहू रोग्याच्या गळ्यात व्यवस्थित बसेल अशा तऱ्हेनं ओवून घ्यावी. पुढं पुढं रोगी जस जसा रोगमुक्त होत जातो, तसं तशी ही माळ लांबत जाऊन नाभीपर्यंत आली की, काढून घेऊन तिचं विधिवत वाहत्या पाण्यात विसर्जन करावं.

निवडुंग : गूढ जंगलातल्या विचित्र तरुंची माहिती देणाऱ्यांनी सभेत येऊन दरबारात तत्संबंधीची माहिती द्यावी, ही विनंती.

जाई, जुई, चमेली : महाराज, आम्हा तिघींचा सर्व तरुवरांना सादर प्रणाम! आम्ही एका गूढ वनाची माहिती देणार आहोत. महाराज, आज्ञा असावी.

वटवृक्ष : सांगा. तिघींनाही आज्ञा आहे.

जाई, जुई, चमेली : पृथ्वीतलावर, रोमानिया इथं 'होई या बासिक' हे जंगल किमान सातशे एकरात पसरलेलं आहे. १९८० साली या गूढ जंगलात एका शेतकऱ्याची मुलगी हरवली होती. पुढं अनपेक्षित रीतीनं किमान पाच वर्षांनी ती घरी परत आली; परंतु त्या जंगलात पाच वर्षं ती कुठं होती, काय करत होती, हे तिला काहीच आठवत नव्हतं. काही दिवसातच तिचा मृत्यूही झाला. साल होतं १९६८. एका स्त्रीनं असा दावासुद्धा केला की, तिनं या जंगलावरच्या आकाशात एलियन्स पाहिले होते.

या वनाजवळ आलेल्या काही पर्यटकांनी असे दावे केलेत, ज्यावर विश्वास ठेवणंही शक्य नाही. हे जंगल 'ट्रांसिल्वेनिया' या प्रांतात क्लुज काउंटीमध्ये आहे. काही लोक तर या जंगलाचा उल्लेख करताना 'ट्रांसिल्वेनियाचा बर्म्युडा ट्रँगल' असं म्हणूनही करतात. विचित्र वाढलेली अशी आडवी आणि वाकडी झाडं दिवसा बघायलाही भीतीदायक वाटतात. काही स्थानिकांचं म्हणणं असं की, या जंगलाचा संबंध उडत्या तबकड्यांशी असून कदाचित इथं परग्रही म्हणजे एलीएन्स राहत असावेत. काही अपवाद वगळल्यास या जंगलात गेलेली व्यक्ती परत येत नाही. या जंगलाची चित्रकृती बघितल्यास सर्वांनाच याचा प्रत्यय यावा.

निवडुंग : स्वर्णक्षिरी या वनस्पतीनं कृपया दरबारात यावं.

स्वर्णक्षिरी : महाराजाधिराज महाराज तथा प्रधानजींसह सर्वांना सादर प्रणाम! महाराज, माझे नाव स्वर्णक्षिरी. मला संस्कृत भाषेत पीतदुग्धा, कटूपर्णी तथा मराठी भाषेत काटेधोत्रा असं म्हणतात. मला माझ्या हिंदीतल्या नावाबाबत मात्र आक्षेप आहे, महाराज. *(असं म्हणून स्वर्णक्षिरी बोलायची थांबते.)*

पिंपळ : काय नाव म्हणालात तुमचं हिंदी भाषेत?

स्वर्णक्षिरी : महाराज, बघा ना कसं नाव दिलंय त्यांनी मला. 'भडभांग' तथा 'सत्यानाशी' हीच ती दोन नावं आहेत, महाराज.

वटवृक्ष : तुमचं कुण्या एका भाषेतलं नाव तुम्हाला आवडलं नाही म्हणून काय तुमच्यातला औषधी गुण बदलतो? सबब 'पदरी पडलं नि पवित्र झालं' या म्हणीचा अर्थ समजून पुढं चालू या. खरं ना.. होय की नाही? स्वर्णक्षिरीताई, पुढं बोला. ऐकतोय आम्ही. तुमची बाकी नावं किती गोड आहेत. बोला की...

स्वर्णक्षिरी : क्षमा असावी महाराज. मी गुणाने लघु, रूक्ष, रस किंचित तिक्त, विपाक कटू आहे. मी काटेरी वनस्पती. माझ्यावर सुंदर अशी पिवळी फुलं येतात. माझं फळसुद्धा काटेरी. त्या फळाच्या बोंडामध्ये मोहरीसारखे बारीक दाणे असतात. लहान तथा तान्ही मुलं यांना जेव्हा खाजेचा त्रास होतो. त्वचा खराब होते, त्वचेवर फोड येतात, कधीतर त्या फोडांमध्ये पू (पस) होतो, अशा अवस्थेत मी उत्तम कार्य करते.

मला खेड्यात सहसा विदर्भातली लोकं 'परडी' या नावानं ओळखतात. गावाजवळ पिकं काढलेल्या खाली शेतशिवारात उन्हाळ्यात मी कुठंही उगवते. वर उल्लेखित त्वचा विकारात माझा पर्णरस पाच थेंब म्हणजे छोटा एक चमचा रुग्णास द्यावा. त्यात घरी तयार केलेलं लोणी एकत्र खलून घ्यावं. खलण्यासाठी खास म्हणजे चिनीमातीचं भांडंच वापरावं. हे मिश्रण लहान मुलांच्या अंगाला हलकेपणी लावावं, आराम मिळतो. त्वचा रोगात माझ्या बियांचं तेल उत्तम. अशी मी परडी उपाख्य स्वर्णक्षिरी.

निवडुंग : क्रीपर पुष्प वनस्पतीनं सभेत यावं, ही विनंती.

क्रीपर पुष्प : मी गुल्मेनिया क्रीपर प्रजातीची वनस्पती. माझी वाढ खूप वेगानं होते. मला सोनेरी रंगाची फुलं लागतात. त्याचं वैशिष्ट्य हे की, ती सर्वत्र एकसारखी पसरलेली असतात आणि अंगणात शोभून दिसतात. कीटक माझ्यापासून दूर राहतात, तरी माझ्या वनस्पतीच्या स्वास्थासाठी माझ्यावर कडुनिंब पावडरची फवारणी करावी. वर्षभर मला बहर येत असल्यानं मी सतत फुलारलेलीच असते. मला कुंड्यांमध्येसुद्धा वाढवता येतं. माझी सुंदर फुलं सर्वांना मोहित करतात.

मी सूर्यप्रकाशात वाढते. माझ्याकडे पराग तथा रसास्वादन हेतू मधमाशा, भ्रमर, फुलपांखरं आकर्षित होतात. फुलं गळाल्यावर मला छोटी फळं लागतात. ती सुकून फुटतात. माझी छाटणी नियमित करावी लागते. त्यामुळंच तर मला कोवळी कोपल येतात. आश्चर्य म्हणजे जेव्हा माझ्या फुलांची संख्या वाढते, तेव्हा माझ्या फुलांमध्ये विविध रंगच्छटा निर्माण होऊन रंगांची जणू उधळण होते. हिरवा, चमकदार श्वेत, पिवळा अशा अनेक रंगांच्या मिश्रणामुळं माझी फुलं बघणाऱ्यांना अत्यंत आनंद होतो. असा मी क्रीपर पुष्प वृक्ष.

निवडुंग : कृपया काळदाणा यांनी सभेत यावं, ही विनंती.

काळदाणा : महाराजाधिराजांसह प्रधानजी आणि समस्त विश्वातल्या सर्वच वनस्पतींनो, आपणांस माझा प्रणाम! महाराज, माझं नाव 'काळदाणा'. मी गुणाने लघु, रूक्ष, तीक्ष्ण, रस मधुर, किंचित कटू, विपाकदेखील कटू. महाराज, क्षमा असावी. सर्वांचे आभार. मी वेल वर्गातली औषधी वनस्पती. पावसाळ्यात उगवते. मला धोतऱ्यासारखीच जांभळी पुष्पं लागतात. माझ्या फळांमध्ये काळ्या रंगाचं बी असतं. ते हलक्या प्रतीचं विरेचक म्हणून

कार्य करतं. याद्वारे निर्मित विरेचकाला मृदू विरेचन म्हणतात. कधीकधी आवश्यकतेनुसार माझ्या बियांचं चूर्ण हे त्रिफळा चूर्ण, विडंग, त्रिकटूबरोबर मिश्रण करूनही रोगावर दिलं जातं. असा मी काळदाणा.

निवडुंग : कृपया मोहरी उपाख्य राई (सरसो) यांनी सभेत यावं, ही विनंती.

मोहरी : मला विदर्भात राई, मोहरी तथा विदर्भातल्याच काही खेड्यांमध्ये 'तिख्या' असंसुद्धा म्हणतात. माझ्यातसुद्धा काही प्रकार आहेत. माझ्या बियांपासून तेल निघतं. यांपैकी काळी सरसो, पिपळी सरसो हे दोन प्रकार. त्यातूनही जाड तथा बारीक हे प्रकार आहेत. महाराष्ट्रच नव्हे, तर संपूर्ण भारतात मला तेलात घालून भाज्यांची फोडणी केली जाते; प्रत्येक भाजी तथा वरणाबरोबर माझा संबंध असतो. माझी तासीर गरम. माझ्या पर्णांची भाजी पंजाब प्रांतातला एक विशेष पदार्थ होय. जो पंजाब प्रांताला 'सरसो दा साग मके दी रोटी' ही जागतिक ओळख देतो.

'चंदनबटवा' नावाच्या पालेभाजीसह माझी अर्धी पर्ण एकत्रित घालून भाजी केली जाते. ती भाजी मकईच्या भाकरीबरोबर अत्यंत आवडीनं खाल्ली जाते. एकमेकांना प्रेमाखातर पाहुणचार म्हणून खाऊ घातली जाते. माझ्यात अ, क, के तथा केरोटीन याखेरीज अन्य प्रकारची खनिजं प्रचुर मात्रेत असतात. माझ्या सेवनाद्वारे हिमोग्लोबिन वाढण्यास मदत होते. थकवा घालवण्यासाठी सर्वसामान्यांच्या आहारात माझं सेवन अत्यंत फायदेकारक ठरते. विदर्भ तथा महाराष्ट्रात खिचडी, पातळ भाजी, वडाभात, भजेभात, गोळाभात यावर तेलात माझ्या बियांबरोबर हिंगमिरची घालून जेवणाची लज्जत वाढवण्याची प्रथा आहे.

निवडुंग : कृपया काळी मिरी यांनी सभेत यावं, ही विनंती.

काळी मिरी : महाराजाधिराज, प्रधानजी तथा समस्त वनस्पतींनो, तुम्हा सर्वांना माझा प्रणाम! महाराज, मी काळी मिरी! मी प्राचीन भारतात सर्वांची लाडकी. तिखटाची चव माझ्याशिवाय अपूर्ण होती. अकस्मात माझी एक सवत बाहेर राष्ट्रातून आली; कानामागून आली आणि अतितिखट झाली; ती म्हणजे मिरची. तिलाच 'लंका' पण म्हणतात. ती येताच हळूहळू भारतीयांच्या सर्व भाज्यांमधून मी हद्दपार होत जाऊन फक्त उपवासाच्या पदार्थापुरताच शिल्लक राहिले. पित्तविकारात साखरतुपासह माझं चूर्ण घेतल्यास उत्तम गुण येतो. पेरू, अननस याबरोबर माझा उपयोग त्यांची चव आणि औषधी गुणवत्ता वाढवते. जुनाट पित्ताचा मी नाश करते. पित्त प्रकोप कमी झाल्यामुळं कफावर नियंत्रण होतं आणि कफ नियंत्रणाद्वारे वातदोष होत नाही. याशिवाय आठवीच्या पूजनातही कित्येक लोक माझे दाणे आठवी देवीला रोग निवारणार्थ वाहतात. तसं एकापरी बरं झालं, ही लंका आली. नाहीतर आज वाढलेल्या मानवी गर्दीमुळं माझं खूप शिरकाण झालं असतं. कदाचित गुप्तसुद्धा झालं असतं.

वटवृक्ष : काळी मिरी, हे तुम्ही काय बोलता आहात?

पिंपळ : क्षमा असावी, महाराज. स्वतःच्या अवहेलनेचं दुःख व्यक्त करत आहे ही काळी मिरी. कारण त्यांचा उपयोग सर्वसामान्य औषधी आणि केवळ उपवासाच्या साबुदाण्याच्या खिचडीपुरताच आता मर्यादित झाला आहे.

वटवृक्ष : तुमचं लोकांत अजूनही महत्त्व आहे. मग त्रागा आणि दुःखाचं कारणच नाही. भूतकाळ विसरून भविष्याकडे वाटचाल करावी. हा नियम जसा मानवांसाठी तसाच तो आपणा वनस्पतींसाठीही सारखाच लागू होतो. कृपया तुमची विस्तृत माहिती सांगा.

काळी मिरी : मी वेलवर्गीय वनस्पती. माझ्या फळांना 'मिरी' म्हणतात. संस्कृत भाषेत मरिच, वेल्लज, कृष्णउष्ण, सवृत्त, तर हिंदी भाषेत 'कालीमिर्च' आणि मराठी भाषेत 'मिरी' म्हणतात. भारतातल्या सर्वच स्वयंपाक घरात माझी उपस्थिती प्रामुख्यानं असते. मी गुणाने लघु, तीक्ष्ण, रस कटू, माझ्या फळांचा उपयोग मोठ्या प्रमाणात केला जातो. मसाल्यातसुद्धा माझा क्रमांक लागतो. पित्तशमन तथा पाचक म्हणून माझा उपयोग होतो.

सर्दी, खोकला या आजारांमध्ये आलं, गवतीचहा, हळद, गूळ, तुळशीपत्र यात माझाही उपयोग होतो. या काढ्यानं ताप, सर्दी, अंगदुखी, घसा दुखणं यात भरपूर आराम होतोच; शिवाय स्वरभंगातसुद्धा हा काढा उत्तम गुण देतो. कफ खोकल्यासाठीचं आयुर्वेदिक चूर्ण सीतोपलादी चूर्णातसुद्धा माझा प्रामुख्यानं उपयोग होतो. शीत पित्तात अंगाला येणारी खाज अंगावर लाल चट्टे आल्यास माझं चूर्ण साखर तथा शुद्ध तुपासह खावं, शीत पित्तात आराम मिळतो. ज्या लोकांना दूध पचत नाही, त्यांनी माझे दोन दाणे चावून गिळून घ्यावेत आणि त्यावर दूध प्यावं. याने दूध पचण्यास मदत होते आणि पुढं पुढं दूधापासून त्रास होत नाही. मला पारसावर उगाळून लावल्यास 'माजोळी' हा डोळ्याचा फोड बरा होण्यास मदत होते.

निवडुंग : मी गवार या शेंगभाजीला दरबारात पाचारण करतो.

गवार : हिंदी भाषेत या 'गवार'चा अर्थ अशिक्षित, कदाचित खेडूत असा होतो. माझ्या नावावर जाऊ नका. मी फार उपयोगी आहे, हे लक्षात ठेवा. महाराजांचा विजय असो! प्रधानजी समवेत सर्वच वनस्पती वृंदांना माझा प्रणाम! महाराज, माझं नाव गवार. माझ्या न मोडता केलेल्या सगळ्या शेंगांची भाजी ही काही प्रसंगी सामाजिक ओळख ठरते, तर सर्वत्र माझ्या शेंगांना मोडून वाफ काढून माझी भाजी करतात. माझ्या शेंगाच्या सेवनानं बद्धकोष्ठ, आम्लपित्त तथा पोटाशी संबंधित तक्रारीचं निराकरण होतं. माझ्यातले मुबलक तंतू म्हणजे रेषेदारपणामुळं (फायबर) पोटातून आतड्याद्वारे मलनिस्सारणास मदत होते आणि खाणारे निरोगी जीवन जगू शकतात. माझं सेवन वजन नियंत्रित करण्यासही मदत करतं. माझ्या शेंगांना 'क्लस्टर बीन्स' असंही म्हणतात. अनेक पोषक तत्त्वांचा मी खजिना. माझ्यात कॅल्शियमच्या भांडाराबरोबरच फॉस्फरस आहे, म्हणूनच माझ्या कोवळ्या कच्च्या शेंगांचं

जेवताना सेवन करावं.

माझ्यातला रेषेदारपणा म्हणजे तंतुमय पदार्थ (फायबर) आरोग्य तथा हृदयघातकी कोलेस्टेरॉलला मज्जाव करतो. इंग्रजीतल्या वैद्यकीय भाषेत याला एलडीएल म्हणतात. माझ्यातलं फायबर, फोलेट, पोटॅशियम, हे सगळे तुमच्या हृदयाचे मित्र. सबब मधुमेहींना माझ्या सेवनाचे विशेष फायदे होतात. माझ्यात कमी प्रमाणात असलेला ग्लायसेमिक इंडेक्स त्यात उपलब्ध टेलिनॉर लेहोनॉई ह्या प्रॉपर्टीज रक्तातल्या शर्करा नियंत्रित करण्याचं कार्य करते. कर्करोगाला प्रतिबंध घालणारी मी गवार. माझ्यात माझ्या लेहोनॉईड तथा केम्फेफेरॉल ह्या प्रॉपर्टीज तुमच्या शरीरात कर्करोगाच्या पेशींना वाढण्यास प्रतिबंध घालतात. सप्ताहात किमान तीन वेळा तरी माझ्या भाजीचा अथवा कोवळ्या कच्च्या शेंगांचा जेवणात वापर करावा. माझ्यात एक दुर्गुण आहे आणि तोही सर्वांसाठी नाही. केवळ सेंसिटिव असलेल्या काही लोकांनाच अंगावर फोड असता माझ्या सेवनानं फोडांना खाज सुटते. सबब फोड ठीक झाल्यावरच त्यांनी माझं सेवन करावं.

नागफणी : माझी विनंती आहे, लताकरंज यांनी सभेत यावं.

लताकरंज : महाराजाधिराज तथा समस्त विश्वातल्या वनस्पतींनो, सर्वांना माझा सादर प्रणाम! महाराज, माझं नाव लताकरंज. तसं बघता मला या नावानं फक्त वैद्यकीय अथवा तज्ज्ञच काय ते ओळखतात; परंतु मी प्राचीन, मध्ययुगीन तसंच आतापासून किमान साठ वर्षांपूर्वीची. सर्व तरुणींची आवडती 'सागरगोटी'. खेडोपाडी माझी ओळख आणि सर्वत्र वृक्षसुद्धा असायचे. खडे खेळल्यानं काचेच्या बांगड्या फुटत असत. त्यामानानं माझी फळं खेळायला उत्तम असायची. संस्कृत भाषेत कण्टकी, करंज, करष्जी, तर हिंदीत कंटकरेज, करष्जुवा आणि मराठी भाषेत मला सागरगोटी असं म्हणूनच ओळखतात. मी सामान्य वृक्ष असून माझी फळं परिपक्व झाल्यावर राखाडी रंगाचं थोडं टणक टरफल आणि आत एक आठोळी असते. त्या आठोळीची चव खूप कडू असते. मी गुणाने लघु, रूक्ष, रस, तिक्त, कषाय माझा विपाक कटू असतो. औषधीद्रव्यांमध्ये सर्वत्र फळातल्या गराचा म्हणजे आठोळीचाच वापर केला जातो. सर्वसाधारणतः पोटदुखी, अपचन, कृमी इत्यादी आजारात लहान मुलं, बाळंतीण, मोठी माणसं या सर्वांना बी बारीक करून गुळात मिसळून सकाळ-सायंकाळ द्यावी. गोळीचा आकार लहाण बोराएवढा असावा. उपचार वैद्यांच्या सल्ल्यानं करावा.

थंडी वाजून येणारा ताप असो की अंगदुखी, मळमळणं, सुस्ती या रोगांवर माझ्या चूर्णासह इंद्रजव, सुंठ, चित्रक प्रमाणशीरपणे एकत्र करून कोमट पाण्यासह दिवसातून तीन ते चार वेळा किमान पाच ते सात दिवस घ्यावं. उंची वाढवणे हेतू माझ्या पर्णांचा रस अर्धा कप घ्यावा. रोग्याच्या वय तथा प्रकृतीनुसार करता येतो. सकाळ सायंकाळ

द्यावा; परंतु रस हा ताज्या पर्णांचाच हवा. रस काढल्यावर तो रुग्णाला देतेवेळी लोखंडाचा सराटा अग्नीत गरम करून तो त्यात विझवावा. या क्रियेला 'संतावा' असं म्हणतात. सात दिवसांपर्यंत तिखट, मसाले, तेलकट तथा तळलेले पदार्थ खाऊ नयेत. मला अनेक औषधांमध्येसुद्धा वापरलं जातं. खेड्यातल्या कित्येक घरात माझी झाडं असतात; परंतु अज्ञानवश उपयोगाचं ज्ञान नसतं.

नागफणी : माझी विनंती आहे, अशोक वृक्षांनी सभेत यावं.

अशोक : महाराजांधिराजांसह प्रधानजी आणि सर्वच तरुवरांना, लतावेलींना सादर प्रणाम! महाराज, माझं नाव अशोक. हिंदू संस्कृतीत मला फार महत्त्व आहे. जिथं मी उभा तिथं शोक, दु:ख, भय नसतं. तोरण आदी सजावटीच्या कार्यात माझ्या पर्णांचाही उपयोग केला जातो. फुलांच्या माळांमध्येसुद्धा माझ्या पर्णांचा वापर होतो. असं म्हणतात की, चैत्र शुल्क प्रतिपदेला (गुडीपाडवा) माझ्या आठ कळ्या पाण्याबरोबर प्राशन केल्यास बारा महिने मनुष्याला आजार येत नाही. तसंच तो मानसिक रोगांसह दु:ख, शोकापासूनही दूर राहतो. वास्तुशास्त्रानुरूप घराजवळ माझी वृक्ष असणं उत्तम फलदायी होय.

स्त्रियांद्वारे मला रोज पाणी घातल्याने सर्वसामान्य इच्छांची पूर्ती होते. त्याबरोबरच वैवाहिक जीवन सुरळीत चालण्यास मदत होते. माझा वृक्ष घराच्या उत्तरेस लावला असता मी शुभफळं प्रदान करतो. घरात सौख्य शांतीत वाढ होते. विशेषत: शुभ शुक्रवारी माझ्या वृक्षाखाली शुद्ध तुपाचा दिवा लावावा. या उपायानं अनावश्यक ऊर्जेचा नाश होतो आणि दीप लावणाऱ्यास मन:शांती तथा सौख्य प्राप्त होतं. जे लोक मला नित्य जलापर्ण करतात, त्या लोकांवर देवाची नित्य कृपा असते. ज्या घराजवळ माझा वृक्ष असतो, तिथं दु:ख-शोक राहत नाहीत. सम्राट अशोकाची माझ्यावर भारीच कृपा! त्यांनी हजारोंच्या संख्येत माझी सर्वत्र लागवड केल्याची उदाहरणं आहेत.

नागफणी : विनंती आहे की, बेहडा उपाख्य बिहाडा यांनी सभेत यावं.

बेहडा : महाराजाधिराज, प्रधानजी आणि समस्त विश्वातल्या वनस्पतींनो, आपणा सर्वांना माझा प्रणाम! महाराज माझं नाव बेहडा.

वटवृक्ष : प्रधानजी, यांचा आवाज पूर्वी ऐकल्यासारखा वाटतोय.

पिंपळ : सत्य आहे, महाराज. कण्हेर या वृक्षाबाबत बोलत असताना हे अचानक सागवान वृक्षाविषयी काही बोलले होते.

वटवृक्ष : बिहाडा, वृक्ष मी तुमचं स्वागत करतो. या असं पुढं या.

बेहडा : महाराजांनी कृपा करावी. मी तुमच्या लक्षात राहिलो, यासाठी महाराजांना हृद्य धन्यवाद. महाराजाधिराज, प्रधानजी तथा समस्त विश्वातल्या वृक्ष, लतावल्लरींना माझा प्रणाम! महाराज, काही लोक मला 'बेहडा' म्हणतात, तर काही 'बिहाडा' म्हणूनसुद्धा

ओळखतात. संस्कृत भाषेत विभीतक, कर्षफल, अक्षकलिद्रुम आदी नावानं संबोधतात.

गुणाने लघु, रूक्ष, रस कषाय, विपाक मधुर आहे. माझ्या फळाच्या गराचा सालासकट उपयोग केला जातो. औषधीद्रव्यात माझं स्थान महत्त्वाचं. माझे दोन खास सहकारी. एक आवळा, तर दुसरा हिरडा. आम्हा तिघांचं खूप जमतं. शेळ्या रानात चरताना माझी फळं खातात. त्यावेळी ती पूर्ण चावली जात नाही. त्या त्यांच्या विष्ठेद्वारे बाहेर पडतात. खेड्यातील लोक पूर्वी तीच फळं स्वच्छ धुऊन त्यातून माझा गर काढून खात असत. माझ्या टणक फळातला गर जास्त प्रमाणात खाल्यास मळमळ, उलटी, चक्कर, भोवळ येणं असला त्रास होतो. सबब खाणाऱ्यांनी सांभाळूनच खावे हेच उत्तम.

त्रिफळा चूर्णात आम्ही तिघेही असतो. त्रिफळा चूर्णाचा उपयोग डोळे धुण्यासाठी, पोट साफ करण्यासाठी सामान्यत: रेचक म्हणूनही सर्वत्र केला जातो. शरीरशुद्धी हेतू माझे चूर्ण झोपतेवेळी कोमट पाण्यातून घेणे अत्यंत हितकारक आहे. तसा मी एकट्यापेक्षा समूहातच उत्तम कार्य करतो.

जाई, जुई, चमेली : महाराज, आम्हाला काही सांगायचे आहे.

पिंपळ : हे काय? तुमचं तुणतुणं पुन्हा मधे.

वटवृक्ष : प्रधानजी त्या वंचितांची माहिती सांगतात! तुम्हाला माहिती आहे ना... मग, बोलू द्या त्यांना.

जाई, जुई, चमेली : प्रधानजी! तुम्ही आम्हा तिघींचा द्वेष का करता कळत नाही.

पिंपळ : हे काय बोलणं झालं मी तुमचा द्वेष का करेन?

जाई, जुई, चमेली : महाराजाधिराजांचा विजय असो समस्त विश्वाच्या पसाऱ्यातले सगळेच सर्व वनस्पतींनो, पुनश्च आमचा विनम्र प्रणाम स्वीकारावा! महाराज, मी जाई एका वनप्रेमीची गोष्ट सांगणार आहे. त्या व्यक्तीने कचऱ्याच्या ढिगाऱ्यावर वनाची उभारणी केली. त्या जिगरबाज व्यक्तीचं नाव चंद्रप्रकाश कांडपाल. राहणार उत्तराखंड. रामनगर हे त्यांचं गाव. ते चहा टपरी चालवायचे, तेव्हा त्यांच्या आजूबाजूला लोकांनी कचरा टाकण्याची जागाच (डपिंग यार्ड) तयार केली होती. मानवी आरोग्याचा विचार करता त्यांच्या मेंदूत एक कल्पना साकारली. स्वत: तिथला कचरा थोडा थोडा हटवत हटवत त्यांनी तिथं रोपं लावायला सुरुवात केली; तसंच त्यांना पाणी देऊन देखरेख करून अनेक वृक्ष जगवली. बघता बघता त्याच्या परिश्रमानं हजारो वृक्षांचं एक मिनी वनच तिथं निर्माण झालं. हे कार्य ते पाच ते सहा वर्षांपासून अविरत करत होते. कालांतरानं प्रशासनाला जाग आली आणि त्यांच्या कार्याची दखल घेऊन त्यांचा जाहीर सत्कार केला गेला.

मनात काही करण्याची जिद्द असली की, मनुष्य काहीही करू शकतो. अशीच ही एक मानवी वल्ली, ज्यांनी आपल्या गरिबीची पर्वा न करता हजारो तरुवरांची जोपासना करून

प्रकृतीला मोठं दान दिलं. ईश्वर असल्या लोकांना भूतलावर सतत जन्म देऊन त्यांना शतकापेक्षाही जास्त आयुष्य देवो, ही ईशचरणी आम्हा सर्व तरुवर, लतावेली तथा सर्व वनस्पतींची नम्र प्रार्थना.

नागफणी : जाई, जुई आणि चमेलीताई, तुमचे आभार! एका महामानवाची ओळख करून दिलीत. मी विनंती करतो की, कलमी वृक्षानं दरबारात यावं.

कलमी : महाराजाधिराज, प्रधानजी तथा समस्त वनस्पती वृंद सर्वांना माझा सादर प्रणाम! सोबतच जाई, जुई, चमेलीताईंचे पण धन्यवाद. महाराज मला कलमी म्हणतात. हिंदी भाषिक मला 'दालचिनी' म्हणून ओळखतात. संस्कृत भाषेत त्वक, उत्कट; मराठीत कलमी म्हणून सर्वत्र ओळखतात; परंतु मला अजून एक नाव आहे. ते म्हणजे, 'तज' हे होय. सहसा हे माझं नाव सर्वसाधारण लोकांना परिचित नसावं, असं वाटतं. माझा गुण, लघु, रूक्ष, तीक्ष्ण, रस तिखट किंचित कटू आणि मधुरसुद्धा आहे; परंतु विपाक कटू मानला जातो. औषधीद्रव्यात प्रयोग करताना माझी तीन अंगं उपयोगात आणली जातात. त्वक म्हणजे साल, तेल आणि पत्र म्हणजे पर्ण. तसे माझे अनेक उपयोग आहेत.

मोबाईलवर एक क्लिक करताच माझे अनेक उपयोग तुमच्या पुढं येतील. मात्र माझा उपयोगसुद्धा डोळसपणे करावा. माझे दोन प्रकार आहेत, एक जाड कलमी आणि दुसरी पातळ. पातळ कलमी थोडी तिखट आणि चवदार असते, तर जाड कलमीची चव थोडी फिकी असते. कुणी चहामध्ये वगैरे मला भुकटी रूपात घालून पिण्याचा सल्ला देतात. मात्र, गरम दुधात किंवा चहात माझी उपयोग्यता समाप्त होते. तेव्हा पिण्यायोग्य गरम दुधात किंवा चहात माझा वापर करावा. माझा मुख्य उपयोग भारतीय मसाल्यात तोही विशिष्ट प्रमाणात केला जातो. उलटी, मळमळ, तोंडाला चव नसणं अशा वेळी माझ्या पातळ कलमीचा तुकडा तोंडात चघळत ठेवावा. बरं वाटतं. माझ्या दोन्ही प्रकारांना केसिया आणि सिलोन असं म्हणतात. सिलोन पातळ तर केसिया जाड असते. केसियाच्या भुकटीचा रंग भुरा (भुरकट) दिसतो. या माझ्या वाणाचा जास्त वापर लिव्हरचं कार्य बिघडवू शकतो, त्यामुळं सावधान. सिलोन ही चवीला किंचित तिखटसर. हिची पूड केल्यास हलक्या भुऱ्या रंगाची होते.

मी सिलोन रक्तातलं साखरेचं प्रमाण घटवण्यास मदत करते. मी मेटाबोलिक अँटिऑक्सिडंट्स असून पचन क्रिया उत्तम करण्यास मदत करते. मी सिलोन कलमी कर्करोग पेशींना अवरोध करणारी असून वजन कमी करण्यास मदत करते. रक्तातल्या लालपेशी वाढवणारी मी सिलोन. माझा वापरसुद्धा सीमित करावा. 'अति सर्वत्र वर्ज्यते' ही म्हण मीच काय सर्वांबाबतीतच लक्षात ठेवावी.

नागफणी : कृपया आलू बुखारा यांनी सभेत यावं, ही विनंती.

आलू बुखारा : भरपूर तंतू म्हणजे रेषेदारपणा असलेलं माझं फळ. पचनक्रियेसाठी उत्तम आहे. माझं सेवन केल्यानं तुम्ही अनेक आजारांपासून दूर राहू शकता. माझ्या सेवनामुळं रक्ताच्या गाठी होत नाहीत. परिणामी, हृदय तथा मेंदूचे आजार टळतात. विस्मरण म्हणजे अल्झायमरचा धोका खूप कमी होतो. माझ्या फळात व्हिटॅमिन सी प्रचुर मात्रेत असल्यानं रोगप्रतिकारक क्षमता वाढण्यासह ज्यांना वारंवार सर्दी होण्याचा त्रास आहे, त्या लोकांनी माझं सेवन करावं. याशिवाय ज्यांना डोळ्याच्या रेटिनासंबंधी आजार आहे, त्यांनीसुद्धा माझा वापर करावा.

माझ्या फळात अँटिऑक्सिडंट्ससारखे ल्युटीन कायप्टोएक्थिन तथा जिया एक्साथिन विद्यमान असते. माझ्यातली ही सामग्री (प्रॉपर्टीज) फ्री रॅडिकल्स दूर सारण्यास मदत करते. ऑस्टियोपोरोसीस थांबवणं तसंच मासिक पाळी समाप्ती (मेनोपॉझ) नंतर महिलांनी माझं सेवन अवश्य करावं. माझ्यातला सोल्युबल फायबर्स म्हणजे तंतुमय पदार्थ हा हृदयाला धोका उत्पन्न करणाऱ्या कोलेस्टेरॉलवर नियंत्रण ठेवतो. तसंच माझ्या नियमित सेवनानं मेटाबॉलिजम वाढल्यानं शरीरातला वसा (चरबी) कमी करण्यास मदत करतो.

निवडुंग : कृपया लवंग वृक्षानं सभेत यावं, ही विनंती.

लवंग : आलू बुखारा यांनी महाराजांना वंदन केलं नाही. त्यासाठी मी लवंग सर्वांची माफी मागतो. त्याला माफ करावं. महाराजाधिराजांसह प्रधानजी, तसंच विश्वातल्या समस्त वनस्पतींनो माझा प्रणाम स्वीकारावा, ही विनंती. महाराज मला लवंग म्हणतात. संस्कृत भाषेतलं माझं नाव देवकुसुम, चंदनपुष्पक, वारिज, तर हिंदी भाषिक लौंग आणि मराठी भाषिकांमध्ये मी लवंग म्हणून ओळखली जाते.

गुण लघु, स्निग्ध, रस कडू, तिक्त, विपाकसुद्धा कटू. माझ्या पुष्प कलिकांना औषधी तथा अन्यत्र प्रयोगात आणलं जातं. कित्येक औषधी कल्प, मुखशुद्धी, खोकला यात माझा उपयोग केला जातो. शरीरातल्या शक्तिवर्धन हेतू उपयोग करायचा झाल्यास मला सफरचंद या फळावर टोचून ठेवावं (बसतील तेवढ्या लवंगा), नंतर ते पूर्ण फळ एका हवाबंद बरणीत ठेवून ती बरणी उत्तम पॅककरून कोणत्याही धान्याच्या कोठीत खोलवर खुपसून ठेवावी. सात दिवसांनी तो डबा काढून त्या लवंगा सावलीत वाळवाव्यात आणि नंतर त्याचं चूर्ण करावं. 'ॐ विष्णवे नमः' या मंत्राच्या सोबतीनं हे चूर्ण दररोज चिमूटभर (दोन ग्रॅम अंदाजे) खाऊन वर किमान एक कप दूध प्यावं. वृद्ध, बाल, तरुण सर्वांसाठी उपयुक्त माझा सर्व प्रकारच्या मसाल्यात उपयोग होतो. माझी तासीर म्हणजे प्रकृती गरम असून खोकल्याची उबळ आल्यास माझ्या चांगल्या दोन लवंगा तोंडात चघळत ठेवल्यास किंवा हलक्या भाजलेल्या लवंगांचं चूर्ण मधासह घेतल्यास किंवा लवंगादी वटीचा उपयोग केल्यास खोकला या रोगात भरपूर आराम मिळतो.

निवडुंग : ग्रीन टी यांनी सभेत उपस्थित राहावं, ही विनंती.

ग्रीन टी : महाराजाधिराज, प्रधानजींसह समस्त वनस्पतींनो, तुम्हाला माझा प्रणाम! महाराज, माझं नाव ग्रीन टी. स्त्रिया असो अथवा पुरुषांना जगात स्तनाच्या कर्करोगाची समस्या वाढताना दिसत आहे. हा कर्करोग कसा होतो, याचं मूळ अजूनही सापडलेलं नाही. कदाचित महिलांमधलं अॅस्ट्रोजेन्सचं असंतुलन याचं कारण होऊ शकतं. या व्यतिरिक्त लठ्ठपणा, गर्भनिरोधक गोळ्यांचं अतिसेवन, आळसावलेली दिनचर्या, सक्रिय नसलेले लोक याचे शिकार होऊ शकतात. माझ्यात अँटिऑक्सिडंट्सची मुबलकता असल्यानं रक्तदाब नियंत्रित ठेवण्यास मदत करतो.

माझं नियमित सेवन कर्करोगाच्या वाढीची शक्यता थांबवतं. टोमॅटोमधलं लाईकोपेन तथा त्यातल्या अँटिऑक्सिडंट्सची मुबलकता सबब त्याच्या सेवनानंसुद्धा तुम्ही कर्करोगापासून दूर राहू शकता. अनेक धान्यांमध्ये असलेले फोलेट्स आणि व्हिटॅमिन बीसुद्धा कर्करोगाचा धोका कमी करतात. मका, गहू, कथ्थ्या रंगाचा तांदूळ, जवस, बाजरी, ज्वारी यांच्यातल्या अँटिऑक्सिडंट्सबरोबरच व्हिटॅमिन, प्रोटीन आणि फायबर या प्रॉपर्टीजमुळंसुद्धा कर्करोगाचा धोका कमी होण्यास मदत होते. यातले फायटो केमिकल्सचे स्रोत हे कर्करोगाच्या पेशींना वाढू देत नाही.

निवडुंग : माझी विनंती आहे की, अतिविष या वनस्पतीनं सभेत यावं.

अतिविष : निवडुंग, तुमचे धन्यवाद. महाराजाधिराज, प्रधानजींना माझा सादर नमस्कार! समस्त विश्वातल्या वनस्पतींनो, आपणाससुद्धा मानवंदना. महाराज, माझं नाव अतिविष. माझ्या नावात अतिविष; परंतु मी तसा मुळीच नाही. माझी अन्य नावं अशी - संस्कृत भाषेत शुक्लकंदा, भंगूरा, कश्मिरा, शिशुभैषज्या. हिंदी भाषेत मला 'अतिस' म्हणून ओळखतात, तर मराठी भाषेत मात्र मला अतिविष म्हणून संबोधतात. गुणाने लघु, रूक्ष, रस तिक्त, कटू, विपाक कटू आहे. मी कंदवर्गीय वनस्पती. माझ्या कंदाचाच सर्वत्र उपयोग केला जातो. मानवी शरीराला निर्विष एवं निरोगी ठेवणारा मी 'अतिविष'. सर्वसामान्य सर्दी, खोकला, ताप, पोटदुखी, अतिसार, मुरडा येणं, मळमळ, उलटी, कफ, भूक मंदावणं या आजारात माझ्या कंदाचं चूर्ण हे कोमट पाणी अथवा दाडीमावलेह यासह चाटण म्हणून घ्यावं. वयानुसार मात्रेची योजना करावी, तसंच वैद्यांचा सल्ला अवश्य घ्यावा.

छोट्यांना अर्धा ते एक ग्रॅम; मोठी माणसं एक ते दोन ग्रॅम वैद्यांच्या सल्ल्यानुसार घ्यावं. योग्य औषध, योग्य अनुपान, योग्य वैद्य यानुसार घेतल्यास औषधं अमृतासमान कार्य करतात. अन्यथा आंधळेपणी घेतलेली अमृतवल्लीसुद्धा नाशास कारण ठरते, हे लक्षात ठेवावं. जुन्या काळातली एक म्हण आहे - 'अन्न तारी; अन्न मारी; अन्न विकार काढी'. सबब सर्व काही प्रमाणबद्ध हवं. ज्या लोकांना जीर्ण संग्रहणी एवं कोलायटीस

म्हणजे आतड्यांवर आतून सूज आहे, त्यासाठी मी उत्तम कार्य करतो.

निवडुंग : माझी विनंती आहे, केसर यांनी कृपया सभेत यावं.

केसर : मी केसर. माझी शेती अतिथंड वातावरणात केली जाते. कश्मिरी केसर जगप्रसिद्ध आहे. माझी तासीर गरम असते. माझा वापर योग्य तऱ्हेनं करावा. कफाच्या आजारानं ग्रस्त असणाऱ्यांनी तथा ज्यांना थंडीची जास्त बाधा होते, त्यांना माझा एक धागा चहामध्ये घालून चहा घेतल्यास कफात खूप आराम मिळतो. माझा उपयोग करण्यापूर्वी मला किमान पाच मिनिटं पाण्यात भिजत घालून ठेवल्यास मी लवकर एकजीव होतो. केस गळतीच्या समस्येत माझं पाणी उत्तम. सबब दररोज माझं पाणी प्यावं. केस मजबूत होतात. उपचारात सावधानता तथा प्रमाण याचंही भान ठेवावं. कारण माझी प्रकृती गरम आहे; ज्यांना स्थायी पोटदुखी तथा पचनाच्या काही सामान्य समस्या आहेत, त्यांनी माझं सेवन केल्यास पचनक्रिया उत्तम होण्यास मदत होते. भरपूर थंडी तथा पावसाळी वातावरण असताना माझा उपयोग अत्यंत हितावह होय. अतिगरमीत तर माझा उपयोग शतशः टाळणंच योग्य. ज्या लोकांत नेहमी उदासीनता असते, त्यांनी माझं पाणी प्यावं.

प्रतिकारक्षमता वाढवण्यासही माझी मदत होते. ज्या वस्तू थंड तथा पचायला जड उदा. श्रीखंड, लाडू, दुधाच्या अनेक मिठाया, बासुंदी, रबडी यामध्येसुद्धा माझा वापर करावा. माझा अनियंत्रित उपयोग तुम्हाला फुकटची डोकेदुखी प्रदान करू शकतो, तेव्हा सावधान. जसं जायफळाचं प्रमाणाबाहेर सेवन केल्यानं तोंड सुकणं, आळस, गुंगी, मळमळ, शरीर शिथीलता अगदी तसलाच प्रकार आणि विकार माझ्या सेवनानं होऊ शकतो. सबब माझा उपयोग करताना ऋतू आणि प्रमाण याचं भान सर्वांनी सातत्यानं ठेवावं. जेणेकरून मी बदनाम होणार नाही.

निवडुंग : कृपया हिरवी मिरची यांनी सभेत यावं, ही विनंती.

हिरवी मिरची : महाराजाधिराजांचा विजय असो! महाराज, प्रधानजी तथा समस्त विश्वातल्या सकल वनस्पतींनो, तुम्हा सर्वांना माझा प्रणाम! महाराज, माझं नाव हिरवी मिरची. मला 'लंका'सुद्धा म्हणतात. मी कॅलरीजविरहित; परंतु माझ्यात अँटिऑक्सिडंट्सचं प्रमाण प्रचुर असतं. हाडांना बळकटी देण्याचं काम करते. मधुमेहींनी माझं सेवन प्रमाणात केल्यास मी रक्तातल्या साखरेची पातळी नियंत्रित करण्यास मदत करते.

मी पिकलेली नसताना, म्हणजेच 'हिरवी' असताना माझ्यात 'एडोर्फिन' नावाचं रसायन निर्माण होतं. या रसायनाची एक खास खुबी ही की, ज्याला इंग्रजी भाषेत मूड म्हणतात, ज्यांच्या वागणुकीत एकसूत्रता नसणं, वारंवार विचार बदलणं यावर मी नियंत्रण ठेवते. अंगावर जखमा झाल्यास रक्तस्त्रावाला नियंत्रित करण्याचं कार्य करते. हे कार्य करण्याकरता माझ्यातलं व्हिटॅमिन के हे कारणीभूत ठरतं. माझ्यातल्या अ जीवनसत्त्वामुळं

हाडं मजबूत होतात.

निवडुंग : माझी विनंती आहे, नागकेशर यांनी कृपया सभेत यावं.

नागकेशर : महाराजाधिराज वटवृक्ष महाराज, तसंच प्रधानजी पिंपळ तथा समस्त विश्वातल्या वनस्पतींनो, सर्वांना माझा प्रणाम! महाराज, माझं नाव नागकेशर. संस्कृत भाषेत मला नागकेशर, नागपुष्प, चाम्पेय तथा मराठीत नागचंपा, नागकेशर तर खेडोपाडी मात्र मला विशेषत: विदर्भात 'नागेश्वर' असं म्हणतात. माझा प्रामुख्यानं मसाल्यात वापर होतो. गुणाने लघु, रूक्ष, रस कषाय (तुरट) किंचित तिखट, विपाक कटू आहे.

माझ्यात दीपन करणारी गुणसूत्रं असली, तरी पण मी रक्तातली उष्णता कमी करणारी वनस्पती आहे. मुलींना मासिक पाळी योग्यवेळी, योग्य प्रमाणात यावी, यासाठी कन्या तथा विवाहितेला मासिक पाळीच्या आठ दिवसांपूर्वीच आणि पुढं आठवडाभर एक ग्रॅम चूर्ण अथवा चूर्ण न करता तसंच, विड्याच्या पाण्यातून सेवन केल्यास गर्भाशयाची शुद्धी होते. मी गर्भाधानासाठीदेखील साहाय्य करतो. माझे दोन चमचे, दोन चमचे मूग पिवळ्या कापडाच्या पोटलीत एकत्र बांधावे आणि त्याची पूजा करावी. ते आपल्या दुकानाच्या गल्ल्यात ठेवावे. अकरा महिन्यानंतर नवीन पोटली तयार करून जुनी पोटली विसर्जित करावी. या प्रकारानं गिऱ्हाईक आकर्षले जातात, असं तांत्रिक म्हणतात. तरी करून बघायला हरकत नाही.

निवडुंग : मी गुलाबी बरबटीला सभेत पाचारण करतो. कृपया यावं.

गुलाबी बरबटी : मागील काही वर्षांपूर्वी माझा पेरा व्हायचा. आजची स्थिती माहिती नाही. महाराजांसह समस्त तरुवरांना माझा प्रणाम! महाराज, माझं नाव गुलाबी बरबटी. हिवाळ्यातली सर्वात उत्तम शेंगभाजी म्हणून माझा परिचय आहे. माझ्या कित्येक जाती आहेत. जवळ जवळ सर्वांचे गुणधर्म समान आहेत. तरीपण माझ्यात काही तत्त्वं जास्तीची आणि मानवाला हितकारी आहेत. माझ्यात प्रचुर मात्रेत मॅग्नेशियम, कॅल्शियम, तांबं आदी खनिज संपत्तीची प्रचुरता असल्यानं खाणाऱ्यांर्यांयची पचनक्रिया उत्तम ठेवण्यास मदत करते. मलनिस्सारण उत्तम होण्यासाठीही माझे सेवन हितकारी. सबब उत्तम आरोग्यासाठी माझा उपयोग करावा. आज माझ्या काही संकरित म्हणजे हायब्रीड जातीसुद्धा उपलब्ध असतील. माझ्या या गुलाबी वाणाला इंग्रजी भाषेत 'पर्पल मोगरी' असंही म्हणतात.

नागफणी : कृपया कुटज या वनस्पतीनं राजदरबारात यावं, ही विनंती.

कुटज : महाराजाधिराज, प्रधानजी तथा समस्त तरुवरांना, लतावेलींना माझा नम्र प्रणाम! महाराज, माझं नाव कुटज. माझ्या अनेक नावांपैकी काही नावं - कुडा, इंद्रजव, गिरीमल्लिका, वत्सक, कालिग आदी. हिंदी भाषेत मला कुडा, कुडैया तर मराठी भाषेत कुडा असं म्हणतात. गुण लघु, रूक्ष, रस तिक्त किंचित कषाय (तुरट), विपाक कटू

आहे. माझी त्वक म्हणजे साल, बीज यांचा औषधीद्रव्यात वापर केला जातो. खेडोपाडी तर कुड्याची म्हणजे माझ्या पर्णांची भाजी लोक अत्यंत आवडीनं खातात. कोकण प्रातांत तर मी फार प्रिय आहे. माझे दोन प्रकार आहेत, एक श्वेत तर दुसरा शाम. श्वेत गोड तर शाम कडू आहे. माझ्या श्वेत जातीच्या पर्णांतून दूध निघतं. हे दूध एकत्रित करून जर दही विरजण्यासाठी उपयोगात आणलं, तर दुधाचं विरजण उत्तम लागतं आणि दह्याची चवही वाढते, असं म्हणतात.

माझ्या सालीच्या चूर्णाद्वारे कृमींचा नाश होतो. सामान्य पोटदुखी, मुरडा ठीक होतो. ज्यांना मुळव्याधीचा त्रास आहे, त्यांनी माझ्या सालीचं चूर्ण दोन ग्रॅम सकाळ-सायंकाळ दुधातून घ्यावं किंवा वर सांगितल्याप्रमाणे दुधाचं विरजण लावावं आणि त्या दह्याच्या ताकातून ते चूर्ण घेतल्यास मलावरोधासह मूळव्याधीवरसुद्धा आराम मिळतो. तसंच मूळव्याधीचा दाह पण कमी होण्यास मदत होते. माझ्या बीजांनाच 'इंद्रजव' असं म्हणतात.

बीज ज्वरहारक, मूत्रविकार दूर करणारे, त्वचा विकारात गुणकारी, कृमीचा नाश करणारे आहे. वात व्याधीमध्येही माझा वापर केला जातो तो असा. माझी बीजं, सागरगोटीतला मगज, सुंठ, चित्रक मुळं हे सगळं समप्रमाणात एकत्र करून वैद्यांच्या सल्ल्यानं रोग्यास द्यावं. या चूर्णाद्वारे अंगदुखी, थंडीताप, आवमुरडा, सामान्य पोटदुखी तसंच आंत्रपुच्छ म्हणजे अपेंडिक्स या विकारातसुद्धा अत्यंत लाभकारी आहे. आम्हा औषधी वनस्पतींचा वापर करताना वैद्याच्या सल्ल्यानंच करावा, स्वयं वैद्य होऊ नये.

नागफणी : कृपया तिचा या शेंगवर्गीय वनस्पतीनं सभेत यावं, ही विनंती.

तिचा : महाराजांचा विजय असो! समस्त सभाजनांसह महाराजाधिराज वटवृक्ष एवं प्रधानजी पिंपळ यांना माझा प्रणाम! महाराज, माझं नाव तिचा. मीसुद्धा एक शेंगवर्गीय भाजी; परंतु माझा सरसकट उपयोग होत नसून शेंगेपेक्षा त्यातल्या दाण्यांचाच वापर केला जातो. मला सर्वसामान्यतः विदर्भातली लोकं 'पोपट' म्हणूनही ओळखतात. माझ्या दाण्याची आमटी केली जाते. हिवाळ्यात सर्व भाजीवाल्यांकडे मी उपलब्ध असते. वांग्याची भाजी तथा तांदळात शिजवून, तर केवळ दाण्याची भाजी असा माझा वापर केला जातो. दक्षिण भारतात माझा वापर दोसा, पाणीपुरी आणि जिलेबीमध्येही करतात, असं ऐकलं. वाल नावाच्या वेलवर्गातली मी वनस्पती.

नागफणी : मी चित्रक या वनस्पतीला पाचारण करतो, कृपया यावं.

चित्रक : तिचा उपाख्य पोपट, तुला धन्यवाद. महाराजाधिराजांसह प्रधानजी तथा समस्त विश्वातल्या तरुवर तथा वनस्पतींनो, सर्वांना माझं विनम्र अभिवादन! महाराज, माझं नाव चित्रक. संस्कृत भाषेत मला अग्नि तर हिंदीत चीता आणि मराठीत चित्रमूळ असं म्हणतात. गुणाने लघु, रूक्ष, क्षीण, रस कटू, विपाक कटू औषधीद्रव्यात माझी दोन अंगं,

साल (त्वक) आणि मुळांचा उपयोग करतात.

माझ्या मुळाचं चूर्ण गुणाने उष्ण, परंतु पाचक असतं. मूळव्याधीच्या आजारात एक ते दोन ग्रॅम चूर्ण सकाळ-सायंकाळ दुधात मिसळून किंवा कुटजमध्ये सांगितल्याप्रमाणं दुधाचं विरजण लावून केलेल्या दह्याच्या ताकातून घ्यावं. (रात्रीचं विरजण सकाळी आणि सकाळी लावलेलं विरजण रात्री वापरावं.) हा औषधोपचार किमान पंधरा दिवस घेतल्यानं पचनासंबंधीच्या तक्रारी पूर्णत: ठीक होतात. या चूर्णाद्वारे पोटातला वायू (गॅस) हा मूळव्याधीसह मलावरोध दूर होऊन आजार मुक्तीचा आनंद मिळतो.

ज्यांना सततची सर्दी आणि कफाचा स्थायी त्रास होतो, त्यांनी माझ्या मुळाच्या चूर्णासह हिरडा चूर्ण, असं दोन्ही मिळून काही दिवस घ्यावं, आराम पडतो. पोटाचे विकार, तसंच वात रोगात माझी वटी उपयोगात आणली जाते.

नागफणी : माझी विनंती आहे, कृपया कंदवर्गीय गाजर यांनी सभेत यावं.

गाजर : महाराजाधिराजांसह सर्व वनस्पती मित्रांनो, सर्वांना सादर प्रणाम! महाराज, माझं नाव गाजर. माझ्या रसामध्ये पोटॅशियम, व्हिटॅमिन सी, प्रोव्हिटॅमिन ए या द्रव्यामुळं डोळे, त्वचा यांचं आरोग्य उत्तम ठेवण्यास मदत होते. रसात जीवनसत्त्व क जास्त प्रमाणात असून कॅरोटीनोईड्स नावाच्या विशिष्ट घटकांसह अँटिऑक्सिडंट्स म्हणूनसुद्धा मी कार्य करतो. मुख्यत: माझ्या रसात कॅरोटीनाईड, बीटाकॅरोटीनसुद्धा असतं. माझ्या रसाद्वारे ल्युटीन तथा झेक्सॉन्थिनचा उत्तम स्रोत म्हणजे मी तुम्हा सर्वांचा लाडका गाजर होय. माझ्यातल्या या गुणवत्तेमुळं नेत्ररोगाच्या समस्या कमी होतात.

मानवी शरीरात कोलेजनची निर्मिती होणे हेतू माझ्यात व्हिटॅमिन सीचा स्रोत निसर्गत:च आहे. या तत्त्वांमुळं त्वचारोगामध्येही आराम मिळण्यास मदत होते. व्हिटॅमिन बी-६ रोगप्रतिकारक क्षमता तर वाढवतोच, शिवाय माझ्यातल्याच काही घटकांमुळं कर्करोगालासुद्धा आळा घातला जातो. माझ्या रसातल्या कॅरोटीनॉईड ॲसिडद्वारा स्त्रियांमधल्या स्तनाच्या कर्करोगाला आळा घालण्याचं कार्य करतो. माझ्यामध्ये एक महत्त्वाचा घटक अँथोसायनिन्स. हा मानवी शरीरातली रक्त शर्करा नियंत्रित करण्यास मदत करतो. असा मी गाजर आणि माझ्यातल्या विविध पौष्टिकतेनं भरलेला अमृतमयी रसाचा आस्वाद सर्वांनी घ्यावा आणि सुखी, समृद्ध रोगरहित जीवन जगावं, या शुभकामनेसह सर्वांना माझा पुनश्च प्रणाम! महाराजांचा विजय असो! माझा हलवा बनवून त्यात खूप मेवा घालून हिवाळ्यात अवश्य खावा.

निवडुंग : कृपया विडंग या वनस्पतीनं दरबारात यावं, ही विनंती.

विडंग : महाराजाधिराज, प्रधानजी तथा समस्त विश्वातल्या वनस्पतींनो, सर्वांना माझा सादर प्रणाम! महाराज, माझं नाव विडंग उपाख्य वावडींग. मला कृमिघ्न, कृमिहन,

चित्रतंडुल, तर हिंदी भाषेत वायविडंग, भाभिरंग आणि मराठीत मला वावडींग असं म्हणतात. गुणाने लघु, रूक्ष, तीक्ष्ण रस, कटू, किंचित कषाय (तुरट), विपाक कटू आहे.

मला झुपक्याने फळं लागतात. ती वेलीवर पिकलेली निळी फळं खूप छान दिसतात. मी वेलवर्गीय वनस्पती असून कित्येक लोक माझ्या पर्णांची डाळ घालून भाजी (पातळभाजी) करून खातात. मुलांना तथा वृद्धांना कृमी होतात. अशा वेळी माझ्या भुकटीचं मधातून चाटण झोपताना द्यावं. (कृमी झाल्यास मुलांना रात्री सफरचंद पण खाऊ घालावं.) याशिवाय कृमी झाल्यास मुलांना चिकूचं फळ द्यावं. मुलांच्या जेवणात नित्य कच्चा कांदा असावा. यामुळंही कृमीच्या समस्या सुटतात.

मुलं दातावर दात रगडतात, यालाच 'दात खाणं' म्हणतात. या प्रकारातसुद्धा आराम होतो. (या दात खाण्याच्या प्रकारात डिकेमाली या वनस्पतीचासुद्धा वापर केला जातो.) डोकेदुखी, गालावरचे काळे डाग (वांग), त्वचा विकार, पोटदुखी या विकारात माझ्या फळांचं चूर्ण अत्यंत लाभकारी असतं. बाळंतपणानंतर जंतू संसर्ग होऊ नये (बाळंतरोग), म्हणून माझ्या फळांची पुरचुंडी पाण्यात घालून पाणी उकळलं जातं. ते पाणी आजारी व्यक्तींना पिण्यास द्यावं. याने रोगी लवकर ठीक होण्यास मदत होते. कृमीचा त्रास होत असताना कित्येकांना हाताची ढोपरं, टोंगळे याच्या त्वचेवर खाज सुटते, त्वचेवर पांढुरके चट्टे, त्वचा कोरडी होणं या विकारात अमृतारिष्टासह विडंगारिष्टाचं सेवन किमान एक ते दोन माहपर्यंत वैद्याच्या सल्ल्यानं घ्यावं. आजार मुक्तीचा आनंद मिळतो.

निवडुंग : माझी विनंती आहे, लाल केळी यांनी सभेत यावं.

लाल केळी : महाराजाधिराज, प्रधानजी तथा समस्त वनस्पतींनो सर्वांना नमस्कार! महाराज, हा माझ्या दुसऱ्या रूपाचा परिचय. मी लाल केळी. सर्वसामान्य केळी आणि आता तुमच्यापुढं आहे ती लाल केळी. आमच्यातल्या खनीज संपत्तीमध्ये जास्त अंतर जरी नसलं, तरी काही बाबी माझ्यामध्ये तिच्यापेक्षा अधिक आहे. मी तंतुमय म्हणजे फायबरचा खजिना. यामुळं गॅस, अपचन, जुलाब यावर उत्तम उपाय. पोटॅशियमच्या उत्तम मात्रेमुळं किडनीसाठी संजीवनी. या व्यतिरिक्त किडनी स्टोन म्हणजे मूतखडा, हृदयविकार, कर्करोग यांना थांबवणारी मी लाल केळी. माझ्यात कॅल्शियमची मात्रा प्रचुर म्हणून हाडांसाठी उत्तम. जे लोक धूम्रपान करतात, त्यांच्या शरीरावर होणारा धूम्रपानाचा परिणाम माझ्या सेवनानं थोडातरी कमी होतो. शहाण्यांनी धूम्रपान वर्ज्य करावं, हे उत्तम. माझ्यात व्हिटॅमिन-सी, बी-६ तथा पोटॅशियम, मॅग्नेशियम आदी मिनरल्समुळं वाईट परिणामाची तीव्रता कमी होते.

धूम्रपान आणि तंबाखूचं सेवन, गुटखा, मदिरापान आदी व्यसनं टप्प्याटप्प्यानं सदर व्यवसायातल्या वैद्यांच्या सल्ल्यानं हळूहळू सोडावी. अचानक सोडणाऱ्यांना ज्यांची

मनं कमकुवत आहेत, त्यांना नैराश्य, आळस, चिडचिड, प्रसंगी मानसिक आजारांचा सामनासुद्धा करण्याची पाळी येते. हे टाळणे हेतू हे बुद्धिवादी मानवा, रस्त्यात आलेला पहाड, अनेक अडचणी निग्रहाने तोडून मार्ग मोकळा करताना तू आम्हाला दया माया दाखवत नाहीस, तर मग या व्यसनांवर तुझा एवढा विश्वास आणि प्रेम का? व्यसनं पण निग्रहानं सोडावी, जेणेकरून मेंदूमध्ये उत्तम विचारांना चालना मिळेल आणि निसर्गाचं संतुलन ठीक ठेवण्यासाठी प्रयत्नरत राहशील आणि भविष्यात आमचंही संरक्षण करशील.

निवडुंग : कृपया रिंगणी यांनी सभेत यावं, ही विनंती.

रिंगणी : महाराजांची आम्हा सर्वांवर कृपा असावी. महाराजांसह सर्व वनस्पती मित्रांनो, तुम्हाला माझा प्रणाम! महाराज, माझं नाव रिंगणी. मला वऱ्हाड प्रांतात रिंगणी डोरली या नावानंसुद्धा ओळखतात. माझ्या काही नावांपैकी संस्कृत भाषेत - कंटकारी, दु:स्पर्शा, क्षुद्रा, व्याघ्री, तर हिंदीत छोटी कटेरी, रेंगनी आणि मराठीत मला रिंगणी, भुईरिंगणी तर काही लोक रिंगणी डोरली म्हणूनसुद्धा संबोधतात. मी गुणाने लघु, रूक्ष, तीक्ष्ण रस, तिक्त कडू, विपाक कटू आहे.

माझ्या पाचही अंगाचा औषधीद्रव्यात उपयोग केला जातो. ती पाच अंगं म्हणजे - पर्ण, पुष्प, खोड, साल, मुळं. कफ विकारात माझं अवलेह, तसंच माझी मुळं औषधी म्हणून उपयोगात आणली जातात. जास्त कफ तसंच दमा (अस्तमा) रुग्णांना मी विशेष लाभकारी आहे. खेडोपाडी लागवड न करता कुठंही उगवणारी मी वनस्पती. माझी पर्णं काहीशी परडीसारखी, थोडी काटेरी असतात. माझ्या फळांचा आकार थोडा वांग्यासारखा असतो. औषधी निर्मिती हेतू माझी यथोचित लगवड केली जाते.

निवडुंग : कृपया द्राक्ष वेलीनं राजदरबारात यावं, ही विनंती.

द्राक्षवेल : महाराजाधिराज, प्रधानजी तथा समस्त वनस्पतींनो, सर्वांना माझा प्रणाम! महाराज, माझं नाव द्राक्षवेल. मला 'अंगूर' या नावानंसुद्धा ओळखतात. पचनतंत्राला शरीराचं यंत्र मानलं जातं. मानव ज्या वस्तू खाण्यायोग्य आहेत, त्याच खातो. त्याच्या शरीराला इंधन रूपानं ऊर्जा देऊन, योग्य रस पुरवून शरीराला सुंदर आणि उत्तम ठेवण्याचं कार्य करतो. गाडीचं कार्बोरेटर बिघडताच गाडी थांबते. मेंदू शरीरातल्या संवेदनांना नियंत्रित करत असला, तरीपण शरीराला पूर्ण पोषण देण्याचं कार्य पचनसंस्थाच पूर्ण करते. अमेरिकेतल्या कॅलिफोर्निया विद्यापीठात लॉस एंजेलिस इथं केलेल्या नव्या संशोधनाप्रमाणे जेव्हा माझ्या फळावर संशोधनं केली गेली, तेव्हा माझी उत्तम गुणवत्ता पुढं आली; ते बघून सर्वसामान्यांना आश्चर्य वाटणं साहजिकच आहे.

कर्करोग झाला असता केमोथेरपीचा सामना करण्याबरोबरच आतड्यांचं आरोग्य जपण्यास तत्पर असतो. परीक्षण करताना रोज ४० ते ५० ग्रॅम द्राक्ष सरासरी रोज अशी

किमान चार आठवडे नियमितपणे म्हणजे ३२ दिवस खाण्यास दिली. त्यांची जेव्हा आरोग्य चाचणी केली गेली, तेव्हाचे निष्कर्ष आश्चर्यचकित करणारे होते. चाचणी अंती पित्त म्हणजे ॲसिडची पातळी, कोलेस्टेरॉल, आतड्यांमधलं मायक्रोबायोम इत्यादींवर सकारात्मक प्रभाव दिसून आला. ह्या सगळ्या बाबी 'हेल्थ जर्नल नुट्रिएंट्स'मध्ये लोकहितार्थ प्रकाशितसुद्धा करण्यात आलेल्या आहेत.

माझी काही नावं - द्राक्षा, मधुरसा, फलोत्तमा. मी गुणाने स्निग्ध, गुरू, रस मधुर, विपाक मधुर; शिवाय तासीर थंड आहे. दीपन, पाचक, आम्लपित्ताचा दाह कमी करण्यासह तुष्टीकर, पुष्टीकर, मलमूत्र, कफ निस्सारण करणारी उत्साहवर्धक आणि सर्वांसाठी लाभदायक आहे. डोकेदुखीचा सतत त्रास असणाऱ्यांनी, पित्तविकार, मळमळ, पोटसाफ न होणं, सतत कोरडा खोकला, घसा दुखणं, तोंडात वारंवार फोड येणं, वार्ध्यक्यामुळं येणारा सततचा खोकला, थकवा इत्यादी आजारांवर माझा सुका मेवा म्हणजे मोठा मनुका किंवा किसमिस रोज रात्री पाण्यात भिजवून ठेवून सकाळी ते दाणे पाण्यात कुस्करून पाणी प्यावं.

भूक मंदावणं, ढेकर येणं, रक्ताल्पता, कावीळ इत्यादी आजारात माझं द्राक्षासव हे लोहासवासह मिसळून प्रत्येकी दोन चमचे, त्यात पाणी चार चमचे अशा तऱ्हेनं जेवणानंतर घ्यावं. हे औषध भोजनोपरान्त दिवसातून दोन वेळा घ्यावं. माझा अवलेहसुद्धा मिळतो. मात्र हे सगळे अवलेह आसवे घेताना वैद्यांचा सल्ला अवश्य घ्यावा. स्ववैद्य होणं टाळावं हेच उत्तम. सभेतला माझा हा पुनर प्रवास आहे.

निवडुंग : मी अडुळसा यांना सभेत पाचारण करतो. कृपया यावं, ही विनंती.

अडुळसा : विश्वातल्या समस्त वनस्पतींनो, आपणासह महाराज, प्रधानजी सर्वांना माझा सादर प्रणाम! महराज, माझं नाव अडुळसा. सर्वत्र आढळणारी मी वनस्पती. मला संस्कृत भाषेत 'वासा' असं म्हणतात. त्याच नावानं आयुर्वेदात 'वासावलेह' निर्माण झालं. मी प्राचीन काळापासूनच प्रसिद्ध आहे. वासक, सिंहास्य वाजिदन्त, वृष, आटरुषक, तर हिंदीत अडुसा, वासक म्हणतात. मात्र मराठीवाल्यांचा मी प्रिय अडुळसा होय. गुणाने रूक्ष, लघु, रस तिक्त, कषाय (तुरट), विपाक कडू आहे. औषधी उपयोग हेतू माझी तीन अंगं वापरली जातात. मुळं, पर्ण तथा पुष्प. पित्त, कफ, दाह, आम्लपित्त, अतिसार, रक्तविकार इत्यादी व्याधींमध्ये माझ्या पर्णांचा काढा, तर पित्त प्रकोपात आणि खोकला असताना तसंच रक्तप्रदरादी आजारांसाठी माझ्या अवलेहाला प्राधान्य दिलं जातं. मी दुर्मीळ वनस्पती नाही. साधा खोकला असता माझ्या पर्णांचा रस योग्य प्रमाणात घेतल्यानंही खोकल्यात बराच आराम मिळतो. सबब मला घरी बाळगून माझी जपणूक करावी.

निवडुंग : कृपया गुग्गुळ यांनी सभेत यावं, ही विनंती.

गुग्गुळ : महाराजाधिराजांचा विजय असो! विश्वातल्या समस्त तरुवरांनो तथा महाराजाधिराजांसह प्रधानजींना माझा सादर प्रणाम! महाराज, माझं नाव गुग्गुळ. माझ्या अनेक नावांपैकी काही नावं - देवधुप, कौशिक, पूर, महिषाक्ष, कुंभ, उलुखल आदी नावं असून मी गुणाने लघु, रूक्ष, तीक्ष्ण, सूक्ष्म, सुगंधी, रस तिक्त, कटू, विपाकसुद्धा कटू, कफ, वात, पित्त त्रिदोषहारक, वेदनाशमन, सूज कमी करणारा आहे. देशी गाईचं शुद्ध दूध तथा त्रिफळाच्या काढ्याद्वारे शुद्ध करवूनच मला वापरावं.

वेदना हरण करणारा इंग्रजी भाषेतील मी पेनकिलर होय. माझा अनेक औषधांमध्ये संमिश्र रीतीनं प्रयोग केला जातो. काही लोकांना जशी गंधक म्हणजे सल्फरची ॲलर्जी असते, तशीच काहीशी माझ्या बाबतीतसुद्धा घडते. कारण कित्येकांना माझ्या सेवनानं खाज, चट्टे, पुरळ यांचा त्रास होऊ शकतो. कित्येकांना रॅनिटिडीनची पण ॲलर्जी असते. सबब औषध घेताना असला काही त्रास झाल्यास आपल्या वैद्यांना योग्य माहिती द्यावी आणि आमचा प्रयोग टाळून दुसरा पर्याय निवडावा.

निवडुंग : कृपया भल्लातक उपाख्य बिब्बा यांनी सभेत यावं, ही विनंती.

बिब्बा : महाराजांचा सदा विजय असो! विश्वातल्या समस्त वनस्पती, लतावेली, तरुवरांनो, महाराजाधिराज तथा प्रधानजींना नम्र प्रणाम! महाराज, माझं नाव बिब्बा. याशिवाय, मला संस्कृत भाषेत भल्लातक, आरुष्कर, अग्निक, शोफकृत, अग्निमुख आदी नावं असून हिंदी भाषिक मला भिलावा, तर मराठीत मला बिब्बा म्हणतात.

गुणाने लघु, स्निग्ध, तीक्ष्ण, रस कटू, तिक्त, कषाय (तुरट), विपाक मधुर आहे. माझ्या काळ्याशार फळांचा औषधी उपयोग होतो. त्यात भरपूर तेल असतं. माझ्यातल्या तेलामुळं शरीराला इजा होऊन फोड होतात. माझी फुलं (पिकलेली) मंद आचेवर भाजून खूप रुचकर लगतात, तर उन्हात वाळलेली फुलंसुद्धा खूप गोड लागतात. पुष्परूपात मी एक रानमेवा असून माझ्या फळातल्या गराला 'गोडंबी' असं म्हणतात. गोडंबीची तासीर गरम असून ती वात नष्ट करून शरीराला उष्मा देणारी, तसंच बाळंतिणींना मेव्याच्या लाडवाच्या माध्यमाद्वारे खाण्यास देतात. गर्भवतींनी माझं पुष्प तथा गर यांचं सेवन टाळावं.

अचानक कित्येकांना होणारा पोटदुखीचा आजार, खेड्यात त्या आजाराला 'एक नळ' असं म्हणत असत. या आजारात किमान अर्धा तास जरी मदत मिळाली नाही, तर रोग्याचा हमखास मृत्यू होतो. या आजारात कित्येकांना पायाच्या दोन्ही अंगठ्यांना ताम्र या धातूची रिंग सतत वापरण्यास सांगतात. याच आजरात माझी अडीच फळं टोचून शुद्धतुपात कढवून ते अर्कमिश्रित कोमट तूप पिण्यास दिलं जातं. तत्काळ पोटदुखी थांबते. रुग्ण ठीक होतो, मात्र हा पाक गुणाने गरम असल्यानं याचे काही दुष्परिणामसुद्धा होत असावेत. सततचा पाऊस सुरू असता खेड्यात माझ्या एक किंवा दोन फळांना टोचून वरणात म्हणजे तुरीच्या

डाळीत घालण्याची पद्धत होती. त्यामुळं रोगप्रतिकारक क्षमता उत्तम राहण्यास मदत होत होती. हा खेड्यातल्या लोकांचा समज होता. त्यामुळं यावर संशोधनं व्हायला हवीत.

माझ्या फळातली गोंडबी एक सुका मेवा जो बऱ्याच लोकांना आवडतो. गॅस्ट्रो, कॉलरा, हगवण, उलट्या या आजारातसुद्धा माझा उपयोग केला जातो. माझ्या तेलानं जखमा झाल्यास कोथिंबिरीच्या पर्णांचा रस त्या जखमांवर सतत लावावा किंवा सडलेल्या खोबऱ्याची राख करून शुद्ध खोबरेल तेलात एकजीव करून लावावी.

काही लोकांना बिब्बा कल्प अथवा गोंडबी खाण्याने जर काही त्रास झाला, तर जेवणात किंवा खाण्यात खोबऱ्याचा भरपूर वापर करावा. याने माझी बाधा दूर होण्यास बरीच मदत होते. महाराज, मी एक मध्यम वृक्ष; परंतु मला काजूच्या सन्मानाच्या दृष्टीकोनातून बघितल्यास अजूनही मी उपेक्षिताचं जीवन जगतो. कारण मी एक जंगली वाण, म्हणूनच माझी अवहेलना केली जाते. भविष्यातही असंच होऊ नये, असं मला तरी वाटतं.

पिंपळ : महाराज, काजूच्या सवयी पण बिब्बा भल्लातकासारख्याच, पण त्याला किती मानसन्मान मिळतो. मग तोच भल्लातकालाही मिळायला हवा.

वटवृक्ष : मी या सभेत मानवांना आवाहन करतो की, जंगली, गावठी, शहरी, उच्च-नीच हा भेद वनस्पतींसाठी कधीच न पाळता, यापुढं आमच्या या चावऱ्या भल्लातकालासुद्धा तुम्ही सन्मान द्यावा.

नागफणी : सभेत मुरडशेंग यांना पाचारण करतो. कृपया, सभेत यावं.

मुरडशेंग : महाराजांसमवेत समस्त विश्वातल्या वनस्पतींनो, माझा सर्वांना नम्र प्रणाम! महाराज, माझं नाव मुरडशेंग. माझ्या शेंगा मालती या पक्वान्न प्रकारातल्या मुरड असलेल्या मालत्यांप्रमाणेच. माझ्या शेंगांना असलेल्या मुरडीमुळंच माझं नाव मुरडशेंग पडलं असावं. संस्कृत भाषेत मला आवर्तनी, आवर्तफला, तर हिंदीत मरोडफल्ली असं म्हणतात. गव्हाच्या चूर्णाच्या मालत्या मुरडून करणं, तशीच माझ्या शेंगेची रचना असते. गुणाने लघु, रूक्ष, रस कषाय (तुरट), विपाक कटू. माझ्या मुळांसह माझी वृक्षसाल तथा फळ म्हणजे शेंग यांचा औषधीद्रव्यात उपयोग होतो.

कानकुटी म्हणजे कानामागं होणारा फोड, खाज, पुरळ, चिरा पडणं, कानात वेदना होणं. या आजारांमध्ये माझी शेंग पाण्यात उगाळून त्याचा सदर दुखण्यावर लेप लावला जात असे. पोटात आव, मुरडा येणं. मुख्यतः छोटी मुलं यांना माझी शेंग उगाळून दिवसातून दोन ते तीन वेळा मधातून चाटण देत असत. खेड्यातली लोकं नवजात बाळाला गुटी देताना माझ्या शेंगेचा वापर करत असत.

नागफणी : कृपया सफेद मुसळी यांनी सभेत यावं, ही विनंती.

सफेद मुसळी : विश्वातल्या समस्त वनस्पती प्रजाती, वृक्ष-महावृक्ष, लतावल्लरींनो,

आपणासह महाराज तथा प्रधानजींना कोटी कोटी प्रणाम! महाराज, माझं नाव सफेद मुसळी; परंतु माझ्या दोन जाती असून आमच्या औषधीय गुणांमध्ये फारच थोडा फरक आहे. कारण मी गोरी, तर ती काळी मुसळी मात्र वैद्यकीय शास्त्रात माझ्यापेक्षा तिला जास्त महत्त्व मिळतं. आम्ही दोघीसुद्धा एक अत्यंत पौष्टिक असं नैसर्गिक रसायन. आमचं कार्य शुक्रवर्धन करणं, शारीरिक शक्ती वाढवणं यासाठी अत्यंत उपयोगी आहे.

आम्ही कंदवर्गीय वनस्पती. आमचा मुसळी पाक औषधीशास्त्रात म्हणजे आयुर्वेदात प्रसिद्ध आहे. आम्हाला अनुपान म्हणून दुधातून घेणं हितावह ठरतं. आम्हा दोघींचेही गुण गुरू, स्निग्ध, रस मधुर, विपाक मधुर असून आम्हा दोघींचीही संयुक्त वर्णनं आहेत.

काळी मुसळी : महाराज, मी काळी मुसळी बोलते. मला तालमुली, तालपत्री आदी संबोधन मिळते. माझ्या कंदामध्ये थोडासा तिखटपणा जाणवतो, हेच काय ते दोघींमधलं वेगळेपण होय. मी आणि माझी बहीण श्वेत मुसळी दोघींची औषधी मूल्यं आणि गुण एकच. लिंग शैथिल्य तथा त्यात उत्तेजना नसल्यास जेवणानंतर माझ्या कंदाचा एक छोटा तुकडा विड्याच्या पर्णातून किमान एक सप्ताह रोग्याला द्यावा. सोबत माझ्या कंदाचं चूर्ण हे कोमट पाण्यातून अथवा दूध तथा मध कोणत्याही अनुपानाद्वारे वैद्यांच्या सल्ल्यानं योग्य मात्रा, योग्य काळापर्यंत सेवन करावं.

मी बलवर्धक, शुक्रवर्धक, धातूवर्धक असून या आजारासाठी गाईचं दूध किंवा म्हशीच्या दुधातून घ्यावं. मात्र जर्सी गायीचं दूध शक्यतो वर्ज्य करावं. त्याऐवजी म्हशीचं दूध वापरणं उत्तम. (खोंड असलेल्या गायीच्या दुधाची पौष्टिकता जर या आधुनिक युगात तपासली गेली, तर या भेसळीच्या युगात नवामृताचा शोध लागल्याचा जगाला आनंद मिळेल.) खोंडवाल्या गोधनांमध्ये त्यांचं शेण हेसुद्धा एक महाऔषधी असून त्यांचं गोमूत्रसुद्धा अमृततुल्य आहे. त्यांच्याद्वारे मिळणाऱ्या अत्यल्प दुधाला आईच्या दुधाचीच उपमा देणं योग्य होय. माझी काही विशेषता अशी. मलावरोध, मूळव्याधी, अंगदुखीमध्ये माझ्या चूर्णाचा वापर कोमट पाण्यातून करावा. मी स्वत:च एक मूळ औषधी म्हणून मला कुणाच्या सोबतीची (जसं गोक्षुर, गुग्गुळ, बेहडा, आवळा, हिरडा असल्या कितीतरी औषधी आहेत.) गरज नाही. माझा आहे तसा उपयोग रुग्णासाठी करता येतो. अशा आम्ही दोघी. वऱ्हाडी भाषेत 'सफेद मुसळी' आणि 'शाम मुसळी' असंही म्हटलं जातं.

नागफणी : मी विनंती करतो, कृपया जेड प्लांट या वनस्पतीनं राजदरबारात यावं.

जेड प्लांट : समस्त विश्वातल्या देशीविदेशी तरुवरांसह समस्त वनस्पतींसमवेत महाराजाधिराज वटवृक्षांसह प्रधानजी पिंपळ यांना आदरासह प्रणाम! महाराज, माझं नाव जेड प्लांट. मला गुलाबी रंगाची फुलं येतात. फुलं आल्यावर विशिष्ट प्रकारचं परिवर्तन त्या फुलांवर सूर्यप्रकाशानं घडतं. त्यानंतर माझ्या फुलांवर लालसर छटा येतात. त्यातूनच

पुढं त्यात पिवळा रंग मिसळतो. कमीत कमी पाण्यात वाढणारी वनस्पती आहे मी. माझी लागवड आणि देखरेख सोपी असून मी दिसायला मोहक, सुंदर म्हणून बहुतांश लोक मला आपल्या घरातल्या उत्तम ठिकाणी जागा देऊन गृहशोभा वाढवतात.

नागफणी : मी विनंती करतो, सेमल मिश्री यांनी राजसभेत यावं.

सेमल मिश्री : विश्वभरातल्या समस्त वनस्पती, वृक्ष, महावृक्ष, लतावल्लरी तथा महाराजाधिराज वटवृक्ष आणि प्रधानजी पिंपळ आपणा सर्वांना माझे विनम्र अभिवादन. महाराजांचा विजय असो! मला सेमल मिश्री असं म्हणतात. सामान्य जनात मला शाल्मली, काटेसावर म्हणूनही ओळखतात. मला संस्कृत भाषेत मोचा, पिच्छील, रक्तपुष्प, तर हिंदीत सेमल, सेवर, तसंच मराठीत खेडोपाडी केवळ सांवर असं म्हणतात. माझेही दोन प्रकार आढळतात. माझ्या एका वृक्षाचं खोड गुळगुळीत तर दुसऱ्या प्रजातीचं खोड काटेरी असतं, म्हणून मी काटेसावर. औषधीद्रव्यात माझा म्हणजे काटेसांवरीचा जास्त उपयोग केला जातो.

मी गुणाने लघु, स्निग्ध, पिच्छील, रस मधुर, विषाक मधुर. औषधी रूपात माझ्या चार अंगांचा उपयोग केला जातो. मुळं, पुष्प, फळ आणि निऱ्या अशी ती चार अंगं होय. निऱ्याचा अर्थ छाल. माझा डिंक हा स्तंभकाचं कार्य करतो. विशेषत: स्त्रिया तथा वयस्कर तरुणींना नित्य छळणारा श्वेतप्रदर तथा रक्तप्रदर या रोगात आराम होणे हेतू माझ्या मुळाचं (काटेसावर) बोटभर आकाराचं जाड तथा दोन इंच लांब असे पाच-सहा तुकडे बारीक ठेचून त्या लगद्याला गायीच्या दुधात उकळून तथा गाळून घेऊन त्यात थोडी साखर घालावी. ते दूध सकाळ-सायंकाळ किमान एक माहपर्यंत घेतल्यानं उत्तम लाभ होतो. वीर्यवृद्धी एवं बलवृद्धीसाठी मी उत्तम औषधी म्हणजे टॉनिक आहे.

नागफणी : कृपया स्नेक या वनस्पतीनं सभेत यावं, ही विनंती.

स्नेक प्लांट : सर्व वनस्पती प्रजाती, महाराजाधिराज तथा प्रधानजी, सर्वांना नम्र प्रणाम! महाराज, मला स्नेक प्लांट म्हणतात. जेड प्लांटप्रमाणे मी पण घरात वाढणारी छोटी वनस्पती. मला 'सर्प वनस्पती'सुद्धा म्हणतात. घरात तथा हवेत पसरलेलं विष शोषून घेण्याची किमया निसर्गानं माझ्यात निर्माण केली. घरात श्वासोच्छवासाद्वारे निर्माण होणारा कर्बवायू आणि त्याचं वाढतं प्रमाण कमी करून घरातल्या हवेच्या शुद्धीकरणाचं कार्य करणारी मी वनस्पती. सर्वसामान्य प्रकाश, थोडी पोषक द्रव्यं असलेल्या मातीमध्ये माझी उत्तम वाढ होते. माझी घरात लागवड तथा जोपासना करून माझ्या सेवेचा लाभ घ्यावा.

नागफणी : मी विनंती करतो, कृपया वाराही कंद यांनी सभेत यावं.

वाराही कंद : महाराजाधिराजांसह प्रधानजी आणि समस्त विश्वातल्या लतावल्लरी, महावृक्षांनो, आपणास माझा नम्र प्रणाम! महाराज, माझं नाव वाराही कंद. दधिची ऋषींनी

जसं मानव कल्याणासाठी स्वप्राणाचं दान दिलं, कदाचित आम्हाला कुणी दधिची ऋषीच्या रूपात बघत नसलं, तरी आम्हीही त्यांच्याप्रमाणेच सर्वस्वाचं दान देतो आणि आम्हाला संपवून मानव आमची अजून नवी पिढी निर्माण करतो. हे जीवन चक्र असंच अविरत सुरू असतं. महाराज ही मोठीच आश्चर्यकारक घटना आहे, की संपूनही स्वतःचं अस्तित्व कायम ठेवणं.

महाराज, मी कंदवर्गीय वनस्पती. मला हिंदीत गैठी आणि मराठी भाषेत कुकरकंद तथा डुक्करकंदसुद्धा म्हणतात. गुणाने लघु, स्निग्ध, रस कटू, तिक्त, मधुर अशा प्रकारच्या गुणात्मकतेचा असून विपाक कटू आहे. औषध निर्मितीत माझ्या कंदांचा उपयोग केला जातो. मी शुक्रवर्धनासह बलवर्धक असून अनेकविध रोगांच्या औषधीतत्त्वात माझ्या एकट्याचा वापर केला जातो.

नागफणी : कवच बीज यांनी कृपया सभेत यावं, ही विनंती.

कवच बीज : समस्त विश्वातल्या वनस्पतींसह महाराज तथा प्रधानजी सर्वांना कोटी प्रणाम! महाराज, माझं नाव कवच बीज. मला संस्कृत भाषेत कपिलच्छु, आत्मगुप्ता, मर्कटी, कण्डुरा, तर हिंदीत केवाँच, काँच आणि मराठीत खाज कुयली, कवचबीज, तसंच कुमीरी असंही म्हणतात. माझ्या दोन प्रजाती. एक जंगली खाज कुयली, तर दुसरी खेड्यातल्या घराघरात दिसणारे माझे वेल. या घरगुती कुयलीचा उपयोग भाजीसाठी होत असे. भाजीची चवसुद्धा उत्तम. औषधीद्रव्यात मात्र माझ्या जंगली जातीचा उपयोग होतो. उपयोगी अवयवात बीज, मुळं तथा माझ्या शेंगांवरचा चावरा बुरादा म्हणजे रोम याचा उपयोग केला जातो.

माझ्या शेंगावरचे खाजरे रोम जर कुणाच्या अंगावर पडले, तर अंगावर भयंकर खाज सुटते. पूर्वी वर्गात खूप मारकुट्या गुरुजींसाठी काही व्दाड मुलं माझा प्रयोग करत असत. ती खाज बंद होणे हेतू चिकण म्हणजे काळी माती किंवा गायीचं शेण अंगाला लावून अंघोळ करावी लागायची; गुणाने गुरू, स्निग्ध, रस मधुर तिक्त, विपाक मधुर असून माझ्या बियांसह शेंगांवरचे रोम तथा माझ्या मुळांचासुद्धा औषधीद्रव्यात वापर केला जातो. माझ्या बियांचं चूर्ण दुधात उकळून त्यात साजूक तूप, साखर मिसळून घेतल्यास वीर्यात वाढ होते आणि शुक्रदोषापासून मुक्ती मिळते. ज्यांना वातविकार असेल त्यांनी माझ्या मुळांचं चूर्ण रोज घेणं इष्ट. याने वातव्याधीचं आणि त्यातून होणाऱ्या वेदनेचं शमन होण्यास मदत होते.

निवडुंग : कृपया फर्न यांनी सभेत यावं, ही विनंती.

फर्न : महाराजाधिराजांचं तथा प्रधानजींचं अभिष्टचिंतन. समस्त वृक्ष प्रजाती, लतावेली, कंद सर्वांना सादर प्रणाम! महाराज, मी फर्न. घरात वाढवली जाणारी एक छोटी क्षुद्र वनस्पती. माझी लागवड करताना तुम्हाला माझी जाड पर्ण उपयोगात आणावी लागतात.

मला वनस्पतीच्या जगात अत्यंत प्राचीन प्रजातीत गणलं जातं.

माझी विशेषत: सांगणाऱ्या वनस्पती-तज्ज्ञांच्या मते, माझ्या अनुषंगानं हवा तथा मृत्तिका (माती) दोन्ही घटकांमधील विषारी तत्त्वांचं परिमार्जन करण्यासह ते विष काढून टाकून नष्ट करण्यास मदत करतो. मला प्रकाश जास्त लागत नसून मातीत असणाऱ्या किंचित ओलाव्यात माझी जोपासना करता येते. मानवांनी घरातल्या तथा मातीतल्या विषारी कणांचा नाश करणे हेतू माझ्यासोबत मैत्री करावी.

निवडुंग : बडी इलायची यांनी कृपया सभास्थळी यावं, ही विनंती.

बडी इलायची : समस्त विश्वातल्या वृक्ष प्रजातींसह महाराजाधिराज, प्रधानजी सर्वांना माझा नम्र प्रणाम! महाराज, माझं नाव बडी इलायची. मला संस्कृतभाषेत बृहद्फला, स्थुलैला, बहुला; तर हिंदी भाषेत बडी इलायची; मराठी भाषेत मोठा वेलदोडा असं म्हणतात. मी गुणाने लघु, रूक्ष, रस कटू किंचित तिखट, विपाक कटू आहे.

औषधी द्रव्य तथा मसाल्यांमध्ये प्रयोग करताना माझी साल काढून फळातल्या बियांचा वापर प्रामुख्यानं केला जातो. मात्र मसाला भुकटी तथा खडा मसाला यामध्ये माझं टरफल न काढता; तसंच मसालेभात आदी पक्वान्नात स्वादासाठी करण्यात येतो. भूक मंद झाल्यास तथा पचनतंत्र बिघडल्यास माझा वापर हितावह ठरतो. एखाद्याला उरुस्तोह (उचक्या) थांबत नसल्यास सदर व्यक्तीला माझ्या फळातले दाणे खाण्यास द्यावे. ते चावून चावून गिळल्यानं उचकी थांबते. याशिवायही माझा अनेकविध वापर होतो.

निवडुंग : कृपया गोरखमुंडी यांनी सभास्थानी यावं, ही विनंती.

गोरखमुंडी : सर्व वनस्पती वृंदासह सकल तरुवर लतावल्लरींनो, सर्वांना माझा नम्र प्रणाम! महाराजाधिराज वटवृक्ष, प्रधानजी पिंपळ यांना माझा विशेष आदरासह विनम्र प्रणाम! महाराज, माझं नाव गोरखमुंडी आहे. संस्कृत भाषेत मला मुण्डी, श्रावणी म्हणतात. हिंदी आणि मराठीसुद्धा मला याच नावांनी ओळखलं जातं. मी गुणाने लघु, रूक्ष, रस किंचित तिक्त, कटू, विपाकसुद्धा कटू आहे. औषधीद्रव्यामध्ये माझ्या पंचांगाचा वापर करतात. माझा दिव्यौषधीमध्ये समावेश होतो. दिव्यरसायनाने युक्त मी.

माझ्यात रक्तशुद्ध करण्याची किमया असून केसातल्या खवडा नावाच्या त्वचा रोगात केसात होणारा कोंडा ज्याला डॅन्ड्रफ म्हणतात, त्याचबरोबर अंगाला सर्वत्र फोड येणं, अंगावर खाज सुटणं आणि अन्य त्वचाविकार, साठीनंतर पुरुषांमध्ये होणाऱ्या पौरुष ग्रंथीची वाढ आदी अनेक आजारात माझा उत्तम उपयोग होतो. एक रसायन म्हणून माझा प्रयोग हा रुग्णांवर करताना पूर्णत: वर्षभरासाठीसुद्धा केला जातो. मात्र वैद्यांचा सल्ला अवश्य घ्यावा.

निवडुंग : मी विनंती करतो, डिकेमाली यांनी सभेत यावं.

डिकेमाली : महाराजाधिराज वटवृक्ष, प्रधानजी पिंपळ, आदी वृक्ष, महावृक्ष, लतावल्लरी, कंद, तृण, महाऔषधी वृक्षांनो, सर्वांना माझा नम्र प्रणाम! महाराज, माझं नाव डिकेमाली. संस्कृत भाषेत नाडीहिंगु, तर हिंदीत डिकामाली आणि मराठीत डिकेमाली असं म्हणून मला ओळखलं जाते. विशेषतः वऱ्हाडात माझ्यावर एका म्हणीद्वारा कोटी केली जायची. ती म्हण अशी - 'खऊट खोबरं डिकेमाली सूरत पाहून हुली आली'. यातल्या हुलीचा अर्थ उलटी असा होतो. ही म्हण का आणि कशी पडली, कळायला मार्ग नाही.

मी गुणाने लघु, रूक्ष, तीक्ष्ण, रस कटू, तिक्त, माझा विपाक कटू आहे. सर्वसामान्य पोटदुखी, कृमी तथा बाह्योपचारासाठी माझा उपयोग केला जातो. मागं पन्नास वर्षांपूर्वी तर खेड्यातली लोकं दातदुखीत माझा प्रयोग करायचे. सतत वापर केल्यानं दातांचा रंग पूर्ण काळा होत असे. जंत झाल्यास लहान मुलं कटकटा दात चावतात, तेव्हा माझी पूड मुलांच्या दातांना लावत असत.

निवडुंग : माझी विनंती आहे, कृपया फ्लेमिंगो फ्लावर्स यांनी सभेत यावं.

फ्लेमिंगो फ्लावर्स : महाराजाधिराजांसमवेत सर्व वनस्पतींनो, माझा नम्र प्रणाम! महाराज माझं नाव फ्लेमिंगो फ्लावर्स. मी घराच्या आत बाल्कनीमध्ये लावता येणारी वनस्पती. कमीतकमी जल तथा अल्प प्रकाशात जगणारी आणि वाढणारी वनस्पती. मला केसरी, लाल, जांभळी, गुलाबी, काळी अशी मनोहारी लोभस पुष्प लागतात.

माझ्या पुष्प रंग वैविध्यामुळं मी सर्वांचा आवडता आहे. पाच विविध रंगात एकाच वेळी उमलणारा माझा फुलांचा ताटवा एखाद्या सुंदर घराच्या कोपऱ्यात फुललेला बघणं म्हणजे एक सुंदर पर्वणीसह मन प्रसन्न होतं. माझ्यात एक जाती आहे, ती लता फ्लेमिंगो. या लता फ्लेमिंगोद्वारे तुम्ही तुमच्या घरातल्या भिंतींना सुशोभित (डेकोरेट) करू शकता. असा मी सर्वांचा लाडका 'फ्लेमिंगो फ्लावर्स'. घर सजवणे हेतू माझा वापर करू शकता.

निवडुंग : माझी विनंती आहे, कृपया कापूरकचरी यांनी सभेत यावं.

कापूरकचरी : महाराजाधिराज वटवृक्ष, प्रधानजी पिंपळ, समस्त विश्वातल्या लतावल्लरींसह वृक्ष-महावृक्षांनो सर्वांना माझा नम्र प्रणाम! महाराज, मी कापूरकचरी. संस्कृत भाषेत मला शटी, गंधमुलिका, पलाशी तर मराठीत कपूरकाचरी असं म्हणतात. गुणाने लघु, तीक्ष्ण, रस कटू तिक्त, कषाय (तुरट) विपाक कटू आहे. औषधीद्रव्यात माझ्या कंदाचाच विशेषत्वानं प्रयोग केला जातो. श्वसनाच्या रोगात माझा उपयोग प्रामुख्यानं केला जातो. अन्य औषधांमध्येसुद्धा माझा उपयोग केला जातो. याशिवायही माझे अनेक उपयोग आहेत.

निवडुंग : माझी विनंती आहे, कृपया वचा उपाख्य वेखंड यांनी सभेत यावं.

वचा : महाराजाधिराज वटवृक्ष, प्रधानजी पिंपळ, समस्त विश्वातल्या वनस्पतींनो, सर्वांना

आदरपूर्वक नमस्कार. महाराज, माझं नाव वचा उपाख्य वेखंड. संस्कृत भाषेत मला उग्रगंधा, षड्ग्रंथा, गोलोमी तथा हिंदी भाषिकांमध्ये मला गोलोमी या नावानंच ओळखलं जातं. मराठी भाषिक मला 'वेखंड' या नावानं ओळखतात. मी गुणाने लघु, तीक्ष्ण रस कटू, तिक्त, विपाक कटू आहे. औषधात माझी मुळं तथा भौमिक काण्डाचाच वापर केला जातो. मी बुद्धीवर्धन करणारा, चरबीचं हनन करणारा, शोथहर, पाय, हात तथा अन्य अंग मुरगाळणे, त्यात लागलेला मुकामार, सूज आदी व्याधींवर मी माझ्या काही मित्रमैत्रिणींसह कार्य करतो. उदाहरणार्थ, जायफळ, आंबेहळद, मैदालकडी, अर्जुन (सादडा), भारसिंग, तुरटी, कायफळ या सर्व वस्तूंना पारसावर वेगवेगळं उगाळून त्या उगाळलेल्या वस्तूंना एकत्र करून याचा लेप दुखऱ्या जागेवर लावावा. (वाटल्यास याला कोमट करता येतं.)

सांधेदुखीसह सूज यावर अत्यंत गुणकारी आहे. दुसरा माझा उपयोग असा की, जी मुलं माणसं बोलताना अडखळत बोलतात, त्यांचा शब्दोच्चार अस्पष्ट असणं या व्याधीमध्ये पिंपळाच्या पर्णांची पत्रावळ तयार करून ती स्वच्छ धुऊन पुसून त्यावर बालक असो अथवा मोठी व्यक्ती, त्यांना त्या पत्रावळी वर कोमट भात, वरण तथा साजूक तूप घालून त्यावर चुटकीभर माझं चूर्ण घालून तो भात कालवून खाऊ घालावा. हा प्रयोग करताना प्रमाण (वेखंड चूर्णाचं) वयोमानाप्रमाणे ठेवावं. हा प्रयोग किमान ७-१४-२१ दिवस अशा तऱ्हेनं करावा. याने तोतरेपणा, अडखळत बोलणं, वाणीदोष दूर होण्यास उत्तम मदत होते.

निवडुंग : माझी विनंती आहे, कृपया रुदंती यांनी सभेत यावं.

रुदंती : महाराजाधिराज, प्रधानजी तथा समस्त वनस्पतींनो, सर्वांना माझा नम्र प्रणाम! महाराज, माझं नाव रुदंती. सर्वभाषेत मला याच नावानं ओळखलं जातं. मी गुणाने लघु तीक्ष्ण, रस कषाय, तिक्त, विपाक कटू. औषधीद्रव्यात माझ्या फळांचा वापर केला जातो. तीव्र स्वरूपाचा दमा (अस्थमा) या आजारात मी वरदान ठरतो. माझे तसे अनेक उपयोग आहेत. सबब वैद्यांनी, शास्त्रज्ञांनी माझ्यातल्या औषधीद्रव्याचा सूक्ष्म शोध घेऊन माझ्यातल्या सुप्त गुणांना उजागर करावं, ही विनंती.

निवडुंग : मी विनंती करतो, कृपया मनी प्लांट यांनी सभेत यावं.

मनीप्लांट : महाराज, प्रधानजी, समस्त वनस्पती प्रजाती, सर्वांना सप्रेम नमस्कार. महाराज, माझं नाव मनी प्लांट. असं म्हणतात की, माझी पर्णं नाण्याप्रमाणे दिसतात; परंतु मला मात्र तसं वाटत नाही. मी वायू प्रदूषणाला आळा घालणारी वेलवर्गीय वनस्पती. काहींची समजूत की, मला घरात किंवा वाणिज्यिक ठिकाणी लावल्याने समृद्धी येते. गोष्ट खरी असली, तरी ते अर्धसत्य आहे. कारण माझ्या लागवडीसह माझी वाढ योग्य प्रमाणात व्हायला हवी. त्याचे काही नियमसुद्धा पाळावे लागतात. मला वर चढू देऊ नये, असं म्हणतात. माझी पर्ण पिवळी पडू देऊ नयेत. पिवळी पडल्यास, वाळल्यास, पर्ण

सडल्यास ती वेळीच योग्य तऱ्हेनं साफ करावीत. तसं न केल्यास तथा हयगय केल्यास मात्र माझ्याद्वारे घरी अथवा धंद्याच्या ठिकाणी विपरीत परीणाम झालेले आढळून येतात.

माझी देखभाल योग्य तऱ्हेनं करणाऱ्यांनी म्हणजे आळशी लोकांनी नव्हे, तर प्रत्यक्ष वनस्पतीसाठी राबणारांनीच माझी लागवड करावी. आळशास मी फलदायी नाही. वालुकामय मृत्तिका असलेल्या ठिकाणी किंचित ओलावा मला जगण्यास उत्तम ठरतो. तेव्हा माझी योग्य निगा राखणाऱ्यांनीच माझी लागवड करावी.

निवडुंग : कृपया निर्गुडी यांनी सभेत यावं, ही विनंती.

निर्गुडी : महाराजाधिराज वटवृक्ष महाराज, प्रधानजी पिंपळ आणि समस्त विश्वातल्या वनस्पतींनो, सर्वांना माझा सादर प्रणाम! महाराज, माझं नाव निर्गुडी. मी समस्त गरिबांच्या सुखदुःखात सहभागी असणारी वनस्पती. मला हिंदीत सम्हालू, मेउडी तथा मराठीत निर्गुडी, निगड या नावानं सर्वत्र ओळखतात. बऱ्याच लोकांच्या कुंपणावर सदैव असणारी, सर्वत्र मिळणारी वनस्पती. गुण लघु, रूक्ष, विपाक कटू रस कटू किंचित तिक्त असून औषधी योगात माझ्या पर्णांसह मुळांचा तथा बियांचा सहभाग असतो.

वात, ज्वर, शरीरात हाडापर्यंत गेलेले खोल व्रण, मेंदूत गेलेला मलेरीया यांसारख्या संक्रमित रुग्णांसाठी मी कायम संजीवनीचं कार्य करते आणि सर्वत्र उपलब्ध असते हे विशेष. माझा तिळाच्या तेलात पाक सिद्ध करावा. तो रुग्णाला त्याच्या दुखण्याची तीव्रता आणि रुग्णाचं बळ, वय सर्व बघता मात्रा निश्चित करावी आणि तो पाक पोटात घ्यायला द्यावा. (वैद्यांचा सल्ला बंधनकारक आहे. काही लोकांना याचे विपरीत परिणाम पण झेलावे लागू शकतात, तेव्हा सावधान!) प्रमाण केवळ एक चमचा, म्हणजे पाच मिलीग्रॅम.

अर्धांगवात, मासपेशींमधली दुर्बलता या रोगात साधारणपणे औषधी योजनेचा कालखंड दिवसांमध्ये १४-२१-४० असा असावा. स्वत:वर स्वत: प्रयोग निषिद्ध. वैद्यांचा सल्ला घ्यावा. माझ्या पंचागांचं चूर्ण हे एकत्रितपणे घेता येतं. मी बुद्धीदात्री म्हणूनसुद्धा कार्य करते. दातांना मजबूत करणे हेतू बकरीच्या मूत्राच्या अनुपानाद्वारे माझं सेवन केलं आणि करवलं जातं. मलावरोधामध्ये कोमट पाणी किंवा गायीच्या (खोंड असणारी, शुद्ध चारा खाणारी गाय) गोमुत्रातून माझं पंचाग चूर्ण रात्री घ्यावं.

वर्षा ऋतूतल्या उत्तरा नक्षत्रात लाल तुरे येणारे वृक्ष माझ्या झाडाखालीच उगवतात, हीसुद्धा एक दिव्यौषधीच होय. या उपवृक्षाला 'निर्गुडा' असं संबोधतात. वात व्याधीत गायीच्या दुधाच्या अनुपानाद्वारे तथा तूप, साखर या द्रव्यांच्यासोबतीनं मला एक रसायन रूपातही घेता येतं. माझी पर्ण पाण्यात उकळून त्याद्वारे वात व्याधीच्या रुग्णांना अंघोळ घातली जाते. पर्ण बारीक करून त्यात थोडा जुन्या विटेचा चुरा घालून तयार केलेल्या पोटलीनं दुखऱ्या आखडलेल्या भागावर शेक दिल्यानंही आराम होतो.

माझ्या वृक्षांची मुळं काढावयाची असल्यास, आदल्या दिवशी शनिवारी मला आमंत्रण देताना माझी पूजा करून शुभदिनी शक्यतो उत्तरा भाद्रपदायुक्त नक्षत्रावर किंवा पुष्य नक्षत्रयुक्त रविवारी माझी मुळं क्षमा मागून काढावीत. त्या माझ्या मुळांची गृहदेवांसमवेत यथास्तीत पूजा करून त्यात दोन चमचे मूग घालावेत. त्याची पोटली पिवळ्या कापडात बांधून पूजा केल्यावर ती गल्ल्यात (दुकानाच्या) ठेवावी. एक वर्ष होताच दुसरी ठेवावी आणि जुनी पोटली वाहत्या जलात विसर्जित करावी. या उपायानं उदीम व्यापार उत्तम चालतो, असं काही तांत्रिक सांगतात.

निवडुंग : कृपया सहदेवी या वनस्पतीनं सभेत यावं, ही विनंती.

सहदेवी : महाराजाधिराज, प्रधानजी तथा समस्त विश्वातल्या वनस्पतींनो, सर्वांना माझा नम्र प्रणाम! महाराज, माझं नाव सहदेवी. सर्व माळरानं, बागबगीचे तथा कुठंही आढळणारी मी एक क्षुद्र वनस्पती. मला घरातल्या कुंडीत लावून झोप न येणाऱ्यांनी माझा वापर करावा. माझा वापर करण्यापूर्वी माझ्या वृक्षाला आदल्या दिवशी म्हणजे शनिवारी आमंत्रण द्यावं आणि माझी पूजाअर्चना करावी. नंतर दुसऱ्या दिवशीसुद्धा आवाहन करून रविवारी पुष्य नक्षत्रात मला सन्मानानं घरी आणावं. तेही सूर्योदयापूर्वी.

माझा जेवढा भाग वापरावयाचा, तेवढा भाग लाल कापडावर ठेवून त्याचीही पूजा करावी. नंतरच तो भाग तुमच्या कार्यासाठी स्वीकारावा. मला आमंत्रित करतानाचा 'ओम नमो भगवती सहदेवी सद्‌बलदायिनी सर्वजेयी कुरू कुरू स्वाहा॥' सदर मंत्र १०८ वेळा जपावा. निद्रा करतेवेळी जमल्यास कुंडी शयनकक्षात ठेवावी. पूजा केलेलं वृक्षांग हे झोप घेणाऱ्यानं आपल्या उशीखाली ठेवावं. या प्रकारानं निसर्गत: झोप येण्यास मदत होते, असं काही तंत्रज्ञ सांगतात. प्रयोग करून बघावा.

निवडुंग : माझी विनंती आहे, कृपया बला यांनी सभेत यावं.

बला : महाराजाधिराज वटवृक्ष, प्रधानजी पिंपळ आणि समस्त विश्वातल्या वनस्पतींनो, सर्वांना माझा नम्र प्रणाम! महाराज, माझं नाव बला. कुठंतरी ऐकलं, बला म्हणजे आपत्ती. मात्र, मी बला नावाची वनस्पती आपत्ती मुळीच नाही. मला संस्कृत भाषेत वाट्यालिका, खरयष्टिका आणि मराठीत चिकणा या नावानं सर्वत्र ओळखतात. हिंदीत मला वरियार तथा खिरैटी असंही म्हणतात. गुणाने लघु, स्निग्ध, पिच्छील, रस मधुर, विपाक मधुर आहे. औषधीद्रव्यात माझी मुळं तथा बीजांचा वापर केला जातो. मी एक वेदना निवारक औषधी आहे.

मी बलवर्धक, दीपन पचनसंबंधी तक्रारींचं निवारण करणारी तथा अनेकानेक औषधी माध्यमांद्वारे अथवा माझ्या एकटीचाही औषधी म्हणून आयुर्वेदात सर्वत्र वापर केला जातो.

निवडुंग : माझी विनंती आहे, कृपया बलंतसोप यांनी सभेत यावं.

बलंत सोप : महाराजाधिराज वटवृक्ष, प्रधानजी पिंपळ, कंदवर्ग, तृणवर्ग वृक्ष, महावृक्ष तथा ज्ञात-अज्ञात जगातल्या समस्त वनस्पतींनो, सर्वांना माझा नम्र प्रणाम! महाराज, मी बलंत सोप. शेपू नावाच्या पालेभाजीचं बी. मला संस्कृत भाषेत 'शतपुष्पा' म्हणतात. हिंदी भाषेत मला सोया, तर मराठी भाषिकांची मी लाडकी शेपू ही पालेभाजी होय. माझ्यात असा गुण आहे की, कोणत्याही प्रकारच्या आजारी व्यक्तीस माझं सेवन वर्ज्य नाही.

मी सर्वांना पौष्टिकता प्रदान करणारी असले, तरी माझ्या विशिष्ट गंधामुळं बरेच लोक माझ्यापासून दूर राहतात. मात्र, काही लोकांचं माझ्यावर भारी प्रेम. त्यांची मी अत्यंत लाडकी पालेभाजी असून माझी भाजी मूगडाळ घालून केली जाते. गुणाने लघु, रूक्ष, तीक्ष्ण रस कटू, किंचित तिक्त; तर विपाकसुद्धा कटू आहे. मी शरीरातली अतिरिक्त उष्णता जी शरीरास बाधक असते, तिचं हरण करणारी असून त्रिदोषांपैकी कफ तथा वातनाशक आहे.

गर्भवती बाळंत होताच तिच्या गर्भाशयाच्या शुद्धी हेतूने, तसंच प्रसरण पावलेल्या गर्भाशयाचा आकार पूर्ववत करणे हेतू माझी भूमिका महत्त्वाची ठरते. त्यासाठी रोज बाळंतिणीला भोजनोपरांत बलंत सोप उपाख्य बाळंत सोप एक छोटा चमचा खायला द्यावी. हा क्रम काही महिने नित्य आचरणात आणल्यास बाळंतिणीस पोटात वायू (गॅसेस), पोट फुगणं, कंबरदुखी, बाळंतरोग आदींपासून सुटका मिळते. बाळंतपणानंतर बाळंत काढासुद्धा देण्याची रीत पूर्वापार चालत आलेली आहेच. मी पचनक्रिया उत्तम ठेवून अंगावरचं दूध मुलाला म्हणजे बाळाला बाधक ठरणार नाही, याची ही काळजी घेते आणि बाळाचंही आरोग्य जपते. अशी मी बहुगुणी बलंत सोप.

निवडुंग : माझी विनंती आहे, कृपया अमलताश यांनी सभेत यावं.

अमलताश : महाराजाधिराज वटवृक्ष, प्रधानजी पिंपळ, समस्त विश्वातल्या ज्ञातअज्ञात वनस्पतींनो, सर्वांना माझा नम्र प्रणाम! महाराज, माझं नाव अमलताश. संस्कृत भाषेत मला आरग्वधा, राजवृक्ष, चतुरांगूळ, शम्पाक, कृतमाल, सुवर्णक आदी नावांनी ओळखतात. हिंदीत मला अमलतास, सियर लाठी असं म्हणतात, तर मराठी लोकांचा मी बहावा होय. गुणाने गुरू, मृदू, स्निग्ध, रस मधुर तथा विपाक मधुर आहे. माझ्या शेंगांमधला गर, माझं मुळं, त्वक म्हणजे साल (छाल), पुष्प तथा पर्ण यांचा औषधात वापर केला जातो. विदर्भात काही ठिकाणी माझ्या पिवळ्या तुरेदार फुलांची भाजी बेसन घालून केली जाते. खायला चांगली लागते; परंतु तासीर अत्यंत गरम म्हणून खाताना कमी प्रमाणात खावी. माझ्या शेंगा गोल, शेंगेची लांबी दोन ते अडीच फूट तथा त्याची जाडी किमान अर्धा ते पाऊण इंचाची असते. वाळल्यानंतर त्यांना काळपट चॉकलेटी रंग येतो आणि त्या वेताच्या छडीसारख्या दिसतात.

त्वचेची खाज, खरूज या आजारात माझं मूळ उगाळून चट्टा तथा खाजेच्या ठिकाणी

लावावं. मूळ उगाळून त्याचं प्रमाणबद्धरीत्या सेवनसुद्धा करता येतं. चर्मरोग्यांनी माझी पर्ण पाण्यात उकळून त्या जळानं रोज अंघोळ करावी. तसंच सोबत योग्य मात्रेत माझा पर्णरससुद्धा घ्यावा. याने चर्मरोगात आराम मिळतो आणि त्वचासुद्धा छान होते. माझ्या पर्णांचा आंबा पिकवण्यास उपयोग केल्यास आंबे गोड होतात. उत्तम पिकतात तथा पिवळे होतात.

माझ्या शेंगांचा मगज पाण्यात भिजवून गाळून त्याचं प्रमाणशीर सेवन केल्यास बद्धकोष्ठतेचा जुन्यातला जुना त्रास बरा होतो. म्हणजे पोट साफ होतं. पोटातल्या मळाच्या गाठीसुद्धा माझ्या या पाण्यानं वितळून ठीक होतात. गर्भवती स्त्रियांना मात्र माझा कोणताही पाक-विपाक हा त्या काळात वर्ज्य करावा. कारण माझी गरम तासीर. भल्लातकाप्रमाणंच मी गर्भघातकी आहे. पोट साफ करण्यासाठी माझ्या शेंगांमधला मगज आदल्या दिवशी पाण्यात भिजत घालून दुसऱ्या दिवशी त्याचा वापर करावा.

निवडुंग : माझी विनंती आहे, खदिर यांनी सभेत यावं.

खदिर : महाराजाधिराज, प्रधानजी तथा समस्त विश्वातल्या ज्ञातअज्ञात वनस्पतींनो, सर्वांना माझा सादर प्रणाम! महाराज, माझं नाव खदिर. मला संस्कृत भाषेत रक्तसार, दन्तधावन, कणकटी, बालपत्र आदी नावं असून हिंदीत तथा मराठीत मला 'खैर' म्हणून ओळखतात. माझ्या वृक्षाची साल काढून तिचा पाक करून (शिजवून) त्यापासून काथ निर्माण केला जातो. यालाच 'कॉथ' असं पण म्हणतात. याचा विड्याच्या पानाला लावण्यासाठी उपयोग करतात.

दंतरोग, खाज, खरूज, त्वचेचे अन्य आजार, खोकला, अरुची असणं आदी उपचारांसाठी मी उत्तम. माझी चव कडवट, कषाय (तुरट), शरीरातली चरबी कमी करणारा, मुलं तथा सर्वसामान्यांना कृमी (जंत) प्रमेह, ताप, व्रण, तोंडातले फोड, पांढरे डाग, सूज आदी आजारात आराम देणारा मी. रक्तशुद्धीसाठी रक्ताभिसरणासाठीही मदत करतो. खेडोपाडी असणाऱ्या वनराजीत मी सर्वत्र उपलब्ध असतो. जसं खदिरादिवटीत सुपारीचा उपयोग होतो. तसाच माझाही उपयोग होतो. अतिखोकल्याच्या उबळीवेळी माझा एखादा तुकडा तोंडात ठेवल्यास खोकल्याची ढास (उबळ) कमी होते. माझ्यासोबत कंटकीचाही अनुपान म्हणून वापर करतात.

निवडुंग : माझी विनंती आहे की, कृपया मिरची यांनी सभेत यावं.

मिरची : महाराज, प्रधानजी आणि समस्त वनस्पतींनो, सर्वांना माझा नम्र प्रणाम! महाराज, माझं नाव मिरची. मला 'लाल मिरची' असंही म्हणतात. मीसुद्धा विदेशी. मी येण्यापूर्वीच्या प्राचीन भारतात माझ्या जागेवर मिरे यांचं अधिराज्य होतं. माझ्या आगमनानंतर मात्र सर्वत्र माझाच वापर व्हायला लागला. आज मी भारतीय मसाल्यातला महत्त्वाचा घटक आहे.

मी गुणाने लघु, रूक्ष, तीक्ष्ण, रस कटू, विपाक कटू असून माझी तासीर उष्ण आहे. माझ्या वृक्षाचं फळ म्हणजेच मिरची याचा बियांसह वापर केला जातो. आता सभेतली उपस्थिती हे माझं पुनरागमन होय.

तज्ज्ञांनी केलेल्या संशोधनांती असं सिद्ध झालं की, माझ्या फळाची बियारहित साल तेवढ्याच वजनाची कडुनिंबाची पर्ण आणि काळी मिरी एकत्र कुटून त्याच्या बोराएवढ्या गोळ्या (सहा ते आठ मिमी) कराव्यात. सकाळ-सायंकाळ एक एक गोळी सप्ताहभर घ्यावी. सुरुवात गुढीपाडव्यापासून करावी. या माझ्या औषधीमुळं रोगप्रतिकारक क्षमतेत विलक्षण वाढ होते. माझ्यातसुद्धा फॉस्फरस तथा शक्तिवर्धक द्रव्यांची रेलचेल आहे. फक्त माझं सेवन रुचेल आणि पचेल तेवढंच करावं, म्हणजे मी तुमचा मित्र आहे.

निवडुंग : माझी विनंती आहे की, कृपया कुंभी यांनी सभेत यावं.

कुंभी : महाराजांचा विजय असो. महाराजाधिराज वटवृक्ष, प्रधानजी पिंपळ तथा समस्त विश्वातल्या वनस्पतींनो, सर्वांना माझा नम्र प्रणाम! महाराज, माझं नाव कुंभी. संस्कृत भाषेत मला 'गिरिकर्णिका', मराठीत 'कुंभासाल', तर हिंदी-मराठीतलं माझं सामान्य नाव कुंभीच आहे.

गुणाने कषाय (तुरट), स्तंभक, शूल हरणकारी, शोथहर, रस तिक्त, कटू, विपाकसुद्धा कटू, तर तासीर उष्ण. स्त्रियांचे दोन मोठे आजार श्वेत आणि रक्तप्रदरांपैकी रक्तप्रदरात जास्त स्राव असताना माझी साल एक पेला पाण्यात भिजत घालून ते पाणी गाळून संबंधित रोग्याला दिल्यास आराम होतो. हे सर्व प्रयोग वैद्यांच्या मार्गदर्शनातच करावेत. विनावैद्य तथा नकली वैद्यांद्वारा घेतलेली औषधं विषासमान असतात, हे सदैव स्मरणात ठेवावं.

नागफणी : गरबेरा डाईसिस यांनी सभेत यावं, ही विनंती.

गरबेरा डाईसिस : माझी पुष्प दीर्घकाळ टिकतात. मी विदेशी वनस्पती असून माझ्यात लाल, पिवळा, पिंगट, जांभळा असे अनेकविध आणि मनोहारी रंग आढळतात. मी शुद्धता, निश्चितता तथा पावित्र्याचं प्रतीक आहे. पाश्चिमात्य लोकांत मला शुभ प्रसंगी भेट देण्याची प्रथा सर्वत्र प्रचलित आहे. पूर्णतः सूर्य प्रकाशात वाढणारी वनस्पती. मध्यम जल तथा जलाचा निचरा होणारी जमीन मला हवी. कुंडी असल्यास पाण्याचा निचरा उत्तम व्हावा. माझ्या रंगीबेरंगी पुष्पवैविध्यामुळं मी पाश्चिमात्यांची अत्यंत लाडकी आहे. तुम्ही पण मला स्वीकारा. म्हणजे तुम्हालाही माझा लळा लागेल.

नागफणी : इंद्रायण या वेलीनं सभेत यावं, ही विनंती.

इंद्रायण : महाराज, मी वेलवर्गीय वनस्पती. मला इंद्रायण म्हणतात. महाराज, प्रधानजी तथा समस्त तरुवरांनो, सर्वांना माझा नम्र प्रणाम! संस्कृत भाषेत इंद्रावारुणी, गवांक्षी, चित्र, तर हिंदी-मराठीत मला इंद्रायण असंच म्हणतात. मी गुणाने लघु, रूक्ष, तीक्ष्ण, रस तिक्त,

विपाक कटू आणि तासीर उष्ण असून औषधीद्रव्यात केवळ माझ्या वेलीच्या मुळांचाच सातत्यानं वापर केला जातो. खेडोपाडी कुंपणावर कुठंही सहजी उपलब्ध असणारी मी वनस्पती. वातविकारातला संधिवात, पोटदुखी, अग्निमांद्य, अंगदुखी आदी विकारात रोग्याच्या वयासह त्याच्या शारीरिक बलाबलाचा विचार करून वैद्य मात्रा ठरवतात. त्यामुळं स्वऔषधी घेणं टाळावं.

माझी मुळं तथा तेवढ्याच वजनाची पिंपळी (लेंडी पिंपळी) यांचं चूर्ण दिवसातून दोन-तीन वेळी कोमट पाण्यासह दिल्यानं वातविकारातला संधिवात ठीक होतो. मासिक पाळीतली तीव्र पोटदुखी तथा पाळीच्या अनियमिततेत दशमूलारिष्टासह किंवा देवदारव्यादी काढ्यासह माझी मुळं लेंडी पिंपळीच्या चूर्णासह थोडा गूळ मिसळून द्यावी. प्रमाण सम असावं. फक्त गुळाचं प्रमाण कमी-जास्त चालतं. हे औषधदेखील वैद्यांच्या मार्गदर्शनातच घ्यावं. चेहरा, मान, अंगावर येणारी खाज, त्वचेवरचे डाग, पोटातली कृमी यावर मी अत्यंत गुणकारी असून माझं फळ फार सुंदर दिसतं.

नागफणी : मी विनंती करतो, कृपया कासमर्द यांनी सभेत यावं.

कासमर्द : महाराजाधिराज वटवृक्ष, प्रधानजी तथा समस्त विश्वातल्या वनस्पतींनो, माझा सर्वांना नम्र प्रणाम! महाराज, माझं नाव कासमर्द. संस्कृत भाषेतही मला 'कासमर्द'च म्हणतात. मराठी आणि हिंदीभाषेत 'लालमिर्च' म्हणून ओळखतात. मी गुणाने लघु, रूक्ष, तीक्ष्ण, रस मधुर, विपाक कटू, तासीर उष्ण. मी अडुळसा या वनस्पती समूहातली असून आमची जडणघडण जरी वेगळी, तरी मानवाला कफ खोकल्याच्या आजारातून मुक्ती देणं हेच आम्हा दोन्ही वनस्पतींचं प्रमुख कार्य होय. पश्चिम महाराष्ट्रापासून विदर्भातही सर्वत्र मिळणारी मी वनस्पती, कुठंही उगवते. आता औषधासाठी माझीही शेतात रीतसर लागवड होत असावी.

नागफणी : माझी विनंती आहे, मालकांगुणी यांनी सभेत यावं.

मालकांगुणी : महाराज, प्रधानजी तथा समस्त तरू, वल्लरी बंधू-भगिनींनो! सर्व वनस्पतींनो, सर्वांना माझा नम्र प्रणाम! महाराज, माझं नाव मालकांगुणी. संस्कृत भाषेत मला ज्योतिष्मती, पारावतपदी, काकाण्डकी, वेगा, कटविका म्हणतात. हिंदीत माककांगनी, तर मराठीत मालकांगुणी म्हणतात. तसंच सुलभ व्यवहारात मात्र मलगागुणी असं संबोधतात. मी गुणाने तीक्ष्ण, रस कटू, तिक्त विपाक कटू, तासीर उष्ण. औषधीद्रव्यात माझ्या बियांसह त्यांच्या तेलाचा उपयोग सर्वत्र केला जातो. वनस्पतीच्या जगतात एक दिव्यौषधी म्हणून माझं स्थान आहे.

बुद्धीवर्धन, मज्जातंतूंना शक्ती देण्यासह वेदनाशमन करण्याच्या कार्यासह मी वातनाशक आहे. ज्यांना कधी अर्धांगवायूचा (लकवा) त्रास झाला असेल, त्याच्यासह

संधिवात, टोंगळे, कंबरदुखी, पाठदुखी आदी त्रासात पोटातून घेता येणारी मी वनस्पती. मानवकल्याणासह त्याच्या मैत्रीचं कार्य करते. माझ्या बियांच्या तेलाची हलकीशी मालीश दुखणाऱ्या जागी केल्यास आराम मिळतो. ज्या लोकांना गुग्गुळाची अ‍ॅलर्जी नाही, त्यांनी माझं सेवन गुग्गुळ कल्पासह करावं. बुद्धिवर्धक रसायन रूपात माझा वापर करायचा असल्यास दोन बिया चावून चावून गिळून घ्याव्यात. वर थोडं दूध प्यावं. काहीही असलं तरी माझंसुद्धा सेवन वैद्यांच्या सल्ल्यानंच करावं.

नागफणी : आता सभेत मण्डूकपर्णी यांना पाचारण करतो. कृपया सभेत यावं, ही विनंती.

मण्डूकपर्णी : महाराज, प्रधानजी तथा समस्त वनस्पती, सर्वांना माझे कोटी कोटी प्रणाम! महाराज, माझं नाव मण्डूकपर्णी. मलाच 'श्रावणी'सुद्धा म्हणतात. संस्कृत भाषेत मांडुकी, ब्राह्मी, सरस्वती, हिंदीत वेगसाग ब्राह्मी; तर मराठीत मला 'कुरिवणा' असं म्हणतात.

मी गुणाने लघु, रस तिक्त, विपाक मधुर, तासीर थंड आहे. माझ्या पाच अंगांचा औषधांमध्ये वापर केला जातो. मुळं, पर्णं, साल, फुलं, फळं ही सगळी अंगं सावलीत; परंतु उत्तम वाळवावीत. समस्त पंचांग एकत्रितपणे कुटून त्याचा औषधी म्हणून वापर करावा. मुख्यत: अंगात जास्त उष्णता असताना, तसंच केस गळणं, डोकेदुखी, लघवीमध्ये जळजळ, स्त्रियांमधील श्वेतप्रदर (धुपनी), तळहात तथा तळपायाची आग होणं, शांतपणे झोप न येणं आदी आजारात मी उपयोगी आहे. रोगाची लक्षणं, तीव्रता, रुग्णांची बलाबल स्थिती, वय, वजन हा सगळा विचार करून मात्रा निर्धारित करावी. म्हणूनच औषधी योजना स्वयंमेव न करता वैद्यांचा सल्ला घ्यावा.

निवडुंग : चिनार या तरुवरानं सभेत यावं, ही विनंती.

जाई, जुई, चमेली : महाराजांचा विजय असो! असं मधेच आल्यामुळं झालेल्या मनस्तापासाठी प्रथम चिनार आणि नंतर सर्वांची माफी मागतो. महाराज, सफरचंद थोडा जास्त हर्षीत झाला आहे. त्याला अगदी थोडंसंच बोलायचं आहे. परवानगी हवी, महाराज.

प्रवेश पाचवा

पिंपळ : असं मधेच यायला काय झालं?

वटवृक्ष : प्रधानजी, किती वेळापासून एकतर्फी संवाद ऐकून ऐकून सगळे कंटाळलेत, म्हणून आमच्या जाई-जुई-चमेली या त्रयी काही वेगळं घेऊन आल्या आहेत. बोला जाई-जुई-चमेली.

जाई, जुई, चमेली : सफरचंद दादा, लवकर ये.

सफरचंद : महाराज, मी थोडा घाबरलो आहे.

वटवृक्ष : घाबरणं म्हणजे काय, मी नाही समजलो. कोड्यात बोलू नको. नीट काय ते सांग. वेळ कमी आहे.

सफरचंद : माफ करा महाराज. गोष्ट अशी की, जम्मू, काश्मीर, हिमाचल प्रदेश, शिमला या थंड प्रदेशात वाढणारा मी. विदर्भ आणि अकोल्याच्या संतोष वानखेडे नावाच्या शेतकऱ्यानं एक वर्षापूर्वी स्थानिक शेतात माझी लागवड केली. मी जेमतेम एक वर्षाचा झालोय महाराज. पुढं उन्हाळ्याच्या भीतीनं माझी आताच झोप उडाली. मला तर काय करावं कळत नाही. यापुढंही मला सभेत पुनरागमन करावं लागेल.

वटवृक्ष : तुम्ही हे सांगता आहात तर आश्चर्य मलाही वाटलं. तेव्हा आपण सगळे या बाळाला आशीर्वाद देऊ या की, ईश्वरानं त्याला या गरम वातावणातही फुलवावं, फळवावं आणि एका नव्या वाणाची सुरुवात होऊन विदर्भवासीयांना लवकरच अकोल्यातला सफरचंद खायला मिळावा, ही आम्हा सर्वांची शुभकामना. पहारेकरी, चालू द्या आपलं नेहमीचं काम. चिनारला बोलावंल होतं ना. काय योगायोग बघा, हा चिनारसुद्धा काश्मिरीच ना?

निवडुंग : होय, महाराज. कृपया चिनार यांनी सभेत यावं, ही विनंती.

चिनार : महाराजाधिराज वटवृक्ष, प्रधानजी पिंपळ आणि समस्त विश्वातल्या वनस्पतींनो, माझा प्रणाम! महाराज, माझं नाव चिनार. मी काश्मीरची महत्त्वपूर्ण ओळख. मी जेव्हा काश्मीर खोऱ्यात डौलानं बहरून येतो, तेव्हा तिथं येणारे लोक माझ्या त्या सौदर्यानं घायाळ होतात आणि दंग होऊन जातात. मला एकटा बहरलेला बघण्यापेक्षा ओळीत लावलेल्या अवस्थेत बहरलेला बघणं म्हणजे एक महापर्वणी होय. माझी पर्णं, उंची, पुष्परंग सगळंच अगदी मननोहक असतं. असा मी सर्वांचा आवडता चिनार.

निवडुंग : माझी विनंती आहे की, लसूण यांनी सभेत यावं.

लसूण : महाराजाधिराज, प्रधानजी तथा समस्त वनस्पती प्रजातींनो, सर्वांना माझा नम्र प्रणाम! महाराज, मी कंदवर्गीय वनस्पती. माझं नाव लसूण. हिंदीत मला 'लहसून' म्हणतात, तर मराठीत 'लसूण'. संस्कृत भाषेत मला 'रसोन', 'लशुन', 'उग्रगंध', 'यवनष्ट' आदी नावांनी ओळखलं जातं.

गुणाने स्निग्ध, तीक्ष्ण, पिच्छील, गुरू, रस मधुर, लवनयुक्त किंचित कटू, तर किंचित तिक्त आणि कषाय म्हणजे तुरट, विपाक कटू असून तासीर उष्ण आहे. माझ्या कंदाचा औषधीद्रव्यात उपयोग होतो. कंदापासून तेलनिर्मिती केली जाते, त्या तेलाचाही औषधीद्रव्यात वापर केला जातो. माझ्या एका कंदात अनेक लसूण पाकळ्या असतात; परंतु माझ्या काही कंदात एकच पाकळी असते. याला 'एकांड्या लसूण' असंही म्हणतात. याचं तर औषधशास्त्रात विशेष महत्त्व आहे.

वात, कफ या व्याधीत पंचरसयुक्त गुणाने मी अमृतासमान. पौराणिक ग्रंथात असं म्हणतात की, समुद्र मंथनातून निघालेल्या अमृताचा किंचित अंश मला मिळाला. त्यातूनच मला ही गुणवत्ता प्राप्त झाली. मी पाचक, वीर्यवर्ध, बलकारक, रोगप्रतिकारक आहे. टाचा दुखणं, संधिवात, आमवात, हाडांना धरून असलेला अस्थीवात आदी व्याधींमध्ये माझा उपयोग करतात. तसंच कानदुखी बरी करण्यासाठी माझ्या रसाचा उपयोग करतात.

माझ्या दोन पाकळ्या, चिमूटभर वावडींग चूर्ण (विडंग) दुधात उकळून रोज सकाळी-सायंकाळी घेतल्यानं अनेक व्याधींमधून मुक्ती मिळते. ज्यांची शुक्रधातू कमजोर आहे, त्यांनी दुधात उकळलेल्या पाकळ्या चावून खाव्यात. नंतर उकळलेलं ते दूध साखर घालून प्यावं. काही धर्मकार्यात मी आणि माझा बंधू कांदा याला वर्ज्य मानलं गेलं असून ब्रह्मचर्याचं पालन करणारेही माझ्यापासून दूरच राहतात. साधारणतः जैन धर्मातले साधू ,साध्वी माझा उपयोग करत नसून, श्राद्ध कार्यातसुद्धा माझा उपयोग निषिद्ध आहे.

सात्त्विक भोजनात माझा समावेश होत नाही. कांद्याशिवाय माझा एक मित्र, त्याचं नाव आलं. जिथं मी, तिथं तो असतोच. आम्ही दोघं एकत्र आल्यास तुम्हाला रोगप्रतिकारक शक्तीचं दान देऊन आरोग्य देतो, हे लक्षात ठेवावं.

निवडुंग : कृपया कांदा या कंदवर्गीय वनस्पतीनं सभेत यावं, ही विनंती.

कांदा : महाराजाधिराज, प्रधानजी तथा समस्त विश्वातल्या वनस्पतींनो, सर्वांना माझा प्रणाम! महाराज, माझं नाव कांदा. संस्कृत भाषेत मला पलाण्डु, दुर्गंध, तर हिंदीत प्याज आणि मराठीत कांदा म्हणतात.

गुणाने गुरू तीक्ष्ण, स्निग्ध, रस मधुर, किंचित कडू, विपाक मधुर. माझी तासीर जरी उष्ण असली, तरी मी त्याच्याविरुद्ध कार्य करतो, ही माझी विशेषतः. ऊन लागणं, ज्याला इंग्रजीत 'सनस्ट्रोक' म्हणतात, त्यावेळी माझ्या कंदाचा रस तळहात, तळपाय, मस्तक, छाती, चाळे, नाक या ठिकाणी शरीरावर लावल्यास व्यक्ती सनस्ट्रोकमधून आरामात जगू शकतो. याशिवायही शक्य आणि वेळ बघून त्याला शीत हवेत ठेवण्याव्यतिरिक्त वैद्यांची मदत घ्यावी.

माझे दोन प्रकार आहेत, एक श्वेत आणि दुसरा लाल. तरीपण नाशिक भागात पिवळा लंबोळा माझा प्रकार पूर्वी बाजारात यायचा. त्याची चव उत्तम होती. आज तो बाजारात दिसत नाही. पुढं एका अमेरिकन बिना तिखट कांद्याची गोष्ट तुम्हाला ऐकायला मिळेल. माझ्या अर्धा कप रसात तेवढंच दूध घालून ते मिश्रण सकाळी आणि रात्री दोन वेळा किमान पंधरा दिवस घ्यावं. याद्वारे मूळव्याधी, पोट साफ न होणं, शौचाच्या वेळी किंवा निरंतर गुदा भागात आग होणं, कदाचित रक्तही पडत असेल, अशा स्थितीत वरील योजना करावी.

माझा दोन चमचे रस, सम भाग मधात मिसळून दोन माह घेतल्यानं शरीर दुर्बलता, धातूक्षीणता, मासिक पाळीतली पोटदुखी यामध्ये आराम मिळतो. पुरुषांसाठी धातू दुर्बलता, वीर्यातली उष्णता कमी करण्यासाठी कार्य करतो. माझ्या सेवनाचा दुहेरी लाभ होतो. ज्यांना आम्लपित्त नित्य असतं, त्यांनी माझा जेवणात नित्य वापर करावा. चेहऱ्याला तकाकी येण्यासाठी माझा दोन चमचे रस समभाग मध किंवा एक चमचा बारीक केलेली साखर , दोन चमचे रस शुद्ध तुपासह चेहऱ्याला लावावा. चेहऱ्याचा रंग छान उजळतो.

निवडुंग : विनंती करतो, कृपया खोकली यांनी सभेत यावं.

खोकली : महाराजाधिराज, प्रधानजी तथा समस्त विश्वातल्या वनस्पतींनो, माझा सर्वांना नम्र प्रणाम! महाराज, माझं नाव 'खोकली'. नावाप्रमाणंच माझ्याद्वारे खोकल्यावर उपचार केले जातात. माझी पर्णं चावून खाणं शक्य नाही. सबब पर्णरस काढून तो घ्यावा.

संस्कृत भाषेत मला 'हरित मंजिरी' तथा हिंदीत 'कुप्पी खोकली', तर मराठीत 'खोकली' असं म्हणतात. मी गुणाने कासहर (कफाचं हरण करणारी), रस तिखट, कटू, विपाकसुद्धा तिक्त, तासीर थंड असूनही कफावर गुणकारी आहे. शरीरात अतिउष्णता झाल्याने कोरडा खोकला झाला असता, माझा वापर अत्यंत गुणकारी आहे.

निवडुंग : माझी विनंती आहे, कृपया हिवर यांनी सभेत यावं.

हिवर : महाराजाधिराज वटवृक्ष, प्रधानजी पिंपळ तथा समस्त विश्वातल्या वनस्पतींनो, सर्वांना माझा नम्र प्रणाम! महाराज, माझं नाव हिवर. मी सर्वत्र उगवणारा एक क्षुद्र वृक्ष. संस्कृत भाषेत माझं नाव 'अरिमेद', हिंदीत 'दुर्गंधी खैर', 'विलायती बबूल', तर मराठीत मला 'शेण्याखैर', 'गंध्याहिवर', 'घाणेराखैर' असं म्हणतात.

मी गुणाने उष्ण, तीक्ष्ण गंध, विषाक्त, रस तिक्त, तुरट (कषाय), विपाक तिक्त, तासीर उष्ण. मी कुष्ठरोगाचं निर्मूलन करणारा वृक्ष. औषधीद्रव्यात माझ्या मुळांचा वापर केला जातो. भारतातला अतिथंड प्रदेश सोडल्यास मी सर्वत्र आढळतो. माझ्या पर्णाला हातावर रगडल्यास अत्यंत उग्र गंध येतो. सहसा माझी पर्णं कोणताही पशू खात नाही.

सर्वांगावर व्रण असणं आणि त्यातून पू (पस) बाहेर येणं, फोडांनी जर्जर शरीर अशा वेळी सगळ्या औषधी योजना करून झाल्या असतील, तर अंती माझ्याद्वारे उपचार करावेत. माझी मुळं (किमान आठ ते दहा इंचाची) काढून आणावीत. त्यांच्या दोन्ही टोकाला दोरा बांधावा आणि त्यांची माळ तयार करून रुग्णाच्या कंबरेला करदोड्याप्रमाणं बांधावी. या उपायाने रोगमुक्ती शक्य आहे. मूळ काढण्यासाठी शुभ रविवार शक्यतो पुष्य नक्षत्र असावं.

आदल्या दिवशी माझी पूजा करून मला आमंत्रित करावं आणि सूचित करून मग दुसऱ्या दिवशी रविवारी माझी मुळं काढावीत. मुळं काढल्यावर माझी माफी मागून 'मी

ज्याच्यासाठी ही मुळं नेत आहे, त्याला रोग मुक्ती दे,' असं तीन वेळा म्हणावं. हा एक विधी आहे. (मुळं काढल्यानं आम्हाला प्राणांतिक इजा होते, म्हणून हा विधी.) वृक्ष नाश करणं वाईट; परंतु व्याधी नाशासाठी देण्यात येणारा सन्मान होय.

निवडुंग : मी विनंती करतो, कृपया चेरी यांनी सभेत यावं.

चेरी : महाराजाधिराज, प्रधानजी तथा समस्त वनस्पतींनो, सर्वांना नम्र प्रणाम! महाराज, माझं नाव चेरी. जगात थंड प्रदेशाशी माझं नातं. लहान-थोरांना सर्वांनाच आवडणारी आंबटगोड चवीची मी चेरी. सगळ्यांच्या पाकिटाच्या आवाक्यात न बसणारी मी चेरी. चेष्टेनं काही लोक मला 'विलायती बोर' म्हणतात.

लाल चुटूक, काळसर (ब्राउनी) आणि पिवळा असे माझे तीन रंग होय. माझा आकार सर्वसामान्यतः लहान जंगली बोराएवढा असतो. माझ्यात एन्योमायसिन हे द्रव्य असतं. हा पदार्थ मानवी शरीरातली जळजळ, दुखणं कमी करतो. मधुमेहींसह हृदयरोगी, तसंच अन्य आजारात शरीराच्या ग्रंथींमध्ये होणारी जळजळ वर सांगितलेल्या द्रव्यामुळं थांबवण्यास मदत होते. माझी लागवड तथा उत्पादन भारतातल्या काश्मीर, हिमाचल प्रदेश, उत्तराखंड, उत्तरपूर्व राज्यांमध्ये घेतलं जातं.

जागतिक स्थरावर युरोप ४० प्रतिशत, संयुक्त अमेरिका १३ प्रतिशत, याशिवाय तुर्की, इरान, इटली, रूस, सीरिया, स्पेन, युक्रेन, सोमालिया युनान आदी राष्ट्रांमध्ये अल्प उत्पादनं घेतली जातात. देशानुरूप चवीमध्ये थोडा फरक जाणवतो. मला काश्मिरी भाषेत 'गिलास', नेपाळच्या कुमाऊँ भाषेत 'पेयु', तर इंग्रजांची मी लाडकी चेरी. पंजाब प्रांतात मला शाहदाना; तसंच अरबी भाषेत 'कर्ज'; चिनी भाषेत 'ल्पदहजंवद्ध यीनगटाव' असं म्हणतात. अशी मी सर्वांची लाडकी चेरी. कित्येकांनी तर माझी कधी चवसुद्धा घेतली नसणार किंवा पाहिलंही नसणार.

निवडुंग : माझी विनंती आहे, कृपया रिठा यांनी सभेत यावं.

रिठा : महाराजाधिराज, प्रधानजी आणि समस्त विश्वातल्या वनस्पतींनो, सर्वांना नम्र प्रणाम! महाराज, माझं नाव रिठा. साबणाच्या आविष्कारापूर्वी माझ्या फळांच्या छिलक्यांचा कपडे धुण्यासाठी वापर करत असत. मला संस्कृत भाषेत 'गर्भपतन', 'रक्तबीज', 'फेनिल', 'आरिष्ट', 'मंगल्य', तर हिंदीत 'अरिठा' आणि मराठीत मला सर्वत्र 'रिठा' म्हणूनच ओळखतात.

गुणाने लघु, तीक्ष्ण, रस कटू, तिक्त, विपाक उष्ण, तासीर वमनकारी आहे. आपल्याकडे नजर लागणं हा प्रकार प्रचलित आहे. यासाठी माझ्या फळाला छिद्र पाडून ते मुलांच्या गळ्यात बांधतात. याने नजर बाधा होत नाही. केस सौदर्यांसाठी माझ्याबरोबर शिकेकाई, आवळा, जटामांसी, ब्राह्मी, शंखपुष्पी गहुला, कचूला, नागरमोथा, वाळा,

चंदन तथा माझ्या फळाची साल, मकोय, माका (भृंगराज) सर्व वनस्पतींचं वेगवेगळं चूर्ण करावं आणि ते समप्रमाण घेऊन पाण्यात भिजत घालून त्याने केस धुवावे. कोणतीही बाजारू उत्पादनं केस सौदर्यांसाठी घ्यावी लागणार नाहीत.

निवडुंग : मी विनंती करतो, कृपया अशोक वृक्षाने सभेत यावं.

अशोक : महाराजाधिराज वटवृक्ष, प्रधानजी पिंपळ आणि समस्त विश्वातल्या सर्व वनस्पतींनो, वृक्ष-महावृक्ष लतावल्लरींनो सर्वांना माझा नम्र प्रणाम! महाराज, माझे नाव अशोक. सम्राट अशोकाचा आवडता वृक्ष. संस्कृत भाषेत मला 'हेमपुष्प', 'ताम्रपल्लव', तर हिंदी आणि मराठीत 'अशोक' या नावानंच सर्वत्र ओळखतात.

प्राचीन विद्येत तर असं म्हणतात की, चैत्र शुक्ल प्रतिपदा (गुढीपाडवा) या दिवशी माझ्या आठ कळ्या पाण्यासोबत गिळून घ्याव्या, म्हणजे एक प्रकारे प्राशन कराव्या. यामुळं रोगप्रतिकारकशक्तीत वाढ होते. याशिवाय भारतीय आयुर्वेदशास्त्रात माझं महत्त्व अनन्य साधारण असं आहे. मी गुणाने लघु, रूक्ष, रस कषाय, तिक्त, विपाक कटू असून माझी तासीर थंड आहे. माझं हे सभेतलं पुनरागमन आहे.

स्त्रियांच्या मासिक पाळीतली अनियमितता, प्रदर, पाळीच्या वेळीचा दाह, शरीरात उष्णता वाढणं आदी समस्यापूर्ती हेतू अशोकारिष्ट, अशोका कंपाऊंड आदी औषधं प्रचलित आहेत. फक्त माझा तथा कोणत्याही वनस्पतीचा वापर वैद्यकीय सल्ल्यानंच करावा.

निवडुंग : मी विनंती करतो की, अस्थिसंहार यांनी सभेत यावं.

अस्थिसंहार : महाराज, प्रधानजी तथा समस्त विश्वातल्या वनस्पतींनो, माझा नम्र प्रणाम! महाराज, माझं नाव अस्थिसंहार. मी कंदवर्गीय वनस्पती आहे. संस्कृत भाषेत मला 'वज्रकंद', 'वज्रवल्ली', तर हिंदीत 'हाडजोड' आणि मराठी भाषेत 'कंदवेल', 'अस्थिश्रृंखला' असं म्हणतात. मी माझ्या नावाप्रमाणं कफनाशक, वातनाशक, तुटलेल्या हाडांना जुळवणारा, शरीरातली अतिरिक्त उष्णता तथा कृमींचा नाश करणारा, पाचक, अग्निवर्धक म्हणजे भूक वाढवणारा आणि पौष्टिकतेनं भरपूर असून कामोद्दीपन करणारा; मात्र पित्तकारक आहे.

माझ्या कंदाची साल काढून त्याचे अर्धा इंचाचे तुकडे करून ते उत्तम तऱ्हेनं वाळवावेत आणि त्याचं चूर्ण तयार करून घेऊन शुद्ध तूप आणि साखरेबरोबर सेवन करावं. अस्थिभंग योगात सर्वच लोकांसाठी उत्तम. लचक, मुकामार, हात-पाय मुरगाळणं (बाह्योपचार), हाड टिचकणं, आतून तथा वरून सूज येणं यासाठी बाह्योपचार हेतू माझे तुकडे पांढऱ्या दोऱ्यात ओवून त्याची माळ गळ्यात धारण करावी किंवा दुखऱ्या जागेवर माझ्या तुकड्यांना बांधावं. शक्य असल्यास तसला प्रयत्न करावा; या उपायानं अस्थी

जोडण्यास बाह्योपचार म्हणून माझी महत्त्वपूर्ण मदत होते. आसपास सगळं असतं, दृष्टीची कार्यतत्परता मात्र असावी, एवढंच.

निवडुंग : मी विनंती करतो की, ऊस यांनी सभेत यावं.

ऊस : उपस्थित समस्त सभाजनांना माझा नम्र प्रणाम! महाराज, माझं नाव ऊस. संस्कृत भाषेत मला 'इक्षुदंड', 'इक्षु', 'दीर्घच्छद', 'भूरीरस', 'आसिपत्र', 'गुडमूळ'. हिंदीत मला 'गन्ना', तर मराठीत 'ऊस' म्हणून ओळखतात. इंग्रजीत भाषेत 'सच्चारम ऑफिसिनरम' असंही म्हणतात. दुसरं इंग्रजी नाव 'शुगरकेन' हे आहे.

गुण गुरू, स्निग्ध, रस मधुर, विपाक मधुर, तासीर थंड आहे. महाराज, मी सर्वांचा आवडता आहे .मात्र आधुनिक युगातल्या लोकांच्या नाकर्तेपणामुळं घरी पक्वान्न तयार करण्याचा कंटाळा किंवा जीवनातली व्यग्रता यामुळं महाराज मी मधुमेहकारक म्हणून बदनाम झालो. माझ्यापासून निघालेला गूळ तर अमृततुल्य. तशीच साखरसुद्धा आहे. गुळाची तासीर गरम; परंतु साखरेचा गुण थंड आहे. साखरेत पिष्टमय पदार्थाची भरमार म्हणून पचायला जड आहे. श्रम न करणाऱ्यांना माझ्या या साखरेचं अतिसेवन मधुमेही बनवतं; परंतु हे सत्य नाही. सबब मी गोड म्हणून माझा वापर जरूर करावा. मात्र परिश्रमाला कधीही पाठ दाखवू नये.

मी मधुर, बळ तथा वीर्यवर्धक, रक्तपित्तनाशक, तृप्तीकर, श्रमपरिहारक पुष्टीदायक, कांतीकारक, अनुलोमक आहे. माझ्याद्वारे निर्मित गूळ हा रक्तवर्धक, वीर्यवर्धक, अग्निदीपक आहे, मात्र काही लोक मला उष्ण तथा पित्तकारक मानतात. यातही दोन मतं आहेत. मी कास, श्वासहारक औषधांमध्ये अनुपानाचं कार्य करतो. आवळ्यासह माझा उपयोग हा चवनप्राशमध्ये आवर्जून केला जातो. शक्यतो गूळ हा दुधासह खाऊ नये; परंतु आजची पिढी ऐकत नाही.

भारतात चहाची सुरुवात होण्यापूर्वी लोक पाहुणा तथा पांथस्थांना गूळ चणे अथवा गूळ आणि पाणी द्यायचे. प्रत्यक्ष गूळ तथा गूळ-तूप वा गूळ-खोबरं गजाननाला अतिप्रिय असून मी तुपाबरोबर आरोग्यवर्धक, पित्तहारक तथा शक्तिवर्धक आणि बलकारक आहे. कावीळ, कामला, पंडूरोग (पांडू) या रुग्णांना रोज माझ्या कांडाचा ताजा रस द्यावा. ज्यांना कोरडा खोकला आहे, त्यांनी तोंडात गुळाचा खडा चघळत ठेवावा. ढास बंद होण्यास मदत होते; तसंच घसासुद्धा मोकळा होतो. सर्दी असता तथा सर्दी बसल्यावर येणारा खोकला ठीक होणे हेतू लोखंडी तव्यावर हलकेच भाजलेल्या शुद्ध हळदीला गुळाबरोबर त्यांच्या छोट्या बोराएवढ्या गोळ्या करून त्या चघळाव्यात. असा मी बहुगुणी गोड ऊस. गूळ आणि साखर ही माझी छद्म रूपं आहेत.

निवडुंग : काटोल उपाख्य वांझकर्टोली या वेलवर्गीय वनस्पतीला विनंती आहे, कृपया

त्यांनी सभेत यावं.

काटोल : 'प्रहरी तुमचे धन्यवाद'! महाराजाधिराज आणि प्रधानजींसह सर्व विश्वातल्या वनस्पतींनो, सर्वांना माझा नम्र प्रणाम! महाराज, माझं नाव काटोल. मलाच वांझकर्टोली असंही म्हणतात. 'काटवल' या नावानंसुद्धा मला विदर्भात ओळखलं जातं. संस्कृत भाषेत मला 'योगीश्वरी', 'नागारी', 'देवी', 'कन्या', तर मराठीत 'वांझकर्टोली' तथा हिंदीत 'बाँझकंकोडा' असं म्हणतात. गुणाने लघु, तीक्ष्ण, व्रणशोधक, विषघ्न असून रस तिक्त, तासीर उष्ण आहे. औषधी हेतूनं माझी फळं, कंद तथा पर्णांचाही उपयोग केला जातो.

आमच्या वेलवर्गात नर व मादी हा प्रकार असतो. आमची कंदं जमिनीत खूप खोलवर असतात. वर्षाऋतू प्रारंभ होऊन प्रथम पाऊस जमिनीत मुरताच सुप्तावस्थेत असणाऱ्या जमिनीतल्या कंदांना कोंब येऊन ती वाढायला सुरुवात होते. पहिली फळं तोडण्यायोग्य झाल्यापासून किमान दोन माहेपावेतो बाजारात मिळतात. आज काही लोक माझी शेतात लागवड करतात, तीही फळं बाजारात येतात. मात्र चोखंदळ ग्राहक ही फळं शक्यतो घेत नाहीत.

माझ्या मुख्य फळांना भरपूर मागणी असते, म्हणूनच ती महाग पण असतात. फळं केवळ मादी वेलीलाच लागतात. ज्या वेलींना फळं लागत नाहीत, त्या वेलीलाच 'वांझकर्टोली' असं म्हणतात. यावेळी मादी वेलीद्वारेच परागीकरणाला मदत होते, म्हणूनच तर आम्हाला फळं लागतात. सबब तीही तेवढीच महत्त्वाची ठरतात. हिंदीत हिलाच 'बाँझकंकोडा' असं म्हणतात.

ज्या वेलींना फळं लागत नाहीत, ती नर वेल असून तिचा कंद वाळवून त्याच्या चूर्णाद्वारे मूत्रविकार ठीक होण्यास भरपूर मदत होते. या चूर्णाद्वारे शरीरातली अतीरिक्त उष्णता तथा विष कमी करणे हेतू माझा वापर सातत्यानं केला जातो. आयुर्वेद, औषधशास्त्रातले तज्ज्ञ म्हणतात की, स्वतः रोगी आपल्या शरीरात औषधी अंतर्भूत करणं तथा त्याच्या शरीरातल्या योग्य प्रसारणास म्हातारपण वा कमजोरीमुळं गात्रे निकामी होतात. अशा वेळी जुन्या काळात, आयुर्वेदात 'पारा' या विष द्रव्याचा वापर अनुपान म्हणून करत असत. हेतू हा की, औषधीचं शरीरात लवकरात लवकर प्रसारण व्हावं; परंतु ही विषाक्तरूपी पारायुक्त मात्रा शरीरात गेल्यावर रोगी न जगल्यास प्रश्न नाही. जर तो जगला, तर मात्र त्याच्या शरीरात पारा नाना आजारांना निमंत्रण देत होता. याशिवायही काही धातू तथा काही भस्म जवळजवळ पाऱ्यासारखेच कार्य करतात. याला इंग्रजी भाषेत 'ॲलर्जी' हे नाव आहे. (विपरीत परिणाम) असल्या प्रकारची विषाक्त औषधी शरीराबाहेर टाकणे हेतू माझ्या कंदाचं चूर्ण शतप्रतिशत कार्य करतं. ते मलमूत्राद्वारे शरीरातून बाहेर करण्यासाठी उपयुक्त ठरतं. माझ्या फळांची भाजी खाल्ली नसेल असा वैदर्भीय सापडणं असंभव.

निवडुंग : माझी विनंती आहे, उतरण यांनी कृपया सभेत यावं.

उतरण : महाराजाधिराज, प्रधानजींसह समस्त विश्वातल्या वनस्पतींना माझा नम्र प्रणाम! महाराज, माझं नाव उतरण. माझा समावेश लतावर्गीय वनस्पतींमध्ये होतो. संस्कृत भाषेत मला 'फलकंटका', 'मूर्वातिकतवल्ली', 'इंद्रिवरा' म्हणतात. हिंदीत मला 'मरुवाबेल', 'उतरन', 'जरतोर', 'चिन्हारू', तर मराठीत माझी सर्वत्र ओळख 'उतरण' तथा 'उतरंड' म्हणून आहे.

गुणाने गुरू, रूक्ष, रस तिक्त, कषाय, विपाक कटू. माझी तासीर उष्ण असते. माझी ख्याती अशी आहे की, (तंत्रमंत्रावर कुणी किती विश्वास ठेवावा हा ज्याचा त्याचा प्रश्न आहे.) कुणी तांत्रिक-मांत्रिकाद्वारे कुणास काही घालक म्हणून अखाद्य वस्तू खाण्यास दिल्यास, त्याचा शरीरावर काही दिवसांनी विपरीत परिणाम होतो. त्या दोषाचं शमन माझ्या पर्णांच्या रसपानानं होऊ शकतं. आयुर्वेदानुसार मी कृमीनाशक, विरेचक, श्वास तथा कासहारक आहे. म्हातारपणाच्या अवस्थेत काही लोकांना सतत स्थायी रूपात खोकला असतो. त्या लोकांसह ज्यांना शोष रूक्षता असते अशा वेळी माझा पर्णरस दिवसातून तीन वेळा वय, वजन आणि क्षमतेप्रमाणं मात्रा ठरवून देणं हितकारक. कफ दोषनिवारणासह पोट साफ करण्याचंही मी कार्य करते. बालवयात ज्या मुलांना वारंवार खोकला असतो, ज्याला 'बालदमा' म्हणतात. या आजारात माझ्या वेलीला आदल्या दिवशी पूजेसह आमंत्रित करावं आणि दुसऱ्या दिवशी तिची मुळं काढून आणावीत. ती संबंधित रुग्ण बालकाच्या गळ्यात किंवा कमरेला बांधावीत. या उपायातून शारीरिक कष्टाव्यतिरिक्त वाईट ग्रहदशेचाही परिहार होतो.

पोटदुखीचा एक विचित्र आजार, ज्याला खेड्यात 'एक नळ' असं म्हणतात. या आजारात पोटऱ्या व पायाचे अंगठे कसून बांधावे लागतात. तसंच काही काळ जरी मदत मिळाली नाही, तरी रुग्णाचा मृत्यू संभवतो. म्हणून हा आजार असणारे कित्येक लोक पायाच्या अंगठ्यांत तांब्याची रिंग घालतात. जर यावेळी माझी हिरवी पर्णं उपलब्ध असतील, तर माझ्या पर्णांचा २० मिली रस थोडं मीठ घालून रोग्याला दिल्यास उत्तम गुण येतो. माझी पर्णं उपलब्ध नसताना अडीच बिब्बा भल्लातक हे फळ केवळ दोन ते चार चमचे तुपात कढवून ते तूप रोग्यास प्यायला द्यावं. बिब्बा टोचून टाकावा, जेणेकरून त्याचा अर्क तुपात उतरेल. हा उपायसुद्धा करता येतो. काही लोकांना बिब्याची ॲलजीसुद्धा असते. तेव्हा सावधान.

एक नळाचा त्रास असणाऱ्यांनी उष्पान (सकाळी पाणी प्यावं) करावं. रात्री तांब्याच्या भांड्यात भरलेलं पाणी दात न घासता केवळ चूळ भरल्यावर उत्तरेकडे तोंड करून प्राशन करावं. या उपायातून हा आजार समूळ नष्ट होतो. सदर पाणी थोडं कोमट केल्यास

अतिउत्तम.

निवडुंग : माझी विनंती आहे, उटकदार यांनी कृपया सभेत यावं.

उटकदार : महाराजांसह प्रधानजी तथा समस्त वृक्षसमूह, लतावेली या सर्वांना माझा नम्र प्रणाम! महाराज, माझं नाव उटकदार. मला संस्कृत भाषेत 'कण्टफळ', 'उष्ट्रकण्टक', 'करभादन', 'वृत्तगुच्छ' इत्यादी नावं आहेत. मी गुणाने तिक्त, कफ, वातनाशक, उष्ण, वीर्यवर्धक, मधुर तथा बलवर्धक असून माझ्या मुळाद्वारे गर्भस्राव होतो; तसंच कामोद्दीपक असून माझी पंचांगं म्हणजे मूळ, पर्ण, खोड, फूल आणि फळ सर्वच आजारावर औषधी म्हणून उपकारक आहेत. प्रसवा स्त्रीला प्रसवसमयी प्रसवकळा अतिसौम्य असताना माझं मूळ साध्या पाण्यात उगाळून चाटण द्यावं. स्त्रीला लवकर बाळंत होण्यास मदत होते.

शारीरिक बळ वा वीर्य संवर्धनासाठी माझी पाचही अंग एकत्रितपणे कुटून, त्याची पूड करून दुधात उकळून, त्यात साखर घालून ते मिश्रण गाळून नंतर प्यावं. सकाळ-सायंकाळ हा उपक्रम करावा. वयानुसार, आवश्यकतेनुसार योग्य मात्रा ही योग्य दिवस अशी द्यावी. वैद्यांचा सल्ला अवश्य घ्यावा.

निवडुंग : माझी विनंती आहे की, कोरांटी यांनी सभेत यावं.

कोरांटी : प्रहरी, तुम्हाला धन्यवाद. महाराजांचा विजय असो! महाराजाधिराज, प्रधानजी तथा समस्त विश्वातल्या वनस्पतींनो, सर्वांना माझा नम्र प्रणाम! महाराज, माझं नाव कोरांटी. आम्ही मानवांसाठी सारं सर्वस्व अर्पण करतो, तरीही काही मानव आमचा अनादर करत असतात. अर्थात सर्वच मानव असं करत नाहीत. पण असतात काही लोक.

मला संस्कृत भाषेत 'सौरेयक', 'सहचर', 'झिण्डी', तर हिंदीत 'कटसरैया' आणि 'बियाबासा' या नावानं ओळखतात. मराठीत मात्र मला 'कोरांटी' म्हणतात. मी गुणाने लघु, रस मधुर, तिक्त. विपाक कटू, तर तासीर उष्ण आहे. सर्वत्र उगवणारी प्रजाती म्हणजे पिवळी फुलं असणारी. याशिवाय मी आता अनेक रंगांमध्ये उपलब्ध आहे.

माझ्या मूळ रंगात मी सोनेरी, तर अन्य रंगात लाल, निळी, श्वेत अशा रंगातही मी आज विद्यमान आहे. माझ्या फुलांचा गजरा स्त्रियांना खूप आवडतो. माझी पिवळी पुष्पं भगवान शंकराला फार आवडतात. रक्तदोष परिहारक, व्रणशोधक, जखमा तथा फोड यावर गुणकारी असून पावसाळ्यात सतत पाण्यात कार्य करणाऱ्यांना पायाच्या बोटांमध्ये जखमा होतात. त्यात झालेल्या बुरशीमुळं अत्यंत पीडाजन्य खाज येते. अशा वेळी माझ्या पर्णांचा रस लावल्यानं ती बरी होतात.

विदर्भातली लोक या रोगाला 'चिखल्या' असं म्हणतात. टेंभूर वृक्षाची कच्ची फळंसुद्धा यासाठी उत्तम बाह्य औषधी आहे. माझा अन्य औषधांमध्येही काही अंशी वापर होतो.

निवडुंग : माझी विनंती आहे, कृपया 'नाही' या वनस्पतीनं सभेत यावं.

नाही : महाराजाधिराज वटवृक्ष, प्रधानजी पिंपळासह समस्त तरुवरांनो, वनस्पतींनो, माझी सर्वांना मानवंदना. महाराज, माझं नाव 'नाही'. मला हे नकारार्थी नाव कसं काय मिळालं, मला कळलं नाही.

मला संस्कृत भाषेत 'मामज्षक', 'नागजिव्हा', 'तीक्ष्णपत्रा', तर हिंदीत 'कडवी नई' आणि मराठीत 'कडूनाई' असं म्हणतात. मी गुणाने लघु, रूक्ष, रस तिखट, विपाक कटू, तासीर उष्ण आहे.

माझ्यात तिखटपणा थोडा जास्त आहे. माझी पर्णं चावून खाल्ल्यास तोंडातला कडूपणा निघायला खूप वेळ लागतो. शोथहर, रक्तदोषापासून सुटका करणारी, त्वचेसाठी कांतिदायक, कृमीनाशक, रेचक तथा विशेषत्वानं सर्व अंगाला खाज, खरूज, फोड त्यातून पू किंवा रक्तस्राव होणं, केसतोड नावाचा फोड या आजारात माझ्या मुळाचं चूर्ण अथवा मुळांचा काढा तयार करून रोग्याला द्यावा, आराम मिळतो.

अंगात ताप मुरतो, त्याला 'हाडीताप' म्हणतात, तर कुणी 'लागट ताप' पण म्हणतात. या आजारात माझी पर्णं किंवा मुळांचं चूर्ण मध किंवा गूळ या अनुपानातून रोग्यास दिल्यानं लवकर आराम होतो. मात्र वैद्यांचा सल्ला अवश्यंभावी समजावा.

निवडुंग : मी विनंती करतो, कृपया खोबरवेल यांनी राजसभेत यावं.

खोबरवेल : महाराजाधिराज, प्रधानजी तथा विश्वातल्या समस्त वनस्पतींनो, सर्वांना माझे कोटी कोटी प्रणाम! महाराज, माझं नाव खोबरवेल. मलाच 'सारिवा'सुद्धा म्हणतात. संस्कृत भाषेत मला 'उत्पल सारिवा', तर हिंदी भाषिकांमध्ये मला 'कृअनन्तमुलकृ' म्हणून ओळखतात. मराठीत 'उपलसरी' आणि 'अनंतमूळ' म्हणतात.

मी गुणाने गुरू, स्निग्ध, रस तिखट तथा मधुर, विपाक मधुर, तासीर थंड आहे. माझा उपयोग अनंत मुळासह केल्यास मी शीतल, शुक्रवर्धक, चर्मरोग निवारक, पित्तरोधक, कास, श्वास, मूत्रदाह, प्रदर निवारक तथा धातूपरिवर्तकासह मूत्रल असून रोगप्रतिकारशक्ती वाढवणारी आहे.

मनुष्य आजारानं दुर्बल होतो, त्यावेळी मी संजीवनी रूपात कार्य करतो. काही मुलं जन्मजातच शारीरिकदृष्ट्या कमजोर असतात. त्यांना काही महिन्यानंतर विडंग तथा सुंठीसह माझा उपयोग हा वैद्यांच्या सल्ल्यानं केल्यास बालक सुदृढ होते. मी तर असंही म्हणेन की, माझ्यावर पुढंही सतत संशोधनं व्हावीत. जेणेकरून माझ्यातल्या काही सुप्त गुणांनाही उजाळा मिळेल आणि मला मानवीसेवेचीही संधी मिळेल.

निवडुंग : मांस तथा कीटभक्षी वनस्पतीनं कृपया राजदरबारात यावं, ही विनंती

मांस तथा कीटकभक्षी वनस्पती : महाराजाधिराज वटवृक्ष, प्रधानजी पिंपळासह विश्वातल्या समस्त वनस्पतींनो, सर्वांना माझे कोटी कोटी प्रणाम! महाराज, मी मांस तथा

कीटकभक्षी म्हणजे परजीवी वनस्पती. आफ्रिकेच्या वर्षावनात माझ्या असंख्य प्रजाती आहेत. आमच्या काही प्रजातींची पुष्पंही एवढी मोठी की गजल म्हणजे छोट्या हरणाच्या आकाराचा प्राणी त्यात सामावून जावा अशी आहेत.

आमच्या वनस्पतीवर उमलणारी फुलंही त्यातल्या लिपलिप्या पदार्थामुळं कीट पतंगांना आकर्षित करतात आणि ते फुलावर बसताना त्यात पडतात किंवा बाहेरून पाकळ्या मिटायला सुरुवात होते आणि तो प्राणी किंवा पक्षी, कीटक आमचं भक्ष्य ठरतं. काही वनस्पती ह्या पट्याच्या प्रकारात मोडतात, ते प्राणी किंवा कीटकांना चक्क गुंडाळून घेतात. आमच्यातल्या काही वनस्पतींना हुबेहूब घागरीसारखं तोंड असतं. त्यांचा रंगसुद्धा मोठाच आकर्षक असतो. सर्वसामान्य प्राणी त्यात जाताच त्या घागरीवजा पिशवीचं तोंड बंद होतं आणि प्राण्याचा खेळ संपून जातो.

आमच्या कूळ-गोत्रातल्या कित्येक वनस्पतींना अजून मानवाचा स्पर्शही झाला नसावा, तर आमच्यावरची अनुसंधानं ही फार दूरची बाब आहे. जितकं आमचं जग सुंदर, तितकंच ते रहस्यमय आहे. कोट्यवधी वर्षांच्या प्रवासात जसं डायनोसोरसारखे अजस्त्र प्राणी नामशेष झाले, हा काहीसा तसलाच प्रकार आमच्या बाबतीतसुद्धा घडला असावा आणि आमच्या अनेक प्रजातीही कालकवळीत झाल्या असाव्यात. सबब आम्ही. असो! कीटकभक्षी वा परोपकारी किंवा उपकारी अथवा विषारी किंवा कीटक तथा प्राणीभक्षी, सर्वांचंच संगोपन आणि रक्षण करणं ही पृथ्वीवरच्या मानवाची जबाबदारी आहे.

निवडुंग : माझी विनंती आहे, अपराजिता या वनस्पतीनं राजदरबारात यावं.

अपराजिता : महाराज, प्रधानजी आणि सर्व वनस्पतीवृंद, सगळ्यांना माझे कोटी कोटी नमन! महाराज, माझं नाव अपराजिता. संस्कृत भाषेत मला 'विष्णुकांता', 'गोकर्णिका', तर हिंदीत 'कोमल' म्हणतात. मराठीत 'काजळी' आणि 'गोकर्णी' ही नावं आहेत.

तुम्हाला आश्चर्य वाटेल, आम्ही सगळ्या वनस्पती ह्या सर्वत्र तुमच्या अवतीभोवतीच विद्यमान असतो. मात्र सर्वसामान्य लोकांना आमची ओळख नसते, तर कधी ओळख असून उपयोग्यता माहीत नसते. मी नेत्रविकारावर हितकारी, विषशमन करणारी असून कफ, पित्त, वात या तिन्ही दोषांचं हरण करते.

मी गुणाने लघु, स्निग्ध असून माझा रस तिक्त, विपाक तिक्त, तर तासीर थंड आहे. मी दोन रंगात उपलब्ध असून एक श्वेत, तर दुसरा नीलवर्ण आहे. मी दाह निवारक असून त्वचारोगाशिवाय आमवात, कृमी, मस्तकशूल याचे निवारण करते. आणि त्याचप्रमाणं देवताप्रिय म्हणूनही माझा गौरव आहेच.

पौर्णिमा या तिथीवर माझ्या दोन्ही वनस्पतींपैकी जी मिळेल, तिची मुळं पूजा करून तथा मला आदल्या दिवशी आमंत्रण देऊन, ती रविवारी पुष्य नक्षत्रात काढावीत. नंतर

वाळवून उपयोगात आणावीत. माझ्या मुळाचं चूर्ण एक ग्रॅम गायीच्या दुधातून सकाळी व सायंकाळी घ्यावं. मी सर्वसामान्य सर्दी, व्हायरल फिवर म्हणजे ताप, खोकला, अंगदुखी, कृमी, त्वचेवर पित्ताचे खवले उमटल्यास, श्वेतप्रदर या सर्व विकारांमध्ये निर्णायक भूमिकेचं वहन करण्यास समर्थ आहे.

लहान मुलांसाठी मी शंखपुष्पीसारखीच बुद्धिवर्धक तथा शक्तिवर्धक आहे. माझं सेवन भूक वाढवतं. केस गळती थांबवतं. संधिवात, जलोदर या रोगात मी अत्यंत गुणकारी असून माझा एकटीचाच वापर औषधी योजनेत केला जातो. अजूनही पुढं भविष्यात मानवानं संशोधन केल्यास माझ्यातले अनेक गुण दृष्टिपथास येतील, अशी मी गुणकारी अपराजिता उपाख्य विष्णुकांता होय.

नागफणी : मी विनंती करतो की, रंगीबेरंगी बटाटा यांनी कृपया सभास्थळी यावं.

रंगीबेरंगी बटाटा : महाराजाधिराज वटवृक्ष, प्रधानजी पिंपळ तथा समस्त विश्वातल्या वनस्पतींनो, माझा सर्वांना नमस्कार! महाराज, मी रंगीबेरंगी म्हणजे रंगीत बटाटा. मागच्या पर्वात कदाचित माझा विदेशी मूळ उत्पत्ती स्रोत म्हणून सामान्य रूपातला पारंपरिक बटाटा सभेत आला असावा किंवा पुढं येईलही कदाचित. तेव्हा मी माझी विशेषतः आपणापुढं सादर करतो.

आवश्यकता ही शोधाची जननी असते, महाराज. त्यात माझा किती वाटा असेल; लोकांच्या कोणत्या आवश्यकतेची मी परिपूर्ती करेन हे बघू. माझ्या नवीन वाणात अनेक प्रथिनं स्थापन करण्यात आली. त्यापैकी रोगप्रतिकारकता वाढवणं, माझ्यात झिंक, लोह (आयरन), कॅटरिन हे घटक मोठ्या प्रमाणात असल्यानं भविष्यात कोरोनासारख्या विषाणूजन्य महामारीसारख्या आजाराचा सामना करण्यास सक्षम ठरतो. मानवानं निर्मित केलेलं हे संकरित म्हणजे हायब्रीड वाण होय.

बऱ्याच लोकांना रक्तक्षय म्हणजे अनेमिया असतो. बहुतांश लहान मुलं आणि स्त्रियांना होणारा हा आजार आहे. माझं सेवन हे आजार थांबवण्याची किमया भविष्यात करून दाखवू शकेल, यात संशय नसावा. बऱ्याच लोकांना माझाच एक दूरचा बंधू, म्हणजे 'बीट' आवडत नाही. मी भविष्यात त्या बिटालाही पर्याय देऊ शकेन. माझ्यात लोहतत्त्वाची प्रचुरता असल्यानं भविष्यात गर्भवती स्त्रियांना मी संजीवनी ठरेन, यात वाद नाही.

माझ्या मूळ बटाट्यांच्या उत्पादनात भारत देश क्रमांक दोनवर असून पुढं कदाचित सर्वत्र मी निरनिराळ्या रंगीत स्वरूपात बाजारात दिसताच वरचा क्रमांक पटकावेन. सबब आता तरी आम्हाला कृपया विदेशी म्हणू नका.

नागफणी : मी विनंती करतो, कृपया शिवलिंगी या वनस्पतीनं राजदरबारात यावं.

शिवलिंगी : महाराजाधिराज वटवृक्ष, प्रधानजी पिंपळ तथा विश्वातल्या समस्त वनस्पतींनो, तुम्हाला माझा प्रणाम! महाराज, माझं नाव शिवलिंगी. माझ्या बियांचा आकार हुबेहूब शिवलिंगासारखा असतो, म्हणून मला 'शिवलिंगी' असं म्हणतात.

संस्कृत भाषेत 'लिंगिनी', 'बहुपत्रा', 'ईश्वरी', 'शिववल्ली' तथा हिंदीत आणि मराठीत मात्र 'शिवलिंगी' या नावानंच ओळखतात. मी गुणाने खरोष्ण असून एक रसायन आहे. सर्वसिद्धीदायकासह माझा वशीकरण प्रक्रियेतसुद्धा वापर केला जातो. शिवाय मी पित्तनाशकसुद्धा आहे. माझ्या बियांचा वापर गर्भधारणेसाठी सातत्यानं केला जातो.

मूल नसलेल्या दाम्पत्यांसाठी मी संजीवनीकारक असून माझ्याद्वारे दोघांवरही उपचार केले जातात. रजस्वला स्त्रीचा चौथा दिवस. या औषधी योजने हेतू महत्त्वाचा ठरतो. माझ्या औषधावर वरून दूध घेणं हितकारक होय. ही औषधी योजना दर माह दिली जाते. दिव्यौषधी म्हणून माझा नावलौकिक असून माझ्या वृक्षाची पूजा करून मला विधिवत आमंत्रण देऊनच माझी मुळं काढली जावी. रुग्णानं ती मुळं गळ्यात धारण करावीत. माझ्या मुळी धारणेमुळं सकल गृहदोषासह जीर्णज्वरातसुद्धा माझ्याद्वारे केलेल्या उपचारानं उत्तम लाभ होतो. गर्भधारणा प्रक्रीयेलाच 'वाजीकरण' म्हणतात.

नागफणी : माझी विनंती आहे, कृपया चमत्कारी चिंच वृक्षाने सभागृहात यावं.

चमत्कारी चिंच : महाराजाधिराज वटवृक्ष, प्रधानजी पिंपळ तथा समस्त वनस्पतींनो, सर्वांना माझा नम्र प्रणाम! महाराज, माझं नाव 'चमत्कारी चिंच'. मी चमत्कारी चिंच आणि सर्वसामान्य गावखेड्यात डौलानं फुलणारी चिंच, एकच जरी असले तरी काही वृक्षांच्या नशिबात मोठं नाव येतं. त्यातलीच मी एक सर्वसाधारण चिंच. कदाचित, सर्वसामान्य चिंच वृक्ष सभेत उपस्थित असतीलही. मध्यप्रदेशात ग्वाल्हेर हे संस्थान. संगीत सम्राट तानसेन वयाच्या चाळिशीपर्यंत पोचले; परंतु त्यांना स्पष्ट बोलता येत नव्हतं. गत इतिहासात नोंद मिळते की, त्यांना गायन कला शिकवणीसाठी श्रीमान मोहम्मद घौस या संगीत शिक्षकांनी त्यांना दत्तक घेऊन संगीत शिकवणीस प्रारंभ केला. गायन शिकता शिकता ते सामान्य जरी बालू लागले, तरी त्यांच्या उच्चारणात स्पष्टता नव्हती. ही समस्या सोडवणे हेतू गुरुजींनी त्यांना माझ्या या वृक्षाखाली आणलं नि म्हणाले, 'तानसेन, तू या चिंचेची पर्णं नियमित खात जा.' आश्चर्य हे की, हा उपाय केल्यावर तानसेनचा कंठ अतिमधुर झाला. उत्तमरीत्या गायनासह ते उत्तम संभाषणसुद्धा करू लागले. पुढं अकबर बादशहाच्या दरबारात त्यांना राजगायकाची जागा मिळाली. याच श्रद्धेतून देशविदेशातून अनेक गायक कलाकार आजही माझ्या पर्ण भक्षणासाठी येत असतात.

श्रीमान सय्यद सिया उल हसन यांनी माझी माहिती सांगताना म्हटलं की, माझं वर्तमान वय किमान आज १४०० वर्षं असावं आणि मिळालेली ही चमत्कारिक देणगी साधारणत:

६०० वर्षांपूर्वी मिळाली असावी. मला इजा होऊ नये, माझं जतन व्हावं म्हणून मला लोखंडी कठड्यांनी बंदिस्त केलेलं आहे.

माझ्यासाठी अभिमानास्पद गोष्ट जर कोणती असेल, तर ती ही की, संगीत सम्राट तानसेन यांची समाधीसुद्धा माझ्या जवळच आहे. एका शतकापूर्वी मी थोडा डगमगलो, कोसळलो; परंतु देवकृपेनं माझ्या जीर्ण खोडाला पुन्हा फांद्या फुटल्या आणि मला आज उत्तम पर्णभार पुन्हा मिळाला. मी समाधानी आहे. तशीच माझी एक संकरित बहीण, तिचं नाव 'पठडी चिंच'. तिला बोलावून तुमच्या पुढं सादर करते. पठडी, ये की जरा सभास्थळी. औपचारिकता नको. सरळ प्रारंभ कर लवकर.

पठडी चिंच : महाराजाधिराज, प्रधानजींचा सदैव विजय असो! मोठीताई, तुला साष्टांग प्रणाम! मी मूळ गावरान चिंच. तुमच्यातूनच तर माझा जन्म झाला. माझ्या या वाणाचं नाव पठडी चिंच. कदाचित संकरित वाण असा माझा कयास. पुन्हा एकदा माझ्या मूळ चिंच या महावृक्षाला नम्र प्रणाम!

महाराज, मला 'पठडी चिंच' असं संबोधतात. वनस्पतीशी सदैव जवळीक तथा बांधिलकी जपणारे शास्त्रज्ञ श्रीमान गणेश हिंगमिरे ज्यांच्या नावात एक वृक्ष तर एका वेलीचा समावेश आहे. उदररोग तथा पित्तावर उपचार करणारे हिंग आणि मिरेसुद्धा आहेत. नव जगतात माझी ओळख करून देणारे श्रीमान गणेशजी हिंगमिरे यांना माझा नम्र प्रणाम!

जिल्हा लातूर. गाव 'पानचिंचोली'. या गावात माझ्या अंगावर फळ म्हणून दीड फूट लांबीची चिंच उत्पादित होते. स्थानिक सर्वसामान्य भौगोलिक परिस्थिती. माझं जे पारंपरिक वाण आहे, त्यापेक्षा या संकरित वाणात काही गोष्टी अधिक आहेत. त्या अशा रसाळ आणि आरोग्यदायी आहेत. देशातल्या सर्वात लांब चिंचेची शेंग म्हणून माझ्या हक्कासाठी आणि जागतिक पेटेंटसाठी तसंच माझ्या खास ओळखीसाठी माझे जन्मदाते आणि शास्त्रज्ञ प्रयत्नरत आहेत. बाकी पारंपरिक चिंचेतली गुणसूत्रंसुद्धा माझ्यात आहेतच; अशी मी पठडी चिंच.

नागफणी : माझी विनंती आहे, कृपया अबोली यांनी सभास्थळी यावं.

अबोली : महाराजाधिराज, पिंपळ तथा समस्त तरुवर प्रजाती, सर्वांना माझा प्रणाम! महाराज, माझं नाव अबोली. सर्व स्त्रियांची आवडती वनस्पती. कारण म्हणजे माझी नयनरम्य पुष्पं. मी अबोली, श्वेत, पीत, हिरवा, निळा अशा विविध रंगांमध्ये उपलब्ध आहे. सर्वच स्त्रियांना माझ्या गजऱ्याचं आकर्षण असतं. कारण परिधान मॅचिंगसाठी विविध रंग मिळतात म्हणून. संस्कृत भाषेत मला 'प्रियदर्श', तर मराठी आणि हिंदीत अबोली, असं म्हणतात.

मी गुणाने लघु, रस तिक्त, विपाक तिक्त, तासीर उष्ण आहे. लहान मुलांच्या सर्दी-

खोकला आदी आजारात माझ्या पर्णांचा किंवा मुळांचा रस अनुपान म्हणून खडीसाखरेसह द्यावा किंवा मध वापरायलाही हरकत नाही. स्त्रियांचा एक वाईट आजार, ज्याला स्त्रियांचा शत्रू म्हणता येईल तो प्रदर. या आजारात माझं मूळ हे दुधात उकळून द्यावं. असा आमचा वापर करताना वैद्यकीय सल्ल्याशिवाय करू नये.

नागफणी : माझी विनंती आहे, देवशादी या वनस्पतीनं कृपया राजदरबारात यावं.

देवशादी : महाराजाधिराज वटवृक्ष, प्रधानजी पिंपळ तथा समस्त विश्वातल्या वनस्पती, वृक्ष, महावृक्ष, लतावेली, कंद, तृण, तुम्हा सर्वांना माझा नम्र प्रणाम! महाराज, माझं नाव 'देवशादी'. माझं मूळ दक्षिण आफ्रिकेतलं असून भारतातल्या पूर्वाश्रमीचा संयुक्त मध्यप्रदेश आजचा छत्तीसगढ, इथं बस्तरच्या वनात मी कधी आले, मलाही माहीत नाही.

वनस्पतीशी जवळीक बाळगणारे, वनस्पतींबाबत कुतूहल असणारे एक सद्गृहस्थ श्रीमान अरुणकुमार पांडेजी वनात फिरत असता माझी वेल त्यांच्या दृष्टीस पडली. वेलीवरची फळ रूपातली कधीही न पाहिलेली खूप लांब शेंग बघताच त्यांचं कुतूहल जागं झालं. पुढं त्यांनी माझी माहिती काढली ती अशी - माझं शास्त्रीय नाव 'आफ्रिकन ड्रिम हर्ब', तर दुसरं नाव स्नफ बॉक्स सी बीन; लॅटिन भाषेत मला" इंटाडा व्हिड्डी" म्हणतात. मी दक्षिण आफ्रिकेत सर्वत्र आढळते; परंतु भारतात मी दुर्मीळ वनस्पतींमध्ये समाविष्ट आहे.

बस्तरमधले ग्रामीण लोक माझा घरगुती औषधींमध्ये सतत वापर करतात. माझी साल दुखण्यावर वापरली जाते. याशिवाय ज्वर, खाज, तसंच बालकांना होणारा मुरड्याचा त्रास यासाठी माझ्या शेंगांमधल्या बियांचा वापर होतो. माझ्या बियांतून तेलसुद्धा निघते. या तेलाद्वारे तेथील स्थानिक सरबत तयार करतात. तसंच ते तेल दिव्यात जाळण्यासाठीही उपयोगात आणतात. माझ्या वेलीचं नाव लॅटीन, आफ्रिकेत काहीही असो, बस्तरचे स्थानिक लोकभाषेत मला 'देवशादी' या नावानं ओळखतात.

दिनांक २३.१२.२०२१ला श्रीमान मुकेशसिंह यांनी ह्या रिसर्च रिपोर्टसह हा माहितीपट इंग्रजी दैनिक 'हितवाद'मध्ये बातमी रूपात दिला. माध्यम होतं 'न्यूज बस्तर छत्तीसगढ रायपूर'च्या सौजन्यानं. मी जगातली एकमेव लांब शेंग म्हणून प्रसिद्ध आहे. अशी समस्त भारतीयांची 'देवशादी', मला बघायची इच्छा असल्यास हितवादशी संपर्क करावा.

नागफणी : माझी विनंती आहे, कृपया कारलं यानी सभेत यावं.

कारलं : महाराजाधिराज वटवृक्ष, प्रधानजी पिंपळ तथा समस्त विश्वातल्या वनस्पती तथा तरुवरांनो, सर्वांना माझा नम्र प्रणाम! महाराज, माझं नाव कारलं. मी गुणाने लघु, रूक्ष, रस कटू, तिक्त, विपाक कटू, मात्र तासीर उष्ण आहे. मला संस्कृत भाषेत 'कारवेल्लक', 'कंटफला' असं म्हणतात. हिंदीत 'करेला' आणि मराठीत 'कारलं' असं

म्हणतात. चवीला कटू, भेदक, लघु, विरेचक, ज्वर तथा कृमिनाशक, अग्निवर्धक, कफ-पित्तनाशक, रक्तविकारनाशक आहे. माझ्या मुळाद्वारे योनीभ्रंश या स्त्रीरोगाचा, तसंच गुदरोग नाहीसा होतो. मुत्राश्मरी या आजारात माझा पर्णरस दही या अनुपानातून दिला जातो. तसंच ही औषधी घेतल्यावर वरून ताकही पिता येतं. काहींना हे मिश्रण घेतल्यावर वमन (उलटी) होण्याचाही संभव असतो. या औषधी योजनोपरान्त आहारात भरपूर पाणी घालून शिजवलेली सालयुक्त मूगडाळीची खिचडी तुपासह खावी. मधे औषधी खंडित करून पुन्हा सुरू करावी. हे सगळं करताना वैद्यकीय सल्ला अवश्य घ्यावा. स्वऔषधी मृत्यूस कारण होऊ शकते, हे लक्षात ठेवावं.

जलोदरात माझा पर्णरस हा मध या अनुपानातून घ्यावा. त्या सर्वांसाठी रुग्णस्थिती, त्याचे बलाबल तथा वैद्यकीय सल्ला आवश्यक. माझी भाजी कडू असून ही भारतातल्या अनेक प्रांतात सातत्यानं खाल्ली जाते. माझ्या पातळ (काफ) फोडी गोल स्वरूपात करून, खारवून वा तळून छान लागतात.

'भरवा कारलं' हा भाजी प्रकारही बहुतांश लोकांना खास करून आवडतो. मधुमेहींनी माझा वापर अधेमधे करावा; परंतु ज्यांना स्थायीरूपात पित्ताचा त्रास आहे, त्यांनी माझं सेवन टाळावं किंवा कमी करावं, हे उत्तम.

नागफणी : हिरवी कॉफी (ग्रीन कॉफी) यांना विनंती की, त्यांनी दरबारात यावं.

हिरवी कॉफी : महाराजाधिराज वटवृक्ष, प्रधानजी पिंपळ तथा विश्वातल्या समस्त विविध वनस्पतींनो, सर्वांना माझा नम्र प्रणाम! महाराज, माझं नाव ग्रीन कॉफी. माझ्या बिया भाजण्यापूर्वी हिरव्या असतात. ग्रीन कॉफीत कॅफेनचं प्रमाण अत्यल्प असतं. माझ्यात 'क्लोरोजेनिक ॲसिड' हे रसायन वनज कमी करण्यास मदत करतं. शरीरात चयापचयाला चालना देणारी, रक्तशर्करेचं नियंत्रण करत शरीरात साठलेलं ग्लुकोज आणि चरबी म्हणजेच वसा कमी करण्यास मदत करते.

योग्य व्यायाम, योग्य दिनचर्या, सुयोग्य खानपान, तसंच माझ्यातल्या क्लोरोजेनिक ॲसिडमध्ये पोटॅशियम भरपूर असल्यानं आणि नगण्य सोडियम म्हणून रक्तदाबसुद्धा नियंत्रित होतो. माझ्या कच्च्या बियांमधल्या अँटिऑक्सिडंट्समुळं माझ्या सेवनाद्वारे फ्री रॅडिकल्सचा प्रभाव कमी होतो. तसंच माझ्यात विद्यमान राहिडिक ॲसिडद्वारे त्वचेला ओलावा मिळाल्यानं त्वचा कोरडी होत नाही.

निवडुंग : कृपया कवठ या तरुवरानं सभेत यावं, ही विनंती.

कवठ : महाराजाधिराज वटवृक्ष, प्रधानजी पिंपळ एवं समस्त विश्वातल्या तरुवरांनो, ज्ञात-अज्ञात वनस्पतींनो, सर्वांना माझा नम्र प्रणाम! महाराज, माझं नाव कवठ. संस्कृत भाषेत मला 'कटबेल', 'बिलीन', तर मराठीत कुणी 'कौठ' तथा महाराष्ट्रातल्या अनेक

भागात 'कवठ' असं म्हणतात. मी गुणाने तुरट (कषाय) मधुर, कंठशोधक, वीर्यवर्धक आहे. माझा रस आम्लयुक्त व किंचित मधुर असतो. माझं पक्वफळसुद्धा सुवासिक तथा किंचित मधुर, विपाक मधुर तथा तासीर थंड आहे. विष तथा त्रिदोषाचं हरण करणारं.

अनेक औषधीद्रव्यात माझ्या विविधांगाचा वापर केला जात असून माझ्या कच्च्या फळाचा गुण हा ग्राही आणि उष्ण आहे. पक्व फळात मात्र लघु आंबटपणाचा अंश असतो. माझ्या पक्वफळाच्या गराची चटणी भूक वाढवण्यास मदत करते. मुखशुद्धीसाठी माझी पर्णं चावून खावीत. पर्णांची चव उत्तम आहे. माझी पर्णं आम्लपित्तनाशक, डोकेदुखीत उत्तम आराम देणारी असतात.

सामान्य डोकेदुखीत माझी पाच-सहा पर्णं चावून खाल्ल्यास लाभ होतो. माझ्या पर्णांमुळं जुनाट आम्लपित्तासह शीतपित्त म्हणजे अंगावर लाल चकते येणं या दोष दूर होतो.तसंच जास्त पित्तप्रकोप झाल्यास माझ्या पक्वफळाच्या गराचं सरबत प्यावं. यानं वाढलेला पित्तप्रकोप अथवा त्याद्वारे होणारी खाज थांबते. असा मी उपयोगी कवठ.

निवडुंग : ज्वारी या तृण वृक्षाने पुन्हा सभागृहात येऊन तुमच्या हिरव्या हुरड्याचं महत्त्व सांगावं, ही विनंती.

ज्वारी (हिरवा हुरडा) : महाराजाधिराज वटवृक्ष, प्रधानजी पिंपळ तथा समस्त वनस्पती प्रजातींनो, माझे कोटी कोटी प्रणाम! महाराज, माझं नाव ज्वारीचा हुरडा. अल्प पिष्टमय पदार्थ, मुक्त ॲमिनो आम्ल. याशिवाय किंचित शर्कराविद्राव्य प्रथिनांसह अन्य जीवनसत्त्वं ही माझ्यात असतात.

ओली हिरवी कणसं, गोवऱ्या किंवा अन्य आचेवर भाजली जातात. त्यावेळी त्यावर विशिष्ट अशा रासायनिक प्रक्रिया घडून येत कॅरमलायझेशनच्या प्रक्रियेद्वारे एक उत्तम चव निर्माण होते. भाजलेल्या दाण्यांवर मीठ, लिंबू, साखर, तिखट आदी पदार्थ वापरून त्याची चव वाढण्यासह काही गुणात्मकतेबरोबर माझ्यात मृदूता यावी, यासाठीही तज्ज्ञ जन माझ्यावर सतत अनुसंधानं करत आहेत. विशिष्ट ऋतूतच माझी उपलब्धता असते. त्याऐवजी मी बाराही मास उपलब्ध व्हावा, या दृष्टीनंही यत्न सुरू आहेत.

माझ्या सेवनाद्वारे हृदयासाठी घातक कोलेस्टेरॉलवर नियंत्रण राखलं जातं. सर्वसामान्य प्रथिनं या रूपात थोडे पिष्टमय घटक (रेझिस्टंट स्टार्च) थोडी शर्करा, अन्य खनिजांसह काही मूलद्रव्याचाही माझ्यात संचय असतो. ओलावा आठ ते दहा प्रतिशत, प्रथिनांचं प्रमाण - ९.४ ते १०.४, तंतुमय घटक म्हणजे फायबर - ९.२ ते ९.६, खनिजद्रव्यं - १ ते १.६, उष्मांक - ३४९ मिलीग्रॅम कॅलरीज; तथा कॅल्शियम २९ मिलीग्रॅम कॅरोटीन - ४७ मिलीग्रॅम, थायमिन - ३७ मिलीग्रॅम, प्रमाण प्रति १०० ग्रॅम याप्रमाणे. याशिवाय माझ्यात लायसिन, मिथिओनीन, ॲमिनो ॲसिडचं प्रमाण मर्यादित प्रमाणात आढळतं.

माझ्यातल्या पांढऱ्या शुभ्र बियांमध्ये टॅनिन हा अँटी न्यूट्रीशनल (अपायकारी) घटक मुळीच सापडत नाही; परंतु तोच विषमय घटक लाल रंगाच्या ज्वारीत भरपूर प्रमाणात आढळतो. उदा. जुन्या काळातली अमेरिकन लाल मिलो. माझा पांढरा शुभ्र दाणा मात्र उत्तम असतो. भाकरी सेवनानं मधुमेह नियंत्रण होऊन वजनात घट होते. पचन उत्तम ठेवते. हृदयाला अपायकारक बॅड कोलेस्टेरॉलवरसुद्धा नियंत्रण आणते. भूक वाढते, शुक्रोत्पत्ती व्यतिरिक्त ग्लायसेमिक इंडेक्स कमी करवतो. पचनक्षमतेतला महत्त्वाचा दोष म्हणजे पित्त. ते कमी करण्याबरोबरच आतड्याच्या कोणत्याही कर्करोगाला प्रतिबंध घालतो आणि पोट साफ करण्यास मदत करतो.

माझं पीठ तथा बियांची भरड करून त्याद्वारे बिस्किटं तथा रवा तयार करतात यालाच ज्वारीच्या कण्या असं म्हणतात. साठ वर्षं मागं गेल्यास किमान १९६२ ते १९७० पर्यंत तरी तांदूळ हा सर्वत्र मिळत नव्हता. त्यावेळी गाव खेड्यातली गरीब लोक माझी भरड म्हणजे कण्याच तांदूळ समजून वरणाबरोबर खायचे. माझ्याद्वारे लाह्या, पोहे, घुगऱ्या शिजवल्या जात असत. 'ठोंबरा' हा पदार्थ विदर्भात प्रसिद्ध आहे. ज्वारी किंचित ओलसर करून तिला मुसळीनं कांडून कांडून त्यावरच्या छिलका काढणं. मग त्याला भाताप्रमाणं शिजवणं, याला ठोंबरा म्हणतात. हा पदार्थ खायला खूप छान लागतो. मेहनतसुद्धा खूप लागते. त्याचा पिठोरी पोळ्याच्या सणाला मात्र विदर्भात विशेष महत्त्व असतं.

माझ्या पिठाद्वारे दशम्या, थालीपीठ, उपमा, दोसा, इडली, कुरड्या, चकली, पापड, अप्पे, चिवडा, खाकरा, आंबिल, मसाल्याचे वडे, शेव, पापडी, कुकीज, केक, शंकरपाळे, नानखटाई, सिरप, काकवी, गूळ, बियर, अल्कोहोल आदी पदार्थ निर्मित होतात. (यातले सिरप, काकवी, गूळ, अल्कोहोल आदी पदार्थ वृक्षाच्या रसापासून तयार केले जातात.) असा मी ज्वारीचा हुरडा. सबब ज्या महानतम तज्ज्ञाद्वारे माझ्यातल्या या गुणांचा उलगडा झाला, त्यांचं नाव श्रीमान शिवाजीराव घाडगे सर. त्यांना माझी मानवंदना! ब्राव्हो शिवाजीराव!

(दृश्य : काही वृक्षांसह जाई, जुई, चमेली मधेच प्रवेश करत महाराजांना म्हणतात-)

जाई, जुई, चमेली : महाराज, ज्वारी या तृण वृक्षाचं प्रत्यक्ष प्रतिपादन मागच्या सभेत झालं असताना दुसऱ्यांदा हा प्रपंच का?

वटवृक्ष : त्यावेळी ते दु:खात होतं, तेव्हा त्यांनी आपली पीडा सांगितली. आज त्यांनी आपल्या हुरड्याच्या घासासह ज्वारी या बियांपासून निर्मित खाद्यांचं महत्त्व सांगितलं. यात वावगं ते काय?

पिंपळ : महाराज, क्षमा असावी. व्यर्थ विवादात वेळ घालवणे योग्य नाही. निवडुंग पुढील वृक्षाला सभेत पाचारण करा.

निवडुंग : जशी आज्ञा, महाराज. माझी विनंती आहे की, कुळीथ या वनस्पतीनं कृपया मंचावर यावं.

कुळीथ : महाराजाधिराज वटवृक्ष, प्रधानजी पिंपळ तथा विश्वातल्या समस्त वनस्पतींनो, माझा नम्र प्रणाम! महाराज, माझं नाव कुळीथ. संस्कृत भाषेत 'कुलिथिका', हिंदीत 'कुलथी', 'गहाट', तर मराठीत 'हुलगा' या नावानं ओळखलं जातं.

मी गुणाने लघु, रस तिक्त, कषाय विपाक तिक्त असून मूत्रल आहे. माझी तासीर उष्ण. बीजाच्या डाळीचं वरण तथा सूप उत्तम होतं. याचा वापर जेवणापूर्वी केल्यास पचनाचे विकार दूर होण्यास भरपूर मदत होते.

ज्या लोकांना मूत्रदोष, मुतखड्याचा विकार आहे, त्यांनी माझं नित्य सेवन करावं. माझ्या सेवनाद्वारे जीर्ण मूत्रविकार तसंच मूत्रदाहासह स्त्रियांचा एक महाशत्रू श्वेत प्रदरावरसुद्धा मी अत्यंत गुणकारी आहे.

निवडुंग : माझी विनंती आहे की, 'वूड सोरेल प्लांट' यांनी कृपया सभास्थळी यावं.

वूड सोरेल प्लांट : महाराजाधिराज वटवृक्ष, प्रधानजी पिंपळ, तसंच विश्वातल्या समस्त ज्येष्ठ कनिष्ठ वनस्पतींनो, माझे सर्वांना कोटी कोटी प्रणाम! महाराज, माझं नाव 'वूड सोरेल प्लांट'. प्रकृतीनं मला रहस्यमय बनवलं आहे, तो माझा दोष नाही.

ओडिसा म्हणजे प्राचीन कलिंग. इथले एक आयएफएस अधिकारी श्रीमान सुशांत नंदाजी यांनी माझा शोध घेऊन माझी छायाचित्रं सर्वत्र दाखवली. मी एक अशी वनस्पती आहे, जी मानवाला सहनशक्तीचं नव्हे, तर युद्धाचं ज्ञान देते. ते कसं ते बघा. मला स्पर्श करताच मी लाजाळूसारखी पर्णं मिटून घेत नसून, कुणी त्रास दिल्यास मला राग येतो आणि मी स्फोट घडवून आणतो. या कार्य हेतू मी माझ्या बियांना प्रयोगात आणून किमान चार मीटर म्हणजे १४ ते १५ फुटांपावेतो स्फोटकांचा सदर व्यक्तीवर मारा करते. माझं मूळस्थान ब्राझील , मेक्सिको आणि दक्षिण आफ्रिका हे असून जगातल्या अनेक राष्ट्रांमध्ये कमी-अधिक प्रमाणात माझं वास्तव्य बघावयास मिळतं.

माझ्यात ऊर्जेचा संग्रह निसर्गदत्त होतोच. सबब मला कुणी त्रास दिल्यास, स्पर्श केल्यास माझ्यात निर्मित तनावामुळं (स्ट्रेस) बियांचा स्फोट घडवून आणायला म्हणजे फायरला सुरुवात करते. याशिवाय प्रत्यक्ष त्रास देणाऱ्यालाच लक्ष करणं माझी विशेषता होय. रुसी एस ४००/५०० यांनी माझ्यापासून काही शिकावं, महाराज. असा मी मारकुंडा वूड सोरेल प्लांट.

निवडुंग : माझी विनंती की, कृपया कोकम यांनी सभास्थळी यावं.

कोकम : महाराजाधिराज वटवृक्ष, प्रधानजी पिंपळ एवं समस्त वृक्ष, वनस्पती प्रजातींनो, माझा नम्र प्रणाम! महाराज, माझं नाव कोकम. मला विदर्भातल्या लोकभाषेत 'कोकण्या अमसूल' म्हणतात. संस्कृत भाषेत मला 'वृक्षमल', 'साराम्ल', तर हिंदीत 'कोकम' आणि मराठीत 'कोकणी अमसूल' म्हणतात.

मी गुणाने पित्तहर, अनुमोलक, लघु, रूक्ष. माझा रसास्वाद मधुराम्ल, विपाक आम्ल, मात्र तासीर उष्ण आहे. माझ्या फळांचा रस तथा फळांच्या सालींपासून सरबत निर्माण केलं जातं. या सरबताच्या सेवनानं पित्त आणि शीतपित्तावर मात केली जाते. तासीर उष्ण असूनसुद्धा उन्हाळ्यात शरीरातला दाह कमी करण्याचंही कार्य करतो. भाज्यांची, वरणाची रुची वाढावी म्हणून माझा वापर सातत्यानं, सर्वत्र केला जातो.

निवडुंग : माझी विनंती आहे, किवी यांनी कृपया स्वनिवेदन सादर करावं.

किवी : महाराजाधिराज वटवृक्ष, महाराज तथा प्रधानजी पिंपळ, उपस्थित सर्व वनस्पतींना माझा विनम्र प्रणाम! महाराज, माझं नाव किवी. मी असं फळ आहे, ज्यात पोटॅशियम तथा अन्य कॅलरीजसुद्धा प्रचुर मात्रेत असतात. व्हिटॅमिन सीचं भांडार कदाचित संत्रदादापेक्षाही खूप जास्त असतं, तसंच तंतूमय पदार्थ म्हणजेच मी फायबरयुक्त आहे. सबब पचनतंत्राला मजबुती प्रदान करणारा असा आहे.

हृदयरोग, उच्च रक्तदाबाची समस्या, मधुमेही आदी लोकांचा मी परममित्र, तर शरीरातलं विष (अज्ञान टॉक्सिन) बाहेर काढणारा म्हणूनही माझी ख्याती आहे. त्वचेवरच्या सुरकुत्यांना आळा घालण्यासह त्वचेला मुलायम तथा तजेला देण्याचंही कार्य मी करतो. पोटातल्या अतिरिक्त उष्णतेला दूर करून माझ्यात असलेल्या लोह तथा फॉलिक ॲसिडमुळं मी गर्भवती स्त्रियांसाठी तर मोठीच संजीवनी ठरतो. रक्तातली शर्करा (ग्लुकोज) समसमान राखत असल्यानं मधुमेह नियंत्रणात राहतो. सांधेदुखी, सततच हाडांचं दुखणं माझ्या सेवनाद्वारे दूर होतं. माझ्यातला एक गुण म्हणजे वैश्विक आजार महामारी. या विषाणूजन्य रोगामुळं आलेला मानसिक तणाव. असल्या आजारात रक्तातल्या प्लेटलेट्सह अनेक घटक कमी होतात. ते भरून काढून नवचैतन्य निर्मिती हेतूनेसुद्धा मी कार्य करतो. लहान तथा शाळकरी विद्यार्थ्यांसाठी मी उत्तम आहे.

निवडुंग : माझी विनंती की, कृपया खस उपाख्य वाळा यांनी दरबारात यावं.

खस : महाराजाधिराज वटवृक्ष, प्रधानजी पिंपळासह समस्त विश्वातल्या वृक्षांनो, वल्लरींनो आणि महावृक्षांनो, तुम्हा सर्वांना माझा विनम्र प्रणाम! महाराज, माझं नाव खस. मला 'वाळा'सुद्धा म्हणतात. महाराष्ट्रात माझी आठवण अक्षय्य तृतीयेला सातत्यानं पितरांसाठी सुगंधयुक्त जल देण्यासाठी केली जाते. पूर्वी कूलर्स नव्हते. जिथं होते, तिथं त्यांची संख्यासुद्धा अत्यंत नगण्य स्वरूपात होती. तेव्हा माझ्या मुळाद्वारे निर्मित ताट्यांना

कार्यालय तथा घरांमध्ये ताट्याच्या रूपात लावण्याची प्रथा होती. त्यावर सतत पाणी घालायला लागायचं, तेव्हाच सुगंध आणि थंडावा दोन्हीही मिळायचा. गेले ते दिवस. आता माझी जागा डेझर्ट कुलरनं घेतली.

संस्कृत भाषेत मला 'उशीर' म्हणतात. तुम्ही उशीरासवाचं नाव ऐकलं असेलच, तो मीच होय. याशिवायही, माझी इतर नावं आहेत, ती अशी - 'वाळ', 'शीत' आणि 'मुलका' ही मराठी, तर हिंदीत मला 'खस' म्हणतात.

मी गुणाने लघु, रूक्ष, रस मधुर, तिक्त, विपाक कटू, तासीर उष्ण आहे. तासीर उष्ण असूनसुद्धा माझ्याद्वारे अंगातल्या अतिरिक्त उष्णतेसह रक्तप्रदर, श्वेतप्रदर, पुरुष तथा स्त्रियांमधील मूत्रदाह जीर्ण स्वरूपाचा मूत्रविकार यासाठी माझे आसव दोन ते तीन वेळा घ्यावे. मात्र, योग्य निदान करून वैद्याचा सल्ला अवश्य घ्यावा.

शरीरातली उष्णता वाढल्यास होणारा कंप, शरीर आखडणं हिंदीत याला 'जखडणं' म्हणतात. यावेळी होणाऱ्या वेदना घालवणे हेतू वर उल्लेखित उशीरासव किंवा शीतसुधा दोन चमचे म्हणजे १० एमएल, चिमूटभर सुंठीचं चूर्ण घालून त्यात चार चमचे जल मिसळून घ्यावं. उन्हाळ्यात पिण्याच्या पाण्यात माझी मुळं घालून ठेवावी. यामुळं तृषातृप्ती मिळते.

माझ्या मुळ्यांना वाटून त्याचं उटणं लावून स्नान केल्यानं शरीर दुर्गंधीसह घाम कमी येतो आणि मन प्रसन्न होतं. ज्या लोकांना जास्त घाम येतो आणि त्यांना खूप घाण वास येतो, त्यांनी उशीरासवाचा वापर वैद्यांच्या सल्ल्यानं करावा.

निवडुंग : माझी विनंती आहे की, सदाफुली उपाख्य वैदर्भीयांचा जगन्नाथ यांनी राजसभेत यावं.

सदाफुली : महाराजाधिराज वटवृक्ष, प्रधानजी पिंपळांसह समस्त वनराजीला माझा नम्र प्रणाम! महाराज, मला सदाफुली म्हणतात. कारण माझ्या रोपांवर बाराही मास फुलं उमलेली दिसतात. मला लॅटिन भाषेत कॅथरंटियस रोजेज असं सर्वत्र ओळखतात. भारतात सदाफुली तर विदर्भातल्या काही भागात मात्र मला 'जगन्नाथ' असंही म्हणतात.

मी सर्वत्र उगवणारी वनस्पती असून माझे दोन रंग आहेत. एक श्वेत, तर दुसरा गुलाबी. माझा पर्णं रस कटू असतो. माझं दुसरं एक नाव आहे, 'मादागास्कर पेरीविंकल'. पारंपरिक आयुर्वेदात मी सर्वत्र उपयोगी वनस्पती आहे. आधुनिक औषधांमध्ये माझ्यावर अत्यंत गहन अशी संशोधनं सुरू असून माझ्यात असलेला महत्त्वाचा गुण म्हणजे मी कर्करोगाला आळा घालू शकणारी वनस्पती आहे. माझं इंग्रजी म्हणजे ॲलोपॅथीतलं शास्त्रीय नाव 'इंडियन पोडोफायलीयम'. मराठी भाषेतल्या आयुर्वेद ग्रंथात मला 'वन्यकर्कटी' हे एक आगळंवेगळं नाव आहे.

माझ्यातल्या 'इटोपोसाईड' आणि 'लेनिपोसाईड'; 'इटोपोसाईड' तथा 'टिनोपोसाईड'

या दोन्ही प्रकारच्या विशिष्ट पदार्थांना माझ्यातून विलग करणं म्हणजेच वेगळं करवून कर्करोगाच्या प्रसाराला जागतिक स्थरावर थांबवण्यासाठी माझा सातत्यानं वापर केला जातो, अशी मी सदाफुली तथा जगन्नाथ.

निवडुंग : मी विनंती करतो की, कृपया खसखस म्हणजे खाकस यांनी स्वमहती कथन करावी.

खसखस : महाराजाधिराज वटवृक्ष, प्रधानजी पिंपळ तथा समस्त विश्वातल्या तरुवरांनो, महावृक्षसह लतांनो, सर्वांना माझा विनम्र प्रणाम! महाराज, मला खसखस असं म्हणतात. याशिवाय, महाराष्ट्रातल्या विदर्भात मला 'खाकस' म्हणूनही ओळखतात.

माझी तासीर थंड आहे. माझ्या सेवनानं मेदू शांत राहतो. शिवाय त्याची कार्यक्षमता वाढते. मी मानवी शरीरासाठी बल, पुष्टीकर, स्नेहन करणारा, नेत्र तथा शरीरांचे सांधे यांना हितकारी असून वीर्यवर्धन करणारा आहे. विशेषत: चाळिशीनंतर सांध्याचं दुखणं ते कटकट वाजणं तथा गुडघे आणि सांधेदुखीत माझ्या बिया एक चमचा दुधात उकळून ते दूध रात्री घ्यावं. हा प्रयोग सतत केल्यास आराम मिळतो. ज्यांना मधुमेह नाही, ते साखर घालून घेऊ शकतात; या उपायानं हाडांसोबत टाचेचं दुखणंही थांबतं. दुर्बल शरीराला शक्तीवर्धनासाठी वरील प्रयोग उत्तम. ज्यांना डोळ्याचा त्रास आहे त्यांनी माझ्या एक चमचा बिया तुपात हलक्या हलक्या परतून घ्याव्या. नंतर त्यात साखर घालून रोज पहाटे किंवा सकाळी खाव्यात.

माझ्या बियांची कांदा घालून भाजी केली जाते. शिवाय चिवडा, मिठाया, अनारसे यातसुद्धा माझा वापर केला जातो. माझ्या रोपांची मुक्तपणे शेती करता येत नसल्यानं मी अफगाणीस्थानातली युद्धजन्य स्थिती अथवा मर्यादित असलेली माझी आवक याला कारणीभूत ठरते. माझ्या छोट्या झाडाच्या चिकापासून तथा पर्णापासून अफू नावाच्या नशायुक्त पदार्थाचं निर्माण होतं. म्हणूनच माझ्या मुक्त शेतीवर बंदी असावी. माझी शेती करण्यासाठी सरकारी परवाना लागतो, असं म्हणतात.

निवडुंग : माझी विनंती आहे, कृपया कलिगंड उपाख्य टरबूज यांनी राजसभेत यावं.

कलिगंड : महाराजाधिराज वटवृक्ष, प्रधानजी पिंपळ तथा समस्त विश्वातल्या वनस्पतींनो, सर्वांना माझा विनम्र प्रणाम! महाराज, माझं नाव कलिंगड; परंतु बरेच लोक मला तरबूज, खरबूज या नावानंसुद्धा ओळखतात. माझ्या बियांमध्येसुद्धा भरपूर पौष्टिक द्रव्य असून भाजीचा रस्सा घट्ट करण्यासाठी माझ्या बियांची टरफलं काढून त्यातला गर ज्याला 'मगज बी' म्हणतात, त्याचा सर्वत्र वापर होतो.

माझ्यात पाण्याचं प्रमाण प्रचुर मात्रेत असतं, त्यामुळं पोटातली आंतरिक उष्णता नियंत्रित करतो. माझ्या सेवनानं वजन कमी होण्यास मदत होते. शिवाय अनेक

आजारांमध्ये म्हणजे प्रामुख्यानं उष्णतेमुळं होणारे आजार माझ्या सेवनानं बरे होतात. माझ्या शंभर ग्रॅम गरामध्ये किमान ३० ग्रॅम कॅलरीज म्हणजे उष्मांक असतो. याशिवाय यात एक मिलीग्रॅम सोडियम, आठ ग्रॅम कार्बोहायड्रेट, ०.४ ग्रॅम तंतू म्हणजे फायबर, सहा ग्रॅम शर्करा, व्हिटॅमिन ए अकरा प्रतिशत, व्हिटॅमिन सीचं प्रमाण १३ प्रतिशत आणि प्रोटीनचं प्रमाण ०.६ ग्रॅम असतं.

माझ्यातलं व्हिटॅमिन सी हे नेत्र तथा रोगप्रतिकारकतेसाठी उत्तम ठरतं. डोकेदुखीत माझ्या बिया वाटून त्याचा लेप डोक्यावर दिल्यास डोकेदुखीत आराम मिळतो. तसंच माझ्या सेवनानं मूत्रपिंड म्हणजे किडन्यासुद्धा साफ होण्यास मदत होते.

निवडुंग : माझी विनंती आहे, कृपया ब्राझिलियन पाम उपाख्य बहुनाबाना या वृक्षाने राजदरबारात यावं.

ब्राझिलियन पाम : मी मूलतः अमेरिकेचा आहे. तत्पूर्वी महाराज, प्रधानजींसह सर्व उपस्थित वृक्षसमूहाला सादर प्रणाम! महाराज, मला 'ब्राझिलियन पाम' म्हणतात. माझं भारतीय नाव 'बहुनाबाना' आहे. मी कर्करोग (कॅन्सर) प्रतिकारक आहे. माझा कॅन्सररोधी औषधांत वापर केला जातो. त्यासाठी माझ्या काटेदार फळांचा वापर केला जातो. माझ्या फळापासूनच कर्करोगरोधी औषधांची निर्मिती होते. सद्यस्थितीत जागतिक स्तरावर जगातले महानतम् शास्त्रज्ञ माझ्यावर अनुसंधानं करत आहेत.

निवडुंग : माझी विनंती आहे, कृपया गुंजा या वेलवर्गीय वनस्पतीनं राजदरबारात यावं.

गुंजा : महाराजाधिराज वटवृक्ष, प्रधानजी पिंपळ तथा समस्त विश्वातल्या तरुवर, कंद, फळ, महावृक्ष तथा लतांनो, सर्वांना माझा नम्र प्रणाम! महाराज, मला गुंजा म्हणून ओळखतात. मी वेलवर्गीय वनस्पती असून किमान तीन रंगात आढळते. माझे वेल जरी समान दिसत असले, तरी लागलेल्या फळांचा रंग श्वेत, रत्कीम, काळी, क्वचित पिवळी म्हणून प्राचीन काळात आदिवासी लोक माझ्या या रंगीत फळांपासून दागिने निर्माण करून वापरत असत.

पूर्वीच्या काळी सुवर्णाचं तोलन करण्यासाठीही माझा वापर होत असे. उदाहरण म्हणून सांगते, माझ्या कोणत्याही रंगाच्या आठ गुंजा म्हणजे एक मासा तथा १२ मासे म्हणजे एक तोळा. त्या वेळेचा एक तोळा म्हणजे आता अंदाजे १२.५ ग्रॅम वजन होतं.

मी गुणाने लघु, रूक्ष, तीक्ष्ण, तुरट (कषाय) तिखट, विपाक कटू असून तासीर उष्ण असते. संस्कृत भाषेत मला 'गुन्जा', 'रत्तिका', 'काकणन्ती', तर हिंदीत 'रत्ती', 'धुंधची' आणि मराठीत 'गुंज' म्हणतात. माझी मुळं तथा पर्णांची चव मधुर असते. तसंच ती बलवर्धक आहे. माझ्या पर्णांचं चूर्ण विड्याच्या पानातून खातात.

कार्यसिद्धी हेतू माझी मुळं वापरावयाची झाल्यास पुष्य नक्षत्रात रविवारी ती आणावी

आणि धारण करावी. माझी बीजं उगाळून लावल्यास चाई (डॅंड्रफ) या केस रोगात अत्यंत उपयोगी पडते; शिवाय केस गेलेल्या जागी नवे केससुद्धा येण्यास मदत होते. लिंबाच्या रसाच्या अनुपानात उगाळलेला लेप केसासाठी उत्तम ठरतो.

निवडुंग : माझी विनंती आहे, कृपया एवोकॅडो यांनी राजसभेत यावं.

एवोकॅडो : महाराजाधिराज वटवृक्ष, प्रधानजी पिंपळासह विश्वातल्या समस्त वनस्पती प्रजातींनो, सर्वांना माझा नम्र प्रणाम! महाराज, माझं नाव 'एवोकॅडो'. मी एक विदेशी फळ आहे. माझ्यात तंतू म्हणजे फायबरचे प्रमाण प्रचुर मात्रेत असतं. म्हणून मी आतड्यांसाठी अत्यंत उपयुक्त ठरतो. आतड्यांमधल्या आवश्यक बॅक्टेरियाची माझ्यामुळं उत्तम वाढ होते, सबब माझ्या सेवनानं पचनक्रियेत लक्षणीय सुधारणा होते. मलनिस्सारण उत्तम होणं, हे उत्तम आरोग्य लक्षण आहे. सबब हे काम माझ्या सेवनानं अत्यंत सुलभ होतं.

हृदयासाठी निरुपयोगी बॅड कोलेस्टेरॉलची निर्मिती माझ्या सेवनानं थांबते. मी तुम्हा सर्वांच्या हृदयाचाही जीवाभावाचा मित्र होय. उच्च रक्तदाबसुद्धा माझ्या सेवनानं पूर्णतः नियंत्रित होतो. माझ्यात अनेक व्हिटॅमिन्स तथा खनिजांचा साठा विद्यमान आहे; कोरडी त्वचा किंवा कोणत्याही कारणामुळं खराब झालेल्या त्वचेला ठीक करण्यासह मी केसवर्धन करणारा आहे.

माझ्यातला उपयुक्त द्रव्यसंग्रह असा - व्हिटॅमिन ए, बी, बी-१, बी-२ आणि व्हिटॅमिन सी, सर्वच कमी अधिक आणि मानवी शरीराची आवश्यकता पूर्ण करण्याइतपत व्हिटॅमिन्स विद्यमान आहेत. माझ्या बियांचं तेलही काढलं जातं आणि त्या तेलाचा उपयोग सौंदर्यप्रसाधनांमध्ये सातत्यानं केला जातो.

नागफणी : माझी विनंती आहे की, कृपया द्रोणपुष्पी यांनी राजमंचावर यावं.

द्रोणपुष्पी : महाराजाधिराज, प्रधानजींसह समस्त विश्वातल्या लतावेलींनो, तरुवरांनो तथा महावृक्षांनो, तुम्हा सर्वांना माझं विनम्र अभिवादन! महाराज, माझं नाव द्रोणपुष्पी. मला हिंदीत 'गुमा', मराठीत 'देवकुम्मा' किंवा 'तुंबा' असंही म्हणतात.

गुणाने गुरू, रूक्ष, तीक्ष्ण, रस कटू, विपाक कटू, तासीर उष्ण आहे. साधारणतः इंग्रजी भाषेत ज्याला व्हायरल फिवर म्हणतात, त्या प्रकारातला ताप, खोकला यावर मी अत्यंत गुणकारी आहे. रक्तभिसरणासाठी मदत करणारी मी मंदाग्नीला प्रदीप्त करून भूक वाढवते. माझी पर्णं चवदार आणि स्वादिष्ट लागतात.

व्हायरलमध्ये अंगदुखी असता माझ्या पर्णांचा रस एक ते दोन चमचे म्हणजे पाच ते दहा मिली किंवा माझ्या पर्णांचं चूर्ण मध या अनुपानातून रोग्याला दिल्यास उत्तम गुण येतो. सहजी उगवून सर्वत्र मिळणारी मी द्रोणपुष्पी.

नागफणी : माझी विनंती की, कृपया सूर्यफूल यांनी राजमंचावर यावं.

सूर्यफूल : महाराजाधिराज वटवृक्ष, प्रधानजी पिंपळासह वृक्ष, महावृक्षासह समस्त लतावेली तथा कंद एवं औषधी वनस्पतींनो, सर्वांना माझा नम्र प्रणाम! महाराज, माझं नाव सूर्यफूल. माझी तेलाच्या गरजेसाठी शेतात लागवड होते. मी तर युक्रेन या युद्धग्रस्त देशाची ओळख होय. आता तर भारतातल्या अनेक प्रांतात माझं उत्पादन घेतलं जातं.

अनेक खनिजांचा साठा असलेली माझ्या बिया पौष्टिकतेने भरपूर असून बरीच लोक माझ्या बिया भाजून खातात. मला मोठ्या शेतशिवारात फुललेला बघताना असंख्य सूर्य उगवल्याचा भास होतो आणि ते दृश्य मोठंच रंजक दिसतं. उमलल्यावर माझं फूल सूर्यासारखं दिसतं, म्हणून माझं नाव 'सूर्यफूल' पडलं असावं.

नागफणी : माझी विनंती की, कृपया चोपचिनी यांनी राजमंचावर यावं.

चोपचिनी : महाराजाधिराज वटवृक्ष, प्रधानजी पिंपळ तथा समस्त विश्वातल्या वनस्पतींनो, सर्वांना माझा नम्र प्रणाम! महाराज, माझं नाव चोपचिनी. मला संस्कृत भाषेत 'अमृतोपहिता', हिंदीत 'चोबचिनी', तर मराठीत 'चोपचिनी' असं म्हणतात.

गुणाने लघु, रूक्ष रस तिखट, विपाक कटू तथा तासीर उष्ण आहे. माझ्या चूर्णाला 'चोपचिन्यादी चूर्ण' म्हणतात. एक ते दोन चमचे तूप किंवा साखर या अनुपानाद्वारे रोग्याला दिल्यास आमवात तथा संधिवात ठीक होण्यास मदत होते. या सोबत चोपचिन्यादी काढा भोजनोपरांत दोन वेळा द्यावा. या काढ्यामुळं ज्यांना उठता बसताना त्रास होतो, तो कमी होऊन रोगी चालू फिरू तथा उठूबसूही लागतो. काढा घेण्याचा कालखंड साधारणतः ७-१४-२१ दिवस अशा तऱ्हेनं वैद्यांच्या सल्ल्यानंच घ्यावा.

नागफणी : माझी विनंती आहे, कृपया मधुपर्णी यांनी सभेत यावं.

मधुपर्णी : महाराजाधिराज वटवृक्ष, प्रधानजी पिंपळ तथा समस्त विश्वातल्या तरुवर तथा लतावेलींनो, सर्वांना माझा नम्र प्रणाम! महाराज, माझं नाव मधुपर्णी. इंग्रजी भाषेतलं माझं नाव 'स्टिव्हिया अँब्रोशिया'. मराठीत मला 'मधुपर्णी'च म्हणतात. माझा वापर केल्याने साखरेपेक्षाही गोडवा तर मिळतोच; शिवाय माझ्या सेवनानं मधुमेहापासून आराम मिळतो.

माझ्या वनस्पतीमध्ये किमान दहा-बारा तरी आवश्यक घटक असावेत. याशिवाय, अन्य जीवनसत्त्वासह खनिजंदेखील उपलब्ध आहेत. माझ्या पर्णांची पूड ही अत्यंत मधुर असून ती स्वादूपिंडाला कार्यप्रवण करून त्यात पाचक रसाचं निर्माण करते. या प्रक्रियेद्वारा निसर्गतः शरीरात तयार होणाऱ्या इन्शुलिन निर्मितीचा मार्ग मोकळा होतो. ती पाझरण्याची प्रक्रिया सतत चालू राहिल्यानं स्वादूपिंड कार्यप्रवण होऊन मधुमेहाला आळा घातला जातो. याबाबतीतलं संशोधन अनुसंधानकर्ती संस्था 'डिपार्टमेंट ऑफ इंन्डोक्रायनालॉजी अँड मेटाबोलियम युनिव्हर्सिटी' येथील एक हॉस्पिटल, जे डेन्मार्कमध्ये आहे, त्यांनी यावर भाष्य केलं आहे. काही वर्षांपूर्वी माझ्या पर्णांची पूड नागपूर शहरातल्या धरमपेठ

भागातल्या जोशी मंगलकार्यालयाजवळ मिळत होती. त्या संस्थेचं नाव होतं - 'हर्बल ज्यूस सेंटर'. आज ते सेंटर तिथं आहे की नाही याची माहिती नाही. अशी मी मधुमेहींची लाडकी मधुपर्णी. यावेळी हे माझं पुनरागमन होय.

नागफणी : माझी विनंती आहे की, कृपया वनहरिद्रा यांनी राजसभेत यावं.

वनहरिद्रा : महाराज, प्रधानजी तथा सर्व वनस्पती प्रजाती, सर्वांना माझा नम्र प्रणाम! महाराज, माझं नाव 'वनहरिद्रा'. हिंदीत मला 'कर्पूर हरिद्रा', तर मराठीत 'कर्पूरगंधी हरिद्रा' किंवा 'काळी हळद', तर कुणी 'जंगली हळद' म्हणून संबोधतात.

मी गुणाने लघु, रूक्ष रस तिक्त, कटू, विपाक कटू, तासीर उष्ण आहे. माझा उपयोग केल्यानं कुष्ट, वात तथा सर्वदोषहारकासह मी विषशमन करणारी असून श्वास, कास, दमा (अस्थमा) या सर्व रोगांवर अत्यंत उपयोगी; परंतु वैद्यांच्या सल्ल्याशिवाय नाही. ही गोष्ट सर्वांनी लक्षात ठेवावी.

माझ्या कंदाच्या गाठी असतात, त्या तोडताच कापरासारखा सुगंध येतो. दमारोगात वाळलेल्या कंदाला उगाळून दिवसातून तीन वेळा नियमित; परंतु ७-१४-२१ दिवस अशा तऱ्हेनं योजना करावी. दमा कायस्वरूपी बरा होण्यास मदत होते. माझ्या सेवनानं आत्मविश्वास वाढतो. जे मनोरुग्ण आहेत किंवा ज्यांना मनोबलाची कमतरता आहे, मग तो सर्वसामान्य शालेय विद्यार्थीही का असेना, त्यांनी माझा कंद पाण्यात उगाळून किंवा पूड करून कपाळामध्यात त्या गंधाचा टिळा लावावा. अभ्यासू म्हणजे विद्यार्थ्यानं नंतर अभ्यासाला बसावं. परीक्षेला, मुलाखतीला जाताना आवर्जून टिळा मस्तकी लावावा.

घरातल्या देवांची पूजा करताना माझ्या कंदाच्या तुकड्यांची पण पूजा करावी आणि त्यातले एक-दोन तुकडे सदैव खिशात बाळगावेत. त्याने कार्यसिद्धी होते. आत्मविश्वास वाढतो. मानसिक घबराहटीलाही आळा बसतो.

नागफणी : माझी विनंती आहे, रंगीत गव्हानं राजसभेत यावं.

पिंपळ : थांब. थांब.

नागफणी : काय झालं प्रधानजी?

पिंपळ : काय झालं, हे काय विचारतो? मला वाटतं गहू यापूर्वीसुद्धा दरबारात बोलला आहे, असं आम्हाला वाटतं.

नागफणी : मला नाही आठवत. समजा, गहू आलेही असेल, तरी हे गहू त्याहून वेगळे, म्हणजे रंगीत गहू आहेत. यांच्या पिठाच्या पोळ्यासुद्धा रंगीत होतात. आहात कुठं प्रधानजी?

वटवृक्ष : काही लोक वारंवार राजसभेत बोललेत. पुढंही कुणी पुन्हा पुन्हा यायची विनंती करेल, तेव्हा येऊ द्या त्याला.

रंगीत गहू : महाराजाधिराज वटवृक्ष, प्रधानजींसह समस्त वनस्पतींनो, सर्वांना माझा नम्र प्रणाम! महाराज, मी रंगीत गहू. माफी असावी, महाराज. कारण या वाणाच्या निर्मात्याचं नाव मला ज्ञात नाही. तेव्हा त्यांचीही माफी मागतो. मध्यप्रदेशातलं इंदौर हे मोठे ऐतिहासिक शहर. या शहरापासून काही किलोमीटर अंतरावर असलेलं 'शहपुरा' हे गाव, इथंच माझी मोठ्या प्रमाणात लागवड करून शेती करायला सुरुवात झाली, असं म्हणतात.

माझ्या रंगीत वाणात काळा, पांढरा, गुलाबी, निळा, जांभळा इत्यादी रंग मिळतात. सर्वसामान्य गव्हापेक्षा माझ्यात पौष्टिकता अधिक आहे. भविष्यात लवकरच माझं वाण बाजारात मिळेल. माझ्यात पिगमेंटचं प्रमाण किमान पाच ते पंधरा पीपीएम, तर काळ्या गव्हात ४० ते १४० पीपीएम; याशिवाय अँथोसायनिन्स अँटिऑक्सिडंट्समुळं रोगप्रतिकारक क्षमतेनं भरपूर असून जस्ताचीही प्रचुर मात्रा आहे.

माझ्या एका वाणाचं नाव कनक असून या गव्हात काळा, निळा, जांभळा हे रंग मिळतात. सर्वसामान्य गव्हाच्या तुलनेत बघता माझ्यात फळवर्गांपैकी पेरू, स्ट्रॉबेरी, बीट या फळांची गुणसूत्रं आणि खनिजंसुद्धा आढळतात. माझ्यात प्रचुर मात्रेत असलेल्या अँथोसायनिन या द्रव्यामुळं हृदयरोग, मधुमेह, कर्करोग, स्थुलता, हृदयासाठी घातक बॅड कोलेस्ट्रेरॉल; याशिवाय तणाव यासारखे अनेक रोग माझ्या सेवनामुळं दूर ठेवण्यास मदत होते. या माझ्या रंगीत वाणावर किडीचंही आपोआपच नियंत्रण होतं. त्यामुळं भविष्यात उत्पन्नातसुद्धा जास्त फायदा मिळेल. असा मी रंगीत गहू.

(दृश्य : राजमंचाजवळ चमेलीसह जाई, जुई प्रवेश करतात. जाई चमेलीला म्हणते, 'अगं, महाराज रागवतील. त्यावर चमेली म्हणते, 'बघ, आता मीच बोलते.' असं म्हणून चमेली त्या ठिकाणी येते.)

चमेली : महाराज, आपला वृक्ष वनस्पती संसारसुद्धा आश्चर्यानं भरलेला आहे.
पिंपळ : तो कसा काय?
चमेली : तेच तर सांगायचा प्रयत्न करते; परंतु महाराज मात्र काहीच बोलत नाहीत, किमान रागवा तरी.
पिंपळ : सांगा सांगा, तुम्हाला काय सांगायचं ते.
चमेली : मागच्या पर्वात कीटकभक्षी, मांसभक्षी वृक्षही बघितली; परंतु हे महाशय म्हणजे अगदीच विचित्र. उत्तराखंड तथा उत्तरप्रदेशात वाघांसाठी प्रसिद्ध अभयारण्य असून तिथं कतर्निया घाट वन्यजीव विहारांतर्गत येणाऱ्या वन परिक्षेत्रात असे वृक्ष आहेत, की विश्वास ठेवणं कठीण.

पिंपळ : चमेली, तुम्ही वेळ नका घालवू. पटकन सांगा काय ते.

चमेली : म्हणतात या वृक्षांच्या खोडाला जरी हात लावला, तर त्या वृक्षाला गुदगुल्या होतात. आणि ते स्वयंस्फूर्तीनं गदगदा हलतं. अगदी सर्व फांद्या आणि पर्णसंभारासह. म्हणूनच स्थानिक लोक याला 'गुदगुदीवालं झाड' म्हणतात.

वैज्ञानिकांच्या भाषेत या वृक्ष महाशयाला 'रेंडिया ड्युमेटोरम' असं म्हणतात. असंही म्हटलं जातं की, या तरूमध्ये नैसर्गिकरीत्याच संवेदनशीलता असते. म्हणून त्यांची पर्णं तथा फांद्यांना स्पर्श होताच त्या आपोआप हलतात; पण जाऊ द्या, महाराज तर काहीच बोलत नाहीत.

वटवृक्ष : मी बोलत नाही; पण माझं लक्ष सर्वांवर असतं. तू छान माहिती सांगितलीस, तेव्हा सगळ्यांचं मनोरंजन झालं. आता हे सांग, असली किती वृक्ष उपलब्ध आहेत भारतात.

चमेली : महाराजाधिराजांची चरण वंदना आणि धन्यवाद. नॅशनल पार्क दुधवा इथं पाच वृक्ष होती म्हणतात. यांपैकी दोन या जगात नाहीत. तीन हयात आहेत. दुःखाची गोष्ट म्हणजे दोन वृक्ष हयात नसणं आणि आहेत त्यांची छायाचित्रं उपलब्ध नसणं, ही होय.

(दृश्य : प्रधानजी पिंपळ मधे येऊन बोलतात की, काही वृक्ष महाराजांना भेटू इच्छितात.)

पिंपळ : महाराज, काही अनोळखी वृक्षांसोबत कण्हेर, बांबू, चहा, काजू, कवठ, करवंद, केसर, दांतर (जानकी जडी), वेखंड, सफरचंद या वृक्षांना पुन्हा सभेत काही माहिती सांगायची परवानगी हवी आहे. पाठवू महाराज?

वटवृक्ष : पाठवा त्यांना आत. पहारेकरी तुमचं चालू द्या.

पहारेकरी : रेनबो इक्यलिक्ट्स यांनी सभेत यावं.

रेनबो इक्यलिक्टस : मी रेनबो इक्यलिक्टस महाराजांचा सर्वत्र विजय असो! सर्व वनस्पतींनो, सर्वांना माझा प्रणाम! महाराज वटवृक्ष तथा प्रधानजी पिंपळ यांना विशेष सन्मान. महाराज, मी विदेशी. फिलिपिन्समध्ये आढळतो. याशिवाय मी कमी प्रमाणात गिनी तथा इंडोनेशिया या देशातसुद्धा वास्तव्याला असतो. मला तिथले स्थानिक लोक 'बागेचा दागिना' असं संबोधतात.

रंगीबेरंगी वृक्षात कदाचित माझं स्थान वरचं असावं, असं मला वाटतं. माझ्या वृक्षाची साल बघितल्यास असं वाटावं, जशी कुण्या चित्रकारानं त्यावर अनेकानेक रंगाची उधळण केली असावी. माझी साल काढून तिचं पृथक्करण केल्यास त्यात अनेक रंगांचे थर आढळून येतात. माझी नवीन साल ही हिरव्या रंगाची असते, तर ती थोडी जुनी झाली की,

त्या सालीवर निळा तथा राखाडी रंग येतो.

नित्य पर्जन्य तथा जिथल्या मातीमध्ये निरंतर ओलावा म्हणजे ओलसरपणा असतो, त्या मातीत माझी उगवण आणि वाढ उत्तम होते. (याच जमिनीला 'रेन फॉरेस्ट' असंसुद्धा म्हणतात.) माझी औसत उंचीही किमान ७६ मीटर आणि माझ्या खोडाचा (गोल) घेर हा किमान (बुंधा) दोन मीटरचा असतो. माझी गणना महावृक्षात होते. माझा उपयोग कागद निर्मिती हेतूने बहुत प्रमाणात केला जातो. या उपरान्त हार्डी बेर यांनी सभेत यावं.

हार्डी बेर : महाराजाधिराज वटवृक्ष, प्रधानजी पिंपळ तथा समस्त विश्वातल्या वृक्ष वनस्पती प्रजातींना माझा सादर प्रणाम! महाराज, माझं नाव 'हार्डी बेर'. बर्फाळ प्रदेश तथा जिथं धुकं जास्त आणि भरपूर पाणी असतं, अशा ठिकाणी माझी वाढ उत्तम होते.

माझा बाह्योपचारासाठी म्हणजे केसांना रंग देण्यासाठी उपयोग केला जातो. माझं लाकूड मजबूत असल्यानं तथा सडण्याची क्रिया अत्यंत धीमी असल्यानं शेतीची औजारं माझ्या लाकडांद्वारे निर्मित केली जातात. गोल्फ या खेळामधल्या गोल्फ स्टिकसाठीसुद्धा माझा वापर करतात. माझ्या फुलांचा रस हा विविध नेत्र विकारांमध्ये वापरला जातो.

माझी पर्णं आंतर उपयोगासाठी म्हणजे अस्थमा या आजारात प्रभावी ठरतात. कारण माझ्या पर्णांमध्ये फॉस्फोरसचं प्रमाण प्रचुर मात्रेत असतं. तसंच माझी पर्णं प्राण्यांचं खाद्यसुद्धा आहे. शस्त्राघातानं हात, बोटं अथवा कोणतंही अंग कापलं जाणं तथा अग्नीद्वारा जळणं याद्वारे होणारी इजा यावर अत्यंत गुणकारी असून माझ्या सुकलेल्या फळांची केलेली पूड ही पचनक्रिया ठीक करण्यासाठी आजारी व्यक्तीला दिली जाते. मात्र कोणत्याही औषधी वनस्पतींचा स्वमतानं वापर करणं, हे हितावह नसतं. सबब वैद्यांचा सल्ला अवश्य घ्यावा. यानंतर यूट्रीकुलेरिया यांनी व्यासपीठावर यावं.

यूट्रीकुलेरिया फुरसेल्लाटा : महाराज, यूट्रीकुलेरिया फुरसेल्लाटा हे माझं नाव. वनस्पतींमध्ये मांसभक्षी म्हणजेच कीटकभक्षी जातीत माझा समावेश होतो. उपस्थित तरुवर तथा महाराज, मला माफ करा. मी थोडासा जंगली असल्यानं तुम्हाला प्रणाम करायचा विसरलो, माफ करावं.

महाराजाधिराज वटवृक्षांसह प्रधानजी पिंपळ यांना सादर प्रणाम! एक वनाधिकारी (फॉरेस्ट ऑफिसर) वनात फिरत असताना त्यांना मी दिसलो. त्या अधिकाऱ्यांचं नाव श्रीमान संजीव चतुर्वेदी. ते आणि त्यांच्यासोबतचे एक वनाधिकारी श्रीमान हरीष नेगी आणि कनिष्ठ अधिकारी मनोज सिंह यांनी मला जंगलात बघून माझ्यावर संशोधन केलं आणि शेवटी एका मान्यता प्राप्त अशा जपानी जर्नलमध्ये माझी रीतसर नोंद केली गेली. १०६ वर्षं जुनी असलेली 'जर्नल ऑफ जपानीज बॉटनी' ही संस्था. यात ही माहिती पंजीकृत केली गेली.

मी फक्त उत्तराखंडमध्येच नव्हे, तर पश्चिम हिमालयाच्या वनातसुद्धा वास्तव्याला आहे. वरील पुस्तकामध्ये असल्या सगळ्या दुर्मीळ तथा सर्वच वनस्पतींची नोंद घेतली जाते आणि या पुस्तकाचं प्रकाशनही निरंतर होत असतं. इच्छुकांनी जरूर वाचन करावं. या नंतर कण्हेर यांना सभेत पाचारण करण्यात येत आहे.

कण्हेर : महाराजाधिराज, पुन्हा पुन्हा आलो म्हणून मला माफ करा. महाराजांचा विजय असो! महाराज, यापूर्वीदेखील माझा परिचय झालेला आहेच. माझ्या पर्णांमध्ये जंतू निर्मूलन करण्याचा गुण असून अँटीसेप्टिक गुणानेही मी युक्त आहे. शरीरावर असलेले काळे डाग तथा नायटे घालवण्यासाठी माझी पर्णं खोबरेल तेलात शिजवावीत आणि त्याचा वापर करावा.

माझ्यातले काही गुणधर्म असे की, नागीण म्हणजे हार्पिक जोस्टरच्या आजारातसुद्धा मी प्रभावी आहे. माझी ताजी पर्णं घेऊन ती बारीक करा. त्यात ऑलिव्ह ऑईल घालून गरम करा. ही पेस्ट नागीणसारख्या आजारात दुखणाऱ्या जागी लावा. तीही अगदी हलक्या हातानं.

जुनी जखम बरी होत नसेल, तर माझ्या पर्णांची पेस्ट घेऊन, त्यात कोरफडचा गर मिसळावा. त्यानं जखम बरी होते. लवंग तथा पेपरमिंट म्हणजे पुदिना याच्या तेलात माझी पर्णं शिजवून तयार केलेली पेस्ट खाजेच्या ठिकाणी लावावी. जहरी किडा चावल्यास माझी पर्णं खोबरेल तेलात शिजवून त्यात काळी मिरी पूड घालावी आणि ते मिश्रण चांगलं मिसळावं, म्हणजे फेटून घ्यावं. आता ही पेस्ट त्या जागी लावावी. आराम मिळतो. याशिवाय माझ्या मुळाचेही अनेक उपयोग मागच्या पर्वात मी सांगितलेलेच आहेत. यानंतर फायरबॉल वीड यांनी सभेत निवेदन सादर करावं.

फायरबॉल वीड किंवा रिबन वीड : महाराजाधिराज वटवृक्ष तथा समस्त वृक्ष वनस्पती प्रजातीला माझा विनम्र प्रणाम! महाराज, मला दोन नावांनी ओळखतात. 'रिबन वीड' आणि 'फायर बॉल वीड'. असं म्हणतात की, मी या पृथ्वीतलावरची सर्वात वयस्क वनस्पती आहे. ऑस्ट्रेलियातल्या शार्क बे किनाऱ्याच्या भागात मी आढळून येतो. पिलंडर्स युनिव्हर्सिटीच्या संशोधकांनी माझ्यावर शोधनिबंध लिहिला असून रॉयल सोसायटीच्या शोधपत्रिकेत याबाबतीत विस्तृत असं लिखाण प्रसिद्ध झालेलं आहे.

माझ्याबाबत शोधकर्ती संस्था असं म्हणते की, मला फोफावण्यास तथा भरपूर प्रमाणात पसरण्यास आणि वाढण्यास किमान साडेचार हजार वर्षांचा कालखंड लागण्याचा अंदाज व्यक्त करण्यात आलेला आहे. प्रति वर्ष ३५ सें.मीटर अशी माझी वाढ होते. मी असलेल्या जागेवरून १८० किलोमीटर अंतरावर माझ्या वृक्षाची फांदी आढळल्याचं संशोधकांचं म्हणणं आहे. अशी माझी राक्षसी आणि सैतानी वाढ बघून डॉ. मार्टिन ब्रीड हे

आश्चर्यानं थक्क झाले. माझ्यावर संशोधन करताना वैज्ञानिकांनी माझी अठरा हजारापेक्षा जास्त जनुकीय वैशिष्ट्यं तपासून पाहिलीत. माझी वाढ एखाद्या गवताळ प्रदेशाप्रमाणं अत्यंत झपाट्यानं होते.

(दृश्य : फायरबॉल सभेत बोलताच सगळी सभास्थित तरुवर बेशरम नावाच्या वृक्षाला चिडवू लागली. त्या तरुवरांना थांबवण्यापूर्वी चमेली म्हणाली, 'बेशरमा, हा बघ तुझा बाप आला आहे.' या विनोदानं सगळी वृक्ष गदगदा हलू लागतात. तेव्हा थोडं थांबून रिबन वीड म्हणतो, 'काळी हळद यांनी सभेत स्वनिवेदन सादर करावं.')

काळी हळद : पूर्वी मी केवळ पिवळी आणि लाल या दोनच रंगात लोकांना माहीत होते. जसं दारूहरिद्रा, आंबी हळद. मात्र मी 'काळी हळद'सुद्धा अस्तित्वात असून माझासुद्धा औषधशास्त्रात विविधांगानं उपयोग होतो. महाराजांसह सर्वांना माझा नम्र प्रणाम! मीच काळी आणि निळी असल्या दोन प्रकारातदेखील बघावयास मिळते. भारताचा पूर्वोत्तर परिसर, तसंच मध्यप्रदेशातल्या फार कमी भागात माझी लागवड करण्यात येते.

अँटिऑक्सिडंट्स म्हणजे प्रतिकारक क्षमतेनं परिपूर्ण मी एक आयुर्वेदीक जडीबुटी म्हणून प्रसिद्ध असले, तरी माझा प्रचार प्रसार जनलोकांत अत्यंत कमी आहे. माझ्यात अँटीफंगल, अस्थमा म्हणजे दम्याला अवरोध करणं, एनाल्जेसिक, लोकोमोटर, डिप्रेसेंट अँटिकाँन्वेलसेंट, अँटिबॅक्टेरियल, अँटी अल्सर मांसपेशींना आराम देणारी मी वनस्पती. चिंता तथा सीएनएस डिप्रेशन दूर करणारे गुण माझ्यात प्रचुर मात्रेत आढळतात. दम्यामध्ये (काळी हळद) माझी पूड अत्यंत गुणकारी ठरते. कारण माझ्यातले अँटी इलेमेंट्री गुण. या गुणांमुळं सर्दी, खोकला यावरसुद्धा आराम मिळतो. माझ्या ताज्या कंदाचा लेप मायग्रेन या आजारात अगदी रामबाण ठरतो. या आजारात कंद उगाळून किंवा ताज्या कंदाला बारीक करून केलेला लेप मस्तकावर लावावा. उपचार करताना तज्ज्ञांचा सल्ला घ्यावा. मॅकेरेनिया यांनी सभेत यावं, ही विनंती.

मॅकेरेना क्लॅविग्रा : महाराजाधिराजांचा विजय असो! महाराजाधिराज वटवृक्ष, तसंच प्रधानजी पिंपळ आणि समस्त विश्वात्याल ज्ञात-अज्ञात वनस्पतींनो, सर्वांना माझा नम्र प्रणाम! महाराज, मी विशिष्ट प्रकारच्या नदीच्या पात्रात वाढणारी वनस्पती. त्या नदीचं नाव आहे - 'कॅनो क्रिस्टालेस'. माझ्यामुळंच या नदीला अतिदिव्य अशा उद्यानाची संज्ञा दिली जाते. माझी ही मातृ सरिता दक्षिण अमेरिकेतल्या कोलंबिया इथं आहे. या नदीतलं पाणी वाहताना पिवळ्या, हिरव्या, लाल, काळ्या आणि निळ्या असल्या रंगात दिसत असल्यानं लोकं तिथं येतात आणि हे सौंदर्य बघून आश्चर्यचकित होतात. हिला

माझ्यामुळंच 'पाच रंगांची नदी' असं म्हणतात. या नदीत अनेक रंग तरंगताना बघून जणू इंद्रधनुष्याचा भास होतो.

माझ्यामुळंच 'कॅनो क्रिस्टालेस' या माझ्या मातृसरितेला जगात सर्वात सुंदर नदीचं महत्त्व मिळालं. जून ते नोव्हेंबर या महिन्याच्या मध्यकाळात नदीचं हे अनोखं रूप बघण्यासाठी लोकं इथं पोहोचतात. पाण्याच्या तळाशी असलेली मी 'मॅकेरेना क्लॅविग्रा' वनस्पती. नदी पात्रामधल्या पाण्यावर पडलेला प्रकाश परावर्तीत होताच, पाण्यात प्रथम लाल रंग निर्माण होतो. मंद तसंच वेगानं पसरणारा प्रकाश यामुळंच समयानुरूप आणि प्रकाशाच्या तीव्रतेनुरूप पाण्यावर निरनिराळी आभा परावर्तित होत पाण्यावर अनेक रंगांच्या छटांच्या उधळणीतून, अनेक रंगाचा प्रवाह नदीत वाहतो. ते पाणी बघतच राहावंस वाटतं. म्हणून ते बघायला लाखो लोक दक्षिण अमेरिका खंडात पोहोचतात.

अशी मी एक चमत्कारिक वनस्पतीवल्ली मॅकेरेना क्लॅविग्रा. यानंतर चणा म्हणजे हरभरा याचा भाजलेला प्रकार फुटाणा यानं सभेत यावं.

फुटाणा : महाराजाधिराजांचा विजय असो! महाराज, तसा मी चणा म्हणजे हरभरा. माझ्याद्वारे बेसन, गोड पदार्थात लाडू, बर्फी असल्या अनेक पदार्थांसह सातूही माझ्या मूळ रूपाद्वारेच निर्मित होते; परंतु मला विशिष्ट तऱ्हेनं अग्नीत भाजल्यावर माझ्या त्या रूपाला 'फुटाणे' असं म्हणतात. आता मी माझे उपयोग सांगत बसलो, तर लोकांना कंटाळा येईल. म्हणून मोजकेच उपयोग सांगतो, ऐका.

माझ्या या रूपाला इंग्रजी भाषेत 'रोस्टेड ग्राम' या नावानं संबोधतात. माझ्या सालीत भरपूर फायबर म्हणजे तंतू असतात. माझ्या सेवनानं भरपूर वेळ भूक लागत नाही. जास्त तंतू म्हणून पचण्यास थोडे जड असतात; परंतु माझ्यात उष्मांक म्हणजे कॅलरीज खूप कमी मात्रेत असतात. ज्यांचं वजन जास्त आहे, त्यांनी आवर्जून माझं सेवन करावं. माझ्यात कार्बोहायड्रेट, प्रोटीन, तंतू, कॅल्शियम, लोह आणि इतर जीवनसत्त्वंसुद्धा असतात. माझं नियमित सेवन हे रक्तशर्करा घटवतं; शिवाय हाडं निरोगी राखण्यास मदत करतं. मी हृदयासाठीसुद्धा अत्यंत फायदेशीर आहे.

फायबर म्हणजे तंतूची अधिकता पोट साफ करणं तथा पचनसंस्थेला निरोगी ठेवण्यास मदत करते. प्रामुख्यानं पोटातला वायू म्हणजे गॅस आणि अपचनाची समस्या माझ्या सेवनानं ठीक होते. माझ्यात प्रतिरोधक क्षमता म्हणजे अँटिऑक्सिडंट्स तथा व्हिटॅमिन सीसुद्धा विद्यमान आहे. त्यामुळं माझ्या सेवनानं रोगप्रतिकारक क्षमतेत वाढ होते. तसंच अनेक आजारांना प्रतिबंध घातला जातो.

माझ्यात ग्लायसेमिक इंडेक्स खूप कमी असतं म्हणून मधुमेह नियंत्रणात राहतो. याशिवाय अंगात ताप असताना, तसंच खूप सर्दी झाल्यावर किंवा तसं वाटत असल्यास

माझं आवर्जून, अवश्य सेवन करावं. असं म्हणतात की, भट्टीतून निघालेले ताजे फुटाणे म्हणजे मी. माझं सेवन ताप, सर्दी, खोकला, व्हायरल फिवर यावर त्वरित आराम देतं. असा मी फुटाणा. यानंतर मॉन्स्कहूड यांनी सभेत यावं.

मॉन्स्कहूड : महाराजाधिराज, प्रधानजी तथा समस्त तरुवरांनो, माझा सादर प्रणाम! महाराज, मी 'मॉन्स्कहूड'. मला दुसऱ्या एका नावानंसुद्धा संबोधतात. ते नाम म्हणजे 'वुल्फ्सबेन'. माझ्या मुळांना खोदून काढल्यास ती हुबेहूब गाजराप्रमाणं दिसतात. रंग मात्र पांढरा असतो. चुकून कुणी त्या माझ्या मुळांचं सेवन केल्यास त्याचा मृत्यू हा निश्चितच समजावा. मृत्यू होण्यापूर्वी त्याला काही लक्षणं दिसतात. म्हणजे लाळ गळणं, उलटी होणं, सतत शौचाला जावं लागणं. याशिवाय हातापायांना मुंग्या येण्यासह बधिरताही येते. असली लक्षणं दिसल्यास ताबडतोब उपचार करावेत.

माझी पंचांगं विषमय आहेत. माझी पर्णं, खोड, मुळं, फुलं आणि फळं तथा त्यातल्या बिया यात महाभयंकर विष असतं. त्या विष प्रकाराला शास्त्रीय भाषेत 'एकोनिटीन टॉक्सिन' या नावानं ओळखतात. माझी उत्पत्तीस्थानं ग्रीस तथा युरोप खंडात आहेत. मॉन्स्क या शब्दाचा अर्थ जरी संत असा होत असला, तरी मी एक महाविषवल्ली आहे. मॉन्स्कहूडचा अर्थ त्याप्रमाणं म्हणजे संताप्रमाणे; परंतु दुर्दैवानं मी असा मुळीच नाही. ईश्वरीय नाम योजनेच्या मालेत मला हे नाव का देण्यात आलं, हे ईश्वरच जाणो.

बिबुध जनांनो, जिथं कुठं मी वृक्ष रूपात असेल, तेव्हा त्या जागेपासून दूर राहणंच उत्तम होय. यानंतर पांढरं मशरूम यांनी सभेत यावं.

पांढरं मशरूम : महाराजांचा विजय असो! महाराज, मला पांढरं मशरूम म्हणतात. तसा मी वृक्ष, तरू, वनस्पती या प्रजातीत समाविष्ट होत नसलो, तरी माझी शेती केली जाते. केवळ या तत्त्वावरच मी या सभेत यायचं धाडस केलं आहे. कारण या पूर्वीही माझ्या काही वंशजांनी या सभेत हजेरी लावलीय.

इंग्रजी भाषेत मला 'व्हाईट रफल' असं म्हणतात. माझी प्रतिकिलो किंमत ही सामान्यांच्या आवाक्याबाहेर आहे. माझी बाजारात विक्री होते, तेव्हा माझी प्रतिकिलो किंमत किमान तीन हजार रुपये असते. बाकी सामान्य मशरूम जसं काढतात, तसं मला काढता येत नाही. मला काढण्यासाठी खास अशा श्वानांना प्रशिक्षित करवलं जातं आणि त्यांच्याद्वारे मला जमिनीतून बाहेर काढलं जातं.

माझ्यात अगणित खनिजं आणि व्हिटॅमिन्सचं भांडार असून मी जमिनीच्या आत किमान एक फूट खोलीत सापडतो. यानंतर ड्युरियन यांनी सभेत यावं.

ड्युरियन : मी सेवन करण्यायोग्य फळ नाही. माझ्या फळाला अतिघाण दर्प येतो. तो इतका वाईट असतो की, मला सार्वजनिक ठिकाणी तथा प्रवासात कुठंही घेऊन तथा आणण्याची

बंदी आहे. या व्यतिरिक्त हॉटेल्स, मोकळ्या जागा, सार्वजनिक बागबगीचे आदी ठिकाणी माझ्या लागवडीला सर्वत्र प्रतिबंध घातला जातो. असा मी एक आगळावेगळा ड्युरियन.

माझ्या फळाची घाण ही जोड्यातल्या मोज्यापेक्षाही भयंकर अशी असते. माझं वास्तव्य जगाच्या पाठीवर दक्षिण आशिया खंडात आहे. ईश्वरानं माझी निर्मिती का केली, याचं आश्चर्य वाटतं. यानंतर मॅशीनीलला पाचारण करतो.

मॅशीनील वृक्ष : महाराजाधिराज, प्रधानजी तथा समस्त तरुवर प्रजातीला माझा प्रणाम! महाराज, माझं नाव 'मॅशीनील'. मी एक विषवल्ली असून तसा विषवल्लीत आजतरी माझा क्रमांक प्रथम आहे; परंतु भविष्यात कुणी माझ्यापेक्षाही भयंकर विषवल्ली मिळेलही कदाचित, कुणी सांगावं. माझे काही भाऊबंद आहेत. त्या प्रजातींपैकी कॅरेबियन समुद्र किनाऱ्यावर उगवणारी माझी वृक्ष प्रजाती ही सर्वाधिक विषारी गणली आणि मानली जाते. मानव अथवा कोणतेही पशुपक्षी माझ्या संपर्कात आल्यास, त्यांच्या अंगावर फोड येतात.

माझी पाचही अंगं पूर्णत: विषानं भरलेली आहेत. माझ्या फळाचा एक छोटा तुकडा सेवन केल्यास मानव अथवा प्राणी यांचे प्राण जाऊ शकतात. यासाठी माझ्या सभोवती लोकजागृती हेतू फलक लावलेले असतात. माझी साधारण उंची ५० फूट तथा माझी पर्ण अत्यंत चमकदार आणि आकारानं अंडाकृती असतात. माझा अरण्यातला मुख्य उपयोग म्हणजे माझी बहुलता असलेल्या जागेतल्या मातीची मी धूप म्हणजे झीज होऊ देत नाही. सबब विषवल्ली असूनसुद्धा लोक माझी जोपासना करतात. माझी वाळलेली लाकडं पुन्हा पुन्हा भरपूर उन्हात वाळवली जातात. जेणेकरून माझ्यातल्या विषाचं शमन होईल. त्यानंतरच माझ्या त्या लाकडांपासून घरगुती फर्निचरची निर्मिती केली जाते. माझ्या लाकडातल्या रसाचा, लाकूड कापताना डोळ्याला झालेला हलकासा स्पर्शसुद्धा डोळे कायमचे अंध करण्यास कारण ठरू शकतो. सबब जनहो, इश्वरानं मला असं का निर्माण केलं? तुम्ही बुद्धिजीवी ना? मग तुम्ही माझ्यापासून दूर राहा, म्हणजे झालं. इतकंही करून वस्तू निर्मात्यांनी योग्य सावधगिरी बाळगावी. यानंतर मी सॅफ्रॉनला पाचारण करतो.

सॅफ्रॉन : मला जगात सर्वोच्च किमतीच्या केशराचा दर्जा मिळालेला आहे. महाराजाधिराजांसह सर्वांनाच माझा प्रणाम! महाराज, मी 'सॅफ्रॉन'. माझ्या एक लक्ष पुष्पपरागांमधून ज्याला 'स्टिग्मा' म्हणतात, या प्रक्रियेद्वारा माझ्यातून एक किलो केसराचं उत्पादन होतं. या केसराची प्रत ही अत्युच्च दर्जाची असते. मूळ केसराचे नि माझे गुणधर्म तसे समानच असतात. कदाचित मूळ केसरापेक्षा मी थोडा सरसही असावा, कदाचित हा. माझ्यानंतर सँडबॉक्स यांनी सभेत यावं.

सँडबॉक्स : महाराजांचा विजय असो! महाराजाधिराजांसह समस्त वनस्पती तरुवरांनो, सर्वांना माझा सादर प्रणाम! मध्यवर्ती तथा दक्षिण अमेरिका हे माझं जन्मस्थान. माझ्या

काही वेगळ्या नावांपैकी 'पॉसुमवुड' आणि 'जॅबिल्लो' अशी नावं असून मला स्फोट किंवा फायरिंग करणारा वृक्ष म्हणूनच ओळखतात. माझ्या फळातल्या बिया साधारण आकाराच्या असतात. मात्र, माझ्या फळाच्या आकाराला काही लोक कोहळ्याप्रमाणं दिसणारा असं संबोधत असले, तरी मला वाटतं मी लसणाच्या पाकळ्यांच्या म्हणजेच लसणाच्या गाठ्यांसारखा दिसतो.

माझ्या आसपास मानव तथा प्राणी दिसताच त्यापासून मला वाटणाऱ्या असुरक्षिततेमुळं मी त्यांच्यावर फायर करायला सुरुवात करतो. यामुळं मनुष्य तथा प्राणी गोंधळतो; परंतु हा माझा निसर्गदत्त गुण आहे. माझ्या फायरची रेंज म्हणजे पल्ला किमान शंभर फुटांपर्यंत मारा करण्यास सक्षम असतो.

तसा मीसुद्धा विषवृक्ष; परंतु माझी गणना ही महावृक्षात केली जाते. माझी औसत उंची शंभर ते दोनशे फुटांपर्यंत आहे. माझ्या फळातल्या बिया, पर्णं, खोड, फुलं सगळेच विषानं भरलेले आहेत. कागदावर लिहिण्यासाठी शाई निर्मितीच्या हेतूनं माझा उपयोग सातत्यानं केला जातो. माझ्या वृक्षावर माकडादी प्राणी चढून जाऊ नयेत, म्हणून निसर्गत: माझी रचना ही विशिष्ट अशी कोनीय रूपात करण्यात आली आहे. शिवाय काटेसावर वृक्षासारखेच; परंतु बोचणारे काटे माझ्या खोडावर सर्वत्र विखुरलेले असल्यानंच कोणतेही प्राणी माझ्यावर चढत नाहीत. वन्य पशूंचे शिकारी, माझ्या विषाचा उपयोग आपल्या बाणाच्या टोकावर शिकार करण्यासाठी करतात. असा मी चमत्कारिक सँडबॉक्स. खरंच विधीचं मला आश्चर्य वाटतं. त्याने माझीसुद्धा निर्मिती केली. ईश्वरा, देवा धन्यवाद! पांढरा ओक यांनी सभेत यावं.

पांढरा ओक : महाराजाधिराज वटवृक्ष, प्रधानजी पिंपळ तथा समस्त वनस्पतींना, माझा नमस्कार! पुनरागमनासाठी क्षमस्व. महाराज, मला ओक, अर्क, रुई आदी नावांनी ओळखलं जातं. काही तांत्रिक-मांत्रिक माझा उपयोग काळी जादू (ब्लॅक मॅजिक) वगैरेसाठी करतात. नजर लागणं, वाईट नजर, तर भानामती आदी प्रकारच्या तांत्रिक कार्यात माझा उपयोग केला जातो. आकस्मित संकटामुळं भांबावलेली लोकं याला बळी पडतात. माझं रोप घरात लावण्यास सांगितलं जातं. तांत्रिकांचं म्हणणं असं की, या रोपांमुळं नकारात्मक शक्तीचा नाश होतो. त्यात तंत्रमंत्र पूजा हेतूनं माझ्या फुलांचाही उपयोग होतो.

तांत्रिक पूजेतलाच एक प्रकार म्हणून माझ्या सर्वसाधारण खोडाची गणेशमूर्ती निर्मित करवून तिची पुढं तांत्रिक सिद्धी हेतूनं पूजा अर्चना केली जाते. या पूजा विधीद्वारे ब्लॅक मॅजिक - काळ्या जादूवर मात केली जाते. याशिवाय काही लोकं असल्या मूर्तींची नियमित पूजासुद्धा करतात. माझे दोन प्रकार असलेल्या पांढरा, गुलाबीपैकी तंत्रविद्येत श्वेत अर्कचा वापर केला जातो. यापूर्वी पण माझी माहिती मागील पर्वात आलेली आहेच. सबब हे माझं

या सभेतलं पुनरागमन होय. यासाठी क्षमस्व. यानंतर मी कर्वीला पाचारण करतो.

कर्वी : महाराजाधिराज, प्रधानजींसह समस्त वृक्ष वनस्पती प्रजातींनो, माझा नम्र प्रणाम! महाराज, मला 'कर्वी' असं म्हणतात. मला दर आठ वर्षांतून एक वेळा बहर येतो. मान्सूनच्या प्रारंभापासूनच मी बहरून येते. त्यावेळी माझी शोभा बघण्यासारखी असते.

प्रथम उमललेली फुलं निळ्या रंगाची असतात. पुढं पुढं माझ्यात असा काही बदल घडतो की, लोकं आश्चर्यानं चकित होतात. माझ्या वस्तुमानासह घडणारा हा नयनरम्य बदल. माझी पॅराबैगनी म्हणजे जांभळ्या रंगात होणारी फुलांची उधळण लोकमनाला भुरळ पाडते. मी वनस्पती रूपात गुजरात, महाराष्ट्र, मध्यप्रदेशात सर्वत्र आढळते.

पोटाच्या काही विकारातल्या औषधांमध्ये माझा समावेश केला जातो. माझी गणना ही सर्वसाधारण वनस्पतीजन्य वृक्षात केली जाते. यानंतर मी रक्तमूळ यांना सभेत पाचारण करते.

रक्तमूळ : महाराजाधिराजांसह सर्वांना सादर नमन! महाराज, माझं नाव 'रक्तमूळ'. इंग्रजी भाषेत मला 'ब्लड रूट' असं संबोधतात. माझी मुळं ही संत्र्याच्या रंगाची असतात, म्हणूनच कदाचित माझं नाव रक्तमूळ असं पडलं असावं. माझा निवास हा अमेरिकेच्या घनदाट वनात आढळतो. याशिवाय माझी उपस्थिती ही उत्तर अमेरिकेतल्या सर्वसामान्य उद्यानात सातत्यानं आढळून येते. उत्तर अमेरिकेत, प्राचीन युगात माझ्या खोडाचा वापर युद्धासाठी करत होते, असं म्हणतात.

माझा पर्णाकार हा किडनीसारखा असतो. माझ्या पर्णांचा प्रारंभच मुळी खोडापासून सुरू होतो. माझी वाढ अशी होते की, माझ्या या वैशिष्ट्यपूर्ण पर्णाकृतीमुळं वृक्षांवर निसर्गत: टोक निर्माण होतं आणि या टोकावर पांढुरक्या गुलाबी अशा मिश्र रंगांची फुलं उमलतात. माझा उपयोग सातत्यानं मानवी शरीरातल्या पेशींना आकुंचित करण्यासाठी केला जातो. याशिवाय, केसासाठी डाय (रंग) निर्मितीसाठीसुद्धा माझा वापर केला जातो. तसंच नैसर्गिक रंग म्हणूनही माझा उपयोग होतो. असा मी रक्तमूळ म्हणजे ब्लडरूट होय. कृपया ब्रायकॉष्ट टेलमा यांनी सभेत यावं.

ब्रायकॉष्ट टेलमा : महाराजाधिराज, प्रधानजी एवं समस्त वनस्पतींनो, सर्वांना माझा नम्र प्रणाम! मला दिलेले ब्रायकॉष्ट टेलमा हे नाव अजून तरी मी कोणत्या मानवी उपयोगासाठी असल्याचे सिद्ध झालेले नाही. मात्र, किमान दोन शतकं लुप्त होऊन मी वनात सापडले, हे माझं भाग्य होय.

गेली कित्येक वर्षं लुप्तप्राय म्हणून अंधारात जगणाऱ्या मला 'बोटॅनिकल सर्व्हे ऑफ इंडिया' या संस्थेच्या विद्यमाने डेहराडून (शिमला) वन प्रभागातल्या हिमाचलच्या वनांचलात १८८ वर्षांच्या मोठ्या कालखंडानंतर माझं वनातलं अस्तित्व लोक उजागर झालं. तत्पूर्वी माझी पहिली ओळख इ. स. १८३५मध्ये ब्रिटिश वनस्पतीतज्ज्ञ जोहन

फोरबेस रॉयल आणि त्यांच्यासोबत असलेले दुसरे तज्ज्ञ रॉबर्ट वेट हे उभयता वनात पाहणी करत असताना हिमाचलातल्या हमीरपूर इथल्या डोंगी या गाव शिवारातल्या वनात मी आढळून आले. लुप्तप्राय समजली गेलेली मी १८७ वर्षांनी हमीरपूर इथल्या भोरांज या वनपरिक्षेत्रात निरीक्षण करणारे निशांत चव्हाण यांनी मला प्रथम पाहिलं. पुढं गहन परीक्षणासाठी माझे नमुने (सॅम्पल्स) घेऊन बोटॅनिकल सर्व्हे आफ इंडिया, इथले वनस्पती तज्ज्ञ अंबर श्रीवास्तव यांच्याद्वारे हे सिद्ध झालं की, १८६ ते १८७ वर्षं लुप्तप्राय झालेली वनस्पती ती मीच होय. हा एक प्रकारे माझा पुनर्जन्म होता. तेव्हा त्यांनी मला जे नाव दिलं, ते नाव म्हणजेच 'ब्रायकॉष्ट टेलमा' हे होय.

हमीरपूर वनाचलातल्या मंडी जिल्ह्यात माझं वास्तव्य आहे. लुप्तप्राय वनस्पती दोन शतकानंतर मिळाली म्हणून मला इंटरनॅशनल जर्नलमध्ये प्रसिद्ध केलं गेलं. ते वर्ष २०२१ आणि महिना होता मे. माझ्या शेकडो प्रजाती, उपजाती ह्या अफ्रिका आणि आशिया खंडात असून काही अंशी माझं वास्तव्य हे ऑस्ट्रेलिया खंडातसुद्धा बघावयास मिळतं. असं असलं तरी बहुसंख्यात्मक अस्तित्व मात्र दक्षिण अशिया हे होय.

भारताच्या पश्चिम घाटात माझ्या विभिन्न अशा चाळीस प्रजातींचा निवास आहे. चव्हाण यांनी आपल्या संशोधनात याची माहिती दिली आहे. औषधशास्त्रात माझा उपयोग अजून तरी सिद्ध झालेला नाही. निसर्ग तथा ईश्वराची कोणतीही गोष्ट निरुपयोगी समजू नये. कारण निसर्गानं निर्माण केलेल्या प्रत्येक कृतीला एक महान अर्थ असतो. ऑगस्ट मासात मी फुलांनी बहरते. माझं दुसरं नाव आहे 'पारवी प्लोरम'. 'ओरीस' या इंटरनॅशनल जर्नलमध्ये माझी समग्र माहिती मिळते. जगाचं आश्चर्य बघा, तुम्ही थक्क व्हाल. कितीतरी वनस्पतींचे आकार, अनेक रंग, विविध रूपं, विलोभनीय आकृत्या, त्यातून ती मांस तथा कीटभक्षी म्हणूनच सगळे प्रकृतीला जपा आणि सहजीवनाचा आनंद घेत जगा आणि इतरांनाही जगू द्या. हाच प्रकृतीचा महामंत्र होय. यानंतर उंदीरमारी यांनी सभेत यावं.

उंदीरमारी : महाराजाधिराज वटवृक्ष, प्रधानजी पिंपळासह जगातल्या समस्त ज्ञातअज्ञात वनस्पतींनो, माझा नम्र प्रणाम! महाराज, मला स्थानिक भाषेत 'उंदीरमारी' असं म्हणतात, तर इंग्रजी भाषेत 'चेरी ब्लॉसम' असं म्हणतात. मला उंदीरमारी हे नाव पडण्याचं कारण हे की, माझी साल तथा बिया या एकत्रितपणे कुटून त्यांचं चूर्ण केलं जातं. ती भुकटी भाताबरोबर शिजवून त्याच्या गोळ्या केल्या जातात आणि त्याद्वारे उंदीर मारण्याची औषधनिर्मिती होते. मीसुद्धा विषवल्ली आहे.

दिल्लीस्थित चांदणी चौकाजवळच्या पहाडी भागात माझ्या गुलाबी पुष्पांची वृक्ष आढळतात. माझ्या वृक्षांची मुळं ही मातीची पकड घट्ट करत असल्यानं जमिनीची झीज, जमिनीची उर्वरकता म्हणजे सुपीकता वाढवण्यासाठी मदत करतात. याशिवाय जमिनीतला

ओलावा टिकवून ठेवण्यासाठी मदत करतात. एकापरीनं मी पर्यावरणपोषक वनस्पती आहे. जरी विषवल्ली तरी गॅरीसिडिया, मध्य अमेरिका या ठिकाणची मी मूळ निवासी. माझ्यात अजून एक गुण आहे, तो म्हणजे मातीतली नायट्रोजेनची मात्रा वाढवण्यासाठीसुद्धा माझा उपयोग होतो. मला स्पॅनिश भाषेत 'माद्रे डिकाकौ' असं म्हणतात.

मलाच 'मदर ऑफ काको प्लांट'सुद्धा म्हणतात. कारण माझ्याच सावलीत काको प्लांटची उत्तम वाढ होते. त्या काको प्लांटच्या बियांद्वारे कोको पावडर निर्माण केली जाते. मला माझं हे नाव, भारतीय म्हणा अथवा महाराष्ट्रीय म्हणा, मला आवडत नाही. मला 'चेरी ब्लॉसम' हेच नाव आवडतं. माझ्यावर जेव्हा फुलांचा बहर येतो, तेव्हा माझी गुलाबी पुष्पांनी नटलेली छटा बघण्यासारखी असते. सबब उंदीरमारीऐवजी सर्वांनीच मला कृपया चेरी ब्लॉसम म्हणूनच ओळखावं, ही महाराजाधिराजांना आग्रहाची विनंती. यानंतर मी बिजारे प्लांट यांना सभेत पाचारण करते.

बिजारे प्लांट : 'सोकोट्रा' नावाच्या आयर्लंड येथील पर्वतरांगांमध्ये मी हमखास दिसतो. माझ्या वृक्षाचा आकार हा छत्रीसारखा आहे, म्हणून मला 'अंब्रेला सेफ ट्री' किंवा 'अब्रेला सेफ ड्रॅगन ब्लड ट्री' या नावांनी पण संबोधतात. माझ्या वृक्षांतून सतत एक रक्तीम स्त्राव स्त्रवत राहतो. म्हणून मला 'अंब्रेला सेफ ड्रॅगन ब्लड ट्री' या नावानं ओळखतात.

सध्यातरी मी कोणत्याही मानवी उपयोगात येत नाही. म्हणजेच लोकोपयोगी नाही. महाराज, दरबारी सवय नाही. माफ करा. महाराधिराज वटवृक्ष, प्रधानजी पिंपळासह समस्त विश्वातल्या तरुवरांनो, माझा नम्र प्रणाम! बांबू यांनी कृपया सभेत यावं.

बांबू : आमच्या अनेकानेक प्रजाती असून आम्ही सगळेच एकाच ऋतूत, एकाच वेळी फुलतो. भौगोलिक स्थान तथा विषम वातावरणाशी जुळवून घेत घेत आम्ही वाढतो. एक दिवस असाही येतो की, हा नश्वर वृक्ष मृत्युमुखी पडतो. आमच्या पर्णांवर जगणारा प्राणी पांडा. आमचा सामूहिक मृत्यू पांडा या प्राण्याच्या प्रजातीच्या मुळावर उठतो. आमच्या अशा तऱ्हेनं नष्ट होण्यामुळं त्यांना उपासमार तथा मृत्यूचा धोका संभवतो. मागच्या पर्वात माझे उपयोग आलेले आहेत. हे माझे पुनरागमन होय. आता सर्वांचा लाडका काजू यांनी सभेत यावं.

काजू : महाराजांचा विजय असो! सर्वांना माझा प्रणाम! महाराज, हे माझे पुनरागमन होय. जसं आंब्याला फळांचा राजा मानतात; तसंच मला सर्व 'फळांची राणी' मानलं जातं. माझ्यात 'क' जीवनसत्त्वाची प्रचुरता असते, सबब मुलांना माझं सीमित; परंतु नियमित सेवन करायला सांगावं. माझ्या सेवनानं वात, पित्त, कफ, पोटाचे आजार, ताप, जंत (कृमी) बाहेरच्या जखमा, श्वेत कुष्ठरोग, मूळव्याधी, भूक न लागणं तथा शारीरिक ग्लानी म्हणजे अशक्तपणा कमी करण्यास मदत होते. तशी मागच्या पर्वात माझी माहिती

आलेली आहेच.

माझ्यात कॅल्शियम, स्निग्ध पदार्थ, अन्य खनिजं, फॉस्फरस, कर्बोदके आणि प्रोटीन्सचा मी एक उत्तम स्त्रोत आहे. माझ्यात तंतू म्हणजे फायबरचं प्रमाण प्रचुर मात्रेत असतं, म्हणून पोट साफ होण्यास मदत होते. माझ्या नियंत्रित तथा नियमित सेवनानं हृदयरोग, मधुमेह नियंत्रणात राहतो, तथा रोगप्रतिकारकता वाढते.

माझं संतुलित , नियमित सेवन नेत्रज्योतीसाठी उत्तम होय. माझ्यातल्या बायोएक्टिव्ह मायक्रो न्यूट्रियंट्स या घटकामुळं हृदयाचं कार्य सुचारू रूपात चालतं. माझ्यातल्या एनाकार्डिक ॲसिडची मात्रा कर्करोगावरही नियंत्रण मिळवण्यात मदत करते.

माझ्यातल्या कॅल्शियमसह मॅग्नेशियमद्वारे गर्भवती तथा गर्भस्थ बालकाची हाडं मजबूत होण्यास आणि पोषणास मदत करतात. रक्तातलं कोलेस्टेरॉल म्हणजे एलडीएल एवं ट्राईग्लास राईडचं प्रमाणही कमी करण्यास मदत करतो. असा मी काजू. ज्यांना लघवीसंबंधी स्थायी म्हणजे युरिनरी इन्फेक्शन आहे, त्यांनी माझं सेवन आजार ठीक होईपर्यंत टाळावं आणि पुढंही माझा अत्यंत सीमित उपयोग करावा. यानंतर चहा यांनी कृपया सभेत यावं.

चहा : महाराजांचा विजय असो! महाराज, माझंही हे पुनरागमन आहे. आसामात माझंच साम्राज्य आहे. सकाळच्या वेळी मला पाहणं उत्साहवर्धक ठरतं. माझी पर्णं खुडणारे हात कसे हळुवारपणे आणि सराईतपणे चालतात, ते बघणंही लोकांसाठी रंजक ठरावं. कारखान्यांमध्ये माझ्या पर्णांवर अनेक प्रक्रिया केल्या जातात, तेव्हा कुठं मी तुमचा चहा म्हणून तुमच्या कपात विराजमान होतो. आसाममध्ये माझ्या या मोकळ्या बागेत पर्यटकांना प्रवेश देणं, हा नव्या आसाम सरकारचा एकमेव आग्रह आहे. उद्देश हा की, तुमच्या कपातला चहा आणि माझ्या छोट्या छोट्या वृक्षांचा अगदी जवळून परिचय घडावा. तर खरंच, या मला भेटायला आसामात, मी वाट बघतोय तुमची. याल ना? यानंतर ऑर्किड यांनी सभेत यावं.

ऑर्किड : मला चमकणाऱ्या फुलांची वनस्पती म्हणून जगात ओळखतात. माझे काही वृक्ष हे बुरशीद्वारे जन्म घेतात. त्या बुरशीतल्या विशिष्ट अशा तंतुंमुळं ती चमकताना दिसते. आता आता न्यूयॉर्क या अमेरिकेतल्या शहरात काही पुष्पप्रेमींनी माझा उत्सव आयोजित केला होता. त्या उत्सवांतर्गत माझी विविधता दाखवण्याचाही प्रयत्न केला.

माननीय रंजीता विश्वास यांनी 'हितवाद' या इंग्रजी दैनिकात माझी सर्व सामान्यांना ओळख करून दिली. यासाठी त्यांचे कोटी कोटी धन्यवाद. माझ्या अनेकविध प्रजातींना एका ठिकाणी प्रदर्शित करण्याचा हा प्रयत्न होता. यासाठी संपूर्ण जगातून माझ्या विविध प्रजातींची पुष्पं मागवण्यात आली. तिथं त्या उत्सवात कोण कुठला, हे ओळखणं सोपं

जावं, म्हणून माझी योग्य तऱ्हेनं मांडणी करून दाखवण्याचा यत्न केला गेला आणि तो येणाऱ्यांना आवडलासुद्धा.

श्वेत ऑर्किडला 'मूनलाइट ऑर्किड' हे नाव दिलं. माझ्या काही अत्यंत हलकी तथा मध्यम रंगाची ऑर्किड फुलं ही निशाचर कीटक तथा परागकणांना आकर्षित करतात. असं वाटतं जणू, ही ह्यासाठीच निर्माण झाली असावीत. फुलांवर जेव्हा श्वेत चंद्रप्रकाश पडतो, त्यावेळी माझी पुष्पं त्यावर स्वतःच जणू प्रतिबिंबीत होताना दिसतात. भारतातसुद्धा आमच्या अनेक प्रजाती आहेत, ज्यांना उत्तम सुगंध आहे. थिओफ्राष्टस या व्यक्तीनं इ. स. पूर्व ३७० ते २८५ या दरम्यान दिल्याची प्राचीन इतिहासात नोंद आहे. लोक या व्यक्तीला वनस्पतीशास्त्राचे जनक म्हणूनही ओळखतात.

भारतात आमच्या जन्माचा आधार हा भूमिगत कंदाच्या साम्यावर आधारित असतो, असे तज्ज्ञ म्हणतात. चित्रात बघा. अगदी कणसांसारखे आमच्या फुलांचे तुरे झाडांवर सर्वत्र उमललेले असतात. ते दृश्य मोठेच विहंगम असते. आसामात 'बिहू' या सणाचे फार महत्त्व. त्यावेळी स्त्रिया अनेक फुलांचा वेष धारण करतात व तीच फुले आपल्या वेणीत व केसात माळून त्या पुष्पाद्वारे मोठी आकर्षक सजावट करतात. आता आता बॉटनिकल गार्डन अमेरिका न्यू यॉर्क येथील 'वार्षिक ऑर्किड शो'ला भेट दिल्यावर कुठे माझ्या भव्यतेचा सर्वांना परिचय झाला.

माझी प्रजाती भारतातील हिमालयाचा पूर्व घाट, उत्तर घाट, अंदमान याशिवाय सिक्किममध्ये तर माझं अभयारण्यच निर्माण केलं गेलं. भारत तथा मलेशिया या राष्ट्रात काही औषधीद्रव्यात माझा वापरसुद्धा करण्यात येतो. याशिवाय आशिया, आफ्रिका, कॅरिबीयन, अमेरिका या देशातही मी आढळून येतो. सर्वसामान्य जागेव्यतिरिक्त वाळवंटातसुद्धा माझ्या प्रजाती वाढताना आढळून आलेल्या आहेत.

माझे आकारसुद्धा मोठेच चित्रविचित्र असतात. काही आकार हस्तरेखेसारखे तर काहींचा आकार हा मधमाशांसारखा आणि काही फुलपाखरांच्या आकारासारखा याशिवाय स्त्रियांच्या फॅन्सी चपलांसारख्या आकारातसुद्धा मी आढळतो. या चपलेच्या आकारावरूनच रोमन लोकांत मी ऑर्किड या देवीच्या हरवलेल्या पादत्राणातून निर्माण झालेली वनस्पती, असे वाटते. माझी चोरून वाहतूक करणे नियमबाह्य आहे. कारण मी कालबाह्य वनस्पती म्हणून ही उपाययोजना केलेली आहे.

माझी बी लवकर उमलत नाही. त्या बीला किमान ४ ते ५ वर्षाचा प्रदीर्घ काल उमलण्यास लागतो. जंगलतोड, आग, वृक्ष पाडून चराई क्षेत्र वाढवणे, वनस्पती विषयांची संवेदनहीनता, माझे अती संकलन करणे, करवणे यामुळे मी लुप्तप्राय वनस्पतीमध्ये गणली जाते. ती संभावना मात्र आजही बलवती ठरते आहे. म्हणूनच आसाम राज्यातील देवराली

या अभयारण्यात मी तुम्हाला ठळकपणे दिसू शकते. माझे मनोहारी दर्शन घेण्यासाठी आसामात जरूर या.

माझ्यात कामोत्तेजक औषधी गुण आहेत, अशी कुणीतरी खोटी आवई उठवली. तसे माझ्यात काहीच नाही. तेव्हा कृपया यावर विश्वास न ठेवता माझे संगोपन व संवर्धन करा. अफवांना बळी पडू नका आणि मला भेटायला आसामात आवर्जून या. मी विनंती करते, कवठ यांनी सभेत निवेदन द्यावं.

कवठ : सर्वसामान्य लोक मला कवठ म्हणूनच ओळखतात. महाराजांचा विजय असो! कदाचित सभेत माझं हे तिसरं आगमन आहे. इंग्रजी भाषेत मला 'वूड ॲपल' म्हणतात, तर संस्कृत भाषेतलं माझं नाव 'दधिफल' किंवा 'कपित्य' हे आहे. मी रुटेसी कुळातला तरुवर. माझी साल हिरवट-पांढुरकी, तर पर्ण गोल तथा बिल्वदलासारखी एकत्रित असतात.

माझी पर्णं खायला सोपेसारखी रुचकर लागतात. पिकलेल्या फळाचा गर हा थोडासा विटकरी रंगाचा असून चव काहीशी आंबट गोडसर असते. त्या गराद्वारे चटणी, सरबत, जाम, जेली आदी गोष्टी निर्माण केल्या जातात. काही लोक माझ्या पक्व फळातला गर हा गूळ घालून पोळी किंवा भाकरीसह खातात.

मी क जीवनसत्त्वानं भरपूर असून माझ्यात आम्लीय गुणधर्म असल्यानं भूक वाढवण्याचं कार्य करतो, म्हणजे अरुची घालवतो. मळमळ, उलटी या आजारात माझा वापर करावा. तसंच अंगावर पित्त उठल्यास माझा पर्णरस अंगाला लावल्यानं आराम मिळतो. बाजारातल्या तयार जाम, जेलीपेक्षा माझ्या ताज्या पक्व फळाचा गर हा गुळासह एकत्र करून तो पोळी, भाकरी, ब्रेडवर पसरवून खायला द्यावा. याने रक्तातल्या लालपेशीचं प्रमाण योग्य राखून शरीरातलं कॅल्शियम टिकवून ठेवण्यास मदत करतो. माझी पर्णं वाटून थालीपीठ तथा ती चिरून भाजीसुद्धा करता येते. यानंतर रानभाजी समूहानं सभेत माहितीसह निवेदनं सादर करावीत.

रानभाज्या : महाराजांचा विजय असो! महाराज, आम्ही रानभाज्या. आमची नावं - पातेरे, खापरखुटी, आघाडा, माळा, पुनरनवा, कुर्डू, मोरंगी, दवना, नारई, वाघाटी (फळ), अंबाडी, भोकर (फळ), खडगतेरी, कोवरी (क्युयीरी), तरोटा (तरेटा), मलाच तखटा किंवा टाकळासुद्धा म्हणतात. माझी पर्णं हुबहूब मेथीसारखी असतात. आमच्या या रानभाज्यांमध्ये अनेक गुण तथा औषधी गुणधर्म असून भूक वाढवण्यापासून ते वात विकारावरसुद्धा रामबाण आहेत. याच रानभाज्यांमध्ये पोयन, फांदी (वेल), तांदुळजा, मलाच तांदुळजना, माठ तथा आताचे सुधारित लोक चवळी असं संबोधतात. याशिवाय पित्तपापडा हीसुद्धा एक रानभाजी आहे. यालाच खेड्यातली लोकं घोरपडीचा चारा म्हणूनदेखील ओळखतात. या व्यतिरिक्त राजगिऱ्याची पर्णंसुद्धा उत्तम भाजी आहे.

लोकांनो, कृपया आम्हाला विसरू नका. कारण माझ्या या रानभाजीतच 'काटवल' ही फळवर्गीय भाजीसुद्धा आहे. यानंतर करवंद यांनी सभेत यावं ही विनंती.

करवंद : तसे माझे दोन प्रकार आहेत. तत्पूर्वी महाराजांचा विजय असो! एक हलका लालसर, तर दुसरा अगदी लालभडक रंगांसह शुभ्र श्वेत रंगाची फळं जी चमकदार असतात. कधी लोकांना वाटत की, माझ्या माळा बनवून गळ्यात आभूषणं म्हणून घालव्यात, इंतके ती आकर्षक दिसतात. माझ्या दोन्ही प्रजाती लोकांना खूप आवडतात.

माझी चव आंबट. माझ्यातलं 'क' जिवनसत्त्व हे त्वचाविकारात आराम देतं. मी एक रानमेवा असून कित्येक लोक मला घरातल्या परस बागेत पण लावतात. अशक्तपणा दूर करणारी माझी फळं कोणत्याही दुष्परिणामांपासून कोसो दूर आहेत. मी सायट्रिक ॲसिडने युक्त आहे. सबब उष्णतेच्या विकारात तथा उन्हाचा त्रास, शरीरदाह असल्या सर्वसामान्य रोगांमध्येही माझ्या फळांचं सरबत अवश्य प्यावं.

मी मलनिस्सारणाच्या नैसर्गिक प्रक्रियेत मदत करणारी वनस्पती. आम्लपित्तामुळं तथा अन्य वेळी मळमळ, तथा आम्लपित्तामुळं होणारी छातीतली जळजळ घालवणे हेतू थोड्या थोड्या अंतरानं दोन-चार घोट सरबत सतत पीत राहावं. याने आराम मिळतो. माझी पर्ण मधाबरोबर बारीक खलून (वाटून) घेतल्यानं कोरडा खोकला समूळ नष्ट होतो. माझ्यातल्या निसर्गदत्त कॅल्शियमचा लहानापासून मोठ्यांपर्यंत सर्वांनाच फायदा होतो. म्हणूनच मला चटणी किंवा स्वीट डिश या रूपात माझा भरपूर वापर करावा. जेणेकरून मुलं सुदृढ होतील. वृद्धांनाही संजीवनी मिळेल. माझ्यानंतर केशर यांनी सभेत यावं, ही विनंती.

केशर : महाराजाधिराजांचा विजय असो! यापूर्वीसुद्धा मी सभेत आलो आहे. महाराज, माझी उत्पत्ती 'सेफ्रान क्रोकस' नावाच्या फुलांपासून होते. या फुलांमधले पुंकेसर म्हणजे मी केशर होय. भारतातलं स्वर्ग काश्मीरच्या खोऱ्यात माझी मोठ्या प्रमाणात शेती केली जाते. माझ्या प्रत्येक फुलातल्या केशराच्या दांड्या हस्त कौशल्यानं वेगळ्या केल्या जातात. एका फुलातून केवळ तीन ते चार केशर कांड्या प्राप्त होतात. जेव्हा पन्नास ते साठ किलो फुलांमधलं केशर वेगळं केलं जातं, तेव्हा कुठं माझं एक किलो उत्पादन प्राप्त होतं.

वाढलेले परिश्रम, विपरीत परिस्थिती, हवामानातला बदल यांमुळे घटणाऱ्या उत्पादनामुळं माझी किंमत आवाक्याबाहेरची असते. यात काही समाजकंटक मकईतल्या केसांपासून नकली केशराची निर्मिती करतात. त्यामुळं मात्र मी बदनाम होत आहे. पक्वांनाना रंग देण्यासाठी माझा वापर केला जातो. माझी तासीर गरम असल्यानं माझा भारतीय आयुर्वेदात भरपूर वापर केला जातो. असा मी केशर. यानंतर कोनोफाईटम पॅगी यांनी सभेत यावं, ही विनंती.

कोनोफाईटम पॅगी : महाराजाधिराज वटवृक्ष महाराजांसह समस्त तरुवरांना माझा नम्र

प्रणाम! जग विचित्रतेनं भरलेलं असून त्यात माझीही भर पडली आहे. महाराज, माझ्या पर्णांचा आकार हुबेहूब मानवी ओठांसारखा असतो. माझं चित्र बघताच निसर्गाची किमया कळेल. माझा पर्णाकार हा गोल तथा रसाळ असून दिसायला फारच मनमोहक आणि आकर्षक दिसतो. माझ्या पर्णांची जोडी बघताना वाटते की, कुणी आपल्या ओठांना गुलांबी रंगाची लिपस्टिक लावलेली असावी.

माझा निवास दक्षिण आफ्रिकेतल्या नामिबिया इथं आहे. माझी उगवण ही दगडांमध्ये होते. त्या दगडांच्या मानानं माझी रोपटी खूपच छोटी असतात. माझी पर्णं ही फांद्यांना जोडली नसून मुळासोबतच जोडली गेली असते. प्रत्येक पर्णाची एक जोडी असते. माझी पर्णं ही शंखाकृती तर काहींचा आकार अंडाकृती असतो. माझ्या अनेक प्रजाती आहेत, त्यांपैकीच कोनोफाईटम पॅगी ही एक प्रजाती. माझी पर्णं पूर्णपणे विकसित झाल्यावर पर्णांच्या खोलगट भागातूनच फुलं उमलतात. ती फुलं श्वेत, पीत रंगाची असतात.

माझ्या अनेक प्रजातींची पर्ण तर हुबेहूब इथल्या दगडांच्या आकाराप्रमाणं, तिथल्या रंगाशी साधर्म्य साधणारी असतात. जेणेकरून त्यांना ओळखणंही कठीण होऊन जातं. अशी मी कोनोफाईटम पॅगी वनस्पती. यानंतर दांतर (जानकी जडी) यांनी सभेत यावं, ही विनंती.

दांतर : महाराजांचा विजय असो! माझं सभेतलं हे कदाचित तिसरं पुनरागमन. 'दांतर' या गावठी नावाऐवजी मला श्रीलंकेत सर्वत्र 'जानकी जडी' नावानं ओळखतात 'मोदुल्यो थकुटिल : प्रेतस त्रिजातेक्षू पिंकरादुधी। जानक्यो विराभूता पूंकरस्त्रग्ध दक्षा कुजा।' दुर्मीळ वनस्पतीत माझी गणना केली जाते. मी केवळ श्रीलंकेशिवाय कुठंही आढळून येत नाही. स्त्री किंवा पुरुषाच्या पत्रिकेत जोडीदाराच्या मृत्यूचा म्हणजे विधवा अथवा विधुर योग असल्यास माझ्या वनस्पतीच्या काडीनं नित्य दंतधावन करावं. तो योग टळण्यास मदत होते, असं शास्त्रवचन आहे.

श्रीराम पत्नी जानकी मातेच्या श्रीलंकेतल्या अशोक वाटिकेतल्या मुक्कामात स्वत: दंतधावनासाठी त्यांनी माझ्या काडीचाच वापर केला होता. त्यावरूनच माझं नाव 'जानकी जडी' असं पडलं. माझी पर्णं खूप सुंदर असतात. माझा स्वाद तुरट, नासूर, भंगदरासह अनेक आजारांवर मी मात करते, अशी मी वनस्पती.

ज्यांच्या पत्रिकेमध्ये अष्टमेश तथा लग्नेश मंगळामुळं जे दोष उत्पन्न होतात, त्यापासून होणारा व्यक्तिगत त्रास तथा वेदना माझी काडी सतत जवळ बाळगल्यानं नष्ट होतात, अशी पौराणिक मान्यता ज्योतिषशास्त्रात आहे. 'पाकनिर्झरा' आचार्य मणिबंध यांचा हा ग्रंथ. यात मंगळ ग्रह दोष मुक्ती हेतू हासुद्धा एक उपाय म्हणून त्यात नमूद केलेला आहे. यानंतर ट्री ऑफ फॉर्टी यांनी सभेत यावं.

ट्री ऑफ फॉर्टी : महाराजांचा विजय असो! एका ध्येयवेड्या वनस्पतीप्रेमीनं माझी ट्री ऑफ फॉर्टी या नावानं सार्थक निर्मिती केली; त्या व्यक्तीचं नाव प्रोफेसर सॅनवॉन एकेन. या माझ्या नववृक्षावर त्यांनी चाळीस प्रकारची फळं आणली. म्हणजे चाळीस वृक्षांच्या कलमा लावून त्यांनी माझ्या एकेका तन्यावर चाळीस फळं पिकवण्याचा तथा उगवण्याचा प्रयास केला आणि त्या वृक्षाला नाव दिलं 'ट्री ऑफ फॉर्टी'. त्यांनी माझ्या या अनोख्या वृक्षावर खजूर, चेरी, नेक्टराईन तथा जर्दाळू आदी फळांचा त्यात समावेश आहे.

शेतकरी कुटुंबात जन्मलेले सदर गृहस्थ इ. स. २००८ या वर्षापासून माझ्या या अनोख्या वृक्षावर कार्य करत आहेत. सन्माननीय सेराक्युज युनिव्हर्सिटीत ते व्हिज्युअल आर्टचे प्रोफेसर आहेत. २०१४ पासून त्यांनी एकूण १४ वृक्ष निर्मिती केली. या वृक्षाची आज औसत किंमत २० लक्ष रुपये प्रत्येकी असून चित्र बघताच वाचक आणि दर्शकांना या वृक्षाची कल्पना यावी. या उपरान्त मी सफरचंद यांना सभेत पाचारण करतो.

सफरचंद : महाराजाधिराजांचा विजय असो! महाराज, मी सफरचंदाचा वृक्ष, परंतु काश्मिरी नव्हे. आता मी पश्चिम महाराष्ट्रातल्या नगर जिल्ह्याचा रहिवासी. महाराज, एक ध्येयवेडा तरुण विक्रांत काळे, हा आयटी इंजिनीअर. गाव वाकडी. यांचे वडील शेतकरी संघटनेशी जुळलेले. श्रीमान रुपेंद्र काळे आणि त्यात विक्रांत काळे यांनी आयटी आणि लँड स्केपिंग फॉर्मिंगमध्ये इंजिनीअरींगचं शिक्षण घेतलं. त्यांनी फळझाडांसह फुलझाडं यांच्यासह अनेक वनस्पतींचा सूक्ष्मरीत्या अभ्यास केला. प्रयोग करता करता त्यांचा आत्मविश्वास वाढला, तेव्हा त्यांनी मोठी नोकरी सोडून गावठाणातच (सफरचंदाची) माझी यशस्वी लागवड केली. चित्रात माझ्या फळानं लडबडलेल्या वृक्षासह त्यांनी ४५ डिग्री सेल्सियस या तापमानातसुद्धा माझी शेती होऊ शकते, हे प्रमाणित करून मी फक्त काश्मीर, शिमला इथंच जगू शकतो, हा लोक भ्रम काही अंशी तरी दूर केला. जेव्हा त्यांच्या रोपवाटिकेतून असंख्य रोपं घेऊन सफरचंदाच्या बागा निर्माण होऊन वैदर्भीय सफरचंद सर्वांना चाखायला मिळतील, तेव्हा त्याचे प्रयत्न खऱ्या अर्थानं सार्थकी लागतील. माझ्या त्यांना कोटी कोटी शुभकामना. सबब नवनिर्माणाची आवड असणाऱ्या शेतकरी तरुणांनो यांच्या रोपवाटिकेतून माझी रोपे विकत घेऊन, तुम्हीही माझी शेती करा. कृपया वेखंड उपाख्य वचा यांनी सभेत यावं.

वेखंड : महाराजाचा विजय असो! माझं हे सभेतलं पुनरागमन. जिथं भरपूर पाणी धरून ठेवणारी जागा; तसंच हिरव्या गर्द जागेत मी डौलानं उभा असतो. माझ्यात बाष्पनशील तेल असल्यानं मी उदररोगावर रामबाण असतो. माझ्यात तोतरेपणा म्हणजे वाणीदोष घालवण्यासह पचनक्षमतेला उद्दिपीत करण्याचंही सामर्थ्य आणि गुण आहेत. शिवाय भूक न लागणं, सतत सर्दी-खोकला होणं, यावर तर मी गुणकारी आहेच; शिवाय माझ्या

अवशेषांना तेलात सिद्ध केल्यास केसवाढीसाठीसुद्धा माझा उत्तम उपयोग होतो.

मला सुजेवर आंबे हळदीबरोबर उपयोगात आणलं जातं, तर मानसिक विकारात आणि अंगदुखीत माझी भुकटी तेलात मिसळून अंगाला चोळल्यास दुखणं थांबतं. पोटदुखी या आजारात माझी पूड ताकात मिसळून वैद्यांच्या सल्ल्यानं घ्यावी. लघवी साफ होत नसल्यास वैद्यांच्या सल्ल्यानं दुधातून माझी पूड सेवन करावी. दम्यावरसुद्धा मी उत्तम. लहान-थोरापर्यंत सर्वत्र माझा उपयोग होतो.

अतिडोकेदुखीत दुःख थांबवण्यासाठी दुःखावरोधी औषधापेक्षा माझी काष्ठ पाण्यात उगाळून तो लेप कपाळ आणि चाळ्यावर लावावा बरं वाटतं. यानंतर निवडुंग आणि त्यांची फळं यांनी सभेत यावं, ही विनंती.

निवडुंग आणि त्याची फळं : महाराजांचा विजय असो! महाराज, जगात माझ्या विभिन्न प्रजाती आहेत. त्यांपैकी मागच्या पर्वात याची माहिती आलेली असून माझं सभेतलं हे पुनरागमन आहे. श्रीमान नितीन सोनवणे एक वेडा माणूस. वेडा यासाठी की ते ध्येयानं वेडे झालेले. म्हणूनच त्यांनी सायकलद्वारे जग प्रवास केला, तेव्हा ते 'चिहुआहुआन' या वाळवंटातून जात असताना त्यांना खूप तहान लागली. त्यावेळी त्यांनी मला खुरट्या वनस्पती रूपात, तर तिथंच उंच उंच उगवणारी तथा आकर्षक अशी निवडुंग प्रजातीसुद्धा बघितली. प्रेरणादायी वाटण्याचं कारण हे की, १९व्या शतकात 'मॉर्मन' समुदायातले काही लोक याच वाळवंटातून जात होते. माझे हे असले उंच उंच वृक्ष बघून, तसंच माझ्या आगळ्यावेगळ्या आकारामुळं त्यांना बायबलमधल्या एका कथेची आठवण झाली. प्रभू येशुची प्रार्थना करते वेळी आपले हातच जणू आकाशाला टेकलेत, असा भास व्हावा. तसलाच भास वाळवंटात आमचे वृक्ष बघून झाला; ते बघून त्यांनी या पामराला 'जोशुआ' हे नाव दिलं.

वाळवंटी प्रदेशात माझ्या बहुविध प्रजाती बघावयास मिळतात. त्यातल्या काही प्रजाती तर मानवाची तहान भागवण्याचं आणि काही फळं आहारासाठी पण उपयोगात आणली जातात. इजिप्त या देशात माझी पक्व फळं ही रस्त्यावर विक्री हेतूनं ठेवली जातात. वाळवंटातली माझी नमुनेवजा चित्राकृतीदेखील सोबत दिलेली आहे. मागच्या पर्वामध्ये सांगितलेच की, भारतातसुद्धा नागफणी या माझ्या निवडुंग प्रजातींच्या फळांवरसुद्धा काही अनुसंधानं झाली असून सतत होत आहेत आणि भविष्यातही होतील. या उपरान्त श्वेत चहा यांनी राजदरबारात यावं.

पांढरा चहा : महाराजांचा विजय असो! कोणे एके दिवशी चीन या देशात माझा शोध लागला. चहामध्ये उकळलेली ती पर्ण पांढरी होती. त्या चहाची चव बघितल्यावर ती लोकांना आवडली आणि मग माझ्यावर संशोधनास सुरुवात झाली.

संशोधनांती असं आढळलं की, माझ्यात अशी अनेक द्रव्यं आहेत. ज्याद्वारे रोगप्रतिकारकता वाढण्यास मदत होते. एक प्रकारे इम्युनिटी बूस्टरच म्हणा ना. तसंच अन्य साथीच्या रोगांपासूनसुद्धा संरक्षण करण्याची शक्ती माझ्यात आहे. याशिवाय पोटाचे अनेक आजार, पचन शक्तीत वाढ म्हणजे मेटाबॉलीझममध्ये सुधारणा अशी काहीशी योग्यता माझ्यात मिळाली. पोटातल्या आवश्यक जंतूंना संरक्षण देणं, वजन कमी करवणं, रक्तशर्करा नियंत्रित करणं असा बहु आयामी बहुगुणी पांढरा चहा. माझा साक्षात्कार हीच मोठी गोष्ट होय.

माझी पर्णं धुतली जातात, तेव्हा ती तळाशी बसतात. पुढं माझ्यावर अनेक प्रक्रिया होतात. हलक्या सूर्यप्रकाशात वाळवल्यानं माझा निसर्गदत्त स्वाद कायम राहतो. मला वेगळ्या अशा चवीची गरज नसते. प्राकृतिक अवस्थेत आढळणारा मी पांढरा चहा. माझ्यात अत्यंत हलका असा नैसर्गिक गोडवा असून माझी विशिष्ट अशी चव असते. मित्रांनो, पारंपरिक पेयासोबतच माझाही वापर करा. यानंतर मी लाल रेशमी कापूस यांना सभेत पाचारण करतो.

लाल रेशमी कापूस : महाराजाधिराजांचा विजय असो! समस्त विश्वातल्या तरुवर तथा वनस्पती समुदायांनो, माझा नम्र प्रणाम! महाराज, मी रेड सिल्क कॉटन. माझ्यातल्या काही वैविध्यतेमुळं मला लाल रेशमी कापूस असं म्हणतात. माझे वृक्ष खूप उंच वाढतात. भारताच्या दक्षिणेस श्रीलंका, भारतातल्या पर्वतराजी, म्यानमार, मलेशिया या ठिकाणी मी सर्वत्र आढळणारा वृक्ष आहे. माझ्या खोडाचा रंग राखाडी असला, तरी चमकदार असतो. त्या खोडातून निघालेल्या फांद्यांना इंग्रजी महिना जानेवारी म्हणजे मराठी महिना मार्गशीर्ष मध्य तथा पौष मध्यात विविध रंगछटेची फुलं उमलतात. त्यात निळा, नारंगी, पिवळा, गुलाबी, पांढरा असे ते विविध रंग असतात. झाडावरून गळालेल्या माझ्या त्या फुलांना तृणभक्षी प्राणी मोठ्या आवडीनं खातात.

एप्रिल ते मे म्हणजे मराठी महिना चैत्र मध्य ते वैशाख मध्यात माझ्यावर फळं धरतात, त्या परिपक्व फळांमधून रेशमी कपाशी बाहेर पडते. माझ्यातल्या या कपाशीचे तंतू अत्यंत हलके असल्यानं ते सर्वत्र पसरतात. माझ्या या कपाशीला गोळा करून त्या कपाशीद्वारे पिलो, चटया, शल्यक्रियेसाठी लागणारी सामग्री याशिवाय माझी पर्णं पाणीविरोधी म्हणूनच अन्यत्रही माझ्या या कपाशीचा वापर होतो.

माझं लाकूड नरम मऊ आणि हलकं असतं. म्हणून आगपेट्या तथा त्याच्या काड्या, नाजूक वस्तूच्या पॅकिंगसाठी बॉक्सेस रूपात तसंच शीसपेन्सिल्स, छोटी खेळणी, ब्रश, नाव तथा जहाज बांधणीसाठीही माझ्या लाकडाचा सर्वत्र वापर होतो. याशिवाय तेल ठेवण्यासाठीचे ड्रम अथवा कुप्या निर्माण केल्या जातात. काही लोक तर माझ्यापासून

फर्निचर्ससुद्धा निर्माण करतात. यानंतर नाईल काठीचा पपायरस यांनी सभेत यावं, ही विनंती.

नाईल काठीचा पपायरस : महाराजाधिराज, प्रधानजी पिंपळ तथा समस्त उपस्थित विविध वनस्पती तथा तरुवरांनो, सर्वांना माझा नम्र प्रणाम! महाराज, मी एक पौराणिक वनस्पती. माझं नाव 'पपायरस'. मानवी उत्क्रांतीत माझंही मानाचं स्थान आहे. मग ते केवळ इजिप्त या एका देशासाठीच का असेना; परंतु माझं महत्त्व अधोरेखित आहे.

इजिप्शियन लोकांच्या रंध्रारंध्रात बसलेला मी पपायरस. त्या समाजातल्या, त्या काळातल्या भौतिक, धार्मिक, लौकिक, आध्यात्मिक; याशिवाय त्यांच्या कलात्मक जीवनातही कित्येक शतकं माझंच सामाज्य होतं. मी माझाच बघितलेला तो उत्कर्षकाल आणि खलनायक रूपात आकस्मितरीत्या प्रकट झालेलं सैतानाचं फळ म्हणजे बटाटा. मात्र, या कंदवर्गीय फळानं मला नामोहरम केलं. याशिवाय संस्कृती दर संस्कृती बिनादेखरेखी शिवाय होत असलेले माझे दोहन. यामुळंच मला आज ही अवकळा प्राप्त झाली.

इतिहासाच्या पाऊल खुणांमध्ये अंधुक आणि धूसर झालेल्या मला, आज माझा परिचय करवून देणारं 'दैनिक सकाळ'; तसंच 'पँडोरा बॉक्स'चं सदर लिहिणारे श्रीमान राहुलजी हाडेंना इतिहासाच्या दलदलीत रुतलेल्या पपायरसचा नम्र प्रणाम! इतिहासाच्या गर्भात अंधारात चाचपडणारी, गतकाळात वैभवशाली परंपरा लाभलेली मी वनस्पती. माझ्या जुन्या स्मृतींना उजाळा देणारांचे मनस्वी धन्यवाद.

नाईल नदीच्या त्रिभुज प्रदेशातल्या ताज्या उथळ जळात निर्मित भक्कम चिखलात माझ्या आडव्या मुळांच्या जोरावर लव्हाळ्यासारखी पाण्यात आणि दलदलीत वाढणारी वनस्पती म्हणजे मी पपायरस होय. माझ्या मुळांनाच लागणाऱ्या कळ्या त्यातून उमलणारी तपकिरी रंगाची फुलं यांना लागणारी फळं हेच सगळं माझं जीवनचक्र. इजिप्शियनांची संस्कृती जेव्हा उत्कांतीच्या शिखरावर होती, तसं तसा माझाही उपयोग वाढीस लागला होता. एक प्रकारे अविचारी प्रवृत्तीनं माझा उपयोग हीच माझी अखेर ठरला, असं म्हणणं वावगं ठरू नये.

'पपायरस' हे माझं ग्रीक नाव. फेरो असासुद्धा याचा अर्थ होतो. या फेरोद्वारेच माझ्यावर स्वामित्व गाजवून पुढं मीच रॉयल वनस्पती म्हणून गणली गेली. इजिप्शियनाच्या बोली भाषेत माझा उल्लेख डिजेट, तजुफि, वडज असल्या अनेकविध नावानं आढळतो. या सगळ्या शब्दांना वेगवेगळे अर्थ आहेत. यांपैकी वडजचा अर्थ घेतल्यास भरभराट तथा हिरवीगार समृद्धी, प्रकाशमानता असल्या सन्माननीय शब्दांनी माझा गुणगौरव करण्यात येतो.

माझी कापणी केल्यावर तयार केलेला रोल म्हणजे 'गुंडाळीला डीजेमा' असं संबोधन

देत असत. या रोलचा उपयोग लेखन करण्यासाठीसुद्धा होत असे. लेखनासाठी स्पष्ट पृष्ठभागाचा म्हणून मी 'डीजेमा'. हा शब्द प्रयोग वारंवार केला जात असे. मी 'पपायरस' जगण्याचं म्हणजे पोट भरण्याचं मुख्य साधन इतकंच नव्हे, तर सर्व काही म्हणूनही मीच सदैव केंद्रस्थानी असायचो. इजिप्शियनांमध्ये 'आंख' या शब्दाचा अर्थ म्हणजे एक विशिष्ट प्रकारे निर्माण केला गेलेला पुष्पगुच्छ होय. असला पुष्पगुच्छ हा चिरंतन जीवनासाठीच्या प्रार्थनेसाठी किंवा प्रतिज्ञा म्हणूनही देवतांना अर्पित केला जात असे.

पुढं पुढं सामाजिक उत्क्रांती होत गेली आणि माझ्याद्वारे चटया, दोऱ्या, टोपल्या, टोप्या, माशे पकडण्यासाठी छोटे जाळे, ट्रे, गालिचे, सँडल्स, पादत्राणेसुद्धा निर्माण केली जाऊ लागली. सँडल्स इतकी मजबूत की, कित्येक वर्षांनंतरही सापडल्यावर त्यांची स्थिती बघता आश्चर्य वाटावं. माझ्याद्वारे निर्मित वस्तू मात्र सर्वसामान्यांच्या आवाक्याबाहेर होत्या. त्याकाळी इजिप्शियन हे सूर्यपूजक होते. त्या सूर्यदेवतेचं नाव 'अमून'; तर त्या मंदिराचे जे पुजारी, तेच ही पादत्राणं पवित्र म्हणून वापरत असत. ही पादत्राणं म्हणजे श्रेष्ठत्व तथा संपत्तीसह विद्वत्तेचेही प्रतीक म्हणून गणले जात असे.

मी तर आजही नाईल काठीच आहे; तुमचा तोच प्राचीन 'पपायरस' एक विस्मरणात गेलेली वनस्पती म्हणून. गतकाळाचं वैभव मात्र आज माझ्या नशिबी नाही; मानवाच्या उत्क्रांतीत त्याच्या सर्व आशा-आकांक्षेची आणि गरजांची परिपूर्ती करता करता मीसुद्धा आज हरवल्याची, ठगवला गेल्याची जाण सातत्यानं मला होत राहते. माझ्या वनस्पतीच्या कंदाचा भात हा खाण्यासाठी उपयोगात आणणं सुरू होताच, हे सैतानी फळ म्हणजे बटाटा, इथल्या लोकजीवनात येताच माझ्याकडे दुर्लक्ष होत गेलं आणि एक दिवस आजची ही दैन्यावस्था मला प्राप्त झाली. माणसं बदलली, स्वभाव बदलले, नवं वारं वाहू लागलं. सोबतच खाण्याच्या सवयी आणि चवीसुद्धा बदलत गेल्या. गतकाळातला वैभवसंपन्न मी पपायरस, माझी ही दुःखद कहाणी. या पुढच्या काळात तरी ते गतवैभव मला प्राप्त होईल का? महाराज, सांगा ना...

पिंपळ : ही कहाणी ऐकून मन कसं करुणेनं काठोकाठ भरून गेलं.

वटवृक्ष : खरं आहे, तुमचं म्हणणं. प्रधानजी, सभा बघा कशी स्तब्ध झाली.

(दृश्य : टाळ्या वाजवत जाई, जुई, चमेली राजमंचावर प्रवेश करतात.)

जाई, जुई चमेली : (एका स्वरात) हे तृण तथा जलवनस्पती पपायरस, तुझं करावं तेवढं कौतुक कमीच आहे. मात्र, गतवैभवासाठी वर्तमानात रडणाऱ्या तुला मानवी प्रवृत्तीचा अभ्यास नसावा. चीन देशासोबतच्या व्यापाराला प्रारंभ झाल्यापासून लोक एक इंग्रजी

शब्द शिकले. 'यूज अँड थ्रो'. तेव्हा हे लक्षात ठेव, सभा जरी आपली तरी आपल्यावर नियंत्रण मात्र मानवाचंच ना. मग, ते जो निर्णय घेतील, तेच घडेल.

पिंपळ : पहारेकरी, पुढील वनस्पतीला बोलवा.

नागफणी : आज्ञा महाराज. माझी विनंती आहे की, जंगली अद्रक म्हणजे वनअद्रक यांनी कृपया सभागृहात यावं.

वनअद्रक : महाराजाधिराज वटवृक्ष एवं प्रधानजी पिंपळ तथा समस्त विश्वातल्या वनस्पतींनो, सर्वांना माझा प्रणाम! महाराज, मी वनअद्रक. म्हणजे जंगली आलं. संस्कृत भाषेत मला 'वनद्रकम', हिंदीत 'जंगली अद्रक', तर मराठीत 'रान आलं' असं म्हणतात.

मी भूक वाढवतो, मद्य, ड्रग्जचं व्यसन निवारण करवणारा, शक्तिवर्धक, पाचक पचनक्रिया उत्तम ठेवणारा असून माझे कंद वाळवून त्याचं चूर्ण अनुपान म्हणून गुळासह त्याच्या गोळ्या तयार करून रोग्यास सकाळ-सायंकाळ एक याप्रमाणं द्यावी. (गोळीचं प्रमाण एक गोळी तीन ग्रॅमची असावी.) या गोळीनं घसा खवखवणंसुद्धा थांबतं. हे सगळं करताना वैद्यांचा सल्ला अवश्य घ्यावा.

नागफणी : माझी विनंती आहे, कृपया काळ्या द्राक्षवेलीनं दरबारात यावं.

काळी द्राक्ष : महाराजाधिराज वटवृक्ष, प्रधानजी पिंपळ, विश्वातल्या सर्वच वनस्पती तथा वृक्ष महावृक्षांनो, सर्वांना माझा नम्र प्रणाम! महाराज, माझं नाव काळी द्राक्ष. माझी मुळं, वेल, पर्ण, फांद्या सर्वसामान्य आणि समान असले, तरी पण सर्वसामान्य द्राक्ष आणि मी काळी द्राक्ष यांच्या उपयोगीतेसह औषधीगुणात बरेच अंतर आहे. तेच इथं विषद करते.

माझ्या नियमित सेवनाद्वारे मधुमेह, उच्च रक्तदाब, वाढत्या वयासह येणाऱ्या त्वचेवरच्या सुरकुत्यांना आळा घालते. रेसवटॉल नावाचा एक पदार्थ माझ्यात मिळतो. हा रक्तातलं इन्शुलिन वाढवून मधुमेह नियंत्रणात ठेवतो. याशिवाय रक्ताल्पता दूर होते. शिवाय एकाग्रता, स्मरणशक्तीत वाढ, मायग्रेनसारखे मेंदूचे आजार, याव्यतिरिक्त हृदयाघात, अतिवजन असणं. तसंच, ज्यांना दमा (अस्थमा) आहे, त्या सर्वांसाठी मी एक संजीवनी म्हटले, तरी हरकत नसावी.

काही कारणपरत्वे शरीरात विष गेलं असल्यास, त्याचा शरीरातून निचरा करण्यास मदत करते. जंतू म्हणजे बॅक्टेरिया, विषाणू म्हणजे फंगस यांना मात देत पोलिओग्रस्तांसाठी मी मोठाच आधार आहे. माझ्या नियमित सेवनानं स्तन, कर्करोग, फुप्फुस, प्रोस्टेड आणि आतड्यांच्या कर्करोगापासूनही बचाव करण्याची संधी मानवाला प्राप्त करवून देते.

माझ्यातली शर्करा, ऑरगॅनिक ॲसिड, पॉलीओस प्रचुर मात्रेत उपलब्ध आहेत. या खनिज संपत्तीमुळंच अपचन, पोटातली जळजळ कमी करण्यासह दृष्टी सुधारण्याचंही कार्य करते. व्हिटॅमिन ई या खनिजाद्वारे केस गळतीसह केस पांढरे होणं थांबवून केसांना मृदू

मुलायम करण्यासह त्यांना मजबुती प्रदान करून त्यांचं सौदर्य वाढवण्याचं कार्य करते.

नागफणी : माझी विनंती आहे की, चौळई यांनी सभेत हजर व्हावं.

चौळई : महाराजाधिराज वटवृक्ष, प्रधानजी पिंपळ तथा समस्त विश्वातल्या वनस्पतींनो, माझा नम्र प्रणाम! महाराज, माझं नाव 'चौळाई'. संस्कृत भाषेत मला 'तंडुलीय', 'कांडेर', 'बहूविर्य', तर हिंदीत 'चौलाई का शाम' आणि मराठीत मला 'तांदुळजा', 'तांदुळजना', 'माठ' आणि 'चवलाई' असं म्हणतात.

गुणाने लघु, थंड, रूक्ष, विषशमनकारक, रस तुरट (कषाय), चव मधुर, विपाक मधुर, तासीर थंड असून स्तंभक म्हणजे मलावरोध दूर करणारी आहे. माझी मुळं उष्ण तथा कफनाशक असतात. मी वीर्यावरोधक आहे. माझ्या मुळांचा रस योग्य प्रमाणात वैद्यांच्या सल्ल्यानं तांदळाचं धूवन या अनुपानाद्वारे सेवन केल्यास स्त्रियांचे दोन्ही महाशत्रू श्वेत आणि रक्तप्रदर यात उत्तम फायदा होतो.

नागफणी : माझी विनंती आहे, कृपया नाशपाती यांनी सभेत यावं.

नाशपाती : महाराजाधिराज वटवृक्ष, प्रधानजी पिंपळांसह विश्वभरातल्या सकल वनस्पतींनो, सर्वांना माझा नम्र प्रणाम! महाराज, माझं नाव नाशपाती. मी काही मोजक्या राष्ट्रातलं बारमाही फळ; तर भारतात किमान दोन ते तीन माह मिळणारं फळ. माझ्यावरच्या वैज्ञानिक अध्ययनात असं दिसून आलं की, बारा सप्ताह नियमित माझ्या फळाच्या सेवनानं वजनात घट होते.

कर्करोग पेशींची वाढ खुंटवण्याचं माझ्यात सामर्थ्य आहे. माझ्यातल्या युरोसोलिक ॲसिड मूत्राशयासह फुप्फुस आणि अन्ननलिकेच्या कर्करोगापासून मानवाचा बचाव करते. ज्या स्त्रिया पन्नाशी पार केल्यावर रजोनिवृत्तीच्या उंबरठ्यावर प्रवेश करतात, त्या सर्व स्त्रियांनी माझं नित्य सेवन केल्यास अन्य त्रासांसह कर्करोगापासूनसुद्धा मुक्ती मिळते.

उच्च रक्तदाबावर नियंत्रण, हृदयाघातापासून बचाव, मधुमेहींसाठी माझं सेवन अत्यंत हितकारी आहे. माझ्या फळात तंतूचं प्रमाण प्रचुर मात्रेत असतं. सबब मलनिस्सारणाची क्रिया उत्तम आणि सुलभ होण्यास मदत होते. रोगप्रतिकारक क्षमतेनं ओतप्रोत, तसंच ऑस्टिओपोरोसिस हा हाडांचा एक आजार, या आजारावर माझ्यातली काही खनिजं उत्तम मात करतात.

माझ्यात एक बोरोन नामक रसायन असतं. हे प्राकृतिक कॅल्शियमच्या निर्मितीस मदत करतं. साधं परंतु मी एक ऊर्जावान फळ. गर्भार स्त्रियांनी माझं सेवन केल्यास फोलेटची मात्रा भरून काढते. सबब शिशु निरोगी होतो. मी नाशपाती जातीच्या दृष्टीनं सफरचंदाच्याच वर्गात मोडत असावी असं वाटतं.

नागफणी : माझी विनंती आहे, कृपया लिंबू यांनी सभेत यावं.

लिंबू : महाराजाधिराज वटवृक्ष, प्रधानजी पिंपळांसह समस्त विश्वातल्या चांगल्या-वाईट सर्व वनस्पती वृक्ष, महावृक्ष, लतावेलींनो, माझा नम्र प्रणाम! महाराज, मी लिंबू. संस्कृत भाषेतलं माझं नाव मातूलुंग; हिंदीतलं बिजौरा; तर मराठीतच काय आता सगळीकडंच मला 'लिंबू' म्हणूनच ओळखतात.

मी गुणाने लघु, स्निग्ध, रस मधुराम्ल, विपाक मधुर, तासीर थंड, चव आंबट (आम्लीय), वातनाशक, दीपनचा अर्थ भूक वाढवणारा. अपचन झाल्यास एक चमचा रस (पाच मिली) तेवढ्याच समप्रमाणात शुद्ध तूप आणि एक चमचा शर्करा आवश्यकतेनुरूप एक-एक तास किंवा वेळेपरत्वे निर्णय घेऊन देता येतं. यात मळमळ, चक्कर, थकवा, रक्तदाब कमी होणं या व्याधीत उत्तम आराम मिळतो. डोळ्यात रसाचं बोट किंचित काजळासारखं कडेवर फिरवल्यास दृष्टी उत्तम राखण्यास मदत करतो. असा मी सर्वांचा आवडता लिंबू.

पुन्हा एक गोष्ट आठवली. खोकला झाल्यास माझा रस एक चमचा आणि एक चमचा मध एकत्र करून उत्तम कफसिरप तयार होतं. सांभाळून प्रयोग करावा. वैद्यांचा सल्ला घ्यावा. देवतांना अर्पण करण्यासह तांत्रिक-मांत्रिकसुद्धा माझा वापर करतात.

नागफणी : माझी विनंती आहे की, बटाट्याच्या रंगीत प्रजातीनं राजसभेत यावं.

रंगीत बटाटा : महाराजाधिराज वटवृक्ष, प्रधानजी पिंपळांसह माझा पूर्वज सर्वसामान्य बटाटा यासह सर्वच कंदवर्गीय वनस्पती वृक्ष, महावृक्ष, लतावेलींनो, सर्वांना माझा नम्र प्रणाम!

महाराज, मी रंगीत बटाटा. युरोपमध्ये सैतानाचं फळ म्हणून स्वत:ला हिणवून घेत जगभर पसरलो आणि ब्रिटिशांचा प्रिय होत होत जगभर पसरून लोक आज मला भरभरून प्रेम देतात. मागं याबाबत सगळी माहिती आली आहे. मातीच्या पोताप्रमाणं माझी बदलणारी चव आणि त्या मातीचीच ओळख मिरवत मी आज छिंदवाडा, उत्तरप्रदेशी, छत्तीसगढी, पहाडी, बंगाली असल्या विशेषणांनी ओळखला जातो.

वनस्पती तज्ज्ञांनी मला अनेक रंगात निर्मित करण्याचा प्रयत्न केला आणि त्यांना त्यात यश आलं. माझ्या या हायब्रीड वाणाची शास्त्रीय चाचपणी केल्यावर असं दिसलं की, सर्वसामान्य बटाट्याच्या तुलनेत रंगीत अवस्थेत माझ्यात अनेक संपत्तींनी, अनेक रंगांनी आणि गुणाने युक्त एक उत्तम वाण म्हणून लोकांत परिचित होण्यास मी उत्सुक आहे. बाजारात येताच माझा स्वाद अवश्य घ्यावा.

कोरोना काळात सगळं बंद असलं, तरी शास्त्रज्ञांचा मेंदू अगदी उत्तम कार्यरत होता. त्यांचंच हे फळ होय. मध्यप्रदेश, ग्वाल्हेर इथल्या बटाटा संशोधन केंद्रात आम्हा लाल, पिवळ्या, निळ्या भावंडांचा जन्म झाला. या माझ्या नव वाणात झिंक, लोह, कॅटरिन ही

घटक प्रचुर मात्रेत मिळाली. लहान मुलं तथा स्त्रियांमधला अशक्तपणा म्हणजे रक्ताल्पता इत्यादी आजार दूर होण्यास माझी भरपूर मदत होते. शिवाय आज मी केवळ बाहय रूपात रंगीत नाही, तर जो बाहेर तोच रंग तुम्हाला आत दिसणार आहे. आहे की नाही गंमत?

सर्वसाधारण उत्पादनात चीन प्रथम, तर भारत जगात दुसऱ्या क्रमांकाचा देश आहे. भोपाळ, नवराष्ट्र न्यूज नेटवर्कच्या विद्यमानं मध्यप्रदेशातल्या भोपाळजवळच एक गाव, 'खुजरी कला' इथले शेती व्यावसायिक म्हणजे शेतकरी श्रीमान मिश्रीलाल राजपूत यांनी रंगीत म्हणजे वेगळेपणी निळ्या रंगात प्रयोगादाखल केलेली माझी लागवड आज व्यापाराचं स्वरूप घेण्यास उत्सुक असून केव्हाही भारतीय बाजारात ग्वाल्हेरच्या पिवळ्या, लाल रंगातल्या वाणासह नील वर्णातही मी बाजारात दिसेन यात शंका नाही.

माझ्या नीलकंठ या प्रजातीमधल्या अँथासायनिन या मूलद्रव्याचं प्रमाण १०० मायक्रोग्रॅम आणि कॅरोटीनॉइडचं प्रमाण ३०० मायक्रोग्रॅमपर्यंत बघावयास मिळतं. सर्व सामान्यात हेच प्रमाण १५ बाय सत्तर मायक्रोग्रॅम अनुक्रमे असतं. या घटकांना अँटिऑक्सिडंट्स म्हणजे रोगप्रतिकारक म्हटलं जातं. यामुळं शरीरातले हानिकारक घटक नष्ट होतात. पचनक्रियेसह आरोग्यात सुधारणा घडवण्याची किमया माझ्या या नवनिर्मित वाणांमध्ये आहे.

जेव्हा मी निळा, पिवळा, लाल असा (वाण) रंग घेऊन बाजारात येईन, तेव्हा लोक माझ्याकडे आकृष्ट होतील, यात संशय नाही. सर्वसामान्यांच्या तुलनेत मी लवकर शिजेन. जोपर्यंत पर्याप्त मात्रेत उत्पन्न घेतलं जात नाही, तोपर्यंत मी नीलवर्ण बटाटा बाजारात विकणार नाही, असं श्रीमान मिश्रीलाल राजपूत यांचं म्हणणं आहे.

नागफणी : माझी विनंती आहे की, भुई आवळा या वनस्पतीनं कृपया राजदरबारात यावं.

भुई आवळा : महाराजाधिराज वटवृक्ष, प्रधानजी पिंपळ तथा समस्त वनस्पतींनो, सर्वांना माझा नमस्कार. महाराज, माझं नाव 'भुई आवळा'. मला संस्कृत भाषेत 'तामलकी', 'भूधात्री', 'भूमी आमलकी', तसंच हिंदीत 'भुई ऑवला' आणि मराठीत 'भुई आवळा' असं म्हणतात.

मी गुणाने लघु, रूक्ष, रस, तिक्त, कषाय (तुरट), मधुर, विपाकसुद्धा मधुर, तासीर थंड आहे. कावीळ झाली असता माझ्या मुळाचं चूर्ण वैद्याच्या सल्ल्यानुसार त्यांनी सांगितलेल्या मात्रेनुसार गाईच्या किंवा अन्य दुधातून सकाळ-सायंकाळ रोग्यास द्यावं. याचा अवधी सात, चौदा, एकवीस असा असतो. मात्रा पूर्ण वयस्कासाठी पाच ग्रॅम चूर्ण एका मात्रेसाठी पुरे. काविळीसाठी आज बाजारात निरोसिल नामक सिरपसुद्धा उपलब्ध आहे. शिवाय गोळ्या म्हणजे टॅबलेट्सपण मिळतात.

मी स्वत: एक परिपूर्ण औषधी असून व्हायरल ताप, सर्दी, खोकला, लघवीसंबंधीचे विकार, अपचन आणि विशिष्ट ऋतूंमध्ये येणारा ताप यावर अत्यंत गुणकारी आहे.

याव्यतिरिक्त माझ्यावर गहन अनुसंधानं केली गेल्यास काही लुप्त आणि सुप्त गुणाच्या आविष्कारानं कुणास ठाऊक मी एक महाऔषधीत गणला जाईन. औषध घेताना वैद्यांचा सल्ला अवश्य घ्यावा.

नागफणी : मी विनंती करतो की, गोड कांदा अमेरिकन यांनी कृपया राजदरबारात यावं.

गोड कांदा (अमेरिकन) : महाराजाधिराज वटवृक्ष, प्रधानजींसह सर्व वनस्पती प्रजातींना, माझा विनम्र प्रणाम! मागच्या पर्वात मी देशी वाण म्हणून थोडा चावरा, बोचरा, डोळ्यातून अश्रू काढणारा; परंतु आता तसं होणार नाही. अमेरिकेनं माझ्या गोड वाणाच्या निर्मितीत यश संपादन केलं. कदाचित २०२३ या वर्षाच्या प्रारंभापासून तो अंतापर्यंत मी बाजारात येण्याची शक्यता आहे. 'सनियन्स ब्रँड' नावानं सुपर मार्केट स्टोअरचेनच्या माध्यमाद्वारे माझं वितरण प्रथम स्थानिक, नंतर सर्वत्र होईल.

मला विघटित म्हणजे कापताना सल्फोनिक ॲसिडच्या स्रावामुळं हवेत मिसळणाऱ्या तीव्र दर्पामुळं डोळ्यात जळजळ होते. कारण त्याच्याच सोबतीला माझ्यात असलेलं दुसरं रसायन प्रापेशियल एस ऑक्साईडमुळंसुद्धा डोळ्यांना त्रास होतो. माझ्या या नवनिर्मित वाणाचे खरेदीदार तथा विक्रेते पॉल विडवेल यांच्याद्वारे ही माहिती उपलब्ध झाली. हे माझ्यासाठी अमेरिकेत केलेले संशोधन होय.

नागफणी : माझी विनंती आहे की, कृपया बंदाक या वनस्पतीनं राजसभेत यावं.

बंदाक : महाराजाधिराजांचा सदैव विजय असो! प्रधानजींसह समस्त उपस्थित तरुवर, लतावेली, कंद तथा गवत वर्गीय वनस्पतींनो, महावृक्षांनो, सर्वांना माझा नम्र प्रणाम! महाराज, माझं नाव बंदाक. संस्कृत भाषेत मला 'वृक्षादनी', 'वृक्षरूहा', 'कामवृक्ष', हिंदीत 'बंदा' आणि मराठीत 'बांदा' या नावानं सर्वत्र ओळखतात.

मी गुणाने लघु, रूक्ष, रस कषाय (तुरट), तिक्त मधुर, विपाक कटू, तासीर थंड आहे. थंड तासीर असूनसुद्धा कफ, वात, रक्तविकारासह ग्रह बाधा दूर करणारा, तसंच जखमांना ठीक करणारा असा आहे. आमच्या या वनस्पती प्रजातीमध्ये नर तथा मादी अशी निसर्गनिर्मित योजना असते. मी नर बांदा. माझ्या फांद्या म्हणजे काड्या जणू खेकड्याचे पायच वाटावेत अशा असतात. मात्र त्या पूर्ण हिरव्यागार असतात. माझ्याच मादी वृक्षवनस्पतीच्या पर्णांची घडण ही बहेडाच्या पर्णांप्रमाणं मोठ्या आकाराची असते.

खूप जुना संधिवात, आमवात, पोटदुखी, संग्रहणीसह जीर्णज्वर, दुर्बलता, मानसिकरीत्या थकावट, ग्रहदोषामुळं पडणारे चित्रविचित्र भीतीदायक स्वप्नं इत्यादी दोष निवारणार्थ माझ्या काड्या तथा पर्णांचं चूर्ण करावं. संबंधित रुग्णाला ते चूर्ण द्यावं. माझी पर्णं वाटून सूज आलेल्या ठिकाणी लेप लावावा. सांधेसुद्धा माझ्या लेपानं कार्यप्रवण होतात. माझी आदल्या दिवशी पूजा करून प्रार्थना आणि माफी तथा कारण सांगून मग

मला आमंत्रित करवून पुष्य नक्षत्रयुक्त शुभ रविवारी घरी आणावं आणि माझा विधिवत उपयोग करावा; या विधीनं रोगमुक्ती आणि आनंदासह ग्रहदोष मुक्ती प्राप्त होते.

नागफणी : माझी विनंती की, कृपया संरक्षित वृक्ष प्रजातीत गणले गेलेले महाराजा बरोबरीचे महावृक्ष 'बाओबाब' यांनी राजदरबारात यावं.

बाओबाब : महाराजाधिराज वटवृक्ष, महाराज, प्रधानजी पिंपळ तथा विश्वातल्या समस्त मध्यम, विशाल असे महावृक्ष, लतावेली, तृण, कंद सर्वांना माझा नम्र प्रणाम! महाराज, माझं नाव 'बाओबाब'. माझ्या पर्णांमध्ये जीवनसत्त्व 'क', किंचित शर्करा, पोटॅशियम, टार्टरेट आदी संपत्ती उपलब्ध असते.

माझ्या ताज्या बियांची भाजी करतात. कुणी त्यांना भाजून कॉफीसारखासुद्धा वापर करताना दिसतात. माझ्या फळातल्या गराद्वारे शीतपेय तयार केलं जातं. हे पेय शरीरातला दाह कमी करण्यास मदत करतं. आव, अजीर्ण, अतिसार, चक्कर येणं आदी आजारांवर माझ्या फळांचा उपयोग होतो. वन्य प्राण्यांना मात्र माझी पर्णं खूप आवडतात, माझ्या सालीचा तुकडा चघळत राहिल्यास शोष कमी होतो.

माझ्या फळांचा आकार फार मोठा, लंबाकृती असतो. तर फळाच्या सालीचं वजन अंदाजे पंधराशे ग्रॅम म्हणजे दीड किलो असतं. ती थोडी मखमली स्वरूपाची असते. माझं भारतातल्या स्थानिकांच्या बोली भाषेतलं नाव 'गोरखचिंच' हे आहे. जसं आपट्याच्या फांद्यांच्या वाकापासून दोर निर्माण करत असत; तसंच माझ्या खोडाच्या आंतर आणि बाह्य सालीद्वारेही दोर निर्मिती करत असत. याशिवाय गोणपाटसुद्धा निर्माण होत असे. माझ्या फळाची करवंटी पाणी पिणं तथा अन्य कामाशिवाय भिक्षेकरीसुद्धा वापरतात. माझ्या लाकडाचं वजन हलकं असतं.

मला गोरखचिंच म्हणण्या मागचं कारण महाराष्ट्र प्रदेशातल्या नगर इथल्या 'घमोरी' नावाच्या खेड्यात मी किमान हजारो वर्षांपासून उभा आहे. गोरक्षनाथांचे शिष्य 'अडभंगनाथानी' यांनी इथंच तप केले होते. माझ्या सावलीत इथंच त्यांनी शिष्यांना विद्यादान दिलं. म्हणून लोक पुढं मला गोरखचिंच या नावानं ओळखू लागले. मी मात्र मूळचा आफ्रिकन. स्थानिक भाषेत 'बाओबाब'चा अर्थ होतो 'ज्येष्ठवर्य' म्हणजे ज्येष्ठांचाही ज्येष्ठ. मी हजार किंवा त्यापेक्षाही दीर्घजीवी वृक्ष आहे. जल दुर्भिक्ष असलेल्या ठिकाणीसुद्धा मी जगतो. कारण माझ्यात प्रचंड अशी जलसाठवणुकीची क्षमता आहे.

माझ्या खोडांमधल्या ढोली एवढ्या मोठ्या असतात की, त्यांची एक गंमत सांगतो. मादागास्कर इथं एक महावादळ येऊन गेलं. त्यावेळी जीव वाचवण्यासाठी लोकांनी माझ्या ढोलीत आश्रय घेतला होता. रत्नागिरीच्या जिल्हाध्यक्षांचा मी अत्यंत ऋणी आहे. डॉ. बी. एन. पाटील यांनीच मला लोकांसमोर आणलं आणि जागतिक वृक्षाच्या संरक्षण गणतीत

आणून बसवलं. ज्याला इंग्रजी भाषेत 'हेरिटेज ट्री' असं म्हणतात. याचाच अर्थ जागतिक वृक्ष वारसा असाही होतो.

माझ्या नऊ प्रजातींपैकी आज मात्र सहा प्रजातीच मादागास्करमध्ये आहेत. माझी उंची औसत ५० फूट, तर माझ्या खोडाचा परीघ १०० फुटांपेक्षाही मोठा असतो. माझी पुष्प मांसल, अंगापिंडानं अगदी धष्टपुष्ट असतात. माझ्या खोडाच्या सालींचा रंग राखाडी असतो. फुलं रात्रीलाच उमलतात. फुलांना मंद सुवास असतो. डॉ. बी. एन. पाटील, जिल्हाधिकारी रत्नागिरी, यांनी मला जिथं शोधलं आणि ज्या जागी मी आज उभा आहे, तिथलं माझं वय अंदाजे ४०० वर्षं असावं असं म्हटलं जातं. मात्र अडभंगनाथाचा कालखंड इ. स. १२०० चा. हा योग जरा जुळत नाही. जाऊ द्या हो, मोठ्यांच्या गोष्टी मोठ्यांनाच माहीत. मी कशाला लुडबुड करू. त्यांनी मला प्रकाशात आणलं, हीच माझ्यासाठी मोठी गोष्ट होय. तर असा मी बाओबाब, जेष्ठांचा ज्येष्ठ. वटवृक्ष महाराज, माझं पुराण ऐकल्यावर तुम्हाला माझा हेवा तर वाटला नाही ना?

(दृश्य : वटवृक्ष सिंहासनावरून खाली उतरून बाओबाबला कडकडून मिठीत घेताना आकाशात जणू विजा कोसळाव्यात, असा भास होत होता. सगळे तरुवर हे दृश्य आपल्या पर्णापर्णात, फांदीफांदीत साठवण्याचा प्रयत्न करतात.)

वटवृक्ष : छे छे! असा विचारसुद्धा मनात आणता कामा नये. तुम्ही नि मी वेगळे का आहोत. आपल्यातच आणि आपल्याच बरोबरीचा एक प्राजक्त म्हणजे पारिजातसुद्धा आहेत. जो अतिप्राचीन असून आजही विद्यमान आहे, तेव्हा त्याच्यासाठीसुद्धा सन्मानानं उभं राहू या.

(दृश्य : सगळे शांतपणे उभे राहतात.)

निवडुंग : महाराज, आज्ञा असावी.
पिंपळ : पुढील तरुवराला पाठव.
वटवृक्ष : सभेला प्रारंभ करा.
दृश्य : त्याचवेळी राजदरबारातल्या सभा दालनात जाई, जुई, चमेली प्रवेश करतात, तेव्हा त्या एक गीत गुणगुणत असतात.
पिंपळ : कोणतं गीत गुणगुणत होतात. तेही सगळ्या जणी एकाच स्वरात. यांना गायला सांगू महाराज?

वटवृक्ष : गायला सांगण्यापूर्वी गीताचा थोडासा आशय सांगावा.
पिंपळ : आज्ञा महाराज. पानगळीपासून ते फुलोऱ्यापर्यंतच वर्णन आहे या गीतात.
वटवृक्ष : जाई, जुई, चमेली लवकर सादर करा.
जाई, जुई, चमेली : आज्ञा शिरसावंद्य महाराज! *(असं म्हणून गीत गाऊ लागतात.)*
शिशिरात ती गळती पर्णे, वसंतात नव पर्णे आली,
हिरव्यागार वनराईने, वसुंधरा ही तृप्त जाहली ॥धृ॥
वनात पांगारा फुलल्याने,
रंगाने वनराई नटली
लागली वनी आग वाटते
संकल वने रंगाने न्हाली ॥
वृक्षलतांच्या या बहराने,
वसुधा आनंदे मोहरली
पलाश सावरीच्या पुष्पाने
वनराई बहरून आली ॥
तृप्त केले त्या आम्ररसाने,
वर्षासंगे जांभूळही आला
चारीच्या मदमस्त चवीने
तरू शक्तीचा प्रत्यय आला ॥
पिंपळ : अतिशय सुरेख गायलात तुम्ही.
जाई, जुई, चमेली : धन्यवाद. महाराज, आपणास आवडले. धन्य झाले.
वटवृक्ष : खरंच सुंदर गायन केलं तुम्ही. अप्रतिम. अशाच गात राहा आणि सुगंधानं आनंद देत राहा.

(दृश्य : उपस्थित वृक्षाच्या फांद्या आणि पर्णांच्या सळसळीतून तरुवरांनी आनंद व्यक्त केला. पुन्हा सभेला सुरुवात करण्यात आली.)

निवडुंग : सुंदर गायनोपरान्त सभेच्या प्रारंभी रसाळ, मधाळ, गोड मोसंबीताईंना विनंती करतो, की कृपया त्यांनी राजदरबारात यावं.
मोसंबी : महाराजाधिराज वटवृक्ष, प्रधानजी पिंपळ एवं समस्त वृक्ष प्रजातींना माझा नम्र प्रणाम! महाराज, माझं नाव 'मोसंबी'. गाणं सादर केलं, त्यासाठी जाई, जुई, चमेलीचे धन्यवाद. मला कधीकधी वाटतं की, हा संत्रा माझा सापत्न भ्राता असावा. जाऊ द्या

हो. स्वभाव ज्याचा त्याचा. माझ्या फळामध्ये व्हिटॅमिन सीची मात्रा प्रचुर असते. या रसायनाद्वारे त्वचा, केस, नेत्र या अवयवांना उत्तम संरक्षण मिळतं. माझ्यातलं पॅक्टिन हृदयासाठी घातक कोलेस्ट्रेरॉलची निर्मिती थांबवण्यास मदत करतं. ज्यांना पोटासंबधी आजार असतील, त्यांनी रसाऐवजी माझ्या फळांच्या फोडींचं सेवन करावं. माझ्यात तंतू म्हणजे फायबरची मात्रा अधिक असते. सबब मलनिस्सारणाचं कार्य सुलभ होतं.

माझा रस घेताना त्यात किंचित मीठ घातल्यास वजनात घट होते. मात्र, ज्यांना उच्च रक्तदाब आहे, त्यांनी मिठापासून दूरच राहणं बरं. माझा रस कोमट पाण्यात घालून त्यात मध घालून घ्यावा. शरीराला आतून शीतलता प्रदान करणारी माझ्यात ए, बी, सी या संपत्तीचा उत्तम खजिना आहे. मुलांसाठी तर मी संजीवनी असून गुणाने पौष्टिक, मधुर, स्वादिष्ट, रुचीकारक, पाचक, दीपक, हृदयाला उत्तेजना देणारी, धातूवर्धक एवं रक्तशुद्ध करणारी आहे.

माझ्या फळांच्या सालीद्वारे सुगंधी तेलाची निर्मिती केली जाते, तर रसाद्वारे सरबतं, थंडपेयं, अन्नपदार्थांना सुगंध देणं तथा स्वाद निर्मिती हेतूने माझ्या रसाचा मोठ्या प्रमाणात वापर करण्यात येतो. माझ्या रसपानानं उत्साहवर्धन होते. शिवाय मी अशक्त, आजारी, दीर्घाजारी, जरेने पिडलेले (जास्त म्हातारे) आणि बालकांसाठी उपकारक आहे. माझ्या ताज्या सालीद्वारे चेहऱ्यावरचे व्रण तथा तारुण्यपिटिका (मुरूम) यावर उत्तम इलाज केला जाऊ शकतो.

पिंपळ : महाराज, एक विनंती आहे. रक्तपर्णी नावाची वनस्पती सभेत येऊन बोलू इच्छिते.

वटवृक्ष : प्रधानजींची इच्छा आम्ही कसे टाळणार? बोलवा त्यांना.

निवडुंग : रक्तपर्णी यांनी कृपया सभेत यावं, ही विनंती.

रक्तपर्णी : महाराजाधिराज, प्रधानजी तथा उपस्थित समस्त तरुवरांनो, लतावेलींनो, सर्वांना माझा विनम्र प्रणाम! महाराज, माझं नाव रक्तपर्णी. मी रंग बदलणारी वनस्पती. निसर्ग नियमाच्या विपरीत माझी पर्ण सूर्यकिरणाचं शोषण करवून अनेक रंगच्छटा दाखवतात. चित्रात बघून सर्वांना याची कल्पना यावी. माझ्या पर्णांची रंगछटा दिसायला अतिरम्य म्हणून लोक मला घरातली बाग तथा कुंडीत लावताना दिसतात. मला इंग्रजी भाषेत 'रेड रोज लिव्हज' असंही म्हणतात.

(दृश्य : जाई, जुई, चमेली सभास्थानी येताच सगळ्या तरुवरांमध्ये जोश संचारतो आणि ते आपल्या पर्णांचा सळसळाट करतात. तेव्हा पिंपळ म्हणतात, 'काय पुन्हा काही गाण्याची मैफील सजवायची की काय तुम्हाला?')

जुई : प्रधानजी, असं खेकसता का बरं? बरं झालं महाराज समोर नाहीत ते.

प्रधानजी : बोला ना..

जुई : प्रधानजी, मी सर्वांना एक गमतीदार गोष्ट सांगणार आहे.

दृश्य : तेवढ्यात वटवृक्ष महाराजांचा प्रवेश होतो.

वटवृक्ष : कोणती गोष्ट सांगणार ते आधी सांग. नंतर परवानगी.

जुई : विषारी बागेविषयी जी इंग्लंडमध्ये आहे.

पिंपळ : सांगा एकदाची. तुझंही होऊन जाऊ दे.

जुई : प्रधानजी, त्रागा का करताय? सांगते, ऐकावं सगळ्यांनी. वृक्षांविषयीच्या रंजक माहितीत ही भयावह माहिती पण ऐका. युनायटेड किंग्डममधल्या उत्तर इंगलंडचा भाग. इथं सदर बाग किमान १४ एकर जागेत पसरलेली आहे. या बागेत अंदाजे सातशे विषारी वृक्ष विद्यमान असावीत, असा कयास आहे. शत्रूंना नामोहरम करण्याच्या हेतूनं प्राचीन काळी विषारी पुष्प रागाचा वापर केला जात असे, असं ऐकीवात आहे. शंभराहून अधिक लोक या बागेत जाऊन मृत्यूस पात्र ठरलीत. या बागेच्या दर्शनी भागावर मृत्यूची धोकादायक चिन्हं अंकित करून म्हणजे लिहून ठेवलेली दिसतात. या बागेला 'द उल्नविक पॉयझन गार्डन' असं नाव असून ही बाग जागतिक वारसामध्ये पंजीबद्ध असून याला धोकादायक उद्यानाचा दर्जा प्राप्त झालेला आहे.

महत्त्वाची गोष्ट ही की, मानवांसाठी मृत्यूदायक तरी लोकमानसात या बागेचं आकर्षण भरपूर आहे. योग्य मापात, छान सुडौल कापलेली वृक्ष. अनेक रंगीबेरंगी वृक्षांचा समुदाय. सुगंधित असे अनेक रंगाचे गुलाब आणि विशिष्ट प्रकारच्या सुशोभित अशा जलकारंज्यानं नटलेली ही सुंदर बाग. इथं जाताना सोबत मार्गदर्शक म्हणजे गाईडला घेऊनच जाणं योग्य. या बागेला भक्कम असा काळ्या रंगाचा लोखंडी दरवाजा लागलेला दिसतो. बागेत जाणाऱ्यांचं स्वागत करताना इथं प्रत्येक जागी सक्त सूचना लिहिलेल्या आढळतात. त्या अशा – 'फुलं तोडू नये', 'फुलांचा सुगंध घेऊ नये'. तरीही काही लोक त्या सूचनांचं तंतोतंत पालन करत नाहीत आणि मृत्यूस प्राप्त होतात. अशी ही विषारी बाग.

निवडुंग : माझी विनंती आहे की, कृपया जरूल या वनस्पतीनं राजसभेत यावं. त्याआधी सर्वांच्या वतीनं जाई, जुई, चमेली या त्रयींसह जुईचं विशेष अभिनंदन! ताई, तुमची गोष्ट सर्वांनाच आवडली, धन्यवाद.

जरूल : महाराजाधिराज वटवृक्ष, प्रधानजी पिंपळ तथा उपस्थित वृक्ष समूहांसह महावृक्ष, लतावेली, तृण, कंद, वनौषधी या सर्वांना माझा नम्र प्रणाम! महाराज, माझं नाव जरूल. मनोहारी सुंदर फुलांनी लडबडलेली डोळ्यांचं पारणं फिटावं अशी माझ्या फुलांची सुंदरता. लोकांचं मन मोहून घेते म्हणूनच मला 'राणी पुष्प' आणि 'एल मायक्रोकॅप्रा' असंही म्हणतात.

भारताच्या पूर्वेकडच्या घाटी प्रदेशात माझ्या नैसर्गिक उगवणीमुळं मी प्रचुर प्रमाणात आढळून येते. सुंदर पुष्पांच्या नोंदवहीत माझं नावं सर्वांना आवडत्या पुष्पात अग्रणी मानलं जातं. म्हणूनच मला काही लोक गर्व करता येऊ शकतो, असं भारतीय फूल म्हणतात. महाराष्ट्रात मराठी भाषेत मला 'तामण राणीफूल' म्हणूनच सर्वत्र ओळखतात. स्वप्नच नव्हे, तर वनातलं सुंदर वृक्ष अशी माझी ख्याती आहे.

माझी मुळं मातीची झीज थांबवण्यास मदतगार सिद्ध होतात. तसंच माझ्या फुलांमध्ये असणारा एक मंद सुवास. ही सर्व वैशिष्ट्यं माझ्या गर्वाचं कारण होय. मला छोटी निळसर रंगाची पुष्पं येतात. माझ्या प्रथम प्रजातीचं जन्मस्थान युरोप. अमेरिकेसह काही देशात माझी उपस्थिती आहे. समुद्रमार्गे व्यापार करणाऱ्या एका स्विडीश व्यक्तीनं माझा शोध घेतला. माझ्या पुष्पांची सुंदरता बघता मोहित होऊन 'मॅगनस बोन लॅगरस्टॉम ऑफ इस्ट इंडिया कंपनी' असं माझं नाव पडण्याचं कारण या व्यावसायिकांच्या नावावरून पाडलं गेलं. असा मी सर्वांचा लाडका, आवडता तामण राणीफूल.

निवडुंग : माझी विनंती आहे की, कृपया दी अमेझिंग लिली यांनी राज सभेत यावं.

दी अमेझिंग लिली : महाराजाधिराज वटवृक्ष, प्रधानजी पिंपळ तथा विश्वातल्या समस्त वृक्ष, महावृक्ष, लतावेली, तृण, कंद, औषधी या सर्वांना माझा हृद्य प्रणाम! महाराज, माझं नाव अमेझिंग लिली. रंगबदलाच्या माझ्या शैलीमुळं मी लोकांना फार आवडते. माझी उमललेली श्वेत पुष्पं (परागीकरणाच्या माध्यमातून) ती गुलाबी रंगात दिसून येतात, रात्रीला उमलणारी पुष्पं, त्यांच्या पाकळ्या चांगल्याच मोठ्या आकाराच्या असतात. आकार किमान ४५ सेंटीमीटर एवढा भव्य असतो.

माझ्यातल्या दोन बाबींचा मिलाफ म्हणजे सुंदर रंगांसह उत्तम असा मंद मधुर सुवास. सबब आकर्षित झालेल्या मधुमक्षिका फुलांकडे आकृष्ट होत, पुष्पातल्या रस प्राशनाच्या प्रयत्नात फुलात अडकून पडतात, तेव्हा त्यांचं संपूर्ण अंग परागानं माखलं असता ती बंदिस्त मधमाशी दुसऱ्या दिवशी फुलाबाहेर पडताच अन्यत्र जाते. म्हणजे फर्टिलायझरच्या प्रक्रियेद्वारे माझ्या फुलाला गुलाबी रंग मिळतो. अशी माझी पुष्पं लोकमनाचा ठाव घेतात, ते यासाठी की सुंदरतेसह त्याला मंद मंद सुवास असतो. अशी मी दी अमेझिंग लिली.

निवडुंग : माझी विनंती आहे की, कृपया बाभूळ या महावृक्षाने सभागृहात यावं.

बाभूळ : महाराजाधिराज, प्रधानजी पिंपळ तथा समस्त विश्वातल्या तरुवरांनो, तुम्हा सर्वांना या काटेरी बाभळीचा नम्र प्रणाम! महाराज, माझं नाव 'बाभूळ'. भारतात उष्णकटिबंधीय प्रदेशात मी सर्वत्र आढळणारा वृक्ष. किमान चार ते पाच हजार वर्षांपूर्वी मला एक वृक्ष म्हणून फार महत्त्व होतं.

माझं इंग्रजी भाषेतलं शास्त्रीय नाव 'व्हॅचेल्लीया निटोटीका' असं आहे. नखशिखांत

काटेरी तरीपण मी ग्रामीणांचा कल्पवृक्ष. स्वयंपाकासाठी सरपण, मृतकांचा अग्नीसंस्कार, काही जातींचा म्हणजे जपानी बिन काटेरी सुबाभळीद्वारे जनावरांना चारा मिळतो, तर माझ्या काटेरी बाभळीची पर्णं बकऱ्या खातात. माझं लाकूड मजबूत म्हणून नांगर , डवरा, वखर, तिफण, घराच्या बांधकामापासून सर्वत्र माझ्या लाकडाचा उपयोग केला जातो.

माझी साल, फांद्या, पर्णं, शेंगा तथा प्रामुख्यानं माझा डिंक खाण्यासाठी उपयोगात आणला जातो. अस्थीभंग झाला असता माझ्या डिंकाचे लाडू करून खाल्ले जातात. माझ्या पर्णाद्वारे दात, सालीद्वारे त्वचा तथा मुखरोगावर इलाज केला जातो. जखमा ठीक करण्यासाठी माझ्या पर्णांचा वापर करण्यात येतो. गुरांच्या पायखुरी या रोगात माझ्या सालीच्या काढ्यानं व्रण शेकले जातात.

माझ्या डिंकसेवनानं केवळ अस्थीभंगाचाच उपचार होत नाही, तर छातीतला कफ कमी करण्यासही मदत करतो. माझी तासीर गरम असते. कित्येक लोक माझ्या कोवळ्या शेंगांची भाजी खातात. डिंक शरीरातली हानिकारक तत्त्वं बाहेर काढणं तथा ताप यामध्येही गुणकारी असतो. अशी मी काटेरी असूनही ग्रामीणांची कल्पतरू. याशिवाय युनानी या औषधशास्त्रात माझ्या एका वैशिष्ट्यपूर्ण डिंकाचा समावेश केला जातो. त्या डिंकांचं नाव 'गोंद शिया'. या डिंकाचं एक ग्रॅम चूर्ण सकाळी-सायंकाळी घेतल्यास कंबर, पायदुखी, वातविकार तथा वाढलेलं वजन कमी करण्यास मदत होते; मात्र वैद्यकीय सल्ला अवश्य घ्यावा.

निवडुंग : माझी विनंती आहे की, कृपया रूबी रोमन द्राक्ष यांनी राजसभेत यावं.

रूबी रोमन द्राक्ष : तसं बघता मी द्राक्ष सर्वांची आवडती. मात्र चोखंदळ खवैय्ये तेही फळांबाबतीत, त्या जपान्यांचं मात्र माझ्यावर भारीच प्रेम. माझ्या नावात असलेल्या रोमन शब्दाचा रोमन लोकांबरोबर संबंध नसावा. कारण मी जपानी धरेवरच दिसून येते. भारतातल्या प्राचीन ग्रंथात कापिशेयी द्राक्षांचा उल्लेख अत्यंत महाग, किमती म्हणून आढळतो. त्यातला एक मी 'रूबी रोमन द्राक्ष'. हे कापिशेयी द्राक्ष कश्मिरी असल्याचा उल्लेख आढळतो.

सर्वसामान्य द्राक्षापेक्षा माझा आकार किमान चारपटीनं मोठा. याशिवाय सर्वसामान्यांच्या आवाक्याबाहेर. एका द्राक्ष दाण्याचं वजन १५ ते २० ग्रॅम. त्यातूनही प्रिमियम गुणवत्तेच्या द्राक्षाचा एक दाणा किमान २५ ते ३० ग्रॅम. उच्चश्रेणीच्या 'रूबी रोमन द्राक्षाचा' म्हणजे माझा एक सामान्य गुच्छा कदाचित एक किलो वजनाचा, तो २०० ते ४५० डॉलर किमतीचा असावा. बाकी सामान्य रूबीची किंमत ९० ते १५० डॉलर प्रतिकिलो असावी.

माझ्या सुरक्षा हेतूनं खास हरितगृहांची निर्मिती करून माझ्या उपस्थितीच्या ठिकाणी म्हणजे स्टोअर ते स्टॉक आणि शेती तिथलं तापमान ३० डिग्री सेल्सियसपर्यंत ठेवणं

अनिवार्य होय. असा मी राजसी द्राक्ष रूबी. माझी काही वैशिष्ट्यं - घट्ट असा गडद रंग, उत्तम गोड चव, चमकदार लालचुटूक रंग असलेला मी. मला तरी नाही वाटत की, मी लालरंगाचा मोठाल्या दाण्याचा असा. गोड आगळ्यावेगळ्या वैशिष्ट्याचा. जपान देशाशिवाय कुठंही नसेन कदाचित.

मला जपानी असल्याचा फार अभिमान असून सर्वसामान्य द्राक्षातले औषधी गुण माझ्यात ओतप्रोत भरलेले असून संशोधन केल्यास माझ्यातले अजूनही काही गुण उजागर होतील. मी सर्वसामान्यांचा घास होऊ शकत नाही. मला याचंच जास्त दुःख आहे. महाराज, क्षमा असावी.

वटवृक्ष : प्रधानजी, आपलं वृक्षसंमेलन तथा ही प्रदीर्घ वृक्षसभा आता समाप्तीकडे वाटचाल करत आहे, तेव्हा जाई-जुई-चमेली यांनी सभासमाप्ती पूर्वी गायनाचा कार्यक्रम करावा. जाई-जुई-चमेलीचं काय म्हणणं आहे, जरा विचारून घेण्याची तसदी घ्यावी.

पिंपळ : जशी आज्ञा महाराज. *(जाई-जुईला आवाज देतात.)*

जाई-जुई-चमेली : प्रधानजी, तुम्ही बोलावलं आम्हाला?

पिंपळ : राजाज्ञा आहे की, पुन्हा रागरंग व्हावा.

जाई-जुई-चमेली : होय का? परंतु प्रधानजी, काही असे वृक्षसमूह आम्हाला भेटले. ते म्हणत होते की आम्हाला असल्या सभांचा सराव नसल्यानं प्रथमतः मोकळेपणी बोलता आलं नाही. काही म्हणतात आम्ही अर्धवट माहिती दिली.

पिंपळ : मग यावर तुमचं म्हणणं काय?

जाई-जुई-चमेली : का नाही? असा ठराव पास करवून घ्यावा की जेणेकरून ज्या कुणाला राहिलेली माहिती द्यायची असेल, त्यांना पुन्हा संधी देऊ या.

पिंपळ : आधीच सभा खूप लांबली आहे. महाराजसुद्धा सततच्या कार्यभारानं कंटाळलेत, तेव्हा असं करा प्रथम त्यांची यादी द्या, तेव्हाच मी महाराजांशी बोलतो.

जाई-जुई-चमेली : अगदी ठरलं तर.

दृश्य : असं म्हणून तिघीही गमन करतात. प्रधानजी महाराजांधिराज वटवृक्षाकडे जातात. तोच पहारेकरी प्रवेश करतो आणि सांगतो, 'प्रत्यक्ष महाराजांनी तुम्हाला सांगावा धाडला आहे'. प्रधानजी लगेचच महाराजाधिराजांच्या खासगी कक्षात प्रवेश करतात. प्रधानजी आत येताच वटवृक्ष स्वतः त्यांचं स्वागत करण्यासाठी द्वारापर्यंत जातात आणि स्वहस्ते पिंपळांना म्हणजे प्रधानजींना स्थान देऊन, मग स्वतः बसतात आणि चर्चेला सुरुवात होते.

वटवृक्ष : सद्यस्थितीत काही नववार्ता.

प्रधानजी : तसं काही नाही महाराज.

वटवृक्ष : मला वाटतं, तुम्ही संकोच करून काही लपवत आहात. खरं सांगा, काय गोष्ट

आहे.

प्रधानजी : संगीत मैफलीबाबत तर बोललो. राजदरबार पूर्ववत पुन्हा सुरू होताच रागरंग कार्यक्रम होईल; परंतु.... *(पुढं बोलायचं थांबतात.)*

वटवृक्ष : तुमच्या अडखळण्याचं कारण स्पष्ट सांगा. तुम्ही संकोच का करताय?

पिंपळ : त्यादिवशी जाई, जुई म्हणाल्या की, कित्येकांचं म्हणणं असं आहे की संकोच किंवा अन्य काही कारणास्तव काही लतावेली, तरुवरांनी अपूर्ण माहिती दिली. तेव्हा ते पुनरागमनासाठी उत्सुक आहेत, त्यांना बोलवावं असं त्या म्हणाल्या.

वटवृक्ष : यावर तुमचं स्पष्ट मत सांगा आणि निर्णय इथं आताच द्या.

पिंपळ : महाराज, मला असं वाटतं की प्रथम रागरंग व्हावा आणि नंतर राहिलेल्या वनस्पतींना, ज्यांची निवेदनं म्हणजे माहिती राहिली आहे, त्यांना संधी देण्यापूर्वी प्रथम यादी राजदरबारात रीतसर दिल्यावरच त्या सर्वांना पुन्हा बोलवावं.

वटवृक्ष : यादीची जबाबदारी कुणाला दिली आहे?

पिंपळ : जाई-जुई-चमेली या तिघींना महाराज.

वटवृक्ष : करतील त्या. मला खात्री आहे. तुम्ही पुढच्या कार्याला सुरुवात करून रागरंगापूर्वी यादी जाहीर करून त्या सर्वांना पुन्हा संधी देऊ आणि पुढं सभा समाप्तीची घोषणाही करू.

पिंपळ : अगदी उत्तम. धन्यवाद.

***

प्रवेश सहावा

(दृश्य : प्रधानजी पिंपळ महाराजांना प्रणाम करून पुढच्या कार्याला सुरुवात करतात. एवढं मोठं वृक्षसंमेलन अंतिम टप्प्यात आलं असता, राजदरबार काही दिवस बंद होता. उपस्थितांची योग्य बडदास्त ठेवली गेली आणि रागरंग कार्यक्रमासह सभेचा अंतिम दिवस आज उगवला. मंद वाऱ्यासह प्राजक्त, जाई, जुई, चमेली, चाफा, मोगरा यांच्यासह निशिगंध तथा गुलाबाचा सुगंध दरवळत होता. तसंच केवड्यासह चंदनाच्या सुगंधानं केशराच्या सुगंधाची मिसळण करून सभामंडपात उत्साहाचं वातावरण पसरलेलं होतं. सभेत महाराजाधिराज वटवृक्ष महाराज येत असल्याची पहारेकऱ्याची ललकारी ऐकू येताच सगळे दरबारी, उपस्थित तरुवर योग्यतेप्रमाणं उभे होते. तेवढ्यात महाराज राजमंचावर विराजमान होतात.)

नागफणी : राजराजेश्वर, सर्व वनस्पतींचे महाराजे, महाराजाधिराज वटवृक्ष महाराज राजदरबारात येत आहेत होऽऽ

पिंपळ : महाराजाधिराजांचं स्वागत असो! महाराजांनी स्थानापन्न व्हावं.

(प्रधानजी नमस्कार करून बाजूला उभे राहतात.)

वटवृक्ष : प्रधानजी, प्रथम जाई-जुई-चमेली यांना बोलवा.

पिंपळ : जशी आज्ञा महाराज.

नागफणी : जाई-जुई-चमेली यांनी राजदरबारात हजर व्हावे होऽऽ

जाई-जुई-चमेली : प्रणाम महाराज. आज्ञा असावी.

वटवृक्ष : ज्यांना सभेत पुनरागमन करायचंय, त्यांची यादी तयार आहे? आणि रागरंग कार्यक्रमाची तयारी झाली?

पिंपळ : होय, महाराज. मला तसा निरोप दिलाय जाई-जुई-चमेली यांनी.

वटवृक्ष : तर पुढील कार्यक्रमाची रूपरेखा निर्माण करून कार्यक्रमाच्या सांगतेसाठी प्रयत्न करा.

पिंपळ : जशी आज्ञा महाराज. (पहारेकऱ्याला बोलावतात.)

नागफणी : महाराज, तुमच्या आज्ञेप्रमाणं ज्या वृक्षांना सभेत पुनरागमनाची परवानगी द्यायची आहे, ही त्यांची यादी महाराज.

वटवृक्ष : थांबा. प्रधानजी लिहून घ्या.

पिंपळ : जशी आज्ञा महाराज.

नागफणी : केवडा, मधुमालती, हळद, तुळस, मेंदी, लॅव्हेंडर, गाजर-संत्री, पपई-लिंबू, पेरू-केळी, संत्री-दूध अननस-दूध, मिरे, काजू, बदाम, पिस्ता, ऊर्जा देणारी घरातली इनडोअर वृक्ष, पानशेत गहू, आवळा, अजवायन (ओवा), हिरडा, दारू हळद, बीट, हिरवे वाटाणे, नागवेल, दूर्वा, निशिगंध.

वटवृक्ष : तर या सर्वांना सभेत पुन्हा बोलायचं आहे. प्रथम सभेत आला तेव्हा काय तुम्हाला संकोच वाटला की भीती वाटली होती, कुणी एकानं सांगावं.

बीट : महाराज, तुमच्या पुढं कसला संकोच. आपण तर आम्हाला ऋषितुल्य आहात. महाराज, आमचं अज्ञान आणि थोडी भीती; परंतु एवढे सगळे वृक्ष, महावृक्ष, तृण, कंद, औषधी वनस्पतींची भाषणं ऐकल्यावर संकोच, भीती पळून या मंचाविषयी एक आत्मीयता निर्माण झाली. म्हणून पुन्हा थोडा मुक्तपणे संवाद साधता यावा, हा हेतू महाराज. आपली अनुमती असावी.

पिंपळ : वाह वाह! खूप छान बोललास. तर महाराज, प्रथम रागरंग होऊ द्यावा का?

वटवृक्ष : होय प्रधानजी. थोडं मनोरंजनसुद्धा व्हायला हवं की नाही.

प्रधानजी : कोण आहे तिकडं? पहारेकरी, जा आणि जाई-जुई-चमेली यांना राजमंचावर बोलवा.

नागफणी : आज्ञा महाराज.

दृश्य : नागफणी महालात प्रवेश करून जाई-जुईला निरोप देऊन परत महाराजांना वर्दी देतो की, सर्व तयारी झालेली आहे.

वटवृक्ष : प्रधानजी, तयारी झाली?

पिंपळ : अगदी उत्तम.

वटवृक्ष : तर सादरीकरणाला प्रारंभ करावा.

दृश्य : रागरंग कार्यक्रमासाठी येणारं साहित्य, त्यातले कलावंत; तसंच यावेळी चमेलीला गाण्यास सांगितलं. साथीला जाई-जुई ह्या होत्याच. रागरंग कार्यक्रमाला प्रारंभ झाला.

चमेली : *(सोबतीला जाई-जुई)* महाराजाधिराजांचा विजय असो!

(गायला सुरुवात करते.)

वटवृक्षा वनराजा प्रणाम तुजला हे तरुवरा
अवतरसी विष्णू रूपे, पशुपक्षास देई आसरा ॥धृ॥
वटपौर्णिमेला तुम्हा पुजती
अखंड सौभाग्यासाठी ललना
तव पारंब्यावर झुलताना -
हरतो भार श्रमाचा तो सारा॥
विस्तीर्ण तुमचा असे पसारा
मित्र असे खरा मानवतेचा
सकलांनाही तव वृक्षाखाली
मिळतो देवा हा नित्य आसरा॥
सत्यवानाचं प्राण हरी यम
शवास रक्षिसी तू तरुवरा
स्वपती प्राण मिळे तरुतळी
महासती ती सत्यवान दारा॥
असेच बहरा तुम्ही सर्वदा,
लक्षवर्षं जगा तुम्ही या जगी,
लोकोद्धारका तुम्ही ऋषीवरा,
शरणांगत पदी जग सारा ॥

(दृश्य : पर्णांच्या प्रचंड सळसळाटानंतर सभागृह शांत होतं. वटवृक्ष म्हणतात, 'चमेली, जाई, जुई अहो, ही काही माझ्या एकट्याची सभा नव्हे. सगळ्या तरुवरांना मानवंदना द्यावी.')

जाई-जुई-चमेली : नामावलीतल्या तीन चर्तुथांश तरुवरांची माहिती सादर झाली की, पुन्हा रागरंगाला सुरुवात करू. महाराजांचा विजय असो!

वटवृक्ष : प्रधानजी, पहारेकऱ्याला सांगा, यादीनुसारच सर्वांना एकेक करून बोलवा. आता मधे कुणालाही वाव नाही, ही राजाज्ञा.

पिंपळ : होय महाराज.

नागफणी : केवडा यांना विनंती की, कृपया त्यांनी सभेत सादरीकरण करावं.

केवडा : महाराजाधिराजांचा विजय असो! महाराज, मी केवडा. हा माझा पुनर्परिचय. मी 'केवडा' आणि 'केतकी' एका नाण्याच्या दोन बाजू. श्रीगजाननाचं आवडतं पुष्प. माझ्याद्वारे निर्मित सुगंधी द्रव्य हे मानवाला उन्हाच्या दिवसात शीतलता प्रदान करतं. माझी पर्णं पाण्यात घालून त्या जळानं स्नान केल्यास शरीराच्या बाह्य भागावर होणारी जळजळ थांबून शीतलता मिळते.

माझ्यापासून सुगंधी द्रव्यं, अत्तर, पानमसाल्याला सुगंध देणं. याशिवाय पर्ण तथा पुष्पांचाही उपयोग पुष्पगुच्छ निर्मितीसाठी केला जातो. लोशन निर्मिती, तंबाखू सुगंधित करणं, केसांचं तेल, आगरबत्ती, साबण व अन्य औषधांसाठी माझा उपयोग होतो. माझ्या तेलाचा वापर अस्थीरोगासाठी (ऑर्थरायटिस) फार उपयोगी आहे.

निवडुंग : मधुमालती यांनी सभेत पुनरागमन करावं.

मधुमालती : महाराजाधिराजांचा सदैव विजय असो! क्षमा असावी महाराज. आधीच आमचं पुनरागमन कित्येकांना आवडलं नसावं. तेव्हा माझी विनंती आहे की यादीनुरूप सर्वांनी उभं राहून पाठीमागच्या वनस्पतीचं नाव घ्यावं. जेणेकरून वेळ जाया होणार नाही.

(दृश्य : प्रधानजी टाळ्या वाजवत मधुमालतीकडे येतात.)

पिंपळ : महाराज, मधुमालती केवळ सुवासिकच नाही, तर धोरणीसुद्धा आहे. महाराजांना ही विनंती मान्य आहे?

वटवृक्ष : मधुमालती धन्यवाद. तुमची मागणी मान्य आहे.

मधुमालती : महाराजांची मी आभारी आहे. महाराज, हा माझा पुनर्परिचय. लाल, गुलाबी, पांढरी असल्या रंगात उमलणारी माझी पुष्पगुच्छं. यामुळंच मी सर्वांची मनं मोहून घेते. मंद

मंद वाऱ्याच्या झुळकीबरोबर पसरणारा माझा दरवळ. वर्षभर पुष्पांनी लडबडलेली मी. छद्म रूपात काहींना वेल, तर काहींना मी वृक्ष रूपात भासते.

सूर्योदयाला उमलणारी माझी पुष्पं श्वेत, तीच दुसऱ्या दिवशी गुलाबी होतात, तर तिसऱ्या दिवशी तीच गडद अशा रक्तवर्णात परावर्तित होऊन नंतर गळतात. माझ्या पुष्प गळतीपरान्त तुरीच्या दाण्याएवढी हिरवी फळं मला लागतात. ती परिपक्व होताच त्यांचा रंग तपकिरी होतो. माझ्या सर्वांगाचा औषधात वापर करण्यात येतो. पुन्हा क्षमा असावी, महाराज. माझ्यानंतर हळद येत आहे; परंतु माझी विनंती आहे की, हळद यांनी प्रथम शेवग्याला सभेत बोलू द्यावं.

हळद : शेवगा तुमचं स्वागत.

शेवगा : सुवर्णकंद हरिद्रेसोबत महाराजाधिराजांचंही स्वागत आणि महागौरव. महाराज, मधेच आलो, माफ करा. मी शेवगा. मलाच माझ्या बहराच्या पुष्पसौंदर्यानं 'शोभांजन' असं म्हणतात. माझ्यात अनेक प्रथिनांबरोबर अ, ब, क, याशिवाय चुना आणि लोह ही द्रव्यं प्रमाण मात्रेत आहेत.

जंताच्या आजारात शेंगांचे तुकडे उकळून त्याला मीठ आणि हिंग लावून गर हा बियांसहित खावा. याशिवाय मलेरिया, कावीळ या आजारात यकृताचं कार्य सक्षम करण्यासाठी, प्लीहा या अवयवाच्या कार्याला उत्तम चालना देण्यासाठी माझी मदत होते. कारल्यासह मला कधी शिजवू नये किंवा खाऊ नये.

माझ्यानंतर हळद यांनी सभेत यावं, ही विनंती. माझ्यात असलेली वैशिष्ट्यं मागच्या पर्वात आलेली आहेत.

हळद : शेवगा, धन्यवाद! महाराजांसमवेत सर्ववृक्ष वनस्पतींना माझा नम्र प्रणाम! महाराज, हा माझा पुनर्परिचय. तळपायाला वेदना, आग होते, अशा वेळी दुधात भिजलेल्या माझ्या कंदांना वाटून केलेला लगदा तळपायाला लावावा. त्यानंतर किमान दहा-पंधरा मिनिटांनी पाय स्वच्छ करावेत.

मी ॲंटिऑक्सिडंट्ससह ॲंटिसेप्टिक, तर करक्युमिनमुळं कर्करोगाचा अवरोध करणारी वनस्पती आहे. याशिवाय मी नैसर्गिक ॲंटिबायोटिक्स, जिवाणू-विषाणूनाशक आहे. माझ्यात नैसर्गिकरीत्या वेदना हरण म्हणजे पेनकिलिंगची क्षमतासुद्धा आहे. माझ्यानंतर तुळस या वृक्षाने सभेत यावं.

तुळस : महाराजांचा विजय असो! हे माझं सभेतलं पुनरागमन. मी विष्णुप्रिया असून माझ्यात व्हिटॅमिन सी, पोटॅशियम, मॅग्नेशियम ही रसायनं तथा माझ्यात मेंदूला संचालित करण्याचं सामर्थ्य आहे. म्हणून माझ्या सेवनानं ,सान्निध्यानं, पूजेनं तणावातून मुक्ती मिळते. माझी १० ते १२ पर्णं रोज मधासह चावून खावीत. ज्या लोकांचा रक्तदाब सतत

असंतुलित असतो, त्यांच्यासाठी हा उत्तम उपाय आहे. माझ्यानंतर मेंदी यांनी सभेत यावं.
मेंदी : महाराजांधिराज, यांचं अभिनंदन! प्रधानजींसह सर्वांना माझा नम्र प्रणाम! महाराज, मी मेंदी. माझं हे पुनरागमन. भारतातल्या स्त्रियांची मी लाडकी वनस्पती. माझी तासीर थंड. तळपायाला आग होणाऱ्यांनी माझ्या पर्णांची पूड पाच ते दहा मिनिटं पाण्यात भिजवून ती किमान १५ ते २० मिनिटं तळपायाला लावून ठेवावी. सुकल्यानंतर पाय स्वच्छ करावेत. याद्वारे शरीरातली अतिरिक्त उष्णता बाहेर पडण्यास मदत होते.

प्राचीन काळ, मध्यकाळ ते वर्तमानातही माझं महत्त्व अबाधित आहे. माझ्याद्वारे केला जाणारा हस्तकलेचा व्यवसाय आज जागतिक स्थरावरच्या ललनांना भुरळ घालतो आहे. कित्येक कलाप्रेमी स्त्री-पुरुष हे आज माझ्या माध्यमातून अर्थाजनाचं कार्य करतात. माझ्यानंतर कलमीऐवजी लव्हेंडर यांनी सभेत यावं.
लव्हेंडर : महाराजांचा विजय असो! मानवाला उत्तम झोपेसाठी मदत करणारा मी लव्हेंडर. ज्यांना मानसिक आजार म्हणजे, डिप्रेशन आहे त्यांनी घरात माझं रोप अवश्य लावावं. ज्या लोकांत, पती-पत्नीत नेहमी तणाव राहतो, तो दूर करण्याचं कार्य माझ्या जोपासनेतून आणि घरात लावल्याने पतीपत्नीच्या व्यवहारात सहजता येऊन तणाव निवळण्यास मदत होते. माझ्यानंतर कलमी यांनी सभेत यावं.
कलमी : यादीत नसताना आले, सबब महाराजांनी क्षमा करावं. महाराजांसह सर्वांचे आभार आणि नम्र प्रणाम! माझं पण हे पुनरागमन. मी दोन प्रकारची आहे. जाड आणि पातळ. कलमी म्हणजे माझ्या वृक्षाची साल. मसाल्यात माझ्या जाड वाणाचा वापर करावा. वेगळेपणी वापर करायचा असल्यास पातळ सालीचा वापर करावा.
मी इन्शुलिन निर्मितीस मदत करणारी असल्याने माझा वापर अनेक खाद्यपदार्थांत केला जातो. तथा आयुर्वेदिक औषधांमध्येही माझा वापर होतो. शरीरात रोगप्रतिकारक क्षमता, म्हणजे इम्युनिटी वाढवण्यासाठी मी उपयुक्त. यासाठी पातळ सालीची पूड चुटकीभर पाण्यातून किंवा अत्यंत कोमट दुधातून घ्यावी. (मला गरम उकळत्या दुधात, चहात घालू नये.) जाड सालीची चव कमी तिखट, तर पातळ सालीची चव जरा बऱ्यापैकी तिखट असते. तोंडाची चव बिघडल्यास किंवा खोकला, सर्दी, मळमळ होत असल्यास माझ्या पातळ सालीचा तुकडा तोंडात चघळत ठेवावा, आराम मिळतो.

माझी पूड ही मध वा साध्या पाण्यात मिसळून घेतल्यानं थकवा कमी होतो. जास्त परिश्रमाने आलेला थकवा डोक्यासह डोळे दुखणे अशा आजारात, तिळाच्या तेलात माझ्या पातळ सालीची वस्त्रगाळ पूड मिसळून केसांच्या मुळाशी अत्यंत हलक्या हातानं लावल्यास डोकेदुखीसह डोळ्यांना पण आराम मिळतो. यानंतर गाजर आणि संत्र या जोडीनं सभेत यावं.

गाजर आणि संत्र : आपणा सर्वांसह महाराज, प्रधानजी सर्वांना नम्र प्रणाम! मानवांनी आम्हा दोघाचं एकत्रितपणे सेवन करणं टाळावं. या सेवनातून स्थायी रूपात उच्च प्रकारची म्हणजे हायपर ॲसिडिटी, आम्लपित्ताचा त्रास होतो. एवढ्यावरच निभावल्यास ठीक; परंतु कधीकधी शरीरात गुंतागुंत वाढून मूत्रपिंडसुद्धा निकामी होण्याची वेळ येऊ शकते, सबब सावधान. माझ्यानंतर पपई आणि लिंबू यांनी सभेत यावं.

पपई आणि लिंबू : मी पपई. माझी तासीर उष्ण, तर लिंबू हा आम्लीय गुणाने युक्त, म्हणजेच ॲसिडिक. लिंबू आणि माझं सेवन एकत्र केल्यास ॲनिमियासारख्या लागट रोगाची भेट भविष्यात मिळण्याचा धोका असतो. आम्हा दोघांचं एकत्र सेवनानं रक्ताच्या कर्करोगाकडे तुमची वाटचाल होऊ शकते. यानंतर पेरू आणि केळी या जोडीनं सभेत यावं.

पेरू आणि केळी : महाराजांचा विजय असो! सर्व सभाजनांना नम्र प्रणाम! आम्ही दोघंही कॅल्शियमचं भांडार आहेत. मात्र आमची कार्यप्रणाली फार वेगळी आहे. आमच्या एकत्रित सेवनानं उच्च आम्लपित्त म्हणजे हायपर ॲसिडिटीसह पोटात वायू म्हणजे गॅसेसद्वारे तीव्र डोकेदुखी, तर कदाचित छातीत शिरलेल्या वायूमुळं हार्टअटॅकची लक्षणंही निर्माण होतात. याशिवाय अजूनही काही रोगांचा सामना मानवाला करावा लागू शकतो. सबब आम्हाला बदनाम करू नका आणि आमचं एकत्रितपणे सेवन करू नका. यानंतर संत्र यांनी सभेत येऊन दुधासह खाण्याने होणाऱ्या परिणांमाची कल्पना द्यावी.

संत्र : महाराजांचा विजय असो! प्रधानजींसह समस्त तरुलता प्रजातीला माझा प्रणाम! महाराज, मी संत्र. मानवास विनंती आहे की, त्यांनी माझ्यासह दूध हा अभद्र आहार टाळावा. दोघातही असणारे नैसर्गिक कॅल्शियम एकत्र आल्यास हे अपचानाच्या स्थायी रोगाचं कारण होऊ शकतं. पुढं अनेक औषधांनीसुद्धा स्वास्थ्य लाभ होणार नाही. मग विषाची परीक्षा का? यानंतर अननस यांनी सभेत यावं, ही विनंती.

अननस : महाराजांचा विजय असो. सभेतलं हे माझं पुनरागमन आहे. महाराजांना प्रणाम आणि धन्यवाद. प्रथमतः माझं म्हणणं हेच की, विरुद्ध अन्नाचं सेवन का करू नये. दूध आणि मी विरुद्ध अन्न होय. जी दुर्गत संत्र्यासह दुधानं होते, तीच गत माझ्यासह दूध घेतल्यानं होते. सबब मानवांनो, हे टाळा.

मी असं ऐकलं आहे की, माझ्या पर्णांवर गहन संशोधन सुरू असून माझ्या पर्णांपासून लेदर म्हणजे चामड्याला पर्याय शोधून त्यातून पादत्राणांसह अन्य सामग्री उत्पादित होईल. माझ्यासाठी तर खरंच ही आनंदाची गोष्ट आहे. माझ्यानंतर मिरे यांनी सभेत यावं, ही विनंती.

मिरे : महाराज, मला वाटतं हे माझंही सभेतलं पुनरागमन होय. महाराजांचा सदैव विजय असो! माझी तासीर गरम आहे, तरी मी पित्तविकारावर गुणकारी आहे. माझी अर्धा छोटा

चमचा म्हणजे पाच ग्रॅम पूड घेऊन त्यात दोन चमचे साखर आणि तेवढ्याच तुपासह माझं सेवन करावं. हे पित्तशामक असून तेच मिश्रण साखरविरहित रूपात सर्वांगाला मर्दन करावं. आराम मिळतो.

अस्थमा म्हणजे दमा या रोगाच्या लोकांनी तीन ते पाच ग्रॅम माझ्या बिया किमान १५ मिनिटं उकळत्या पाण्यात घालून ठेवाव्यात. ते पाणी साधारण पिण्यायोग्य होताच त्यात अर्धा चमचा शुद्ध मध घालून ते मिश्रण थोडं-थोडं प्यावं. या उपायानं फुप्फुसातला कफ मोकळा होण्यास मदत होते. माझ्यानंतर काजू यांनी सभेत पुनरागमन करावं.

काजू : महाराजाधिराज, प्रधानजी आणि सर्व तरुवरांना नम्र प्रणाम! माझं हे सभेतलं पुनरागमन. मी 'व्हिटॅमिन ई'ने युक्त असून माझ्यात अॅटी एजिंग गुण आहेत. माझ्या सेवनानं त्वचा उजळवण्यासह त्वचेवरच्या सुरकुत्यांना आळा घातला जातो. हृदयासाठी घातक कोलेस्टेरॉलच्या नियंत्रणासह रक्तातल्या शर्करेचंही नियंत्रण करून वजन कमी करण्याचं कार्य करतो. डोकेदुखीसारखा नित्याचा आजार, सोबतच उच्च रक्तदाब याचंसुद्धा नियमन करून मानवाला आधार आणि शक्ती प्रदान करतो. माझ्यानंतर बदाम यांनी सभेत यावं.

बदाम : महाराजांचा विजय असो! सर्व वृक्षसमूहाला माझा मानाचा मुजरा. माझ्यात प्रचुर मात्रेत प्रोटीन असतं. याशिवाय शरीराला आवश्यक फॅटी अॅसिडबरोबरच तंतू म्हणजे फायबर भरपूर प्रमाणात आहेत. म्हणून माझ्या नियमित सेवनानं स्त्रिया, मुलं, मुलींना तारुण्य पिटिका म्हणजे पिंपल्स यात आराम मिळतो. हिमोग्लोबिनची मात्रा वाढल्यानं रक्तसंचार सुरळीत होतो. म्हणून पिंपल्सची समस्या बरीच कमी होते.

फुप्फुसाच्या तक्रारी, वाढलेलं आणि वाढत असलेलं वजन, रक्तदाब, स्तन कर्करोग आणि मधुमेहींसाठी मी एक उत्तम संरक्षकाची भूमिका वठवून त्यांचं सर्वतोपरी आरोग्य जपण्यास मदत करणारा आहे. माझ्यानंतर पिस्ता यांनी सभेत यावं.

पिस्ता : महाराजाधिराज, प्रधानजी तथा समस्त तरुवरांनो, सर्वांना माझा नम्र प्रणाम! महाराज, माझंसुद्धा सभेत हे पुनरागमन आहे. योगायोग बघा महाराज, आम्ही म्हणजे काजू, बदाम आणि मी जेव्हा केव्हा लोकांच्या स्मरणात येतो, तेव्हा आमच्या तिघांचीही नावं एकत्रच घेतली जातात. तर पुनरागमनातसुद्धा आम्ही एकत्रच आलो आहोत. आमची मैत्री चिरायु होवो.

मी व्हिटॅमिन ई-युक्त असल्यानं माझ्या सेवनामुळं सूर्याच्या अतिनील म्हणजे पॅराबैगनी किरणांपासून बचाव करण्याचं सामर्थ्य मिळतं. याशिवाय त्वचेच्या कर्करोगापासून बचाव करण्यासह रेडिएशनच्या त्रासापासूनही वाचवण्याची क्षमता माझ्यात आहे. रक्तशर्करेचं संतुलन राखण्यासह पचनतंत्र सुधारतो. तसंच शरीराला प्रमाणित करण्यास मदत करतो, म्हणून कुस्तीगीर माझा वापर सातत्यानं करतात. माझ्यानंतर मी किसमिस यांना पाचारण

करतो. महाराजांनी त्यांनाही कृपया पुनरागमनाची संधी द्यावी, ही विनंती.

वटवृक्ष : माझी संमती आहे.

किसमिस : छोटी द्राक्ष वाळवून त्यावर प्रक्रिया करून तयार केलेला मी सुकामेवा. माझ्यात व्हिटॅमिन ए, मॅग्नेशियम, फॉस्फरस, लोह इत्यादी संपत्तीनं मी समृद्ध असल्यामुळंच ॲनिमियासारख्या रोगांपासून माझं सेवन करणाऱ्या मानवाचं मी संरक्षण करवते. रक्त संचारातले अडथळे दूर करून डोळ्यांचं स्वास्थ्य उत्तम राखण्यास मदत करते. याशिवाय, दंतविकार, त्वचारोग यांनाही आळा घातला जातो. महाराज, अक्रोडला काही बोलायचे आहे. कृपया संमती द्यावी, ही विनंती.

वटवृक्ष : संमती आहे; पण हे सांगा, पूर्वी तुम्ही आला होतात, तेव्हा काय घाबरला होतात की काय?

अक्रोड : क्षमा असावी, महाराज. माझ्या फळातलं फॅटी ॲसिड मानवाच्या स्मरणशक्तीला चालना देतं. हृदयासंबंधीच्या तक्रारीचंही मी निवारण करतोच. शिवाय हृदयासाठी घातक कोलेस्टेरॉलची मात्रा शरीरात निर्माण होण्यास मज्जाव करतो. यासोबत मी दुःख शमन करणारा म्हणजे नैसर्गिक पेनकिलर पण आहे. महाराज, पुन्हा क्षमा मागतो. माझ्यासोबत पुनरागमनासाठी अंजीर आला आहे, त्यालाही परवानगी द्यावी.

वटवृक्ष : बरं ,बरं ठीक आहे. अंजीर, या.

अंजीर : मला स्वत: आवाज देऊन माझं पुनरागमन सुखावह करण्यासाठी महाराजांना साष्टांग प्रणाम! आपला सदैव विजय होवो. माझ्या सुकलेल्या फळांत पोटॅशियम आणि तंतू म्हणजे फायबरची प्रचुरता असते. ज्यांना अतिभूक लागते, त्यांची भूक नियंत्रित करण्यासाठी माझा उपयोग होतो. शिवाय वाजीकरणासाठी पण माझा उपयोग होतो. मला रात्री दुधात भिजत घालून सकाळी केलेल्या सेवनातून शरीरात शुक्राणूची वाढ होण्यास भरपूर मदत होते. त्याचबरोबर माझ्या नियमित सेवनानं वजन नियंत्रणासह कफसुद्धा नियंत्रित होतो. म्हणून सर्वांसाठी माझं सेवन हितावह आहे. महाराज, चमेलीताई काही बोलू इच्छितात.

पिंपळ : हे काय चमेली? राजदरबारात असं नित्य व्यवधान आणणं बरं आहे का?

वटवृक्ष : आता ती आलीच आहे, तर तिलासुद्धा येऊ द्या सभेत.

पिंपळ : किती वेळा महाराज?

वटवृक्ष : बरं पुढं सभेत तुम्ही पुन्हा एकदा गीताचं सादरीकरण करवणार होतात, त्याचं काय?

पिंपळ : जाई, जुई तथा चमेली तुम्ही बोलण्यापूर्वी सभेत गीत सादर करावं, अशी महाराजांची इच्छा आहे.

चमेली : महाराज आणि प्रधानजी, हे सगळं विसरले होते. मी मधे आले आणि असूयेपोटी त्यांना जाग आली.

वटवृक्ष : भांडू नका. आता आपण खरंच सभासमाप्तीकडं वाटचाल करत आहोत. अजून कुणाला बोलायचं, तर या आणि बोला; पण चमेली, तुला काय बोलायचं ते सांगून झालं की एखादं गीत सादर कर.

चमेली : आज्ञा महाराज. मी ज्या घरात असते, तिथं आणि त्या परिसरात माझा सुगंध हा एकाग्रता वाढवण्यास मदत करतो. इतकंच काय, ज्या लोकांमध्ये अतिघाबरटपणा असतो, त्या लोकांमध्ये आत्मविश्वास जागवते. कारण माझ्या मंद मंद नैसर्गिक सुवासानं मानव निद्राधीन होतो. ही सुखासीन निद्रा असते. सबब त्याचा श्रमपरिहार होतो. तशीच कोरफड म्हणजे ॲलोवेरासुद्धा सतत प्राणवायूचं उत्सर्जन करते, म्हणून घरात लावावी. मधे मधे तिला उन्हात ठेवावं; तसंच 'लकी बांबू' हासुद्धा काही प्रमाणात हेच कार्य करतो. याशिवाय 'रोजमेरी'सुद्धा घरातलीच वनस्पती होय. ती तर तुम्हाला रोग मुक्तीचाही आनंद देऊ शकते.

मानवी स्वभावात प्रभावी बदल करून रखरखीत अशा तीव्र स्वभावातसुद्धा बदल घडवू शकते. शंकीत मनालाही शांत करण्याची किमया या रोजमेरीत आहे. त्याचप्रमाणं ऑर्किड ही वनस्पती हिवाळ्यात अत्यंत उपयोगी असते. ही घरात उष्मा तथा ऊर्जा निर्मिती करते. तसंच रात्री प्राणवायूचं उत्सर्जन करते. तेव्हा ऑर्किडचं रोप बेडरूममध्ये म्हणजे घरात लावण्यासाठीचा हा उत्तम पर्याय आहे. पुदिन्याला इंग्रजीत पेपरमिंट म्हणतात. हा पुदिना लक्ष्मी म्हणजे पैसा. रुपया धनाची देवी लक्ष्मीला आकर्षित करतो. नात्यातला दुरावा मिटवतो. आपसात प्रेमाचा समन्वय करवतो. अशी ही बहुगुणी वनस्पती प्रकृतीनं थंड असून शीतपित्त, गरमी, अपचन, अरुची दूर करण्यासह शरीरात चैतन्य निर्माण करते; याशिवाय ज्या औद्योगिक प्रतिष्ठानात अथवा सर्वसाधारण कार्यालयात कर्मचारी, अधिकारी आणि मालक यांच्यात निष्कारण आपापसात भांडणं होत असतील, तर त्यांनी कार्यालयात हिची सातत्यानं जोपासना करावी. हिच्या शीत दर्शनानंच समस्या कमी होतात.

माझ्या निवेदनोपरान्त गव्हाचं नवं वाण, जे आज रेवनगावचे 'पानशेत गहू' या नावानं प्रसिद्धीस आले असून प्रत्यक्ष शेतकऱ्याने कोरडवाहू जमिनीसाठी या गव्हाचं संवर्धन करण्याकडे भर दिला, त्याची कहाणी ऐकावी.

पिंपळ : कहाणी आहे तर मोठीच असणार.

चमेली : होय महाराज; परंतु पाण्याच्या दुर्भिक्षावर मात करत बिना ओलीत एक धान्य निर्मिती होणं, तेही भरपूर मात्रेत. ही उपलब्धी आहे. त्याचं अभिनंदन करायलाच हवं.

पानशेत गहू रेवनगाववाले यांनी सभेत यावं.

पानशेत गहू (रेवनगाव) : किमान ३५ ते ५० वर्षं मागं गेल्यास माझ्या या वाणामध्ये महाराष्ट्रातल्या विदर्भात बन्सी आणि हावरा अशा दोन जाती बघावयास मिळायच्या. ह्या कोरडवाहू होत्या. त्याचवेळी अमेरिकेत लाल गहू, पांढरा गहू ह्या जाती पण होत्या. मात्र त्या कोरडवाहू भारतातल्या नव्हत्या. माझं एक ब्रीदवाक्य होतं, ते म्हणजे 'खोलीत टाक; परंतु ओलीत टाक'. त्याचा अर्थ असा होता की, ज्या जमिनीत ओलावा असेल, असल्या जातवान काळ्या मातीत माझं बीज सहा इंच खोलवर जरी रुजवलं, तरी मी नक्कीच उगवेन. असा या वाक्याचा मथितार्थ होता. त्याच जुन्या काळातल्या धरतीवर आज तेच माझं जुनं वाण 'रेवनगावकर पानशेत वाण' होय.

मी हवेतल्या ओलाव्यासह जमिनीतला ओलावा शोषून घेऊन किमान चार ते पाच क्विंटल उत्पादन देतो; ही अभिमानास्पद बाब होय. बन्सी हा पूर्ण भरीव आणि थोडा पिवळसर, हलकी गुलाबी झाक असलेलं जुनं वाण, तर हावरा हा मधे थोडा रोडका; परंतु सोन्यासारखा पिवळा जर्द. यापासून शेवया, फेण्या, कुरडया, मालत्या, लाडू, पुरणाच्या पोळींचं पातळ पातं, करंजीचं पातं या पक्वांनांसाठी माझ्या वाणाला ओलवून नंतर सुकवून त्याचं पीठ मध्यम भरड रूपात दळलं जायचं. त्यापासून ही सगळी पक्वान्नं निर्मित व्हायची. असा मी 'हावरा गहू' होय. तर माझा भाऊ बन्सीची ओळख वर दिली, तो सर्वसामान्यत: पोळ्या म्हणून सणावारासाठी उपयोगात आणला जायचा.

याव्यतिरिक्त कुरडया, सांडया आदींसाठी उपयोगात यायचा. आता माझ्यावर संशोधनं सुरू असून त्या संशोधन समितीचे सदस्य ॲडव्होकेट श्रीमान बाबासाहेब मुळीक. सोबतीला डॉ. सुशील मनीष, डॉ. दर्शन कदम, डॉ. संदीप डिगुळे, कृषी साहाय्यक तुषार शिंदे याच्या पाहणीअंती या लोकांना सर्वश्री तुकाराम मुळीक, नामदेव मुळीक, शरद मुळीक हेसुद्धा प्रत्यक्ष उपस्थित होते. या सगळ्यांची एकच चिंता म्हणजे माझ्यावर येणारा 'गेरवा' हा एक रोग होय. हा सगळा प्रपंच नवराष्ट्र दैनिकाच्या वतीनं दीपक पवार यांच्याद्वारे लेखन रूपात नवराष्ट्र वाचकवर्गाला प्राप्त झाला.

माझ्यावर अजूनही गहन संशोधनं झाल्यास शेतीचे निकष बदलवण्यास मी मैलाचा दगड ठरू शकतो. गरज आहे एकत्रितपणे कार्य करण्याची. म्हणून मी जुनं वाण. माझ्या तर्फे तुम्हा सर्वांचे मनस्वी धन्यवाद. मी आवळा यांना सभेत पाचारण करतो.

आवळा : महाराजाधिराज, प्रधानजींसह उपस्थित वनसंपदेसह सर्वांना नम्र प्रणाम! मला 'आमलकी'सुद्धा म्हणतात. माझी अनेक नावं, त्यांपैकी 'क्षात्री', 'पंचरसा', 'वयस्था', 'अमृतफला' असंसुद्धा म्हणतात.

गुणाने गुरू, रूक्ष, शीत रस, आम्लप्रधान, पंचरसात्मक तथा लवणरहित आहे. पित्त

नियमन करण्यासह शरीरातला दाह, उष्णता घालवून नेत्र, केस, त्वचा, नखं याचं उत्तम पोषण करणारा. चवनऋषींनी माझे गुण ओळखले; मी मानवाचं यौवन जपणारा म्हणून त्यांनी माझा प्राश निर्माण करून 'चवनप्राश' हे नाव दिलं. केश कांतीसाठी ज्येष्ठमध पूडसोबत माझी पूड रात्री पाण्यात भिजवून दिवसा घ्यावी किंवा दिवसा भिजवून रोज रात्री घ्यावी. केशसौंदऱ्याह त्वचेचंही सौदर्य जपण्यास मदत करतो.

पोट साफ न होणाऱ्यांनी किमान पाच ते सात ग्रॅम चूर्ण झोपतेवेळी कोमट पाण्यासह घ्यावं. माझी पर्णं चावून चावून गिळावीत, बिघडलेलं पोट ठीक होतं. शिवाय आव आणि मुरडा यातही आराम होतो. पर्णं खाण्याची क्रिया दिवसातून दोन वेळा करावी. जास्त त्रासात चार वेळा करायला हरकत नाही. तसंच वैद्यांचा सल्ला घ्यावा. माझ्यानंतर ओवा म्हणजे अजवायन यांनी सभेत यावं.

अजवायन : महाराजांचा विजय असो! सर्वांना विनम्र अभिवादन! महाराज, माझं सभेतलं हे पुनरागमन आहे. सर्दी, खोकला, दमा, गुल्म, शीतपित्त, तथा गर्भाशयाची शुद्धी, तसंच दमा रोगात कोमट पाण्यासह सेवन करावं. शीत पित्त झाल्यास गुळासह सेवन करावं. बाळंतपणानंतर बाळंत स्त्रीला विड्याच्या पर्णाद्वारे माझे सेवन करवावं. उत्तम पचनासाठी माझ्यासह मोठी सोप, ज्येष्ठमध, तीळ आणि जिरे समप्रमाणात घेऊन त्याची पूड सेवन करावी.

मासिक पाळीच्या त्रासात माझी बारीक पूड एक कप दुधातून सात दिवस घ्यावी. मात्रा पाच ग्रॅम. सात दिवस नियमित घेतल्यानं त्रास कमी होण्यास मदत होते. माझं फूल, पुदिना फूल आणि देशी कापूर काचेच्या बाटलीत एकत्रित करून ठेवावं. याचं सेवन केल्यानं पोटदुखी, मळमळ, जुलाब आणि उलट्या थांबतात. याशिवाय दुखणाऱ्या शरीराच्या भागावर तेलात मिसळून मालीश करावी; वेदना थांबवण्यास मदत करते. मात्र वैद्यकीय सल्ला घ्यावा. माझ्यानंतर हिरडा म्हणजे हरीतकी यांनी सभेत यावं.

हिरडा : बंधू आवळा, शतशः धन्यवाद! महाराजाधिराजांसह समस्त वृक्षप्रजातीला माझं विनम्र अभिवादन. महाराज, माझं सभेतलं हे पुनरागमन. यासाठी क्षमा असावी. मी हिरडा. मला 'हरीतकी'सुद्धा म्हणतात.

वजन कमी करण्यासाठी मला गाईच्या (खोंडवाली) गोमूत्रात भिजवून ठेवून (गोमूत्र शुद्ध म्हणजे केवळ चारा खाणाऱ्या गाईचं असावं.) नंतर ते वाळवावं. त्याचं चूर्ण तयार करून शरपुखा वनस्पतीचा क्षार समप्रमाणात घ्यावा. त्याच्या छोट्या किमान तीन ते चार ग्रॅमच्या गोळ्या तयार करून सकाळ-सायंकाळ घ्यावी. याने चरबी कमी होण्यास मदत होते. माझ्यानंतर दारू हळद यांनी सभेत यावं.

दारू हळद : हिरडाभाऊ धन्यवाद. महाराज तथा समस्त तरुवरांना माझा नम्र प्रणाम! मी

दारू हळद. संस्कृत भाषेत मला 'दारू हरिद्रा', 'दार्वी', 'कटकटेरी', 'पचंपचा', तसंच मराठीत मी 'दारू हळद' म्हणूनच परिचित आहे. गुणाने लघु, रूक्ष, रस तिखट आणि तुरट (कषाय), विपाक कटू आहे. औषधात माझ्या तीन अंगांचा वापर केला जातो. ती अंगं म्हणजे मुळं, काण्ड तथा फळ ही होय. सूज, मोच, मुकामार, दुखणं यात माझ्या मुळांचा लेप उगाळून गरम करून लावावा.

यकृत, नेत्र विकार, कर्णविकार, कावीळ, पाण्डु, अग्निमांध्य, सर्वांग शोथादी रोगात माझा पुरेपूर उपयोग होतो. ग्रह शनिदेव यांच्या वाईट दशेत तथा पत्रिकेतलं त्यांचं वाईट स्थान, याच्या शांती हेतूनं पीडिताला माझ्या मुळाचं चूर्ण पाण्यात घालून अंघोळ घालावी. शनिदेवाच्या दशेची, ग्रहपीडेची मारकता कमी होण्यास मदत होते. माझ्यानंतर बीट या कंदानं सभेत यावं.

बीट : पुनरागमनासाठी आभार तथा क्षमस्व. महाराजाधिराज, प्रधानजी तथा सर्वांना विनम्र अभिवादन. मानवाला 'गाऊट' हा आजार होतो. हा आजार झालेल्या व्यक्तींनी माझा वापर अत्यंत सीमित करावा. वैदिक विश्वातल्या काही तज्ज्ञाचं मतं आहे की, माझ्यात अशा काही संपत्ती आहेत, ज्याच्या जास्त वापरानं रुग्णांच्या अंगावर पुरळ, खाज, चकत्ते, तर कधी अचानकच थंडी वाजून येणं, असले प्रकार घडतात.

मी पौष्टिक असून रक्तशुद्धी करणारा, हिमोग्लोबिन वाढवणारा आहे. 'ऑक्सलेट' नावाचं माझ्यातलं हे रसायन किडनीस्टोनचा कारक ठरतो. म्हणून माझा अतिरेक टाळावा. सबब किडनीसंबंधी आजारी लोकांनी माझा वापर अत्यंत सीमित रूपात करावा किंवा टाळावा हेच उत्तम. माझ्या रसात लोह, ताम्र, मॅग्नेशियम ही मूलद्रव्यं मलमूत्र विसर्जनाच्या माध्यमातून नैसर्गिकरीत्या शरीराबाहेर न पडता ती शरीरात साठवली जातात. त्यामुळंच ह्या समस्या निर्माण होतात. अतिसर्वत्र वर्जते, ही म्हण लक्षात ठेवावी. यानंतर हिरवा वाटाणा यांनी सभेत यावं.

हिरवा वाटाणा : महाराज, प्रधानजी तथा समस्त तरुवर लतावेली, सर्वांना नम्र प्रणाम! मी ऑस्टियोपोरोसिसचा घोर विरोधी आहे. एक प्रकारे मला पॉवरबूस्टर म्हणणं वावगं ठरू नये, असं मला तरी वाटतं. 'व्हिटॅमिन क'चं भांडार म्हणून अस्थीरोग्यांसाठी मी संजीवनी ठरतो. जे कोलेस्ट्रेरॉल हृदयासाठी घातक असतं, त्याला शरीरात वाढण्यास मज्जाव करणारा मी हिरवा वाटाणा. म्हणूनच माझ्या सेवनानं हृदय निरोगी ठेवण्यास मदत होते.

माझ्यात अँटी एलिमेंटरी कंपाऊंड प्रचुर मात्रेत असतं. त्याच्या सोबतीला अँटिऑक्सिडंट्स या दोघांमुळं अनेक व्याधीसह हृदयरोगाला आळा बसतो. माझ्यात उच्च दर्जाचे तंतू म्हणजे फायबर हे शरीराला ऊर्जा देण्यासह चरबी वाढण्यास मज्जाव करतात. मलनिस्सारणाचं कार्य उत्तम राखण्यास मी मदत करतो. असा मी सर्वांचा मित्र

आरोग्यदायी हिरवा वाटाणा. माझ्यानंतर नागवेलीनं सभागृहात यावं.

नागवेल : महाराजांसह समस्त वृक्ष प्रजाजन व वनस्पतींनो, सर्वांना माझा नम्र प्रणाम! महाराज, माझंही सभेत पुनरागमन. त्यासाठी धन्यवादासह क्षमस्व. माझी प्रकृती उष्ण म्हणून वात, कफ या विकारात मी लाभकारी. घसा बसणं, खवखवणं, खरखरणं या आजारात ज्येष्ठमध चूर्णासह कंकोळ, मिरे तथा काथ घालून माझी पर्णं चावून खावीत. याने घसा ठीक होतो.

ज्यांची त्वचा संवेदनशील म्हणजे ॲलर्जिक आहे, त्यांनी मात्र हा प्रयोग करू नये. माझी पर्णं सुकवून केलेली पूड ही काचेच्या बरणीत भरून ठेवावी. (बुरशी लागू नये याची तंतोतंत काळजी घ्यावी.) भरपूर दिवस वापरता येते. गुलाब पाण्यात माझ्या पर्णांची पूड भिजवून तिचा लेप लावल्यास चेहऱ्यावरचे काळे डाग निघून जाऊ शकतात. माझा विडा पचनास मदत करण्यासह जीभेची चव वाढवण्यास मदत करतो.

अनेकविध शरीरविरोधी जीवाणूंचा मी नाश करतो. माझ्या विड्याच्या सेवनानं दात, हिरड्या निरोगी राहतात; परंतु अतिरेक नको. तसंच दूध, दुधाचे पदार्थ सेवनोपरान्त माझा वापर टाळणंच हितावह. माझी पर्णं नुसतीच चावून चघळल्यास आतड्यांना रोगरहित ठेवण्यास मदत होते.

माझ्यातली जंतूनाशकं तारुण्यपिटिका म्हणजे 'पिंपल्स' या आजारात पर्णांची पेस्ट घेऊन त्यात चिमूटभर हळद चूर्ण, सोबतीला कोरफड म्हणजे एलोवेरा जेल मिसळून ती मिश्रपेस्ट २० मिनिटं चेहऱ्यावर ठेवावी. मग चेहरा पाण्यानं धुवावा. चेहऱ्यावर तजेला आणि तेज येतं. याशिवाय सर्दी, खोकला इत्यादी आजारातही मी गुणकारी असून एक नैसर्गिक वेदनाशामकसुद्धा आहे. माझ्यानंतर दूर्वा या वनस्पतीनं राजदरबारात पुनरागमन करावं.

दूर्वा : समस्त तरुवर, लतावेली, कंद वनस्पती, महाराजांसह प्रधानजी पुनरागमनाच्या अनुज्ञेसाठी सर्वांना नम्र प्रणाम तथा धन्यवादासह क्षमा असावी. आधुनिक शास्त्रीय भाषा म्हणजे आजही जागतिक भाषा - इंग्रजी भाषेत मला 'सायनोडॉन डक्टिलॉन' असं म्हणतात. माझ्या प्रथम अक्षरात डॉन आहे आणि खरंच तृण वनस्पतींमधला मी डॉन आहे.

एकदा रुजल्यावर मला नष्ट करणं साधं सोपं काम नाही. कारण माझी मुळं जमिनीत खूप खोल असतात. माझ्या तुऱ्यावरच्या बिया केवळ दोन मिमी आकाराच्या असतात. भारतात जरी मी पवित्र तृण असलो, तरी पाश्चिमात्य मला अत्यंत क्षुद्र गवत समजून कमी लेखतात. इतकंच नव्हे, श्रीगजाननाचं दु:ख हरणारी मी वनस्पती.

अमेरिकेत मला 'सैतानी गवत' म्हणजे 'डेव्हिल ग्रास'ची उपमा दिली जाते. माझी मुळं जमिनीत खूप खोल जातात. जिथं मानवाची आधुनिक उपकरणं आणि तणप्रतिरोधी

औषधी पण निकामी होते. इस्रायल या राष्ट्रात तर माझ्या समाप्तीसाठी व्यापक अभियाने राबवली जातात.

माझ्यावर भारतीय महाद्विपातली लोकं प्रेम करतात. भारत पूर्वी कृषिप्रधान होता. आता मध्यमवर्गीय कृषक भिकारी आणि अन्न खाणारे कृषकांचे पथदर्शक झाले. माझं गवत जनावरांचा पौष्टिक चारा. माझी वाढसुद्धा लवकरच होते. ऊन, वारा, थंडीतसुद्धा मी तग धरून असतो. वैद्यकीयशास्त्रात भूक वाढवणं, श्वास दुर्गंधी थांबवणं, दमा, मूळव्याधी, हृदयरोग, मेंदूविकार, लहान मुलांचा ताप, नाक फुटणं यालाच 'घोळाणा फुटणं' असं म्हणतात; यासाठी मी सर्वाधिक उपयोगी ठरतो.

अठरा पुराणातल्या अग्निपुराणांच्या एका महापर्वात श्री गणपती आणि दुर्वासूर संग्राम सर्वपरिचित आहे. दुर्वासुराला गिळंकृत केल्यावर श्रीगणेशाला पित्तप्रकोप अनावर झाला. त्यावेळी माझा उपयोग केला गेला. पुढं पित्तनाशक म्हणून माझी ख्याती झाली. माझ्या पर्णांवर जेव्हा रोग येतो, तेव्हा माझी पर्णं पांढुरकी होतात; परंतु तीच रोगट पर्णं यकृतविकारावर अत्यंत लाभकारी सिद्ध होतात.

पौराणिक मान्यतेनुसार मृतकाला मंत्राग्नी देणं न जमल्यास दूर्वा वाहिल्यासही स्वर्गप्राप्ती होते, असं म्हणतात. ऋग्वेदात तर मला सर्वत्र मंगलकारी मानतात. धरेचे केस म्हणूनही माझा उल्लेख आढळतो. वामन पुराणात तर माझी निर्मिती वासुकी नागाच्या शेपटीद्वारे झाल्या आख्यायिका आहे. समुद्रमंथनाच्या वेळी भगवान विष्णू यांनी जेव्हा मंदराचलपर्वताला आधार दिला, तेव्हा त्याच्या डचमळण्यानं भगवान विष्णूंचे केस अमृताला स्पर्श करून जमिनीवर पडले; ते केस म्हणजेच मी होय. कदाचित हेच कारण असावं की, माझा नाश होत नाही. देवतांच्या अमृतपान महोत्सवात काही थेंब मलाही प्राप्त झाले. त्यावेळी ते थेंब चाटण्यासाठी सर्प आले, तेव्हा त्यांच्या जीभा माझ्या कठीण पर्णांमुळं दुभंगल्या गेल्या, असा समज आहे. अशी मी बहुगुणी दूर्वा. यानंतर 'निशिगंध' या वनस्पतीनं सभागृहात यावं, ही विनंती.

निशिगंध : कदाचित माझंही हे सभेतलं पुनरागमन असावं, त्यासाठी क्षमस्व. समस्त वनस्पती वृंदाला माझे विनम्र अभिवादन. मी निशिगंध. हिंदीत मला 'रजनीगंधा' म्हणतात. घरात उत्तर दिशेला माझं असणं धनलाभकारी ठरतं. उत्तर पूर्वेकडून माझ्यावरून वाहून घरात शिरणारी झुळूक सर्वांगीण प्रगतीचा नवा आयाम ठरू शकते. नात्यात काही गैरसमज, कुरबुरी असल्यास माझी उत्तर पूर्वेला जोपासना करावी. याने पतीपत्नींमधला दुरावा संपण्यास मदत होते. ज्या घरात एकमेकांचं मुळीच पटत नाही, तिथं माझी अवश्य लागवड करावी. झोपण्याच्या खोलीत पूर्व तथा उत्तरेला माझी रोपं टवटवीत राहिल्यास पतीपत्नीत अधिक जवळीक निर्माण होते.

मला घराच्या परसात लावल्यानं घरात सकारात्मकता निर्माण होते. योग्य दिशा, योग्य निगा, योग्य जोपासना केल्यास तुमचा समाजात सन्मान तर वाढतोच; शिवाय माझ्या पुष्पांच्या मंद सुगंधानं हृदय आनंदित होतं. तर असा मी निशिगंध. एक गाणं आठवले - 'शरदाचे चांदणे. मधुवनी फुलाला निशिगंध. वाजवी पावा गोविंद वाजवी पावा गोविंद.' हे गीत माझ्याबाबत अत्यंत बोलकं आहे, यात वाद नाही.

वटवृक्ष : चमेली, तुम्ही पुन्हा एक गीत सादर करा. त्यानंतर ज्या वनस्पती येतील, त्यांना बोलावून त्यांची वचनं सभागृतात वदवून नंतर सभासमाप्ती घोषित करावी.

पिंपळ : जशी आज्ञा महाराज. जाई, जुई, चमेली लवकर या.

जाई, जुई, चमेली : यावेळी दरबारात चमेली गीत सादर करेल. आम्ही दोघी तिच्यासोबत आहोत.

दृश्य : गीत सादरीकरणासाठी तयारी केली जाते आणि काही वेळात चमेली गीत सादर करते. ती म्हणते, 'महाराज, आम्ही वृक्ष. ऊन, वारा, पावसात मानवांसाठी स्थितप्रज्ञासारखे एकाच ठिकाणी उभे असतो. त्या वृक्ष महतीचं हे गीत आहे.'

ऊन, वारा, पावसात मी उभा जणू प्रहरी
फल पुष्प देण्यास मानवा मी नित्य बहरी ॥ धृ ॥
कुणी मधुर फळांचा दाता
कुणी असे रोग्यांचा त्राता
जहराने युक्त कुणी असे
वसुंधरेचा मी प्रहरी ॥
काजू, पिस्ता, बदाम, अंजीर
सांगू मी कितीतरी नावं
पौष्टिक द्रव्यानं भरलेला
वसुंधरेचा मी प्रहरी ॥
देवतुल्य महाराज वट
पिंपळ हे विष्णू समान
रहस्यपूर्ण ही वनराई
वसुंधरेचा मी प्रहरी ॥
मातीची धूप थांबवणारा,
जलरक्षण करणारा -
जन्म अन् अंत मम हाती
वसुंधरेचा मी प्रहरी ॥

सर्व चराचराचा प्राण मी
सृष्टीचा प्रारंभ अंत मी
वसुंधरेचा लाडका पुत्र मी
वसुंधरेचा मी प्रहरी ॥

(दृश्य : गीत सादरीकरणानंतर सभा काही काळ स्पब्ध होते. थोड्या वेळानं पर्ण सळसळण्याचा आनंदमयी आवाज सर्व आसमंतात उठतो. सगळे आनंदानं पुन्हा पुन्हा पर्ण सळसळवतात. त्याचवेळी प्रधानजींचा सभेत प्रवेश होतो.)

प्रधानजी : चमेली, तुम्ही सुंदर गाणं सादर केलं. या पुढील आज्ञा...
वटवृक्ष : प्रधानजी, अभिनंदन तर करा त्या तिघींचं.

(दृश्य : असं म्हणून महाराज सिंहासनावरून उतरून जाई, जुई, चमेली जवळ येतात आणि त्यांचं स्वत: अभिनंदन करतात आणि म्हणतात, 'प्रधानजी, सभेची पुढील कार्यवाही प्रारंभ करावी.')

प्रधानजी : आज्ञा महाराज.
वटवृक्ष : सभेत यायच्या तयारीत असेलेल्या तरुवरांना बोलवा. निष्कारण वेळ घालवू नका, बरीच कामं बाकी आहेत.
पिंपळ : पहारेकरी, शोधा कोण कोण आहेत ते वृक्ष.
निवडुंग : जशी आज्ञा महाराज.
(म्हणून जाऊ लागतो. मागून प्रधानजी पिंपळ प्रवेश करतात.)
पिंपळ : महाराज, जास्त वृक्ष नाहीत, तर खरबूज, शहतूत व चिकू असे तिघेच दिसतात.
वटवृक्ष : खरबूज या वेलीला बोलवा.
निवडुंग : खरबूज या वेलीनं सभेत यावं, ही विनंती .
खरबूज : महाराजाचा विजय असो! समस्त वनस्पतींनो, सर्वांना माझा नम्र प्रणाम! महाराज मला 'खरबूज' म्हणतात. माझं दुसरं नाव 'डांगर' हे आहे. माझी उत्पत्ती कदाचित 'वाळुक' या वनस्पती प्रजातीमधून झाली असावी, असं वाटतं.

माझी लागवड नदीपात्रात केली जाते. काही विशिष्ट भागातल्या माझ्या जाती प्रसिद्ध आहेत; परंतु महाराष्ट्रातल्या 'मलकापूर' इथलं माझं वाण प्रसिद्ध आहे. सर्वांना मलकापुरी स्वाद प्राप्त होणं दुरापास्त; तेव्हा सर्वसाधारण लोकांना स्थानिक नदीपात्रातल्या

डोंगरवाडीत तयार झालेल्या माझ्या वाणांवरच समाधान मानावं लागतं.

उन्हाळ्यात माझं सेवन अमृततुल्य होय. कारण माझ्यात शीत गुणधर्म असून मी कॅल्शियम, लोह, व्हिटॅमिन-ए, सी यांनी समृद्ध आहे. माझ्यात मिळणारी ही रसायनं मानवाला किडनी, उच्च रक्तदाब, नेत्रविकार इत्यादी आजारांवर मात करून निरोगी ठेवण्यास मदत करतात. ज्यांना मलावरोधाचा अत्यंत जुना त्रास आहे, त्यांनी मी बाजारात आल्यापासून संपेपर्यंत माझं नियमितपणे सेवन करावं.

मी आम्लपित्तावरसुद्धा गुणकारी आहे. मात्र कोणतंही फळ दुधाबरोबर खाण्यास आयुर्वेदशास्त्राचा विरोध आहे. सांगणं आमचं काम, आचरण तुमचं. कारण दूध आणि फळ विरुद्धान्न होय. ज्यांचं वजन जास्त आहे, त्यांनी मला साखर न घालताच खावं, हे उत्तम. पूर्वी डांग्या खोकल्यासाठी माझ्या बियांचं चूर्ण देत असत; परंतु आता लसीकरणाद्वारे याचं निर्मूलन होऊन माझ्या बियांचा वापर कमी झाला.

माझ्यानंतर मी माझ्या अनिवासी म्हणजे जपानी भावाला सभेत येण्याची विनंती करतो. आपण सगळे फक्त याचं नाव ऐकू शकतो; परंतु याच्या फळातला एक घास मिळवायला भारतीयांना सात जन्म तरी घ्यावेच लागतील, हे निश्चित. 'युब्री खरबूज जपानी' यांनी कृपया सभेत यावं, ही विनंती.

युब्री खरबूज : महाराजांचा विजय असो! सर्व वनस्पतींनो, महावृक्ष लतांनो, माझा सर्वांना नम्र प्रणाम! महाराज, मी शाही 'युब्री खरबूज'; परंतु केवळ जपानी. माझं अन्य देशांत निर्यातीचं प्रमाण अत्यल्प आहे. फळांची छाटणी, फळाचा आकार पूर्ण गोलाकार हवाच; त्याशिवाय ते निकोप हवं.

माझ्या एका फळाची म्हणजे साधारणतः एक किलो फळाची किंमत भारतीय रुपयात लक्षावधी रुपये होते. अयोग्य फळांना नष्ट केलं जातं. म्हणूनच माझी लागवड ही सर्वसामान्य शेतशिवारात न करता उच्चप्रतिच्या हरित गृहांतच केली जाते. फळाचं वजन आणि आकारासाठी स्थानिक लागवड करणाऱ्या शेतकऱ्यासह ग्राहकसुद्धा फार सतर्क असतो. तिथंही माझ्या साधारणतः दोन जाती आहेत. एका जातीचं नाव 'होक्काइडो' खरबूज, तर दुसऱ्या जातीचं नाव 'युबरी कस्तुरी'. या माझ्या जातींची किंमत एक ते दीड किलोच्या फळासाठी सरासरी १० ते २० लक्ष रुपये आहे. माझा आतला भाग म्हणजे गाभा, केसरी रंगाचा असून अत्यंत रसाळ असतो. असं मी अप्रतिम गोडवा असलेलं रसभरीत स्वर्गीय फळ आहे. भारतीय खरबुजांपेक्षा माझ्यात काही वेगळे गुण असावेत किंवा अन्य प्रकारची व्हिटॅमिन्ससुद्धा असावीत.

भारतीय खरबूज : महाराज, माझ्या जपानी भावाची किंमत ऐकली, तर सर्वसामान्यांचे डोळेच फिरतील. या नंतर मी शहतूत यांना सभेत पाचारण करतो. कृपया त्यांनी सभेत यावं.

शहतूत : महाराजाधिराजांसह सर्व वृक्षसमूहाला माझा नम्र प्रणाम! महाराज, माझं नाव 'शहतूत'. तसं बघता रेशीम उद्योगासाठी तुती वृक्षाऐवजी मी एक पर्याय आहे. मला एक ते दोन इंच लांबीची शेंगसदृश्य दाणेदार फळं लागतात. हिरवी फळं गाभुळताच लाल तर पूर्णतः परिपक्व झाल्यावर ती कॉफी म्हणजे ब्राउनी रंगामध्ये दिसतात. चॉकलेटी रंगाची ही परिपक्व फळं आंबटगोड चवीची असतात. खायला छान लागतात.

काही लोक माझ्या फळांची चटणी करून खातात. रसयुक्ततेमुळं माझा वापर जाम, जेली, दारू, रस आदी पदार्थांमध्ये सातत्यानं केला जातो. व्हिटॅमिन ए हे नेत्रासाठी उत्तम . मानवी शरीरातल्या फ्री रॅडिकल्सच्या हानिकारक प्रभावातून मानवाची मी सुटका करण्यास सक्षम आहे. माझ्या रसपानामुळं मधुमेह नियंत्रित राहतो. कर्करोग म्हणजे कॅन्सर, या रोगातही मी अत्यंत गुणकारी असून माझ्यात अँटिऑक्सिडंट्स म्हणजे प्रतिकारक क्षमता आहे. माझं सेवन सकाळी करावं; उपयोग होतो.

माझ्या पक्व फळात व्हिटॅमिन क, कॅल्शियम, लोह, फॉस्फरस, मॅग्नेशियम आदी प्रकारची रसायनं विद्यमान असतात. या व्हिटॅमिन्सद्वारे केस, अस्थी, हिमोग्लोबिनची मात्रा वाढते तथा स्नायू मजबूत होतात. माझ्यातलं व्हिटामिन ए तथा ई आणि कॅरोटीनसह अल्फा कॅरोटीन हे घटक रोगप्रतिकारक म्हणून कार्य करतात. माझ्या सेवनानं आणि वरील संपत्तीद्वारे चेहऱ्यावरचे आणि शरीरावरचे काळे डाग नाहीसे करण्यासह त्वचा तेजस्वी होते. माझ्या वृक्षांची उंची कुठं मध्यम, तर कुठं झुडपी रूपात असते. माझ्या कांड्या सर्वत्र रुजतात. असा मी तुमचा लाडका शहतूत.

(दृश्य : शेवगा धापा टाकीत पुन्हा धावत येतो. हे बघून सगळे आश्चर्यचकित होतात.)

पिंपळ : तुमचं पुनरागमन झालं ना. मग आता काय?

शेवगा : माफ करा, महाराज. मी स्वतः लोकांना शक्ती देतो; परंतु मी मात्र पूर्ण कच्चा आहे. मला क्षमा करा आणि थोडं पुन्हा बोलू द्या, महाराज.

वटवृक्ष : अहो शेवगा तरुवर, असं तीन-तीन वेळा सगळेच आग्रह करू लागले, तर काय जन्मभर सभेतच मुक्काम करायचा की काय आम्ही?

शेवगा : नाही हो, महाराज. शेवटचं बोलू द्या.

वटवृक्ष : बोला..

शेवगा : महाराजांना पुन्हा धन्यवाद. माझी काही वृक्ष वर्षभर फळतात, तर काहींचा हंगाम हा केवळ जानेवारी ते एप्रिल दरम्यान असतो. त्यावेळी येणारी फुलं ही शेंगा लागल्यावर परिपक्व होईपावेतो या शेंगाचं पीक जुलैपर्यंत विक्रीस उपलब्ध होतं. माती, हवामान

आदींच्या माध्यमात माझ्या शेंगांची चव भिन्न असते. काहींच्या चवी उत्तम, तर काही किंचित कडवट चवीच्या असतात. माझ्या मुळांचा विपाक कटू असतो.

माझ्या वृक्षांच्या वेगवेगळ्या जातींमध्ये श्वेत पुष्प, गुलाबी पुष्प अशा जाती असतात. त्यांपैकी श्वेत पुष्पाच्या जातींची वृक्ष सर्वत्र आढळतात. आयुर्वेदात नीलवर्णपुष्प असलेल्या शोभाजनाचंही वर्णन मिळतं. श्वेत मधुर; तर गुलाबी कटू असतो. मधुर ही जात कमी म्हणजे राजस्थान, सिंध आणि बंगाल या भागात मिळते.

गुलाबी, पिवळसर झांक असलेली फुलं जीवाणूनाशक मानली जातात; याशिवाय त्यांची वाढसुद्धा थांबवतात. याचं शास्त्रीय नाव 'टेरिगो स्पर्मिन' असं असून माझ्या पर्णातसुद्धा जीवाणूनाशक क्षमता असते. माझ्या वृक्षावर श्वेत डिंक येतो. नंतर तो लालसर होतो. माझ्या मुळाद्वारे कटू तथा उडनशील तेल निघतं, त्याला 'व्होलाटाईल' असं म्हणतात. माझ्या शेंगांमधल्या बियांपासूनसुद्धा तेल निघतं. ते पांढरं शुभ्र आणि घट्ट असतं.

हे तेल वेदनाशामक, शोथहर, अग्निमांद्य, अरुची, शूल, उदररोग, गुल्म तथा कृमींचा नाश करण्यास सक्षम आहे. कफनाशक म्हणून तथा दमा निमोनियासाठी माझं सेवन उत्तम. ज्यांना मूत्रासंबंधी आजार आहे, त्यांनी तो ठीक होईपर्यंत माझा वापर अत्यंत अल्प प्रमाणात करावा. ज्याला वृक्क म्हणजे आपण ज्याला प्रोस्टेड ग्रंथीचा विकार म्हणतो, तसंच अंडकोशासंबंधित विकार, ज्यांना थांबून थांबून अडखळत लघवी होते, त्यांनी तर माझा वापरच टाळावा असं माझं मत आहे. बाकी तुम्ही बघा. स्त्रियांना रजोरोध झाल्यास माझं सेवन अवश्य करावं. ज्यांना स्थायीरूपात पित्त आहे, त्यांनी माझं अत्यंत सीमित सेवन करावं. माझ्या सेवनादरम्यान दूध, तूप, दही यांचं सेवन उष्णतामारक ठरतं. व्हिटॅमिन ए प्रचुर म्हणून नेत्र तथा केस याशिवाय रांताधळेपणाच्या आजाराला मी आळा घालतो. महाराजांना धन्यवाद. माझ्यानंतर जिरेनियम यांनी सभेत यावं.

जिरेनियम : महाराज वटवृक्ष, प्रधानजी पिंपळ तथा समस्त वृक्षवृंद सर्वांना विनम्र अभिवादन! महाराज, मी 'जिरेनियम'. एक सुगंधी तैल उत्पादक वनस्पती. माझ्या बियांपासून निघणाऱ्या तेलाची किंमत किमान प्रति लीटर ११ हजार रुपयेप्रमाणे आहे. या तेलाद्वारे सुगंधी बॉडीस्प्रे, अत्तर, सुगंधित वस्तूंमध्ये माझा वापर केला जातो. मला स्थानिक बाजारपेठेपेक्षा आंतरराष्ट्रीय बाजारपेठेत जास्त मागणी आहे.

एकदा शेतात केलेल्या लागवडीद्वारे किमान पाच वर्षं तरी माझं पीक घेता येतं. माझ्या बियांच्या प्रोसेसिंगची म्हणजे तेल काढण्याची सोय विदर्भात केल्या गेल्यास माझा शेतकऱ्यांना भरपूर फायदा होईल. श्रीसंत मुंगसाजी महाराज संस्थान धामनगाव रेल्वे इथले एक तरुण शेतकरी दुहेरी कार्य करतात. गावात शेतकरी, तर मुंबईत नोकरी.

त्यांचं नाव आशुतोष वानखडे. त्यांनी पाच एकरात माझ्या लागवडीची हिंमत केली. माझी जमीनस्थिती बघून जरी ते खूश असले, तरी सगळं काही प्रोसेसिंग प्लांटवरच अवलंबून आहे. त्यांनी हा एक आगळावेगळा प्रयोग केला, हेही नसे थोडके.

मी जिरेनियम वानखेडेजींना आशीर्वाद देतो की त्यांच्या कष्टाचं चीज होईल. फक्त जरा धीर धरा. तुम्ही विदर्भवासीयांना माझी नव्यानं ओळख करवून दिली, हे काय कमी आहे. बिचारी चंद्रज्योती म्हणजे जट्रोफासुद्धा अशीच उद्धारासाठी कित्येक वर्षांपासून वाट बघत आहे. महाराजांसह वानखेडे यांना पुनश्च धन्यवाद. माझ्यानंतर वाळा यांनी सभेत पुनरागमन करावं.

वाळा : महाराजांना विनम्र अभिवादन. मी वाळा. शीतलता प्रदान करणारा. पूर्वी कूलर्स तथा एअर कंडिशनर्स नव्हते. तेव्हा माझ्या मुळ्यांच्या ताट्यांचे पडदे निर्माण करून त्यावर सतत पाणी घालून कार्यालय तथा घरात थंडावा निर्माण करायचे. पुढं कूलर्समध्येही काही दिवस माझ्या मुळांचा वापर झाला; परंतु उडवूलचा वापर होऊ लागल्यावर माझ्या मुळाचा वापर बंद झाला; ताटीच्या सुगंधानं मन प्रसन्न आणि डोकं शांत व्हायचं. त्या सौख्याला लोक पारखे झाले.

मला 'खस' असंही म्हणतात. माझ्या मुळांना पाण्यात घालून ते पाणी प्यायल्यानं सुगंधासह तृषा शांत होते. मी उष्णता हरण करणारी वनस्पती. शीतपेयं तथा आयुर्वेदात औषधी तथा अन्य वस्तूंमध्ये माझा वापर केला जातो. माझ्या मुळापासून तेल काढलं जातं. ते खूप सुगंधी असतं.

मुख्यत्त्वे मूत्रविकार, वारंवार तहान लागणं इत्यादीसाठी. मी रक्तशुद्धी करणारी वनस्पती आहे; मूत्रविकारात चार पेले (साधारण मोठे) म्हणजे दीड लीटर पाणी घेऊन त्यात माझी मुळं घालून ते पाणी उकळून थंड करावं. दिवसभर थोडं थोडं पित राहावं. वाटल्यास खडीसाखरसुद्धा घालू शकता (मात्र थोडीशीच). याच काढ्याद्वारे घामोळ्या, पित्त, त्वचेवर लालचकत्ते, चट्टे यावरसुद्धा मी लाभकारी. याशिवाय माझ्या मुळाचा लेप वाटून लावावा. यावरून मला एक नाट्यगीत आठवलं. मला वाटतं, वसंतराव देशपांडे यांनी गायलेलं - 'लाविली थंड उटी वाळ्याची', हेच ते प्रसिद्ध गीत. यानंतर कच्चा आंबा यांनी सभेत यावं.

पिंपळ : थांबा थांबा. मागच्या पर्वात प्रत्यक्ष तुमचे जन्मदाते आम्रवृक्ष सभेत आले. तुम्ही त्यांचंच फळ, तेही कच्चं म्हणून तुमचं या सभेत काय औचित्य?

वटवृक्ष : बोलू द्या. त्यांच्या पित्याने सभेत हजेरी लावली म्हणून त्यांच्या फळाने सभेत बोलू नये, असे थोडेच आहे. बोला कच्चा आंबा. वृक्ष ठीक; परंतु कच्च्या फळाचे औचित्य काय?

कच्चा आंबा : महाराजांचा विजय असो! माझ्यात विटाकेरोटीनसोबत व्हिटॅमिन ए असतं. याशिवाय केरोटिनाईटस ह्या द्रव्यानं त्वचा उजळते आणि रोगप्रतिकारकता वाढते. नेत्रज्योतीसुद्धा सुधारते. याशिवाय मुखदुर्गंधी, हिरड्यातून रक्त निघणं तथा दंतविकारात माझं सेवन अत्यंत हितकारक असतं. माझं फळ पाण्यात उकळून तयार केलेलं पन्हं, त्यातही जास्त ऊन लागल्यास फळ भाजून केलेलं पन्हं प्यायल्यास ऊन लवकर उतरण्यास मदत होते. म्हणून माझं हे पेय उन्हाळ्यातलं अमृत म्हणता येईल.

रक्तदाब नियंत्रित ठेवणारा, कॅल्शियम तथा तंतू म्हणजे फायबरने युक्त म्हणून पचनास मदत करणारा; माझ्या कच्च्या फोडीतल्या ऑक्सिजनमुळं त्वचेवरचा मळ, तैलयुक्त त्वचा यापासून सुटका मिळते. शिवाय माझ्या कच्च्या फोडी उकळून तयार केलेलं पाणी झोपण्यापूर्वी चेहऱ्याला लावावं आणि एक तासानंतर धुवावं; चेहरा डागरहित आणि तजेलदार होतो.

माझी कच्ची फोड तथा थोडी पुदिना पत्ती आणि जिरं घालून केलेली चटणी खाल्ल्यानं पोटाचे अनेक विकार दूर होण्यासह भूक लागते, पित्त प्रकोप कमी होतो आणि अन्नपचनास मदत होते; तसंच आम्लपितापासून सुटका होते. यानंतर सफरचंद यांना पाचारण करतो, कृपया त्यांनी सभेत यावं.

सफरचंद : महाराजांसह सर्वांना नम्र प्रणाम! पुनरागमनासाठी माफी असावी. माझ्यात पेक्टिन फायबर म्हणजे तंतूंचं भांडार आहे; याशिवाय अँटिऑक्सिडंट्सच्या सोबतीला पॉलीफेनॉल प्रचुर मात्रेत आहे, म्हणून शरीराला स्वास्थ्य प्रदान करणारा; हृदयाला हानिकारक कोलेस्टेरॉलची निर्मिती थांबण्यास साहाय्यक, याशिवाय कर्करोगासह क्षयरोगातही मी उत्तम मदत करतो. सौंदर्य जपण्यासह दातांची निगा राखणारा बहुउपयोगी सफरचंद. यानंतर डार्क चॉकलेट यांनी सभेत यावं.

डार्क चॉकलेट : समस्त वनस्पतींचे आभार. महाराजांना, प्रधानजींना नम्र प्रणाम! मी डार्क चॉकलेट. मी वसा भरपूर असलेला वनस्पतीजन्य खाद्य पदार्थ असून हेल्दी फॅट, लोह, मॅग्नेशियम, अँटिऑक्सिडंट्स इत्यादींनी समृद्ध आहे. उच्च रक्तदाबावर नियंत्रण आणणारा, मनावरचा ताण म्हणजेच स्ट्रेस कमी करवणारा, हृदयाला घातक एलडी नावाच्या कोलेस्टेरॉलची पातळी सामान्य ठेवून हृदयाघातास मज्जाव करवणारा मी डार्क चॉकलेट. दंतरोग असणाऱ्यांनी माझं सेवन सावधानीपूर्वक करावं आणि मुलांना दंतरोग होऊ नये म्हणून त्यांना चॉकलेट देताना विशेष काळजी घ्यावी, ही विनंती.

प्रथम दक्षिण अमेरिकेत चॉकलेटचा वापर सुरू झाला. माझ्या वृक्षांचं नाव 'थिओब्रोमा कॅकेओ'. किमान साडेपाच हजार वर्षांपासून, कदाचित त्याच्या आधीपासूनही चॉकलेटचा वापर होत असावा. बिया आंबवून, वाळवून तथा अन्य प्रक्रियांद्वारे चॉकलेटची निर्मिती

होते. पुढं इंग्लंड-युरोपात याची लागवड झाली असावी. कारण आज मात्र युरोपात याचा वापर मोठ्या प्रमाणात दिसतो. यानंतर लसूण यांनी सभेत यावं, ही विनंती.

लसूण : महाराजाधिराज, प्रधानजी तथा समस्त वनराजी महावृक्ष लतावेली, सर्वांना विनम्र अभिवादन. महाराज, पुन्हा पुन्हा आगमनासाठी क्षमा असावी. मी 'रसोन' म्हणजेच लसूण. माझ्यातलं अलियम नावाचं रसायन कर्करोगाला आळा घालतं. (याशिवाय कच्चा आणि पातीचा पलांडू(कांदा)सुद्धा कर्करोगाच्या गाठींना आळा घालतो.) पुरुषांना प्रोस्टेड ग्रंथीचा कर्करोग केव्हाही होऊ शकतो. त्यालासुद्धा मी पूर्णपणे आळा घालतो. मात्र माझा योग्य तऱ्हेनं उपयोग करावा.

आयुर्वेदानुसार मी एक श्रेष्ठ रसायन आहे. माझ्यात थोडी मधुरता, किंचित लवण, कटू, तिक्त आणि कषाय म्हणजे तुरट या पंचरसानं मी युक्त आहे. षड्रसापैकी पंचरसाचा मी स्वामी असून आम्लरहित आहे. माझ्या पाकळ्यांची लागवड केली जाते. मातीच्या सुपिकतेनुसार माझी उंची एक ते दोन फुटांपर्यंत होते. माझ्या पर्णांना 'पात' असं म्हणतात; त्यांचा उपयोगसुद्धा स्वयंपाकात चवीसाठी केला जातो.

माझी पर्णं लंबाकार थोडी चपटी; परंतु पोकळ असतात. माझ्यातून एक पुष्पदंड बाहेर पडतो. तो बराच उंच असतो. त्यावर श्वेतपुष्प लागतात. ज्यावेळी माझं रासायनिक पृथक्करण केलं गेलं, त्यावेळी माझ्यात गंधक म्हणजे सल्फरची निरनिराळी संयुगं मिळाली. माझ्या वेगवेगळ्या अवयवामध्ये वेगवेगळे रस आढळून आले. मूळ - केडू, पर्ण - तिखट, नाल- कषाय (तुरट), तर नालाग्रात लवण आढळलं. माझी बीजं मधुर असतात. तासीर उष्ण, विपाक कटू, स्निग्ध, पिच्छिल, गुरू ह्या गुणांमुळंच मी त्रिदोषशामक आहे. मात्र, उष्ण प्रवृत्ती तथा रक्त आणि पित्तवर्धक गुणाने युक्त आहे. वेदना थांबवण्यासाठी माझा लेप लावावा. शिवाय व्रणाला पक्वावस्थेत आणायचं असल्यास माझा उपयोग करावा. कामोत्तेजना देण्यासह मी नेत्रांची शक्ती वाढवणारा आहे. संधिवात, गृध्रसी (सायटिका) पक्षाघात, उचकी, शोथ तथा वेदना देणाऱ्या रोगांमध्ये माझा लेप लावावा. याशिवाय माझ्या रसाचं मर्दन वेदना तथा चर्मरोगातही अत्यंत लाभकारी आहे. माझी लागवड करताना शक्यतो हस्त नक्षत्रावर करावी. पीक उत्तम मिळते.

मी दीपन, पचन, शूलशमनकारी, कृमीनाशक तथा यकृताला उत्तेजित करणारा आहे. हृदयरोग निवारकासह कफनिस्सारक, कंठसुधारक, कफ दुर्गंधीनाशक, जुना खोकला, दमा, राजयक्ष्मा, स्वरभेद (आवाज बसणं अथवा फाटणं) इत्यादी रोगात रामबाण असून माझ्यातलं उडनशील तेल क्षयरोगाच्या जंतूंचा कर्दनकाळ आहे. स्त्रियांनी माझं सेवन कमी करावं. इतरांनीही जास्त सेवन केल्यास काही अडचणी आल्यास ती निवारणार्थ हिरव्या धण्याची पूड खावी.

सांध्याच्या दुखण्यात महारसोनपाक, रसोनादिधृत, रसोनादीवटी याचा प्रयोग वैद्यांच्या सल्ल्यानं करावा. स्वयं औषधी नाशास कारण म्हणून टाळावी. आजारातून बऱ्या झालेल्या व्यक्तीला माझ्या पाकळ्यांची चटणी खाऊ घालावी. याने अरुची, मुखदुर्गंधी, कफदुर्गंधीचा नाश होतो आणि पाचकपित्ताचा स्राव वाढून पचनास साहाय्य होते, असा मी रसोन. माझ्यानंतर हिरव्या भाज्या यांनी सभेत पुनरागमन करावं, ही विनंती.

हिरव्या भाज्या : महाराजांचा विजय असो! समस्त वनस्पतींना आमचा नम्र प्रणाम! महाराज, आज आम्ही समूहानं केवळ तक्रारी म्हणजे कागाळ्या करायलाच आलो आहोत. मानवाचा अणुबॉम्ब एवढाच महाशत्रू कर्करोग. याचा विरोध करून आळा घालण्याचं सामर्थ्य आम्हा सर्वांमध्ये आहे. स्वानुभव सिद्धतेतून संशोधन करणारे 'इंडस हेल्थमधले प्रिव्हेंटिव्ह हेल्थकेअर एक्सपर्ट' कंचन नायकवाडी यांच्या सौजन्यानं मानवाची असंतुलित जीवनशैली सर्व आजारांचं मूळ आहे, असं त्यांनी सभेत बोलताना, मत व्यक्त केलं होतं. महोदय कृपाकरून आम्हाला क्षमा करा. केवळ असंतुलित जीवनशैलीच मानवी आजाराला निमंत्रण देते? बाकी बजबजपुरीचा ऊहापोह आमच्या एक्सपर्ट महोदयांनी हेतुपुरस्सर का टाळला, हा आमचा प्रश्न आहे.

आम्हाला फवारणीनं दूषित करवणारे, नकली रंगात बुडवणारे, अत्यंत दूषित पाण्यानं भाजीपाला धुणारे, लवकर सडू नये म्हणून वापरण्यात येणारी रसायनं, रसायनयुक्त विषारी खतं, भाजी-फळांना लवकर वाढीसाठी देण्यात येणारी इंजेक्शनं, अत्यंत दूषित पाण्यावर पिकवलेली फळं तथा भाजीपाला, विषारी रसायनं घालून किंवा त्या पाण्यानं किंवा त्यांच्या पुड्या घालून पिकवलेली केळी, आंबा, अननस, चिकू, पपई आदी फळं. यासाठी कुणी काही करतात? मुळीच नाही. फक्त बोलतात. प्रत्यक्ष कार्यवाही होत नाही, म्हणून प्रथम हे सुधारा, जीवनशैली आपोआप सुधारेल.

डॉ. शालू वर्मा म्हणतात, 'जंक फूड, फास्टफूड नेहमी खाणं आरोग्यास अहितकारी आहे, तर प्रत्येक सिझनमध्ये विषयुक्त फळं बाराही महिने खाणं हे काय आरोग्यदायी आहे? डॉ. शालूताईंच्या मताचा आम्ही पुरस्कार करतो; परंतु नैसर्गिक शुद्ध फळांमध्ये कर्करोग कालवणाऱ्यांचं काय? हा खरा प्रश्न आहे. २०१२ या वर्षांत ७०२१८ स्त्रियांचा कर्करोगानं मृत्यू झाला, हे सत्य आम्ही नाकारत नाही; परंतु आम्ही हिरव्या भाज्या आणि फळं ही जर मानवाला विषारी रसायनं (केमिकल) रहित मिळाली, तर शतप्रतिशत कर्करोग आपोआपच टळू शकतो. नियमित जीवनशैलीसाठी योगा, व्यायाम याचं फळ मिळेलच. पण केव्हा.. जेव्हा जीवनावश्यक असलेलं दूध आणि आम्ही हिरव्या भाज्या आणि फळं जर विषरहित मिळाले, तरच हे शक्य आहे.

बाजारातली फळं, भाज्या, दूध, खवा, पेढा, धातूचा विषारी वर्ख यांचं काय? घरात

व्यायाम योगा. जीवनशैलीत केवळ नियमितता अंगीकारल्यानं मृत्यू थांबवता येणं शक्य नाही. जर हा सगळा विषप्रयोग थांबवला गेला नाही तर... भविष्यात सैन्यभरतीसाठी, पोलीसभरतीसाठी, वैमानिक, फायरबिग्रेडच नव्हे, तर सर्वच क्षेत्रात वैद्यकीयदृष्ट्या सक्षम युवा मिळणं कठीण झाल्यावर पुढं देशाचं काय? विचार करा. आमच्यानंतर न्यूझीलँड किवी यांनी सभेत यावं, ही विनंती.

न्यूझीलँड किवी : समस्त वनस्पतींसह महाराज प्रधानजींना नम्र प्रणाम! महाराज, मी न्यूझीलँडची किवी. माझ्या फळाची किमया अशी की, माझ्यावरूनच न्यूझीलँडच्या राष्ट्रीय पक्षाचं नाव 'किवी' हे ठेवलं आहे. मी हिरवं मगजदार फळ. स्ट्रॉबेरी, केळी, मेलॉन, टरबूज, अननस या सर्व फळांचा स्वाद एकट्या माझ्यात आहे, हेच माझं वैशिष्ट्य.

माझ्यात छोट्या काळ्या बिया असतात. त्याचा उपयोगसुद्धा खाण्यासाठी होतो. माझ्या फळात लोह, चरबी, मॅग्नेशियम, पोटॅशियम, व्हिटॅमिन सी, तथा बी-१२ आदी मूलद्रव्यांनी मी युक्त असून सफरचंद, पिस्ता, संत्रा यांपेक्षाही जास्त संपत्तीनं मी परिपूर्ण असं फळ आहे. तंतूंचं प्रमाणसुद्धा प्रचुर असून कॅलरीज ४५ असून मी कोलेस्ट्रेरॉल तथा सोडियमरहित फळ आहे.

विषाणू संसर्ग झाल्यास तथा तसल्या महामारीमध्ये शारीरिक शक्ती म्हणजे इम्यून पॉवर वाढवण्यापासून प्लेटलेट्स वाढवण्यासाठी माझा उपयोग होतो. माझ्यानंतर 'व्हाईट धूप' यांनी सभेत यावं, ही विनंती.

व्हाईट धूप : या धूपचा अर्थ 'धुआ' म्हणजे 'धुपट' असा होतो. समस्त वनस्पतींनो तथा महाराज, प्रधानजी सर्वांना विनम्र अभिवादन! महाराज, मला 'व्हाईट धूप' म्हणतात. माझ्या वृक्षाची साल जाड तथा खूप कठीण असते. साल काढण्यासाठी जेव्हा माझ्यावर शस्त्राघात करतात, त्यावेळी माझ्या झाडाच्या आतून टणात्कार म्हणजे घंटानादासमान आवाज बाहेर पडतो.

माझ्यातून निघणाऱ्या रसाला 'डिंक' म्हणू शकता. त्याला सुगंध असतो. मच्छरांच्या म्हणजे डास नियंत्रणासाठी माझ्या डिंकाचा उपयोग होतो. लाकडाला रंग देण्यासाठीसुद्धा यांचा वापर होतो. यालाच पर्यायानं 'वार्निश' असं म्हणतात. चहाच्या पेट्या, रेल्वेचे स्लिपर्स यासाठी माझं लाकूड उपयोगात आणलं जातं. पश्चिम हिमालयाच्या पायथ्याशी मी थोड्या थोड्या प्रमाणात आढळतो. हिमालयाचा पूर्व घाट आणि आसाम पर्वतराजींमधल्या प्रदेशात सातत्यानं आढळतो.

माझ्या सालीचा वरचा रंग पांढुरका हलका नीळसर असतो. असल्या रंगाची साल आणि पांढरीशुभ्र फुलं यामुळं मला 'व्हाईट धूप' हे नाव मिळालं. हिवाळ्यात माझी पर्णं क्रीम म्हणजे हलका पिवळसर आणि हलका गुलाबी तथा किंचित लाल या रंगांमध्ये

रूपांतरित झाल्यानं माझा वृक्ष सुंदर दिसतो. माझ्यानंतर ड्रॅगन माऊथ यांनी सभेत यावं.

ड्रॅगन माऊथ : महाराजांचा विजय असो! महाराज, प्रधानजी तथा समस्त तरुवर लतावेलींनो, सर्वांना माझे विनम्र अभिवादन. महाराज, माझं नाव 'ड्रॅगन माऊथ'. माझी पुष्पं वेगवेगळ्या रंगांची मखमली असतात. प्रत्येक फुलाला दोन पाकळ्या जणू ओठांसारख्या आकाराच्या असतात. मनुष्य जसा तोंड उघडतो, तसलीच कृती या पाकळ्याद्वारे केली जाते. जेव्हा फुलावर काही दाब दिला जातो किंवा किंचित स्पर्श होतो, तेव्हा त्या पाकळ्या पूर्ववत होतात; लाजाळूच्या झाडाप्रमाणे. ड्रॅगन हा चिनी प्राणी. या प्राण्याच्या तोंडाप्रमाणे हे चित्र दिसतं. अगदी तशाच रूपात दिसत असल्यानं मला 'ड्रॅगन माऊथ' किंवा 'स्नॅपड्रॅगन' असं नाव दिलं गेलं आहे.

मधुमक्षिका माझ्या फुलात अडकल्यावर ती बाहेर पडण्यासाठी धडपड करते आणि ती माझ्या त्या मजबूत ड्रॅगन माऊथमधून बाहेर पडताच सोबतीला पोनग्रेन्स म्हणजे परागीकरणाची प्रक्रियाही त्याच वेगानं घडवून आणते. त्यामुळं माझा सर्वत्र फैलाव होतो.

मुळात मी उत्तर अमेरिकेचा. त्यातूनही पॅसिफिक किनाऱ्याच्या प्रदेशात सर्वत्र आढळून येतो. किमान ६० ते ९० सेंटीमीटर उंचीची माझी वृक्ष असतात, म्हणूनच प्लांट बागेतल्या वृक्षात माझा समावेश केला जातो. वेगवेगळे रंग, वेगवेगळ्या सुगंध निर्मिती हेतू माझ्यावर सतत अनुसंधानं करून नवीन संकरित वाण निर्मितीची प्रक्रियाही राबवली जाते. असा मी 'ड्रॅगन माऊथ'. माझ्यानंतर वेखंड या वनस्पतीनं सभेत पुनरागमन करावं, ही विनंती.

वेखंड : वचोग्रगन्धा कटुका तिक्तोष्णा वान्तिवन्हिकृत ।

विषन्धाध्मानशुलध्नी शकृन्सून विशोधिनी ॥

अपस्मारक फोन्मादभूतजन्त्व निलोन्हरेत् ॥

- ग्रंथ भावप्रकाश

भावप्रकाश ग्रंथात वर्णिलेली ही महती. महाराजाधिराज, प्रधानजी तथा समस्त तरुवरांना माझे विनम्र अभिवादन. महाराज, मी वेखंड. मला 'वचा', 'उग्रगंध' असंही म्हणतात. माझी चव कडू. माझं चूर्ण थोडं जास्त घेतल्यास वमन म्हणजे उलट्या होतात. तेव्हा वैद्यांच्या सल्ल्यानं माझं चूर्ण सांगितलेल्या प्रमाणात घ्यावं. लघवीत जळजळ होत असल्यास किमान तीन ते चार ग्रॅम छोटा अर्धा चमचा चूर्ण घेऊन वर दोन पेले पाणी प्यावं, आराम मिळतो.

ज्यांना चक्कर, एकाएकी फिट्स येण्याचा त्रास आहे, त्यांनी तथा मेंदूच्या उन्मादी अवस्थेतल्या व्यक्तीला वैद्यांच्या सल्ल्यानं पाव चमचा म्हणजे किमान दीड ते अडीच ग्रॅम चूर्ण द्यावं, फायदा होतो. कृमी विकारात घेतल्यास; तसंच थोडी बुद्धी कमी आहे, असं वाटल्यास त्या रोग्यास ब्राह्मी, शंखपुष्पीसह माझी पूड समप्रमाणात वैद्यांच्या सल्ल्यानं

द्यावी, उत्तम गुण येतो. (रोज पाव चमचा म्हणजे एक ग्रॅम, एक माह, सकाळी सूर्योदयापूर्वी घेतल्यास अतिउत्तम. काहीही न खाता रोग्यास द्यावं.) डोकेदुखी तथा घट्ट कफ पातळ होत नसल्याससुद्धा माझा वापर करावा. संधिवातात आल्याच्या रसाच्या अनुपानातून माझं सेवन उत्तम होय.

मला आणि जायफळाला उगाळून ते एकत्र करून त्याचा लेप दुखऱ्या अंगावर लावल्यानंही आराम मिळतो तथा सूजसुद्धा कमी होते. माझं आणि जायफळाचं मिश्रण अमृततुल्य योग. त्वचेच्या काळपटपणावर खस(वाळा)च्या पाण्यात दोघांनाही उगाळून एकत्र करून त्वचेवर लावावं. पुरळ, सुरकुत्या, डाग कमी होतात. मंदबुद्धी असो वा सर्वसामान्य मुलांच्या बुद्धीवर्धनासाठी माझा पाक परीक्षेच्या काही दिवस पूर्वीपासून मुलांना द्यावा. या पाकानं एकाग्रता वाढून वाचलेलं लक्षात राहण्यास मदत होते. हा पाक बनवण्यासाठी एक किलो साखरेत माझी पूड केवळ ५० ग्रॅम घालावी. त्यात तेवढीच म्हणजे ५० ग्रॅम ब्राह्मीची पूड मिसळून एक चमचा शुद्ध सुंठेचं चूर्ण घालावं. सोबतीला कोवळा दुधी भोपळा एक किलो घ्यावा. त्यात घरच्या शुद्ध गुलाब पुष्पाच्या २५ ग्रॅम पाकळ्या घालाव्यात आणि १० ग्रॅम विलायचीची पूडसुद्धा घालावी.

कृती – दुधीचे तुकडे कुकरमध्ये पाणी न घालता वाफवून घ्यावेत. नंतर ते मिक्सरमध्ये वाटून त्यात साखर घालून त्यातलं पाणी आटून त्याचा जॅम तयार झाल्यावर त्यात वरची औषधं मिसळावीत. एक लक्षात ठेवा, भोपळ्यातलं मूळ पाणी पूर्ण आटवलं जावं, नाहीतर बुरशी लागेल. हा पाक रोज मुलांना खायला द्यावा. पाक निर्मिती हेतू जमल्यास पाक तज्ज्ञांची मदत घ्यावी. माझ्यानंतर 'टर्मिनालिया टोमेन्टोसा' यांनी सभेत यावं, ही विनंती.

टर्मिनालिया टोमेन्टोसा : मला बोली भाषेत 'क्रोकोडाइल बार्क ट्री' असं संबोधतात. मी भारतातल्या काही भागातच आढळतो. माझी औसत उंची किमान ३० मीटरपर्यंत. माझी विशेषता ही की, माझ्या सालीच्या आणि खोडाच्या मध्यात भरपूर पाणी जमा असतं. ते पूर्ण शुद्ध आणि पिण्यायोग्य असतं. काही लोक तर मला बोधीवृक्षसुद्धा म्हणतात. माझ्या खोडाला थोडं भोक पाडलं की, पाण्याचा स्रोत वेगानं बाहेर येतो.

आम्ही वृक्ष केवळ प्राणवायूच देत नसून मानवांसाठी वाळवंटातली कित्येक काटेरी कॅक्ट्स म्हणजे निवडुंग प्रजाती भर वाळवंटात मानवाची तहान भागवू शकतात. दैनिक 'नवराष्ट्रा'नं दिलेल्या माझ्या या छायाचित्रावरून तुम्हाला त्याची कल्पना यावी. स्मार्टफोनवर याची छायाचित्रं भरपूर व्हायरल झालेली आहेत. म्हणून मी पण समाधानी आहे. माझ्यानंतर लिची या वनस्पती वृक्षानं सभेत यावं, ही विनंती.

लिची : महाराजाधिराज, प्रधानजी तथा समस्त विश्वातल्या वृक्षलतांनो, सर्वांना माझे विनम्र अभिवादन! महाराज, माझं नाव लिची. मी मिक्कट गोड चवीचं लालभडक आकर्षक

रंगाचं फळ. एक रंग श्वेत, तर दुसरा लाल. लाल रंग लोकांना जास्त आवडतो. माझ्यातला विशिष्ट सुगंध आणि चव लोकांना आकर्षित करते. त्यामुळं अन्य अन्नपदार्थांतही माझा वापर करतात.

मी एक आरोग्यवर्धक फळ असून माझी साल, बिया, पर्णं ही उत्तम औषधी गुणांनी युक्त आहेत. माझ्या बिया विषनाशक तथा वेदनाहारकाचंही कार्य करतात. मधुमेहींनी मला खातेवेळी ताळतंत्र अवश्य बाळगावं. मात्र जास्त प्रमाणात खाऊ नये. कारण माझ्या अतिसेवनानं सर्वसामान्य व्यक्ती असो अथवा मुलं. साखरेची पातळी खालावते. त्याचे परिणाम वाईट होतात. तसल्या स्थितीत मुलं अथवा मोठी माणसं त्यांना रुग्णालयात न्यावं.

घसा दुखणं, आम्लपित्त (ॲसिडिटी) सामान्य पोटदुखी इत्यादी आजारावर मी उपयोगी. माझ्यात कॅलरीज कमी म्हणून वजन नियंत्रणात राहण्यास मदत करते. माझ्यात तंतू म्हणजे फायबरची मात्रा प्रचुर. म्हणून पोट साफ होण्यास मदत होते. माझ्यात असलेल्या काही संपत्ती - फायटोकेमिकल्स तथा अँटिऑक्सिडंट्स आणि अँटिनोप्लास्टिक आदी गुणधर्मानं समृद्ध म्हणून डोळ्याच्या संबंधित आजारांसाठीही उत्तम आहे. याशिवाय धुरकट अंधुक दिसणं, अस्पष्ट दिसणं आणि मोतीबिंदू म्हणजे कॅटरॅक्टला थांबवण्यास मदत करते.

माझ्या तंतूंमुळं हृदय निरोगी ठेवणारी, केसांनाही सुदृढ ठेवते. माझा लगदा करावा. तो उत्तम मळून म्हणजे मॅश करवून पंधरा मिनिटांसाठी केसांवर लावून ठेवावा. नंतर केस धुवावे. केस लांब आणि चमकदार होतात. माझ्यात असलेल्या काही संपत्ती म्हणजे प्रॉपर्टीज. व्हिटॅमिन ई, व्हिटॅमिन सी, बीटा कॅरोटीन, पॉलिफेनॉल, ऑलिगोनॉल आणि इतर ॲटिऑक्सिडंट्सद्वारे त्वचेवरचे डाग नष्ट करण्यास साहाय्य करतानाच पिंपल्सवर गुणकारी असून माझं सेवन उन्हाळ्यात अत्यंत फायद्याचं आहे. अशी मी सर्वांची आवडती लिची.

वटवृक्ष : प्रधानजी, आपण सगळे अशीच सभा घेऊन पूर्ण आयुष्य वेचलं तरी वनस्पती संपणार नाहीत. तेव्हा आता काही वेळासाठी दरबार स्थगित करून सभासमाप्तीच्या कार्यक्रमाकडे वळावं, अशी माझी इच्छा आणि आज्ञा आहे.

दृश्य : वटवृक्ष महाराजांच्या वक्तव्यावर वृक्षांची होणारी प्रचंड सळसळाट सांगत होती की, आता सभा समाप्तीचे वेध सर्वांनाच लागलेले आहेत. तेवढ्यात चमेलीसह चाफा खूप वेगानं दरबारामध्ये येण्याचा प्रयत्न करतात. चमेली आणि चाफ्याची ही गडबड बघून सगळ्यांनाच आश्चर्य वाटतं. तेवढ्यात चमेली म्हणते, 'थांबा महाराज, थांबा.'

वटवृक्ष : चमेली, चाफा माझ्या नावानं शंख करायला असं झालं तरी काय?

चमेली-चाफा : महाराज, एक विदेशी पाहुण्यासह एक देशी पाहुणी सभेत बोलू इच्छिते.

शेवटची मागणी मान्य करावी.

पिंपळ : चमेली, तुझं नेहमीचंच झालंय. काही तरी कारणं काढून सभा स्थगित करते.

वटवृक्ष : जाऊ द्या प्रधानजी. ती कार्यकर्ती आहे ना, म्हणूनच तिला सगळे भेटून गळ घालतात. सांगा कोण आलंय ते?

चमेली-चाफा : एक ड्रॅगन फळ आहे. ज्याला आता गुजरात प्रांतात एक नवं नाव मिळालं. ते म्हणजे 'कमलम्' फळ. त्याच्यासोबत एक छोटं रोपटं आहे, ज्याचं नाव 'गोटू कोला'. या दोघांपैकी गोटू कोला तर अगदीच कमी बोलणार; परंतु ड्रॅगन फळाचं जरा मोठं काम आहे. परवानगी आहे महाराज?

वटवृक्ष : चमेली असं कर प्रथम गोटू कोलाला पाठव. नंतर ड्रॅगन फ्रुट उपाख्य कमलम् फळाचा समाचार घेऊ या.

चमेली-चाफा : गोटू कोला या वनस्पतीनं कृपया सभेत मंचावर यावं, ही विनंती.

गोटू कोला : चमेलीताई, चाफादादा या दोघांना सादर धन्यवाद! तसंच महाराजाधिराज, प्रधानजींसह समस्त तरुवरांनो, सर्वांना माझा नम्र प्रणाम! माझं नाव गोटू कोला. मी एक अत्यंत क्षुद्र वनस्पती असून माझं कार्यसुद्धा तसंच आहे. तशी मी आयुर्वेदशास्त्रात खूप प्राचीन काळापासूनच परिचित आहे. मात्र माझा वापर खूप कमी प्रमाणात होतो.

माझी तासीर तशी गरम; परंतु चव मात्र अत्यंत कडू. मी रक्तदाब (ब्लड स्प्रेशर) नियंत्रित ठेवण्यास मदत करणारी एक छोटीशी वनस्पती. मला फुलांचे तुरे येतात. सोबतच दाखवलेल्या माझ्या छाया चित्रावरून तुम्हाला त्याची कल्पना येईल.

नागफणी : ड्रॅगन फ्रुट यांनी कृपया सभेत यावं, ही विनंती. चमेलीताई माफ करा. मी तुमच्या पाहुण्याला बोलावलं म्हणून.

चमेली : तसं काही नाही. हे पर्व आता अंतिम. पुढं केव्हा, कशी भेट होईल, न होईल कुणी सांगावं, तुझे धन्यवाद. ड्रॅगन फ्रुट यांनी सभेत यावं.

ड्रॅगन फ्रुट : प्रथम चमेलीताईसह चाफा यांचे धन्यवाद! महाराजाधिराज, प्रधानजींसह समस्त वृक्षसमूह तथा सकल विश्वातल्या वनस्पतींनो, तुम्हा सर्वांना माझा नम्र प्रणाम! महाराज, मी ड्रॅगन फ्रुट. मला जी फळं लागतात, ती माझ्या लंबाकार पर्णांवरच अगदी नागफणीसारखी असतात. माझं सेवन अत्यंत आरोग्यकारक असून माझ्या सेवनानं वजन कमी होण्यास मदत होते. यातही एक विरोधाभास बघावयास मिळतो. तो म्हणजे, माझ्यात शर्करा जास्त असते म्हणून माझं नियमित तथा जास्त प्रमाणात सेवन केल्यास वजनात वाढही होऊ शकते. त्यामुळं मानवांनो, तुम्हाला जो हवा तो पर्याय निवडावा.

जसं अननसाची साल खाण्यात आल्यास त्रास होतो, अगदी त्यापेक्षा जास्त त्रास माझी साल पोटात गेल्यावर होऊ शकतो. कारण माझ्या फळांच्या सालींमध्ये मला

वाचवण्यासाठी काही कीटक (बॅक्टेरिया) मुद्दाम टाकले जातात. म्हणूनच माझ्या सालीपासून सावधान असावं. पिकण्यापूर्वी माझा रंग हिरवा असतो, तर पिकल्यावर लाल रंग शोभून दिसतो. अगदी 'कमळाच्या फुलासारखा'. तसंच माझी फळंही अनेक रंगांमध्ये उपलब्ध आहेत. त्यांपैकी गर्द निळा, पिवळा तथा लाल; मात्र या रंगांमुळं माझ्यातल्या पौष्टिकतेत काही फरक पडत नाही.

गुजरात या प्रांतासह अनेक ठिकाणी माझी शेती केली जाते. त्यांपैकी गुजरातमधल्या शेतकऱ्यानं भारताचे वर्तमान पंतप्रधान नरेंद्र मोदी यांच्याशी बोलताना म्हटलं आहे की, 'हे फळ जणू कमळाप्रमाणे दिसतं.' तेव्हा श्रीमान पंतप्रधान महोदयांनी त्यांना माझं नव नाव सुचवलं. ते म्हणजे 'कमलम्' फळ हे होय. ते सर्वांना आवडलं. यापुढं हे एक माझं देशी नाव. तसा मी विदेशी. मात्र आज मला भारताचं नागरिकत्व या नावामुळं मिळालं. पंतप्रधान महोदयांसह गुजराती शेतकऱ्याचे धन्यवाद. मला विकत घेताना विशेषत्वानं काळजी घ्यावी; माझी खरेदी योग्य फळाच्या दुकानांमधूनच करावी. माझ्या फळावर कोणतेही डाग नसलेलंच फळ खरेदी करावं. घरात ठेवल्यास जिथं योग्य आर्द्रता तथा योग्य तापमानात ठेवावं. मला रोजच्या खाण्यासाठीही वापरता येतं. मी किडनीसाठीसुद्धा अत्यंत लाभदायक आहे.

मी प्रकृतीनं थंड असूनसुद्धा शरीराला ऊर्जा प्रदान करणारा आहे. आज माझं फळ खूप जास्त किमतीचं सर्वसामान्यांना न परवडणारं असलं, तरी खूप लवकरच मी सर्वसामान्यांच्याही उपयोगात येऊ शकेन. तसंच पुढं माझ्यावर अनेक संशोधनांद्वारे माझं महत्त्वही लोकांना माझा वापर करण्यास प्रवृत्त करेल, यात वाद नसावा.

माझ्यात ऊर्जा ७३.९, प्रोटीनची मात्रा एक ग्रॅम, तसंच फॅट मात्र शून्य असून कर्बोदके २३ ग्रॅम, फायबर म्हणजे तंतुमयता ०.५ ग्रॅम, शर्करेचं प्रमाण २३ ग्रॅम, कॅलरीजचं प्रमाण ३० मिलीग्रॅम आणि सोडियमची मात्रा १०.९ मिलीग्रॅम, व्हिटॅमिन सीची मात्रा १.७९ मिलीग्रॅम असून माझ्या सेवनानं भूक वाढते. त्वचेचा पोत तथा चमक उत्तम राहते. केसाची वाढ उत्तम होण्यास मदत होते. मी स्त्रियांच्या गर्भावस्थेसाठी उत्तम तथा लाभदायक फळ आहे. कारण माझ्यात लोहाचं प्रमाण प्रचुर म्हणून रक्ताल्पता या आजारात उत्तम आराम मिळतो. यालाच ॲनिमिया असंही म्हणतात.

ज्यांच्या घराण्यामध्ये अनुवांशिक रूपात ॲलर्जीचा त्रास सर्व पिढ्यांमध्ये असतो, त्यात दमा, खाज, पुरळ, पिंपल्स आदींचा समावेश होतो. सबब माझ्या नियमित आणि सीमित सेवनाद्वारे या त्रासातून मुक्ती मिळते. डेंग्यूसारख्या आजारात मी अत्यंत लाभकारी असून डेंग्यूमुळं अस्थीचा आजार होतो; यात मी विशेष लाभदायक. तसंच शरीरात घातक कोलेस्टेरॉलला आळा घालणारा म्हणून हृदयविकार असणाऱ्यांनीही माझं अवश्य

तथा सीमित मात्रेत सेवन करावं. याशिवाय कर्करोगाच्या पेशींनाही शरीरात प्रसारापासून थांबवण्याचं कार्य करणारा मी बहुपयोगी ड्रॅगन फ्रुट; माफ करा, आता कमलम् फळ. महाराजांना पुनश्च धन्यवाद! तसंच चमेलीताईंसह चाफादादा तुम्हा दोघांनाही खूप खूप धन्यवाद.

(दृश्य : सगळी वृक्ष स्तब्ध आहेत. शांत आहेत आणि सभा समाप्तीची आणि अंतिम भाषणाची आतुरतेनं वाट बघत आहेत. तरीही आसमंतात दरवळ सुटला असून जिकडं तिकडं वृक्षांची पर्णं सतत सळसळत असून सगळीकडं आनंदाचं वातावरण पसरलेलं असताना त्याचवेळी प्रधानजी पिंपळ सभेत प्रवेश करून तरुवरांना काही सूचना देतात.)

पिंपळ : मान्यवर तरुवरांनो, सभा अल्प काळ स्थगित करण्याचा महाराजांधिराजांचा मानस असल्यानं काही काळ स्थगित केली जात आहे. विचारविमर्ष करून सभेला पुन्हा प्रारंभ होईल, तेव्हा उपस्थितांना काही सांगायचं असल्यास कृपया सूचित करावं.

जाई-चमेली : महामहिम प्रधानजी तथा महाराज, काही वृक्ष पुन्हा आलेले असून ते विनंती करत आहेत की, राहिलेल्या माहितीचं सादरीकरण दरबारात पुन्हा करण्याची आज्ञा असावी.

पिंपळ : जाई, चमेली तुम्ही त्यांना भेटा. साधारण किती वृक्ष असतील?

जाई-चमेली : प्रधानजी, निवडुंग किंवा नागफणी यांच्या करवी माहिति मागवून पुढं ठरवते. उत्तम ना.

पिंपळ : कामाला सुरुवात करा.

(दृश्य : दोन्ही पहारेकरी निवडुंग आणि नागफणी, जाई, चमेलीसह प्रत्यक्ष पिंपळ म्हणजे प्रधानजी सदर तरुवरांना भेटतात.)

पिंपळ : *(स्वगत)* महाराजांना भेटावं का? पुन्हा तरुवरांना जर बोलण्याची संधी दिली, तर महाराजाधिराज वटवृक्षांचं मत काय असेल. असल्या विचारात मग्न असता अचानक कुणी पुढ्यात येऊन पिंपळांना हाका मारतात. 'प्रधानजी, प्रधानजी, अहो प्रधानजी...'

पिंपळ : जरा दचकून सावध होतच विचारतात, 'तुम्ही कोण?'

ताड : महामहिम प्रधानजी, मी ताड. मी पाम प्रजातीमधला एक शेलका बहुउंचीचा एक साधारण असा वृक्ष. माझं नाव ताड.

पिंपळ : हो.. हो.. आलं लक्षात. जाई चमेलीशी तर आपला परिचय झाला असेलच ना?

ताड : होय महाराज.

पिंपळ : मी महाराज नसून प्रधान आहे. तुम्हा सर्वांबाबत बोलण्यासाठीच महाराजाधिराजांकडे जात आहे.

ताड : धन्यवाद प्रधानजी.

(दृश्य : ताड निघून जातो. जाई आणि चमेली या प्रधानजींसह महाराजांकडे जातात आणि महाराजांना भेटतात. महाराजाधिराजांनी ही अंतिम संधी पुनः प्रवेशासाठी दिली, याचे मनोमन आभार मानून सभेच्या उर्वरित तथा अंतिम तयारीला लागतात. एक सुरम्य पहाट उजळलेली, पक्षांच्या किलबिलाटानं परिसर गजबलेला. त्यात सूर्यनारायणाची सुवर्णमयी किरणं पसरलेली असून सभोवती मोगरा, जाई, जुई, चाफा, बकूळ, चमेलीसह गुलाबाचा सुवास आसमंतात दरवळतो आहे. अशा सुरम्य वातावरणात नागफणीची, महाराजाधिराजांच्या आगमनाची आरोळी कानी येताच सगळे सावध होऊन तिकडं बघू लागतात.)

निवडुंग/नागफणी : महाराजाधिराज विष्णुरूप वटवृक्ष महाराज सिंहासनारूढ होत आहेत हो...

पिंपळ : महाराज, मी काल बोलल्याप्रमाणे...

वटवृक्ष : *(त्यांच्या बोलण्याला मधेच तोडत)* प्रधानजी, भूमिका नको. कार्याला प्रारंभ करा लवकर.

पिंपळ : पहारेकरी, सर्वांना बोलावून घ्या आणि एकेकांना पाठवा आत आणि मागच्यांना आवाज द्यायला सांगा. जेणेकरून वेळ वाचेल. होय ना, महाराज.

***

प्रवेश सातवा

वटवृक्ष : माझी आज्ञा आहे, सभा सुरू करावी.

पिंपळ : प्रथम कोण येतंय, त्यांना आवाज द्या.

नागफणी : ताड या तरुवरानं सभेत यावं.

ताड : महाराजाधिराजांचा विजय असो! माझं नाव ताड. माझी उत्पत्ती ही कदाचित पाम वृक्षापासून झाली असावी किंवा मीच कदाचित पाम वृक्षाचा मूळ वंश असावा. माझी फळं

चाखण्याचं भाग्य हे फार कमी लोकांना लाभतं. माझ्या फळात व्हिटॅमिन, मिनरल्स, लोह, झिंक, पोटॅशियम, फॉस्फरस, कॅल्शियम इत्यादी अनेक पौष्टिक घटक असतात.

माझं फळ रोगप्रतिकारक शक्ती पुरवण्यासह शरीराला गारवा देण्याचं कार्य करतं. विशेषत: मधुमेहींसाठी आणि ज्यांना हृदयविकार आहे, त्यांनी माझ्या फळाचं सेवन अवश्य करावं. विषाणूजन्य रोग म्हणजे सध्याचा कोरोना किंवा स्वाईन फ्लू, अशा प्रकारच्या महामारीजन्य आजारात माझं सेवन अत्यंत हितकारी आहे. माझ्या सेवनानं संक्रमण थांववण्यास मदत मिळते. कारण माझ्यात असलेली विविध मिनरल्स आणि त्याद्वारे शरीरात निर्माण होणारी रोगप्रतिकार शक्ती; शिवाय माझ्या फळातल्या गरात व्हिटॅमिन बी-१२ हे प्रचुर मात्रेत विद्यमान असतं. याचा विविधांगी फायदा मानवाला मिळतो. शरीरातला जलस्तर कायम ठेवण्यास मदत करणारा; तसंच, कोणत्याही रूपात शरीरात गेलेल्या विषाचं (टॉक्सिन) निरसन करणारा मी ताड वृक्ष.

अपचन, पोटदुखी, छाती तथा पोटातली जळजळ, बद्धकोष्ठ , मूळव्याधीत माझं सेवन अत्यंत उपयुक्त ठरतं. उन्हाळ्यात मानवाला येणारा घाम, त्यामुळं चिकट होणारी त्वचा, त्वचेवर येणारं पुरळ, खाज, लाल चकते, त्वचेवरचे चट्टे, पिंपल्स, त्वचा काळी पडणं अशा अनेक समस्यांचं माझ्या सेवनानं समाधान होतं. माझं सेवन केल्यावर ताबडतोब टवटवीत वाटतं आणि मन प्रसन्न होतं.

अडचण एकच ती म्हणजे, मी उन्हाळ्याच्या हंगामातच उपलब्ध होतो. कदाचित पृथ्वीवर मी कुठं बारमासी फळधारकही असेन. कोणत्याही फळाचा, द्रव्याचा, औषधाचा अतिरेक करून नये. प्रमाणातच सेवन करावं. मला अंतिम पर्वात वेळ दिला त्यासाठी जाई, चमेली, प्रधानजी, महाराज वटवृक्ष यांना हृदयापासून धन्यवाद. माझ्यानंतर जुकिनी या वनस्पतीनं सभास्थानी यावं, ही विनंती.

जुकिनी : महाराजाधिराज, क्षमा असावी. महाराजाधिराज वटवृक्ष, प्रधानजी पिंपळ तथा समस्त वृक्षवृंद, सर्वांना माझा नम्र प्रणाम! महाराज, मी जुकिनी. अगदी भोपळ्यासारखी दिसणारी वनस्पती. भोपळा हा मधे थोडा भरीव असतो; परंतु मी लंबाकार स्थितीत असते. माझ्या फळांतली कॅरोटीनोइ ही संयुगं संरक्षण देतात.

माझ्यात उष्मांक म्हणजे कॅलरीजची मात्रा ही अगदीच नाममात्र असते; परंतु तंतू म्हणजे फायबर प्रचुर मात्रेत उपलब्ध असतं. त्यामुळं पोट साफ होतं. शरीरातली चरबी कमी करण्यासह वजन कमी करण्यासाठी माझं सेवन अत्यंत हितावह आहे. माझ्यानंतर 'लेट्युस' या वनस्पतीनं सभेत यावं, ही विनंती.

लेट्युस : माझा उपयोग चटण्या म्हणजे निरनिराळ्या कोशिंबिरींसाठी करण्यात येतो. तसं बघता सर्व प्रकारच्या कोशिंबिरींचं प्रतिनिधित्व करणारी मी 'लेट्युस'. माझ्या अजूनही

काही प्रजाती आहेत. त्या सर्वांतच तंतुमय पदार्थ म्हणजे फायबरची प्रचुर मात्रा असते. याशिवाय पाण्याची मात्रा भरपूर असते.

जे लेट्युस चटणीमध्ये वापरलं जातं, त्यात माझ्या प्रकारात व्हिटॅमिन के जास्त प्रमाणात उपलब्ध असतं. माझ्यातली ही संयुगं, धातू, रक्त आणि अस्थी यांच्या सर्वांगीण आरोग्यासाठी संजीवनी समान ठरतात. माझ्यानंतर 'फिंगर लाईट सेगमेंट' या वनस्पतीनं सभेत यावं, ही विनंती.

फिंगर लाईट सेगमेंट : माझ्या सर्व प्रजातींची उत्पत्ती प्रामुख्यानं चीन व जपान या देशातच होते. जग हे आधुनिक सोयींमुळं प्रवासासाठी सुलभ होऊन आकुंचन पावल्यानं माझ्या या प्रजाती काही राष्ट्रांतसुद्धा प्लांट या रूपात लावतात आणि त्या त्या लोकांना त्यांचं आकर्षण वाटतं.

माझी फळं ही आकारानं हुबेहूब कुणी योगी, महात्मा, कोमल राजपुत्र वा तत्सम प्रकारच्या अलौकिक अशा हातासारखी दिसतात. माझी फळं बघितल्यावर आपणांस कळेलच, म्हणूनच मला 'बुद्धाज हॅंड' या नावानंदेखील संबोधलं जातं. बौद्ध धर्मीय लोकांत मी फारच प्रिय असून त्यांच्या मठात म्हणजे विहारांमध्ये माझ्या रोपांची लागवड प्रामुख्यानं केली जाते. माझ्या फुलांना मंद सुवास असतो. ती रंगानं श्वेत असतात. माझ्या फळाला त्याच्या सुंदरशा गूढ आकारामुळं आनंद, आयुष्य, चांगल्या भविष्यासाठीचं प्रतीक मानलं जातं; शिवाय माझ्या फळांना गूढ प्रकारात गणलं जातं. यासाठी मला नववर्षाचा आनंदोत्सव असो वा आनंदाचं कोणतंही पर्व असो, या प्रसंगी माझी रोपं एकमेकांना भेट म्हणून दिली जातात आणि हे सन्मान, आनंदाचं आणि सौख्याचं प्रतीक मानलं जातं. माझ्यानंतर फणस या महावृक्षानं सभेत यावं, ही विनंती.

फणस : महाराजांचा सदैव विजय असो!

पिंपळ : यापूर्वी आपण सभेत आल्याचं मला आठवतंय, तर मग पुन्हा येण्याचं कारण?

फणस : महाराज, मी एक महावृक्ष आहे. मला वाटतं की, काही गोष्टी सुटल्या आहेत. त्यामुळे मला आणखी एखादी संधी नको का?

वटवृक्ष : प्रधानजी, यांची महतीपण काही कमी नाही. यांची फळं जरी खूप मोठी असली, तरी मला वाटतं हे आमचे निकटवर्ती वृक्ष आहेत. बोला, फणस महाराज बोला...

फणस : महाराजांचे मनापासून धन्यवाद! कारण तुम्ही मला महाराज म्हणालात. महाराज, खरंच धन्यवाद. मी असं फळ आहे, जे शाकाहारासह मांसाहाराचंही प्रतिनिधित्व करतं. सबब कित्येक लोक माझा वापर टाळतात; परंतु 'वर काटे; मात्र आत गोड गर' असा मी फणस, कोकणी लोकांचा लाडका.

माझं फळ पूर्णत: परिपक्व झाल्यावर माझा सुगंध आसमंतात दरवळतो आणि मन

मोहून जातं. माझ्यातले परिपक्व गर अगदी आंब्याच्या चवीपेक्षाही गोड लागतात आणि कित्येक लोक मला चवीनं आणि आवडीनं खातात. म्हणूनच मला कोकणातला कल्पवृक्ष म्हणतात. माझा पूर्ण विकसित फळभार हा शंभर किलोपर्यंत वजनाचाही असू शकतो.

माझ्या फळापासून केलेली भाजी, लोणचं सर्वांनाच आवडतं. शिवाय माझ्यातल्या बियांची भाजीसुद्धा उत्तम लागते. मी तंतुमय म्हणजे फायबरचं जणू भांडार होय. ज्यांना पोट साफ न होण्याचा स्थायी रूपात त्रास होतो, त्यांनी माझ्या फळांची भाजी किंवा पिकलेले गर अधून-मधून खाल्ल्यास ही समस्या कायमस्वरूपी संपवण्यास मदत होते. ज्यांना आम्लपित्त म्हणजे ॲसिडिटीचा स्थायी रूपात त्रास आहे किंवा पोटात कोणत्याही कारणामुळं अल्सर झाल्यास माझं सेवन अत्यंत हितकारक ठरतं.

माझ्या फळाचं पचन अत्यंत हळूहळू होत असल्यानं रक्तशर्करेत एकदम वाढ होत नाही. 'ग्लायसेमिक इंन्डेक्स'लाच 'जीआय' असं संबोधतात. माझ्यात संयुगं कमी असल्यानं रक्तशर्करा नियंत्रणात राहते. माझ्यातलं पोटॅशियम हे संयुग रक्तदाब नियमित करण्यास मदत करतं. याशिवाय माझ्यातले तंतू म्हणजे फायबर तथा ॲटिऑक्सिडंट्स, पोटॅशियममुळं हृदयासाठी वाईट असलेल्या कोलेस्टेरॉलला आळा घालतं. त्यामुळं हृदयाघात टळतो.

माझ्यात प्रचुर मात्रेतलं लोह हिमोग्लोबिनची समस्या दूर करण्यास साहाय्यक ठरतं. मी ॲनिमिया, रक्ताल्पता, अशक्तपणा आदी आजारांवर मात करून थकवा दूर करण्याचं कार्य करतो. माझ्यात मॅग्नेशियम, कॅल्शियम प्रचुर मात्रेत असतं म्हणून अस्थीरोगात मी साहाय्यक ठरतो; याशिवाय माझ्या बियांमध्ये भरपूर प्रोटीन असतं. म्हणूनच त्यांची भाजी वा त्याचं चूर्ण सेवन केल्यानं दुर्बलता दूर होण्यास मदत होते. शिवाय मांसपेशीही मजबूत होतात. माझ्यानंतर 'ऑलिव्ह' या वनस्पतीनं सभेत यावं, ही विनंती.

ऑलिव्ह : महाराजाधिराजांसह समस्त वृक्ष प्रजातींना माझा नम्र प्रणाम! महाराज, मी ऑलिव्ह. पाश्चात्य राष्ट्रांत माझ्या तेलाचा सर्वत्र वापर केला जातो. माझ्या तेलात पौष्टिकता भरपूर म्हणून माझा वापर सौंदर्यप्रसाधनांसह खाद्यपदार्थांत सातत्यानं केला जातो. मात्र माझं उत्पादन कमी आहे. सर्वसामान्य लोकांना मी परवडणारा नाही.

माझ्या तेलात, पर्णांत रोगप्रतिकारक क्षमता आहे. माझ्या पर्णांचा काढा तयार केला जातो. माझ्याद्वारे हृदयरोग, कंपवात (पार्किन्सन), विस्मरण (अल्झायमर) इत्यादी आजारांवर औषध निर्माण केलं जातं, या व्यतिरिक्त रोगप्रतिकारकतेसह अनेक गुणधर्मांनी मी युक्त आहे. त्वचेसाठी मी एक मोठं वरदान असून शरीराच्या कोणत्याही भागातली सूज कमी करण्यासाठी माझा उपयोग होतो.

रक्तातल्या शर्करेचं नियंत्रण करणारा मी ऑलिव्ह. माझ्यावर केलेल्या संशोधनांती

असं आढळलं की, माझ्या पर्णांचा अर्क शरीरात नैसर्गिक इन्शुलिन निर्मितीसाठी मदतगार ठरू शकतो. माझ्या पर्णांचा काढा कसा करावा, याची शास्त्रशुद्ध मीमांसा अशी – प्रथम माझी पर्णं धुऊन स्वच्छ करावी. नंतर एक पेला म्हणजे ग्लासभर किमान १२५ मिली पाण्यात ती पर्णं उकळावीत. सात-आठ पर्णं पुरे होतील. पाणी अर्धं शिल्लक राहिल्यावर गाळून घ्यावं. त्यात काळी मिरीपूड अर्धा ग्रॅम आणि किंचित मीठ घालून तो काढा घ्यावा. (मिठाऐवजी पाच मिली मधही वापरता येतो.) यामुळं इम्युनिटी वाढण्यास मदत होते.

मला कदाचित मराठी भाषेत 'इगुंदी', तर हिंदी भाषिकांमध्ये 'जैतून' म्हणून ओळखतात. माझ्यानंतर चिकू या महावृक्षानं सभेत स्वनिवेदन सादर करावं, ही विनंती

चिकू : महाराजाधिराज वटवृक्ष महाराज, प्रधानजी पिंपळासह समस्त वनस्पतींनो, सर्वांना माझा नम्र प्रणाम! महाराज, माझं नाव चिकू. मेक्सिको आणि अमेरिकेतून मी जगभरात पसरलो. मी भारताच्या कोकण प्रांतातल्या 'घोलवडचा चिकू' म्हणून विशेष ओळखला जातो. माझ्या वृक्षांची उंची सरासरी ९० ते १०० फूट तर काही जमिनीत माझी उंची केवळ ४० ते ५० फुटांपावेतो असते.

माझ्या वृक्षापासून बारा महिन्यात दोन-तीन हजार फळं प्राप्त होऊ शकतात. औसत वाढलेल्या माझ्या फळाचं वजन किमान १५० ग्रॅमपर्यंत असतं. माझ्यात शुक्रोज तथा ग्लुकोज ह्या दोन्हीही संपत्ती प्रामुख्यानं असतात. माझ्या सेवनामुळं शरीराला ताबडतोब ऊर्जा मिळते, अगदी सलाईनप्रमाणे. माझ्यात काही क्षार तथा जीवनसत्त्वात कितीतरी प्रकारांसह लोह, ताम्र, अ, ब, क आदी सत्त्वांसह अनेक प्रथिनं आहेत. पोषक तत्त्वाचा मी एक खजिना म्हटलं तरी वावगं ठरू नये. मुलांना कृमींचा त्रास झाल्यास माझं सेवन अगत्यानं करवावं. अशक्तपणा, सर्दी, ताप, खोकला झाला असता माझं सेवन केल्यास स्वास्थ्यलाभ लवकर होतो. असा मी सर्वांचा आवडता चिकू. यानंतर मी कोदो यांना पाचारण करतो.

कोदो : महाराजाधिराज वटवृक्ष महाराजांचा विजय असो! विश्वातल्या समस्त वनस्पतींनो, सर्वांना नम्र प्रणाम! महाराज, माझं नाव कोदो. मलाच 'कुटकी' या नावानंसुद्धा ओळखतात. हलक्या खडकाळ जमिनीत ,कोकण किनारपट्टीत घेतलं जाणारं हे प्राचीन b पारंपरिक पीक आहे. इंग्रजी भाषिक मला 'पॉझिटिव्ह मिलेट' म्हणतात.

नाचणीच्या बिया थोड्या जास्त लाल असतात. मात्र माझ्या बियांमध्ये थोड्या लाल आणि पांढऱ्या रंगाच्या बिया असतात. तशी दिसायला मी ज्वारीसारखीच (ज्वारीचं एक हलकं वाण नटोरासारखी). नाचणी, ज्वारी, बाजरी, वरी या पंच धान्यात माझा समावेश होतो. मूत्रपिंडाच्या दोषासह कफ, पित्तसंहारक असून सर्वांगाचं पोषण करणारी मी एक अतिप्राचीन वनस्पती आहे. अत्यंत प्राचीन काळापासून मुख्य अन्न घटकात प्रामुख्यानं

माझा समावेश होतो. त्या काळी ऋषीमुनी, आदिवासी माझी शेती करत असत.

माझ्यात असलेलं प्रोटीनचं प्रमाण - ८.३ मि.ग्रॅम, वसा म्हणजे चरबी - १.४, कार्बोहायड्रेड – ६५.९, तंतू (फायबर) – ८.५ मि.ग्रॅम, कॅल्शियम २२ मि.ग्रॅम, लोह - ९.९ मि.ग्रॅम. ज्यांना स्थायी रूपात पोट साफ न होण्याचा आजार आहे, त्यांनी माझं सेवन अत्यल्प प्रमाणात करावं अथवा टाळावं. माझे दाणे धुऊन, योग्य प्रकारे वाळवून उपयोगात आणावेत. माझं प्रमाणशीर सेवन आरोग्य प्रदान करतं.

मुरडा, पोट फुगणं आदी आजारात माझं सेवन आरोग्यदायी असून मधुमेहींसाठीही मी अत्यंत लाभकारी आहे. माझ्यानंतर वरी यांनी राजसभेत यावं, ही विनंती.

वरी : महाराजांचा विजय असो! महाराज, मी वरी. कोकण प्रांतातलं एक सर्वसामान्य तृणधान्य. मला ओंब्या लागतात. त्यांची लांबी किमान ५० ते ७० मिमी, तर जाडी एक ते दोन इंच असते. त्या ओंबीत पातळ वेष्टनात बारीक दाणे असतात, ते वेष्टन साफ करताच आत पांढुरका, थोडा हलका पिवळसर दिसणाऱ्या त्या दाण्याचा आकार भगरीच्या दाण्यापेक्षा किंचित मोठा असतो. भगर तथा माझ्यात गुण समान असून भगरीचा उपयोग उपवासात करतात; परंतु माझा उपयोग एक सर्वसामान्य अन्न म्हणून केला जातो.

पश्चिम महाराष्ट्र, कोकण आदी प्रातांमधली मी वरी. वऱ्हाड म्हणजे विदर्भातली लोकं मला 'भार्डी' या नावानं ओळखतात. दूध साखरेसह माझा मऊ भात खूप रुचकर लागतो. माझ्यातसुद्धा खूप पौष्टिक द्रव्यं आहेत. एका मराठी कवीनं कवितेत माझा तथा नाचणीचा 'वरी नाचणी भात पिकवतो कोकणचा प्रांत' असा उल्लेख केलेला आहे. तेव्हा आमचा वापर जरूर करा. माझी विनंती आहे, कृपया वचा उपाख्य वेखंड यांनी सभेत यावं.

वचा : महाराजाधिराज वटवृक्ष, प्रधानजी पिंपळ तथा समस्त विश्वातल्या समस्त वनस्पतींनो, सर्वांना आदरपूर्वक नमस्कार! महाराज, माझं नाव वचा उपाख्य वेखंड. संस्कृत भाषेत मला 'उग्रगंधा', 'षड्ग्रन्था', 'गोलोमी' तथा हिंदी भाषिकांमध्ये मला 'गोलोमी' या नावानंच ओळखलं जातं. मराठी भाषिक मला 'वेखंड' या नावानं ओळखतात.

मी गुणाने लघु, तीक्ष्ण, रस कटू, विपाक कटू आहे. औषधात माझी मुळं तथा भौमिक काण्डाचाच वापर केला जातो. मी बुद्धीवर्धन करणारा असून चरबीचं हनन करणारा, शोथहर, पाय, हात तथा अन्य अंग मुरगाळणं अथवा त्यात लागलेला मुकामार, सूज आदी व्याधींवर मी माझ्या काही मित्रमैत्रिणींसह उपचारकार्य करतो. उदाहरणार्थ - जायफळ, आंबेहळद, मैदालकडी, अर्जुन (सादडा) भारसिंग, तुरटी, कायफळ या सर्व वस्तूंना पारसावर वेगवेगळं उगाळून, नंतर त्या उगाळलेल्या वस्तूंना एकत्र करून याचा लेप दुखऱ्या जागेवर लावावा. (वाटल्यास याला कोमट करता येतं.) सांधेदुखीसह सूज यावर हा उत्तम उपाय आहे . माझ्यानंतर मँडरीन या फळवर्गीय वनस्पतीनं सभेत यावं, ही विनंती.

मँडरीन : महाराजाधिराज वटवृक्ष, प्रधानजी पिंपळ तथा समस्त वनस्पतींनो, सर्वांना माझा नम्र प्रणाम! माझं नाव मँडरीन. माझं मूळ स्थान क्रोएशिया. या ठिकाणावरून एका जपानी प्रवाशानं १८३६ मध्ये क्रोएशियाच्या पंतप्रधानांना भेट देण्यासाठी माझी रोपं आणली. माझी उपयोगिता बघता तिथली लोकंसुद्धा पुढं माझी शेती करू लागली. माझ्या फळात आणि संत्र्याच्या फळात फार अंतर नाही. तसंच पोषणातही फारसं अंतर नसून काही पोषक द्रव्यांचाच संत्र्यात आणि माझ्यात काय तो फरक आहे.

एका शंभर ग्रॅमच्या अनुपातात माझ्यात ०.३ ग्रॅम प्रोटीन, ०.८ ग्रॅम व्हिटॅमिन सी, ४४ प्रतिशत लोह, एक प्रतिशत व्हिटॅमिन बी-५, मॅग्नेशियम तथा सोडीयम तीन प्रतिशत असतं. माझी चव किंचित आंबट आणि गोड असून हाडांचं आरोग्य राखण्यास मी मदत करतो. माझ्या रसाद्वारे पेयांसह अनेक वस्तूंची निर्मिती केली जाते. त्यामुळं स्थानिकांना उद्योग प्राप्त होतो. असा मी एक विदेशी पाहुणा मँडरीन. काही वर्षांपूर्वी आलो, भारतातसुद्धा केरळ तथा पश्चिम बंगालची राजधानी कोलकाता इथं विधिवत माझी शेती केली जाते. असा मी मँडरीन.

(दृश्य : सर्वत्र पर्णांचा सळसळाट होतो आणि सभेच्या अंतिम पर्वाला प्रारंभ होण्यापूर्वी प्रधानजी राजाज्ञा घेऊन समारोपाचं भाषण करण्यास राजदरबारात उभे राहतात.)

पिंपळ : बुद्धिजीवी प्रगत मानवाला वाटतं की, अनंत अशी आकाशाची पोकळी आपणाला वाकुल्या दाखवते आहे, म्हणूनच त्याला त्या पोकळीचेही वेध लागले आहेत. त्या गूढ अशा अनंत अनोळखी पोकळीत शिरण्यासाठी जो जो प्रयत्न आज तो करत सुटला आहे, त्याचे तेच प्रयत्न, त्याची अमाप जिज्ञासा, त्या जिज्ञासेपोटी अंतराळात वाढणारी मानवी यंत्रांची, यानांची अवास्तव गर्दी, हे सर्व एक दिवस मानवांसह सर्वांवर नव्या महाआपत्तीचा संदेश घेऊन येईल. ती आपत्ती एलिएन्स नसेल, हे मात्र खरं. मी पुनश्च देवतातुल्य महाराजाधिराजांचा अल्प परिचय करून अंतिम समारोपासाठी महाराजाधिराज वटवृक्षांना आमंत्रित करेन. कृपया माझं म्हणणं शांतपणे ऐकून घ्यावं.

सभा प्रारंभ झाली त्यावेळी काही वृक्षांच्या तक्रारी होत्या, तर काहींमध्ये अनामिक भीती होती. काही तरुवरांमध्ये एक जोश होता. मधेच जाई, जुई, चमेली, चाफा यांनी महाराजांकरवी काही वनस्पतींना सभेत बोलण्याचा अधिकार मिळवून दिला. सभेचं कामकाज उत्तम पार पडलं. आपल्या महाराजाधिराज वटवृक्ष महाराजांना प्रतिविष्णू रूपात पाहिलं जातं. ज्येष्ठ शुक्ल त्रयोदशीला यमराजानं सती सावित्रीच्या पतीचे प्राण या वटवृक्षाखालीच हरण केले आणि जिद्द, परिश्रम, श्रद्धा, भक्ती, चिकाटी आणि पतीव्रता

धर्म आणि सत्याच्या जोरावर यमाकडून वटपौर्णिमेला पतीच्या प्राणासह हरवलेलं सर्वस्व तिनं मिळवलं आणि सती सावित्री पुराणात, इतिहासात अमर झाली. त्याची आठवण म्हणूनच वटपौर्णिमेला वटवृक्ष महाराजांची पूजा केली जाते.

मागच्या पर्वात सांगितलं होतंच की, त्यांची पर्यावरणात हवेच्या शुद्धतेसाठी किती महत्त्वाची भूमिका आहे. त्यांची फळं पक्षांसाठी संजीवनी, तर त्यांची गर्द छाया पशू, पक्षी आणि मानवाला आसरा देते. त्यांच्या पारंब्यांवर झुलताना मोठ्या माणसांनाही आपलं बालपण आठवतं आणि मुलंही झुलताना आनंदित होतात. जागतिक वृक्ष संवर्धन या योजनेत महाराज अग्रणी असून महाराज वटवृक्षांना तर तिथंही अग्रक्रम मिळतो. महाराज वटवृक्ष वनात उभे असताना खाली त्यांच्या लोंबत असलेल्या पारंब्या बघून वनात कुणी महाऋषी तपाचरण करत असल्याचा भास होतो; पण तो भास नसून आपले हे वटवृक्ष महाराजाधिराज खऱ्या अर्थानं ऋषितुल्य आहेत, याचा सर्वांना प्रत्यय यावा.

जगात युद्धोन्माद वाढला, आधीच तापानं फणफणलेल्या या धरेवर संभावित तथा सुरू असलेल्या युद्धात वापरली जाणारी अमोघ अस्त्रं, त्यात आग्नेयास्त्र, मिसाईल्स, रॉकेट, बॉंब आदी शस्त्रांद्वारे अविरत होणारा अग्निवर्षाव त्यातून निघणारी प्रचंड अग्नी ऊर्जा. या अग्नी वर्षावातून मानवाला काय जमिनीवर जलप्रलय आणायचा आहे? मानव स्वतःला बुद्धिजीवी मानतो. मात्र आज तो स्वतः आत्मघातास प्रवृत्त होऊन या धरेवरच्या सर्व सजीव आणि प्राणीमात्रांचा नाश करण्यासाठी अगदी शिकाऱ्यासारखा टपून बसला आहे. या मानवाला कोणती उपमा द्यावी? पृथ्वीचा ताप वाढल्यानं ग्लोबल वॉर्मिंग होत आहे, तर तिकडं बर्फाचं थंडगार पाणी आणि गरम पाण्याच्या प्रवाहातून निर्मित होणारा अलनिनो, धरेवरच्या ऋतुचक्राला प्रभावित करणारा आहे. यातूनच जगावर येत्या तीस ते पन्नास वर्षात धरेवरची अन्नसाखळी पूर्ण संपुष्टात येण्यासह जागतिक उपासमारीबरोबर, पिण्याचं पाणी आणि महाजलप्रलय अशा दुहेरी संकटांसह सतत बारमासी पावसासारख्या संकटांचाही सामना करण्याची पाळी मानवांवर येईल. त्यावेळी आपल्या वनस्पती तथा वृक्ष प्रजातीही सुरक्षित नसणार हे नक्की.

अचानक झालेल्या ऋतू बदलाचं प्रारूप, कधीकधी आपणा सर्व वृक्षांना प्रभावित करतं, काहींना अकाली बहर येतो. या प्रक्रियेला ध्वनी प्रदूषणसुद्धा कारणीभूत आहे. आज अवकाश आणि आकाशाचं आकर्षण आणि त्यातल्या रहस्याच्या भेदाची उकल करण्याच्या नादात हरवून गेलेला मानव धरेला विनाशाच्या गर्तेत घालून मृत्यूकडं वाटचाल करत आहे.

या वसुंधरारूपी, पृथ्वीरूपी निवाऱ्याला नष्ट करून नवधरेसाठी अंतरिक्षात एका प्लॅनेटच्या शोधात तो अंतराळ पालथं घालत आहे. त्याला हे कळलं आहे की, मानवानं

केलेल्या आजपर्यंतच्या अक्षम्य चुकांमुळं या धरेवर केव्हा काय घडेल, याचा नेम नाही. कदाचित महाभारत काळात चालवली गेलेली ब्रह्मास्त्र, नारायणास्त्र, पाशूपतास्त्र याद्वारे वाढलेल्या तापमानाच्या परिणामामुळंच तर कदाचित सरस्वतीसारखी महासरिता लुप्तप्राय झाली नसावी ना? तशी ही घटना किमान साडेचार हजार वर्षांपूर्वीची. आज त्यापेक्षा वेगळं काय आहे? युद्धं सुरू आहेत, युद्धाचे सरावसुद्धा निरंतर सुरूच आहेत. मिसाईल्स म्हणजे अस्त्रांचा मारा केल्यानं अंतराळात फेकल्या जाणाऱ्या ऊर्जेचं काय? हा प्रश्न उभा राहतो.

बुद्धिजीवी म्हणवून घेणाऱ्या मानवाच्या स्वनाशासह आपल्याही नाशास कारण ठरतो. जो स्वत:ची तमा बाळगत नाही, त्याला चराचर काय नि वनस्पती काय, सगळं सारखंच.

जगाला यापुढं वेगळीच चिंता भेडसावणार आहे, ती म्हणजे शिसं, जस्त, अल्युमिनियम यांच्या सूक्ष्मातीसूक्ष्म कणांची म्हणजेच मायक्रो पार्टीकल्सची. हवेत मिसळणारे ज्वलनशील पदार्थ म्हणजे डिझेल आणि पेट्रोल. यात हवाई वाहतुकीला लागणारं पेट्रोलसुद्धा वावगं नसावं.

आज विमानं आकाशाच्या पोकळीला प्रदूषित करत असून खाली मार्गावर अनेक वाहनं धावतात. या वाहनातलं इंधन जेव्हा अर्धवट जळतं, तेव्हा यातून निघणारी मायक्रोपार्टीकल्स ही सूर्याची उष्णता धरून ठेवतात. ते आपलं तापमान सतत वाढवत राहतात. ही निरंतर चालणारी क्रिया आहे. अशा तऱ्हेनं आसमंतातून पृथ्वीपर्यंत एक अस्थायी ऊर्जास्रोत निर्माण होऊन तो हिमनगांना आपलं भक्ष्य करतो. खूप मोठ्या प्रमाणात जळात रूपांतरित होणारी ही ग्लेशियर्स, यांचा वितळण्याचा वेग जास्त वाढल्यास त्यांच्या आश्रयानं युगानुयुगं वाहणाऱ्या नद्या ज्या मानवाला अविरत जल पुरवत आहेत, ही ग्लेशियर्स कार्बनच्या वाढलेल्या सूक्ष्मकणाच्या उष्मेनं नष्ट झाल्यास पुढं या महानद्यांचं भविष्य काय?

वर नमूद केलेल्या गोष्टींचा विचार तिंथल्या स्थानिक सरकारांनीही करणं आज काळाची गरज आहे. या ठिकाणी निसर्ग एक विशिष्ट तापमान कायम ठेवतो; या मागं निसर्गाचा काही नियम असेल, त्याची मानवानं अवहेलना करू नये. पर्वतारोहींमध्ये हौसे, गवसे, नवसे याशिवाय सर्वसामान्यांत अगणित प्रवाशी (सैलानी) यांची अतोनात वाढ, त्यातून सरकारला मिळणारं राजस्व, त्यासाठी ती सरकारं पर्यावरणाचा असा जाहीर लिलाव करतात. 'पर्यावरण जागरण दिवस' साजरा केला जातो, ही फक्त मानण्यासाठी एक प्रक्रिया म्हणून आहे. या अशा धरसोड प्रवृत्तीमुळंच तर आम्ही किमान साडेचार हजार वर्षांपूर्वी एक महानदी सरस्वतीला गमावून बसलो. तसल्याच चुका मानव आज गंगोत्रीच्या ग्लेशियर्सशी खेळून करत आहे, याचा परिणाम म्हणून आम्ही उद्या आमच्या पवित्र परमपावनी भगीरथी गंगेलाही येणाऱ्या काही वर्षातच गमावून बसलो, तर आश्चर्य वाटायला नको.

अनेक प्रकारच्या इंधन ज्वलनातून निघणारा हा कार्बन जो दिवसागणिक पृथ्वीचं तापमान वाढवून हिमनगांचा काळ ठरतो आहे, त्याला त्वरित थांबवणं अत्यंत आवश्यक आहे. सबब मानवांनो, हा खेळ थांबवावा; नाहीतर तुमच्या पुढच्या पिढ्यांचं जगणं कठीण होईल. आज युक्रेन-रशिया युद्धामुळं तिथल्या काही नद्याही लुप्तप्राय झाल्या, तर आश्चर्य वाटायचं कारण नाही.

दुर्गम पहाडांवर पूर्वी पक्की बांधकामं नव्हती. आज या दुर्गमस्थळी शेकडो प्रवाशांच्या सोयीखातर इमारती बांधत आहेत. त्यांच्या जेवणावळीसाठी अविरत चालणारे भटारखाने आहेत. तिथले स्थानिक रहिवासी, त्यांच्या स्वयंपाक घरांमधून निघणारी अक्षय ऊर्जा; याशिवाय त्या भागात चालणारी वाहनं याद्वारे निघणारी ऊर्जा याचाही परिणाम पर्यावरणावर होतोच. अत्यंत थंड प्रदेशात येणाऱ्या लोकांना अंघोळीसाठी लागणारं गरम पाणी, तिथल्या सांडपाण्याबरोबर मिसळतं, त्याची गरमी. हा सगळा मानवी आतंक सोसणं आता प्रकृतीच्या जिवावर उठलेलं आहे; ती आता हा अत्याचार सहन करू इच्छित नाही; तेव्हा मानवांनो, तिच्याही इच्छेचा मान ठेवा.

मी पिंपळ अहोरात्र म्हणजे २४ तास प्राणवायूचं उत्सर्जन करणारा महावृक्ष, या सभेत भाषण करणारा तुम्हा सर्वांच्या समवेत महाराज वटवृक्षांचा प्रधान, तुम्हा सर्वांना मानवासह भविष्यात येणाऱ्या या संकटासाठी सावधानतेचा संदेश देत आहे.

धरेवर खरा हक्क आम्हा वृक्षांचा आहे. कारण आम्ही खरे धरापुत्र आहोत. आमची मुळं ही आमच्या आईच्या मातीत घट्ट रोवलेली असतात. चक्रवात तथा धरणीकंपात आम्ही कधीकधी धराशायी होतो, तेव्हा माता धरा दुःखानं कासावीस होते. मानवांनो, तुम्हाला सर्वस्व अर्पण करणारे आम्ही तरुवर. प्रसंगी दधीची ऋषींप्रमाणे पर्णं, पुष्प, फळं, मुळं, साल, बीज, डिंक यांसह हवनासाठी समिधा, तर मोक्ष प्राप्तीसाठी सरण, गैरहिंदूंसाठी शवपेट्या पुरवून मानवाच्या जन्मापासून मृत्यूपर्यंत आम्ही सोबत असतो.

आमच्यातला बांबूवृक्ष तर मानवाचा जन्म ते अग्नी संस्कारापर्यंतचा खास मित्र आहे. आदिवासींच्या पोटापाण्याची व्यवस्था करणारा, त्यांना व्यवसायासाठी मदत करणारा बांबू. जो सर्वस्वाचं दान देऊन मानवसेवा करतो. एवढं करूनसुद्धा मानवाकडून आम्हाला जी वागणूक मिळते, ती निषेधास पात्र आहे. पर्यावरणवादी फक्त नावासाठी आहेत, ते फक्त नाव कमावण्यासाठी पर्यावरणवादाची शाल ओढून डोळे मिटून बसतात. भरघोस बक्षीसही घेतात. असली 'बोलाची कढी बोलाचाच भात'वाली माणसं काय कामाची?

मी पिंपळ आणखी एक गोष्ट मानवाला सांगतो. कमी-अधिक सगळ्यांकडूनच होत असतं. त्यासाठी वैद्यांना प्रताडीत करणंही बरं नव्हे, जशा आम्ही वनस्पती मानवांना औषधनिर्मितीसाठी प्रसंगी जीवनाचाही त्याग करतो. जसं गहू, तांदूळ प्रत्येक हंगामात

तुमच्या कामी येतात, पुन्हा नव्या जोमानं फुलतात. तीच गत फळांचीसुद्धा आहे. तुमची क्षुधा भागवून सर्वस्वाचा त्याग करून पुन्हा जोमानं, क्रमानं फळणाऱ्या, फुलणाऱ्या आम्ही वनस्पती; काहीसा वैद्यही असाच. त्या विभागात कार्यरत प्रत्येक कर्मचारी, परिचारक, परिचारिका यांपैकी कित्येकांनी तुमच्या अविरत सेवेसाठी स्वत:चं बलिदान महामारीमध्ये दिलं, तेव्हा त्यांच्याही ऋणाचं महत्त्व जाणा.

'कृतज्ञ व्हा कृतघ्न होऊ नका', हाच माझा संदेश. म्हणूनच म्हणतो की, आमच्या धरेची, या ममतामयी मातेची काळजी घ्या. मंगळ ग्रहावर ज्यावेळी जलप्रवाह समाप्त झाला, नेमकं त्याचवेळी पृथ्वीवर महाकाय विशाल प्राणी डायनासोरही लुप्त झाले. असं काय घडलं असावं त्यावेळी? मानव याचासुद्धा अभ्यास करत आहेच; मात्र जे त्याच्या आज हातात आहे, त्याकडं तो हेतुपुरस्सर दुर्लक्ष करत अंतराळात नवा घरोबा शोधण्यात मग्न आहे. अशा या कृतघ्न मानवा, तुझा धिक्कार असो!

आकाश आणि अवकाशाचा वेध घेण्यासाठी मानव नाना प्रकारचे उपग्रह (मानवनिर्मित) अंतराळात पाठवतो. कारण त्याची संगणकीय प्रणाली ही निरंतर आणि वेगानं कार्यान्वित राहावी. त्याला शत्रूसह हवामानाचा अचूक वेध घेता यावा, भविष्यात मंगळ चंद्राशिवाय अंतराळात, अवकाशात, आकाशात, भक्कम असा थांबा म्हणजे स्पेस स्टेशन हवं. त्याकरता भक्कम असं मोठं विशाल गगनयान अंतराळात सुस्थिर करणं हा मानवाचा उद्देश असून युद्धजन्य स्थितीत एकमेकांचे उपग्रह निकामी करणं इत्यादी गोष्टींसाठी याचा उपयोग होतो. डायनोसोरच्या अंतकाळात एक कल्पना कल्पिली गेली (खरी खोटी हे वैज्ञानिक जाणोत), ती म्हणजे मोठ्या खगोलीय पिंडाच्या पृथ्वीशी झालेल्या टकरीतून डायनासोर नष्ट झाले, तर भविष्यात पृथ्वीवर असा प्रसंग ओढवल्यास त्या खगोलीय पिंडाची दिशा मानवाला बदलता येईल का? कदाचित मानव त्याला नष्ट करेलही आणि यासाठी मानव प्रयत्नरत आहे. हे सगळं खरं, परंतु हा त्याचा आंधळा प्रवास आहे हे मात्र सत्य.

या सर्व गोष्टी लिहिणं, ऐकणं जेवढं रंजक त्यापेक्षा त्याची दाहकता महाभयंकर आहे. जगावर २०२० मध्ये महामारीचं सावट कोरोनानामक विषाणूमुळं आलं. रस्ते, शहरं, खेडी आणि मार्ग ओस पडले. मानव घरांमध्ये दडून बसला. नाकातोंडाला मास्क लागले; परंतु पुढच्या काही शतकांत होणारा कडकडीत बंद हा अजूनही दाहक आणि भयानक असेल.

मानव हा सुरक्षिततेच्या दृष्टीनं घरात दडून बसलेला असेल, मात्र वन्य पशुपक्षी, गुरं, आपण वनातली वृक्ष जाणार कुठं? आपण सर्व तर एकमेकांच्या साहाय्यानं ही अग्निवर्षा झेलणार. वनांना आगी लागतील, त्या भीषण आगी खेडी, शहरासह दूर दूरपर्यंत पोहोचतील. अशावेळी जळणारा प्रत्येक वृक्ष, वनस्पती, त्यात मरणारा प्रत्येक पशू यांना बघून प्रकृती म्हणेल, 'देवानं मानवाला बुद्धी देऊन मानव हे संबोधन दिलं, त्याऐवजी त्याला नरपशू हे

संबोधन का दिलं नाही?' या पुढचं अनुभव कथनाचं कार्य महाराजाधिराज करतील. ही अग्निवर्षा करणारं दुसरं तिसरं कुणी नसून ही आकाशातली निकामी मानवनिर्मित उपग्रहांची उदंड संख्या असेल, हे लक्षात घ्यावं.

वटवृक्ष : प्रधानजींनी एक प्रश्न केला. तो म्हणजे, 'मानव स्वतःला बुद्धिजीवी मानतो. मात्र आज तो स्वतः आत्मघातास प्रवृत्त होऊन या धरेवरच्या सर्व सजीवांचा आणि प्राणीमात्रांचा नाश करण्यासाठी अगदी शिकाऱ्यासारखा टपून बसला आहे. या मानवाला कोणती उपमा द्यावी?' या त्यांच्या प्रश्नाचं एकच उत्तर आहे, 'विनाशकाले विपरीत बुद्धी'.

पृथ्वीवरचे काही मानव हे शिकाऱ्याच्या भूमिकेत वावरत आहेत; ते स्वतःसह सृष्टीचा नाश करण्यास टपलेले आहेत. कितीतरी प्रगत राष्ट्रं ही स्वतःचा विकास साधताना पर्यावरणाची अपरिमित हानी करतात. त्यांनी अवलंबलेला हा छोटा मार्ग म्हणजे शॉर्टकट. भविष्यात मानव सर्व प्राणीमात्रांसह वनस्पती, वृक्ष, महावृक्ष या सर्वांनाच नष्ट करण्यास कारण ठरेल, यात शंका नाही.

प्राचीन काळी मानवनिर्मित वीज नव्हती. त्यावेळी प्रासादांच्या, वाड्यांच्या, घरांच्या भिंतीत धातूच्या पोकळ नळ्या घालून त्यात जलाचं संचलन करवून प्रासाद तथा गृहांना थंड ठेवायचे. मध्यमवर्गीय लोकं मातीची जाड भिंत निर्मित करून घरं थंड ठेवीत असत. पुढं सिमेंट, लोखंड, काँक्रिटीकरणाच्या कालखंडात वाळ्याच्या मुळांच्या ताट्या आणि त्यानंतर कुलर आले.

पुढं-पुढं उत्क्रांतीच्या काळात मानवानं वातानुकूलित यंत्राचं उत्पादन सुरू करून एअर कंडिशनरचं एक आभासी युग निर्माण केलं. त्या कृत्रिम थंड हवेच्या मोहातून प्रथम गर्भश्रीमंतांपासून आज परवडत नसतानाही हे वीजेचं अपरिमित सेवन करणाऱ्या या राक्षसांचं सामान्य माणूसही पोषण करण्यास भाग पडत असून घराघरांमध्ये थंड हवा देणारी ही यंत्रं आहेत. हे यंत्र अवकाशात अत्यंत गरम हवा सोडत पर्यावरणाची भयंकर हानी करतं. ते आम्हा सर्वांचा पर्यावरणाचा परम मित्र ओझोन या वायूचाही नाश करतं, याचा कुणी विचार करत नाही, असं दिसतंय.

या सगळ्या प्रकारात समुद्रकिनारी राहणारे लोकं महावादळांचे शिकार होतात. प्रत्येक वेळी झालेल्या महावादळानंतर उभं राहण्याचा प्रयत्न करत कोसळतात, कोलमडून पडतात. कसा अप्पलपोट्या प्रवृत्तीचा हा बुद्धिजीवी मानव? खरंच याला बुद्धी आहे? मला तरी शंका येते. प्रधानजी पिंपळ अहोरात्र प्राणवायूची मानवांवर खैरात करतात. मानव मात्र वृक्षांच्या महात्यागाची तमा न बाळगता त्यांचा नाश करतात. धरेसह समुद्राचा असा भाग जिथं प्रकाशसुद्धा पोहोचत नाही, अशा ठिकाणी प्लास्टिक पोहोचवलं आणि त्यानं पर्यावरणाचा नाश केला.

पाश्चात्यांचं अनुकरण करत त्यानं सेप्टीक शौचालयं निर्माण केली. त्यांच्याकडून आधुनिक वेशभूषा या रूपात कोट, पँट, शर्टसह टायसुद्धा घेतला. वेशभूषा बदलली; परंतु त्यांचे स्वच्छताविषयक विचार हेतुपुरस्सर त्यागले. त्याच पुढारलेल्या पाश्चात्यांनी एकेकाळी इंग्लडची थेम्स नदी अशीच सडवली; परंतु नंतर त्यांनी तिला पूर्वरूपात आणलं. यापुढं तरी संस्कार आणि बुद्धी जागृत ठेवून सांडपाण्यानं सडवलेले नाले, नद्या, तलाव, महानद्या यांना मोकळा श्वास घेऊ द्या.

आता युरोपात उत्तर ध्रुवाजवळच सुरू असलेलं युद्ध म्हणजे जगात येणारी भविष्यातली जलप्रलयाची नांदी होय. अजूनही वेळ गेलेली नाही. मानवा सावध हो! तू जग आणि आम्हालाही जगू दे.

आज अवकाश आणि आकाश यांच्या वेधानं वेड्या झालेल्या मूर्ख मानवा, अवकाशात तुमच्या मानवनिर्मित उपग्रहांची एवढी गर्दी होईल आणि ते निकामी होताच पृथ्वीवर अखंडपणे कित्येक दिवस वेळी, अवेळी, भयानक आग ओकतील. अक्षरश: आगीचा पाऊस पडेल. त्यावेळी तू मात्र बंद पाळून घरात दडलेला असशील; परंतु आम्ही स्थानबद्ध म्हणून स्थितप्रज्ञासारखे एका जागी उभे असू, आमच्या मृत्यूची वाट बघत. तीच गत तुझी होईल. वनं सर्वत्र धडाधड पेटतील, ती आग खेडी आणि शहरांचाही वेध घेत तुझ्यापर्यंत पोहोचतील. तू पुरता त्यात वेढला जाशील, म्हणून जागा हो. अंतराळासोबत खेळ करताना सावधान. अवकाशातल्या कार्यांची परिपूर्ती होताच तू आकाशात पाठवलेली यानं पृथ्वीवर परत यायलाच हवीत, अन्यथा नशिबी येणारे भोग कुणीही चुकवू शकणार नाही.

अमेरिकन स्कायलॅब घटना १९७९, आता आताचा चीनचा निखळलेला उपग्रह. तुझ्यासह आमच्याही सर्व नाशाचं कारण बनेल; म्हणून उपग्रह पाठवताना सारासार विचार करावा. आम्ही औषधी, छाया, फल, सरपण, ऊर्जा असं सगळं काही मानवाला भरभरून देऊनही मानव मात्र आमची घोर उपेक्षा करतो, हे कुठंतरी थांबायला हवं म्हणूनच हा प्रपंच.

आमच्या वृक्ष समूहांमध्ये अशा प्रजाती आहेत. ज्या तरुवरांची, लतावेलींची कंद आणि मुळंसुद्धा औषधीद्रव्यामध्ये मानवी हितासाठी वापरली जातात. त्या सकल वृक्ष प्रजाती खरंतर दधिची ऋषींच्या कुळातल्याच असाव्यात, असं मला वाटतं. तसं बघता वायूपुराण, मार्कण्डेय पुराणातसुद्धा तरुवरांविषयीच्या ज्ञानाचा उल्लेख विस्तृतपणे दिसतो. अन्य पुराणांमध्ये स्कंदपुराण, पद्मपुराण, रुद्राक्षाची उत्पत्ती, आवळा म्हणजे आमलकी आणि तुळशी माहात्म्याचं वर्णन विशेषत्वानं केलेलं आढळून येतं.

पौराणिक ग्रंथांमध्ये पिंपळाला विष्णुरूपाची संज्ञा दिली जाते. मी वटवृक्ष. मला विष्णुरूपात बघितलं जातं. मत्स्यपुराणात पार्वती-शिव संवादाच्या माध्यमातून आलेल्या संवादात एक वृक्ष लावणं हे दशपुत्रांसमान असतं, असं म्हटलं आहे. अग्नीपुराणात वृक्षाला

मानवाचा धर्मपुत्र म्हटलं जातं. याशिवाय वृक्षांसाठी आरंभलेले वृक्षोत्सव, वंसंतोत्सव, त्याचप्रमाणे वृक्षाधारित व्रतवैकल्यं यांचाही प्रदीर्घ उल्लेख पुराणामध्ये सातत्यानं आढळतो. विमर्शकार रामशंकर भट्टाचार्यांनी याबाबत केलेलं भाष्य अत्यंत बोलकं आहे.

वृक्षांची उपादेयता म्हणजे उपयोगिता, अनुपादेयता म्हणजे अनुपयोगिता. कोणत्या वृक्षांना कापता येतं, कोणत्या वृक्षांवर घावही घातला येत नाही, तर त्यांना नष्ट करणंही दुरापास्त. वृक्षांद्वारे मिळणारा वैशिष्ट्यपूर्ण लाभ आदी विषयांवर संस्कृत ग्रंथांमध्ये निर्णायक मतं विस्तृतपणे दिलेली आढळतात. मानवानं यथायोग्य परीक्षणपूर्वक त्या मतांची उपयुक्तता समजून घेऊन पौराणिक ग्रंथामधल्या तथ्यांचा उपयोग करून आम्हा वृक्ष प्रजातींचं संवर्धन करायला हवं.

आम्हा सर्व वनस्पतींचं मानवांप्रती अतुलनीय समर्पण आहे. मानवाच्या उत्पत्तीपासून अन्नाहार, फलाहार, कापड, औषधं, धान्य, सरपण, चिता यासाठीची लाकडं याशिवाय शवपेटिका, जहाज बांधणी, गृहबांधणी, शिल्पकला, तेल, सुगंधीद्रव्यं हे सगळं वृक्षांनीच मानवाला दिलं आहे. मानव उत्तम स्थितीत जगून त्यानं मानवी मूल्यं राखून मानवता धर्माचं पालन करावं. आकाशातला चंद्र हा पृथ्वीचा उपग्रह; तोसुद्धा पृथ्वीवरच्या आपल्या प्रजातीचा पोषणकर्ता असून सूर्य देव तर प्रत्यक्ष परमपिता आहेत. धरा आमची साक्षात माता आहे. काही वनस्पतींच्या फुलांचं भविष्यसुद्धा वादात आहे. तीन हजार वर्षांतून एकदा उमलणारी फुलं याचं योग्य उदाहरण; परंतु काही जाणकार त्या फुलांना बुरशी म्हणून संबोधतात, तर काहींना ती पुष्प वाटतात. उदाहरणच द्यायचं झाल्यास प्रत्यक्ष मी वटवृक्ष, फेपरी, औंदुबर, पिंपळ, अंजीर, कटुंबर आदी वृक्षांच्या पुष्पासंबंधानंसुद्धा वाद बघावयास मिळतो.

या अगणित अनंत अशा वनस्पतींपैकी काही औषधी तर काही मेवा या रूपात उपलब्ध आहेत. तेलबिया, पुष्प, डिंक, अन्न, फळं तथा शुद्ध हवा म्हणजे प्राणवायू असं सगळं भरभरून देणारा हा निसर्गनिर्मित वृक्षठेवा याला जिवापाड जतन करण्याची जबाबदारी ही प्रत्यक्षात मानवाची. दु:खाची गोष्ट ही की, मानव हा निसर्गदत्त मूळ जलस्रोत, जल प्रवाह, दुर्मीळ वनस्पती, टेकड्या, छोट्या पहाडी, वेळ पडल्यास मोठ्या पहाडांना नामशेष किंवा अर्धं कापून तो आपला आंधळा विकास करण्यात मग्न आहे. यावेळी तो निसर्गाचा प्रकोप पृथ्वीवर ओढवून आपल्याच भाग्यावर हसतो आहे, अभाग्यासारखा.

जग नाशवंत, सूर्य, तारे, ग्रह, आकाशगंगा सगळं नाशवंत म्हणून काय मानवानं या सगळ्यांचा त्यांच्या नियत समयाच्या आतच अंत घडवावा? एवढा हा महान झाला? एक दिवस प्रलय ठरलेलाच, मग तो जलप्रलय, वायूप्रलय अथवा अग्नीप्रलय. या सर्व प्रलयांची नांदी अवेळी सुरू करणारा मानवच आहे.

युक्रेन-रशिया युद्धाद्वारे निर्मित ऊर्जा, तीही उत्तरेला अगदी उत्तर ध्रुवाजवळ. ही ऊर्जा काय मानवासाठी पोषक ठरणारी आहे? मानवांनो, नुसती मेंदूत बुद्धी असणं जिवंतपणाचं लक्षण नसून ज्या बुद्धीला सत्य काय, असत्य काय याची जाण असते, त्यालाच बुद्धी म्हणतात; तोच मानव खरा बुद्धिवादी होय. एक अक्षर न लिहिणारा अक्षरशत्रू जर पर्यावरणाचे नियम पाळत असेल, तर तो खरा बुद्धिवादी होय. कारण त्याला सृष्टीचे नियम आणि पर्यावरणाची जाण आणि चाड आहे म्हणूनच तो बुद्धिवादी होय.

बुद्धांनी बुद्धत्वाचा बोध पिंपळ वृक्षाखाली घेतला. बुद्धत्व पत्करून ते बौद्ध झाले. त्यांनी जगाला शांती, सुख, सलोखा आणि बंधुत्वाचा-त्यागाचा, पंचशिलाचा मंत्र दिला. तुम्ही मानव त्यांच्या त्या त्यागाला पायदळी तुडवत , अनावश्यक गोष्टींसाठी, जमिनीच्या तुकड्यांसाठी भांडून एकमेकांचे मुडदे पाडत आहात. खरंच, आजचा हा उतावीळ आणि युद्धखोर मानव शांतीदूत गौतम बुद्धाचं नाव घेण्यास कोणत्या अंगानं पात्र आहे?

मानवांनो, जेवणावळीचा बुफे हा भिकारडा प्रकार काढून अन्नाचे वाभाडे काढले. अन्न हे परब्रह्म, मात्र त्याची नासाडी आणि अपमान करून अवहेलना केली. 'उदर भरण नोहे जाणिजे यज्ञ कर्म' ह्या ओळी तरी लक्षात ठेवा. चूक सुधारून पुन्हा पत्रावळीवरच्या पंगतीचा आस्वाद घ्या. आमच्या वृक्ष प्रजातींमधल्या पर्णांच्या पत्रावळीवर मानव पुन्हा जेवतो, याचा आम्हाला अभिमान वाटेल. असं काही करा की जेणेकरून मातृभूमीवर संकटं यायला नकोत. मातृभूमीवर परचक्राचं संकट आल्यास मात्र शांतीदूत बुद्धाचील क्षमा मागून प्रथम मातृभूमीसाठी सर्वोच्च बलिदानास सज्ज व्हा. कारण शत्रूंवर, देशद्रोही लोकांवर, समाजकंटकांवर योग्य रीतीनं जरब बसवल्याखेरीज शांतीची मुळं घट्ट होत नाहीत. म्हणूनच स्थायी शांतीसाठी तुम्ही प्रथम सामर्थ्यवान व्हा.

वाईटाची कड घेऊ नका. त्यांचा सन्मान करू नका. जे वाईट ते वाईटच; बाकी कार्यासाठी न्यायव्यवस्थेला बळकट करून सत्याची कास धरून सत्याचे पाठीराखे व्हा. त्याचं प्राणपणानं रक्षण करा, हा मानवाला माझा संदेश आहे. अंतिम संदेश असा की, मानवी शास्त्रज्ञांनो, परीकथेत तहानलाडू आणि भूकलाडू घेऊन राजपुत्र मोहिमेवर निघत असे. आता तुमच्या सानुल्यांनासुद्धा भविष्यात त्याची गरज पडू शकते. शास्त्रज्ञांनो, भविष्यात मुलांच्या टिफिनमध्ये देण्यासाठी अन्न तथा तहानेसाठी आणि भूक भागवण्यासाठी आता स्थायी गोळ्या निर्माण करायला सुरुवात करा. जेणेकरून आमचा म्हणजे वृक्षांचा, जळाचा, नाश झाल्यास तुम्ही काही दिवस तरी पृथ्वीवर जगू शकाल. कारण ते दिवस आता दूर नाहीत.

मानवा, हीच तुझ्या 'महाविनाशाची पदचिन्हे' होय.

***

लेखक परिचय

भाऊराव विश्वेश्वरराव मुळे (वियोगी)
जन्मदिनांक : ०६. ०६. १९५०
पत्ता : वत्सलानिवास ३१३, गुरुप्रसाद नगर दत्तवाडी,
अमरावती रोड, नागपूर - ४४००२३

नोकरी : आयुध निर्माणी अंम्बाझरी नागपूर - ४४००२१ या प्रतिष्ठानातील क्वालिटी कंट्रोल विभागातून कार्यवेक्षक (तंत्र) म्हणजे 'चार्जमन तकनिकी' पदावरून ३० जून २०१० रोजी सेवानिवृत्त

प्रकाशित साहित्य :
१. भावांजली (काव्यसंग्रह), विदर्भ लेखक संघ, १९९७
२. शब्दशिल्प (काव्यसंग्रह), पद्मगंधा प्रतिष्ठान, २००१
३. प्राजक्त (काव्यसंग्रह), सचिन, सा. प्रकाशन, २०१६
४. बहरलेला वृक्ष (कथासंग्रह), सचिन सा. प्रकाशन, २०१६
४. शास्त्रनित्योपयोगाचे, ख्याती प्रकाशन १५१, सहकारनगर, २०१७
६. 'अभ्युदय हिंदी' तथा 'संचित मराठी' (काव्यसंग्रह), साहित्य विहार संस्था, २०२२

ज्योतिषशास्त्रावर आधारित पुस्तके प्रकाशनाच्या वाटेवर :
१. सुलभ ग्रह वाचन रत्न आणि भाग्यांक कालसर्पदोष निवारणार्थ उपाय
२. मंगळदोष निवारणार्थ उपाय
३. विवाहदोष निवारणार्थ उपाय

www.ingramcontent.com/pod-product-compliance
Lightning Source LLC
LaVergne TN
LVHW050842051026
849532LV00006BA/2073
* 9 7 8 8 1 1 9 3 1 1 5 9 0 *